2022లో అత్యుత్తమ నవలా పురస్కారం పొందిన కృతి

ఒక్కొక్క తలకూ ఒక్కొక్క వెల

కన్నడ మూలం

ఎం. ఆర్. దత్తాత్రి

అనువాదం

రంగనాథ రామచంద్రరావు

OKKOKKATALAKOO OKKOKKAVELA
Novel

Author
M.R.Dattatri

Translated by
Ranganatha Ramachandra Rao

© Author

First Edition: Sep 2023

Copies: 500

Published By:
Chaaya Resources Centre
103, Haritha Apartments,
A-3, Madhuranagar,
Hyderabad-500038
Ph: (040)-23742711
Mobile: +91-70931 65151
email: chaayaresourcescenter@gmail.com

Publication No.: CRC-1 11

ISBN No. 978-93-92968-76-1

Cover Design: Kiran Modalu

Book Design: R.R.Rao

For Copies:
All leading Book Shops
https:/amxn.to/3xPaeld
bit.ly/chaayabooks

ఎం.ఆర్. దత్తాత్రి

శ్రీ ఎం.ఆర్. దత్తాత్రిగారు ప్రసిద్ధ సమకాలీన కన్నడ రచయితల్లో ఒకరు. కథకుడిగా, నవలా రచయితగా, కామిస్ట్‌గా, కవిగా బహుముఖ ప్రజ్ఞాశాలి. పచ్చదనానికి, కాఫీ తోటకు ప్రసిద్ధి చెందిన చిక్కమగళూరులో జన్మించారు. డిగ్రీ తరువాత కంప్యూటర్ సైన్స్‌లో ఇంజనీరింగ్ చేశారు. భారత్ ఎర్త్ మూవర్స్ లిమిటెడ్, టాటామోటర్స్, ఓరాకిల్ కార్పొరేషన్‌లో పనిచేశారు. కె.జి.ఎఫ్. పూణె, బెంగళూరు, శ్యాన్‌ఫ్రాన్సిస్కో, లాస్ ఏంజెల్స్ నగరాల్లో ఉద్యోగం చేశారు. సమాచార సాంకేతికజ్ఞాన రంగంలో అనేక విజయాలను సాధించారు. ఇఆర్‌పి క్లౌడ్ టెక్నాలజీ రంగంలో హెచ్‌ఆర్‌గా అనేక అంతర్జాతీయ కంపెనీలతో కలిసి పనిచేసిన అనుభవం ఉంది. అమెరికా, భారత్‌లోని అనేక కంపెనీలకు టెక్నాలజి, ప్రాజెక్ట్ మేనేజ్‌మెంట్ అడ్వైజర్‌గా సేవలు అందించారు. సాహిత్యం, తత్త్వశాస్త్రం, పర్యటన దత్తాత్రిగారికి ఇష్టమైన రంగాలు.

దత్తాత్రి సాహిత్య కృషికి గుర్తుగా 'ద్వీపవ బయసి', 'మసుకు బెట్టద దారి', 'తారాబాయి పత్ర' నవలలు, 'అలెమారి కనసుగళు' కవితా సంపుటి, 'పూర్వ-పశ్చిమ' వ్యాసాలు, 'పాత్ర వాత్స్య' సాహిత్య విమర్శనాత్మక వ్యాసాల్ని ప్రచురించారు.

అత్యంత వైవిధ్యమైన రచయిత దత్తాత్రిగారి రచనలు ఆలోచనను రేకెత్తించేవి. పట్టణ ఆధునికత, ప్రపంచీకరణ నేపథ్యాలను కలిగినవి.

వీరి సాహిత్య కృషికిగానూ డా.హా.మా. నాయక పురస్కారం, డా. నరహళ్ళి పురస్కారం, సూర్యనారాయణ చడగ పురస్కారం, అమ్మ పురస్కారం, మాస్తి నవలా పురస్కారం అందుకున్నారు. 2022లో బుక్‌బ్రహ్మ నుంచి 'అత్యుత్తమ నవలా పురస్కారం', 'వర్ధమాన ప్రశస్తి' అందుకున్నారు.

dattathri.ramanna@gmail.com

1

శివస్వామి మెట్రో రైలు కిటికీలోంచి బయటికి చూశారు. రోడ్లు, సిగ్నల్ లైట్లు, కిక్కిరిసిన వాహనాలు, కంగారుగా రోడ్డు దాటుతున్న జనసమూహం, ఎత్తైన భవనాలు, దుకాణాలు, ఇళ్లు, డాబాలపై రంగు వెలసిపోయిన సింథటిక్ ట్యాంకులు, రంగురంగుల బిల్ బోర్డులు, పచ్చని చెట్లు, కుంకుమ రంగు గుల్‌మొహర్ పువ్వులు, మొబైల్ టవర్లు, లైట్ స్తంభాలు–అన్నీ కళ్లను చెదరగొట్టే వెలుతురుకు తమ ఉనికికన్నా నిశ్చలంగా, ప్రకాశవంతంగా కనిపించాయి. రైలు ఆగి ఎం.జి.రోడ్డు మెట్రో స్టేషన్లో దిగే సమయానికి సూర్యుడు నడినెత్తి మీద కనికరం లేకుండా మండిపడుతున్నాడు. ఎన్నో సంవత్సరాల తర్వాత వెతికి వేసుకున్న నల్లటి బ్లేజర్ శరీరాన్ని లోపల ఉడికించి, బనియన్, చొక్కా శరీరానికి అంటుకునేలా చేసింది. ట్రైన్‌లో జనాల రద్దీ మధ్య నిలబడి చేసిన ప్రయాణం, దిగిన తర్వాత మండే ఎండలో ఆఫీస్ వెతుక్కుంటూ తిరగటం అంతా కలిసి ఆఫీసు చేరేసరికి ఆయాసంతో కాళ్లు నొప్పెట్టసాగాయి.

తాను వెతుకుతున్న కంపెనీకి చేరుకుని లాబీలోని సోఫాలో కూర్చుని ఏసీ చల్లని గాలిలో నుదుటిపైని చెమటను తుడుచుకున్నారు. అతని చెంపలు, ముక్కు నుంచి జారిన చెమట చుక్కలు అతని నలుపు–తెలుపు గరుకు మీసాలను తడిపి పెదవుల మీదికి జారుతున్నాయి. జేబులోంచి తీసిన కర్చీఫ్ నుంచి

చెమట వాసన వస్తుండటం వల్ల మొహాన్ని తుడుచుకున్న వెంటనే దాన్ని మళ్లీ జేబులోపలికి తోసుకున్నారు. నిప్పులు చెరిగే ఎండ గాజుకవతలి బాహ్య ప్రపంచాన్ని కాల్చేస్తోంది. తొలకరి వానలు పూర్తిగా రాకుండా, పూర్తిగా వెళ్లిపోకుండా రెండు రోజులు పొడిగాలిని, రెండు రోజులు తడిగాలిని సృష్టించాయి. కంపెనీ లోపలికి, బయటికి తిరుగుతున్న యువతీయువకుల వేగంతో కూడిన నడక, అరుస్తున్నట్లు ఉన్న ఆ మాటలు, నవ్వులు, బ్యాడ్జ్ తాకించిన వెంటనే పట్‌మనే శబ్దంతో తెరుచుకునే తలుపు, ఫోన్లో నిరంతరం మాట్లాడుతున్న ఫ్రెంట్ డెస్క్‌లోని ఇద్దరు యువతులు. శివస్వామికి ఆ సన్నివేశాలు అపరిచితమైనవి.

లోపలికి పిలిస్తే బయటికి రావడానికి ఎంత సేపవుతుందో, అప్పటిదాకా మూత్ర విసర్జకు వెళ్లకుండా ఉండటం అసాధ్యమని అనిపించసాగింది. మెల్లగా లేచి ఫ్రంట్ డెస్క్ ముందుకు వెళ్లి నిలబడ్డారు. 'డిటి సాఫ్ట్‌వేర్ సొల్యూషన్స్' అని సమ్మోహనపరుస్తున్న సువర్ణాక్షరాల ఎదుట రివాల్వింగ్ ఛెయిర్‌లో కూర్చుని ఫోన్ మాట్లాడుతున్న వారిలో ఒకామె ఫోన్ మౌత్‌పీస్‌కు చేయి అడ్డుపెట్టి ఇతనివైపు తిరిగి మెల్లగా, "మీరు వచ్చిన విషయాన్ని నేను ఇప్పటికే లోపలికి తెలియజేశాను. వాళ్లే పిలుస్తారు" అంది. 'ఇక్కడ టాయిలెట్ ఎక్కడ ఉంది' అని అడిగిన తర్వాత తాను హిందీలో అడిగానని అర్థమై సిగ్గుతో నాలుక కరుచుకున్నాడు. ఇది ఘాజియాబాద్‌కు అలవాటుపడ్డ నాలుక. ఆమె ఫోన్ మౌత్‌పీస్ నుండి తన చేతిని తీసి, ఫోన్‌లో మరోవైపున ఉన్నవారితో, "జస్ట్ ఎ సెకండ్ సార్" అని మళ్లీ చేయి అడ్డుపెట్టి, తన కుర్చీని వృత్తాకారంలో వెనక్కి తిప్పి, "సిద్దు సిద్దు" అని రెండుసార్లు పిలిచేసరికి యూనిఫాంలో ఉన్న ఒక కుర్రవాడు ప్రత్యక్షమయ్యాడు. "సార్‌కు రెస్ట్ రూమ్ చూపించు" అని చెప్పి, ఈయన వైపు చూడకుండానే మళ్లీ తన కాల్‌కు మరలింది.

శివస్వామి కుర్రవాడి వెంబడి వెళ్లారు. అదొక ధనవంతుల టాయిలెట్‌లా ఉంది. మిరుమిట్లు గొలిపే తెలుపు రంగు. ఒక వైపు గోడ అంతటా అద్దం ఆక్రమించుకుని ఉంది. శుభ్రమైన కౌంటర్ టాప్ మీద అలంకరించబడిన పూలకుండీలు. కళ్లకు ఆహ్లాదకరంగా ఉండేలా మందకాంతి. వాడుకుని మలినపరిచి దాని శుభ్రతా వ్రతాన్ని ఎక్కడ భంగపరుస్తామేమో అని భయపడేలా

చేసేటటువంటిది. ఘాజియాబాద్ ఆఫీసులో మరీ స్వచ్ఛత లేకపోయినప్పటికీ రెండు రోజులకొకసారి శుభ్రమై, గాఢమైన బ్లీచింగ్ వాసన కొట్టే టాయ్‌లెట్‌కు అలవాటైన శివస్వామి తన ఒత్తిడిని ఆపుకుని ఒక్క క్షణం అలాగే నిలుచున్నారు. అక్కడిది శౌచాలయం. ఇక్కడిది రెస్ట్‌రూమ్. టాయ్‌లెట్ రిచ్‌నెస్ మరికొద్ది క్షణాల్లో జరగబోయే ఇంటర్వ్యూకు అతన్ని ధైర్యం కోల్పోయేలా చేసింది. ఇది తమకు కాదని మథనపడ్డారు. ఇంటర్వ్యూకు వస్తున్నప్పుడు దారిపొడువునా వేధించింది అదే; ఇలాంటి సాఫ్ట్‌వేర్ కంపెనీకి కావాల్సిన కొత్త రక్తం, కొత్త భాష, కొత్త హావభావాలు తమలో లేవని, జరగబోయే అవమానాలు ఎదుర్కోవడానికి బదులుగా ఇప్పుడే ఇక్కడి నుంచి వెనక్కి వెళ్లిపోదామా అని ఆలోచించారు. అయితే అప్పటికే తాను రావటం, వచ్చానని తెలియ జేయడమైంది. ఇంటర్వ్యూలో పాల్గొన్న తర్వాత ఇంటికి వెళ్లాలని నిర్ణయించుకున్నారు. రావటమైతే వచ్చాడు, కేవలం బ్లేజర్‌లో కాకుండా సూట్ వేసుకుని వచ్చి ఉండాల్సిందని శివస్వామికి అనిపించింది. లోపలి షర్టుకు బయటి కోటుకు పొందికలేదని అనిపించింది. ఎంత ఇస్త్రీ చేసినా ముడుతలు పడ్డట్టు కనిపిస్తోంది.

టాయిలెట్ నుండి తిరిగి వచ్చే సమయానికి, ఫ్రంట్ డెస్క్ లేడీ ఈయన కోసమే ఎదురుచూస్తోంది. విజిటర్ బ్యాడ్జ్ చేతికిచ్చి, "సర్, మీరు లోపలికి వెళ్లొచ్చు" అంది. మళ్ళీ అదే ఆఫీస్ బాయ్‌ను పిలిచి, "వీరిని గ్రౌండ్ ఫ్లోర్‌లోని సౌత్ కాన్ఫరెన్స్ రూమ్‌కి తీసుకెళ్లు" అని చెప్పింది. ఆఫీస్ బాయ్ గ్లాస్ డోర్ తెరిచి శివస్వామి బయటికి వెళ్లేవరకు ఆగి, తర్వాత వేగంగా అడుగులు వేసి ఆయన కంటే ముందు నడిచాడు. శివస్వామి అతన్ని అనుసరించారు. వెలుతురుతో మెరిసిపోతున్న కంపెనీ అది. విశాలమైన హాల్‌వే. కూర్చునో, నిలబడో లేదా గుంపుగానో పని చేస్తున్న వందలాది మంది కనిపించారు. గది అయినా లేదా క్యూబికల్ అయినా, ఫ్లోర్‌లోని అందరూ కనిపించేటటువంటి అద్దాల అంతఃపురమది. ప్రతి గాజు గోడపై సంస్థకు చెందిన అనేక పోస్టర్లు. టీమ్‌వర్క్ పై, క్వాలిటీపై, కంపెనీ ఉత్పత్తులపై పోస్టర్లు. ఇప్పుడిప్పుడే బర్త్‌డే పార్టీ ముగిసినట్లు జనం ఉత్సాహంగా కనిపించారు. ఆఫీస్ అయినా, ఇల్లయినా, క్లబ్ అయినా కొత్త తరం మనుషులు కనిపించే తీరే అలా కావచ్చు.

ఆఫీస్ బాయ్ కాన్ఫరెన్స్ రూమ్ తలుపు చూపించి ఒక్క క్షణం కూడా ఆగకుండా వెళ్లిపోయాడు. శివస్వామి మెల్లగా తలుపు తట్టారు. లోపల ముగ్గురు వ్యక్తులు కూర్చునివుండటం కనిపిస్తోంది. ఆ ముగ్గురిలో ఉన్న ఒకే ఒక్క స్త్రీ ఈయనవైపు చూసి "ప్లీజ్, కమ్ ఇన్" అని అంటూ చేత్తోనూ సైగ చేసింది. శివస్వామి నెమ్మదిగా తలుపు తోసుకుని లోపలికి వచ్చారు. విశాలమైన కాన్ఫరెన్స్ రూమ్. చతురస్రాకారపు టేబుల్ చుట్టూ కనీసం ముప్పై మంది కూర్చోవచ్చు. అయితే ఈయనను ఎదుర్కొనేలా ముగ్గురు వ్యక్తులు కూర్చుని వున్నారు. తన వయసువారు ఇంటర్వ్యూకు వస్తారని ఊహించలేదేమో, ముగ్గురూ తమను పరిచయం చేసుకోవడానికి లేచి నిలబడ్డారు. ముందుగా, లేత ఆకుపచ్చ రంగు చుడీదార్లో ఉన్న మహిళ, బహుశా మధ్య వయస్కురాలు కావచ్చు, శివస్వామి వైపు చేయి చాపి, "నేను శ్యామలా మెనన్. నేను డిటి గ్రూప్ ఆఫ్ కంపెనీస్‌కు సీనియర్ వైస్ ప్రెసిడెంట్‌ను" అని అంది.

ఆమె పక్కనున్న వ్యక్తి, వయసు బహుశా ముప్ఫయి అయిదు నుండి నలభైలోపు ఉండొచ్చు. పొడుగ్గా, భారీగా ఉన్న వ్యక్తి. బిజినెస్ సూట్లో ఉన్నాడు. అతని కంఠ స్వరమూ మంద్రంగా ఉంది. చేయి చాపుతూ, "నేను రవిరాజ్ థక్కర్. డిటి గ్రూప్‌కి చెందిన ఈ సాఫ్ట్‌వేర్ యూనిట్‌కి నేనే హెడ్‌ను" అని పరిచయం చేసుకున్నాడు. అతని పక్కన దాదాపు అదే వయసువాడిలా కనిపిస్తున్నప్పటికీ మంచి దేహదారుఢ్యంతో, తెల్లటి టీషర్ట్, లేత నీలం రంగు జీన్స్ ధరించిన వ్యక్తి నవ్వుతూ, ఆత్మీయంగా చేయి చాపాడు. ఆ ముగ్గురిలో నవ్వింది అతనే. "నేను ప్రభుదాస్‌ను. మీరు ఇంటర్వ్యూకు వచ్చిన ఈ కంపెనీ సాఫ్ట్‌వేర్ డెలవరికి వైస్ ప్రెసిడెంట్‌ను. నా పక్కన ఉన్న ఈ వ్యక్తి కంపెనీకి ప్రభువైనప్పటికీ, ఇక్కడి జనం నన్ను 'ప్రభు' అని పిలుస్తారు" అని చెప్పాడు. అతని మాటలకు అందరూ నవ్వారు. శివస్వామికి పరిస్థితి కొద్దిగా తేలికపడ్డట్టు అనిపించింది.

అందరూ కూర్చున్న తర్వాత, శ్యామలా మెనన్ శివస్వామిని తమను తాము పరిచయం చేసుకోమని కోరింది.

"నేను పబ్లిక్ సెక్టార్ కంపెనీ బిఇఎల్‌లో ముప్పై ఐదు సంవత్సరాలు పనిచేశాను. రెండు సంవత్సరాలక్రితం పదవీ విరమణ చేసాను. పదవీ విరమణ

సమయానికి నేను హెచ్‌ఆర్ డిపార్ట్‌మెంట్‌కు ఎజిఎం అయ్యాను. నేను నా సర్వీసు మొత్తం ఘాజియాబాద్‌లో చేసినప్పటికీ, మూలతా కర్నాటకకు చెందినవాడినే. కోలారు జిల్లాలోని మాస్తి నా సొంత ఊరు. నేను మైసూరు విశ్వవిద్యాలయం నుండి చరిత్ర విషయంగా ఎం.ఎ. చేసాను. నేను కంపెనీకి ఎంపికైన అదే సంవత్సరంలో, కంపెనీ తన ఘజియాబాద్ శాఖను ప్రారంభించింది. నా పోస్టింగ్ నేరుగా అక్కడే జరిగింది. చేరిన మొదటి కొన్నేళ్ల వరకు నేను బెంగుళూరుకు బదిలి కోసం దరఖాస్తులు చేస్తున్నప్పటికీ, వివిధ కారణాల వల్ల కంపెనీ నన్ను ట్రాన్స్‌ఫర్ చేయలేదు. అందువల్ల అక్కడే కొనసాగాను. తర్వాత పెళ్లయి, పిల్లలు పుట్టాక ఊరు మార్చడం అంత సులువు కాలేదు. కాబట్టి అక్కడే వుండిపోయాను. కేవలం ఉండిపోవడమే కాదు, ఆ ఊరును చాలా ఇష్టపడ్డాను" అని పేలవమైన నవ్వు నవ్వారు.

అవన్నీ ఎందుకు చెప్పాడో ఆయనకే అర్థం కాలేదు. అతిగా మాట్లాడినట్లు బాధపడ్డాడు. ఎదురుగా ఉన్న ముగ్గురి ముఖాలు చూశారు. ఆ స్త్రీ ముఖంలో కనీకనిపించని అసహనం. సూటు వేసుకుని రవిరాజ్ థక్కర్ అని పరిచయం చేసుకున్న ఒక లావు మనిషి ఈయనను అంచనా వేస్తున్నట్లు చూస్తున్నాడు. ప్రభుదాసు ముఖంలో నవ్వుంది, కానీ అది ఎలాంటి నవ్వో తెలియలేదు. సూట్లో ఉన్న వ్యక్తి తల వంచుకుని క్రీగంట వాచీ చూస్తున్నాడని అనిపించినపుడు, తాను వీళ్లందరి సమయాన్ని వృధా చేస్తున్నాడేమోనని మళ్లీ ఆందోళనకు గురయ్యారు. ఆందోళన పడితే శివస్వామి గొంతు వణుకుతుంది. ఆయన మాటలు వేగంగా వస్తాయి. దాంతో మాటలు తడబడుతాయి. ఆ మాటలు ఏమి మాట్లాడాలో అనే ఆలోచనలను దిక్కు తప్పిస్తాయి.

ఇప్పటి వరకు, ఆయన ఇంటర్వ్యూ ప్యానెళ్లలో కూర్చుని ఇంటర్వ్యూ చేసినవారే తప్ప ఇంటర్వ్యూ ఇచ్చిన వ్యక్తి కాదు. అది కూడా, అధికంగా ఇంజినీరింగ్ విభాగంలోని చివరి దశ ఇంటర్వ్యూలకు హెచ్ ఆర్ ప్రాతినిధ్యం వహించే ప్యానెల్ సభ్యులుగా. ఇంజనీరింగ్ డిపార్ట్ మెంట్ సీనియర్ మేనేజర్లు తమ సుదీర్ఘమైన ప్రశ్నోత్తరాలను ముగించిన తర్వాత, తమ వంతు వచ్చినప్పుడు ఒకటి రెండు హెచ్ ఆర్ ప్రశ్నలను అడిగి, 'ద క్యాండిడేట్ హ్యాస్ రీజనబుల్ కమ్యూనికేషన్ స్కిల్స్' అని ఓ రెండు కామెంట్స్ రాస్తే తన బాధ్యత పూర్తయ్యేది.

కానీ ఆయన ఉద్యోగం కోసం ఇంటర్వ్యూను ఎదుర్కుంటున్నది జీవితంలో ఇది రెండవసారి, అది కూడా ముప్పై ఐదు సంవత్సరాల తేడాలో.

అంతే పరిచయం! ముగ్గురూ ఆయన నుంచి ఇంకా ఏదో ఆశిస్తున్న వారిలా మౌనంగా కూర్చున్నారు. శివస్వామి కూడా మౌనంగా ఉండిపోయాడు. వాతావరణాన్ని తేలికపరుస్తున్నట్లు ప్రభు "సార్, మీరు ఉద్యోగం చేసింది ఎక్కడ అన్నారు? ఘాజియాబాద్ ఢిల్లీ పంజాబ్ బార్డర్ కదా?" అని అడిగాడు.

"కాదు, ఢిల్లీ ఉత్తరప్రదేశ్ బార్డర్. నిజానికి యూపికి చెందుతుంది" అని అన్నారు.

"సార్, మీకు ఎంత మంది పిల్లలు? ఏమి చేస్తున్నారు? మీ కుటుంబం గురించి చెప్పండి"

అతను చేసిన 'సార్' అనే ప్రయోగం శివస్వామిపై పనిచేసినట్లుంది. మునుపటి కంపెనీ సంస్కృతికి అనుకూలంగా ఉంది. శివస్వామికి కాస్త ఊరట కలిగింది.

"ఇద్దరు. ఇద్దరూ ఇప్పుడు అమెరికాలో ఉన్నారు. కూతురు పెద్దది, పేరు సంజన. ఆమె బీఎస్సీ చదివింది. రెండేళ్ల క్రితం వివాహమైంది. ఇప్పుడు ఆమె భర్తతో కాలిఫోర్నియాలో ఉంది. కొడుకు పేరు తేజస్. ఎన్ఐటి ఢిల్లీలో బిటెక్ చదివి, యూనివర్సిటీ ఆఫ్ టెక్సాస్, ఆస్టిన్‌లో ఎం.ఎస్. చేస్తున్నాడు. నా భార్య పేరు రేవతి" అన్నారు. అయితే కొడుకు ఆస్టిన్‌కు వెళ్లటానికి మునుపు బెంగళూరులో ఒకటిన్నర సంవత్సరం పని చేశాడన్నది చెప్పటం మరిచానుకదా అనిపించింది. అలాగే 'రేవతి హౌస్ వైఫ్' అన్నది చేర్చివుండాల్సిందేమో!

శివస్వామి మాటలు ఆపడం కోసమే ఎదురు చూస్తున్నవారిలా శ్యామల ఇంటర్వ్యూ దిశను మార్చేసింది. ఆయన వృత్తికి సంబంధించిన ప్రశ్నలను అడిగింది. బిఇఎల్‌లో ఆయన ఒక టీమ్‌ను మేనేజ్ చేసేవారా? అక్కడ వారి దైనందిన కార్యక్రమాలు ఎలా ఉండేవి, మేనేజ్‌మెంట్‌కు ఏ విధమైన రిపోర్టులు ఇచ్చేవారు, ఏ విధమైన స్టాండర్డ్‌లను అనుసరించేవారు, ఇలా. శివస్వామి తన అనుభవంతో సమాధానమిచ్చినా, అతని సమాధానానికీ ఈ సాఫ్ట్ వేర్ ప్రపంచం ఆశిస్తున్నదానికీ పెద్ద గ్యాప్ ఉండటం, ఆ ముగ్గురి నుంచి వస్తున్న ప్రశ్నలను బట్టి, ముఖకవళికలను బట్టి ఆయనకు అర్థమవుతోంది. అలా

అవగాహన కలిగినట్టల్లా, శ్యామలా మెనన్ ముఖం ముడివేసుకున్నట్టల్లా, శివస్వామి మాటలు ఇంకా తడబడుతూనే ఉన్నాయి.

అంత సేపు నిశ్శబ్దంగా వింటూ కూర్చున్న రవిరాజా థక్కర్ నెమ్మదిగా గంభీరంగా చూస్తూ అడిగాడు – "మిస్టర్ శివస్వామీ, ఇప్పటిదాకా మీ అనుభవం పెద్ద కంపెనీకి చెందింది. వేలాది మంది ఉద్యోగం చేసే ప్రభుత్వరంగ సంస్థలో. కానీ మాది అలా కాదు. డిటి సాఫ్ట్‌వేర్ సొల్యూషన్స్ డిటి గ్రూపులో చేరి దాని ఒక శాఖగా కనిపించినప్పటికీ, వాస్తవానికి అది ఒక ప్రత్యేకమైన కంపెనీగా వేరుగా నిలుస్తుంది. మన మాతృ సంస్థ డిటి గ్రూప్ గురించి మీకు తెలిసే వుండవచ్చు. పెద్ద సంస్థ. లాజిస్టిక్స్ బిజినెస్‌లో పెద్ద పేరు తెచ్చుకుంటున్నప్పటికీ, దానికి సమాంతరంగా ఇంజనీరింగ్ కన్సల్టింగ్ డివిజన్ ఉంది. వాళ్లు భారీ సివిల్ ఇంజనీరింగ్ ప్రాజెక్టులను చేపడతారు. మెడికల్ ఎక్విప్‌మెంట్ ట్రేడ్ చేసే ఒక డివిజన్ కూడా ఉంది. ఈ విధంగా డిటి గ్రూప్ వివిధ వ్యాపారాల ఒక పెద్ద సమూహం. వాటిలో కొన్ని మీరు ఇప్పుడే వివరించినట్టు బిఇఎల్ సంస్థలా నడుస్తున్నప్పటికీ, మేము ఈ హెచ్ఆర్ పొజిషన్‌కు చూస్తున్నది ఈ సాఫ్ట్‌వేర్ డివిజన్‌కు మాత్రమే. మీ అనుభవానికి, ఇక్కడి అంచనాలకు మధ్య చాలా వ్యత్యాసం కనిపిస్తోంది. మీరు ఎంపిక అయితే మీరు ఇక్కడ ఎలా సర్దుకుంటారు?"

శివస్వామికి తాము ఇక్కడికి రానేకూడదన్నంత విరక్తి ఏర్పడింది. వాళ్లు కోరుకునే వేగం తనలో లేదు. తన ముప్పై ఐదేళ్ల అనుభవాన్ని, అది కూడా పదవీ విరమణ చేసిన రెండేళ్ల తర్వాత, ఇక్కడ ఎవరో ముగ్గురు అపరిచితుల ముందు అమ్మకానికి పెట్టినట్టు మాట్లాడటం అయ్యో అనిపించింది. మిత్రుడు గుడిబండె శంకర్ కారణంగా ఇది జరిగింది. వద్దు వద్దు అన్నప్పటికీ తన ఏజెన్సీ ద్వారానే బయోడేటా సిద్ధం చేసి ప్రపంచానికి పంపిణీ చేసి, ఈ ఇంటర్వ్యూను ఏర్పాటు చేశాడు. వీళ్లకూ, తనకూ మధ్య సర్దుకోలేనంతగా వ్యత్యాసాలున్నాయి. తన అనుభవం వీళ్లకు అవసరం లేదు. వారు ఆశించిన విద్యార్హతలు కానీ, కొన్ని కంపెనీల అనుభవం కానీ తనకు లేవు. తాను నూనూగు మీసాలతో ఏ కంపెనీలో చేరాడో–అదే కంపెనీలో తెల్లమీసాలతో నివృత్తుడయ్యాడు. ఇన్ని సంవత్సరాలలో ఉద్యోగం చేస్తున్న కంపెనీని విడిచిపెట్టి

వేరే కంపెనీలో చేరాలనే ఆలోచన ఎప్పుడూ కలగలేదు. ఇప్పుడు ఏ పురుషార్థ సాధన కోసం వీళ్లకు సమాధానమివ్వాలి అని ఆలోచించారు అయితే, ప్రశ్నకు సమాధానం ఇవ్వకుండా వెళ్లడం తగదు. ఉద్యోగం వస్తే ఎంత, రాకపోతే ఎంత అనే భావం కలిగిన తర్వాత ఆయన కంఠం దృఢంగా వినిపించింది.

"మానవ వనరు అంటే మానవ వనరే! అది సాఫ్ట్‌వేర్ కానీ, ఎలక్ట్రానిక్ మ్యానుఫ్యాక్చరింగ్ కానీ, నదిపై వంతెనను నిర్మించడంకానీ! ఏమి తేడా వస్తుంది? మనిషి మనిషే. ఒక మనిషి తన పుట్టుకతో వచ్చిన స్వభావం, పెరిగిన నేపథ్యం, అతను జీవించే సమాజంలోని సంస్కృతికి అనుగుణంగా మరొక మనిషితో వ్యవహరిస్తాడు. ఒక హెచ్ఆర్ మేనేజర్ తన కంపెనీ ఉద్యోగులతో వ్యవహరించేటప్పుడు ఈ మనిషి స్వభావంలోని సూక్ష్మతలను గ్రహించి వ్యవహరించాలి. ఆ మాత్రం చేస్తే చాలు. కంపెనీ వ్యాపార వ్యవహారాలు ఏమిటన్నవి అంత ముఖ్యం కావు. ఇక్కడ మనిషి ప్రధాన మవుతాడు. మొత్తం ప్రాసెస్‌లో మీది వేగవంతమైనది, మాది నెమ్మదైనది. అయితే హెచ్ఆర్ డిపార్ట్‌మెంట్ వ్యవహరించడం మనుష్యులతోనే కదా?" అన్నారు.

తన అనుభవాన్ని సరిగ్గా సమర్థించుకున్నానని శివస్వామికి అనిపించి సంతృప్తి కలిగింది. ఈసారి మాటలూ సరిగ్గా కలిసి వచ్చాయి. అయినప్పటికీ, వీరి దగ్గర ఉద్యోగం కోసం ఇంటర్వ్యూకి వచ్చి 'మీది- మాది' అంటూ విభజించి చెప్పకూడదేమో అనే ఆలోచన అతన్ని అధైర్యపరిచింది.

కానీ శ్యామలా మీనన్ ఆ సమాధానం తనకు నచ్చలేదనే విషయాన్ని తన అసహనంలోనే చూపించింది. కనీకనిపించని కపటమైన నవ్వుతో రవిరాజ్ ప్రభు వైపు చూశాడు. రవిరాజ్ మరోసారి తన వాచీ వైపు చూసుకోవడం గమనిస్తే అతనికి ఈ నాటకం అయిపోతే చాలన్నట్టుగా ఉంది. బహుశా, అతను ఇప్పటికే ఇంటర్వ్యూ ఫలితాన్ని నిర్ణయించాడు. ఇంకేమున్నప్పటికీ కొన్ని నిమిషాల ఫార్మాలిటీ మాత్రమే. ఆ మర్యాద కూడా ఇంటర్వ్యూకు వచ్చిన వ్యక్తి వయస్సును పరిగణించటం వల్ల. ఈ వృద్ధుడిని సాగనంపితే అతనికి చేసుకోవటానికి చాలా పనులు ఉన్నాయి.

శ్యామలా మీనన్ పట్టువదలనిదానిలా శివస్వామిని మరో ముప్పావు

గంట పరీక్షించింది. ప్రశ్నలు ప్రధానంగా ఆమె నుండి, అప్పుడప్పుడు ప్రభు నుండి వస్తున్నాయి. వారిద్దరూ కాల్పనిక సన్నివేశాలను సృష్టించి ప్రశ్నలు అడిగే విధానం వల్లే ఈ ముగ్గురూ ఉద్యోగం కోసం చాలా మందిని ఇంటర్వ్యూ చేశారని శివస్వామి ఊహించారు. అన్ని సన్నివేశాలకు తమకు తోచినట్లు, తమ అనుభవానికి తగినట్లు సమాధానం ఇచ్చినప్పటికీ, పదాల వాడకంలో అత్యంత జాగ్రత్త వహించి మాట్లాడారు. ఆయన ఉపయోగించిన మాటల్లో ఒక్క పదం తేడా వున్నా, ఆయన్ను చీల్చిచెండాడటానికి ఎదురుగా కూర్చున్న మహిళ వేచి ఉందని తెలుసు.

"ఒక డెవలపర్ మీ దగ్గరికి ఎగ్జిట్ ఇంటర్వ్యూ కోసం వస్తాడు. అతను కంపెనీ వ్యవహారాలకు ఉపయోగపడేవాడు. మీరు అతన్ని కంపెనీ వదలడానికి కారణం అడుగుతారు. దానికి అతను, నేను జాయిన్ అవుతున్న కంపెనీ నా జీతం యాభై శాతం పెంచి చేరమంటోంది. కాబట్టి అక్కడ చేరుతున్నానని తాను ఈ కంపెనీ వదలడానికి కారణాన్ని నిజాయితీగా చెబుతాడు. అదే జీతం ఇస్తే ఇక్కడే ఉంటావా అని మీరు అడుగుతారు. దానికి అతను కచ్చితంగా ఉండిపోతానని అంటాడు. నాకు ఆ కంపెనీ కంటే ఈ కంపెనీ బాగా ఇష్టం, కానీ జీతం మాత్రం వాళ్లు చెప్పినంత ఇవ్వాలి అంటాడు. ఇప్పుడు మీకు నా ప్రశ్న ఏమిటంటే, మీరు అతన్ని కంపెనీలోనే ఎలా ఆపుతారు?"

ప్రభు ప్రశ్నించాడు. శివస్వామి ఈ ప్రశ్నను ఊహించాడు. ఒక సాఫ్ట్‌వేర్ కంపెనీ హెచ్‌ఆర్ మేనేజర్ కోసం చేసే ఇంటర్వ్యూలో ఈ ప్రశ్న కాకుండా ఇంకా ఏమి అడగవచ్చో ముందే ఊహించారు.

"అదే జీతం ఇస్తే ఇక్కడే ఉంటావా అని అడుగుతామని అన్నారుకదా? నేను అలా అడగనే అడగను. ఎందుకంటే అది సరైన ప్రశ్న కాదు. ఇలా ఆలోచించండి. నేను అలా అడిగి ఆ అబ్బాయినో లేదా అమ్మాయినో కంపెనీలోనే నిలుపుకున్నానని అనుకోండి. అతను లేదా ఆమె చేరాలని అనుకుంటున్న కంపెనీ హెచ్‌ఆర్ మేనేజర్‌కు ఆ విషయం తెలుస్తుంది. తెలియాల్సిందే. ఎందుకంటే ఈ వ్యక్తి ఆ కంపెనీలో నిర్ణయించిన తేదీలో చేరడం లేదుకదా! కాబట్టి తప్పక తెలుసుకోవాలి! అప్పుడు ఆ హెచ్‌ఆర్ మేనేజర్ ఈ వ్యక్తిని వెంటనే లాక్కోడానికి మునుపు చేసిన ఆఫర్‌ను ఐదు శాతం పెంచుతాడు.

అప్పుడు ఈ అబ్బాయి నా దగ్గరకు తిరిగి వచ్చి బేరానికి దిగుతాడు. ఒకసారి ఆ దారిలో పడిన తర్వాత మనం అతన్ని నిలుపుకోవడానికి మళ్లీ జీతం పెంచాల్సి వస్తుంది. ఇదొక వేలం ప్రక్రియగా తయారై మనకు కానీ, ఆ ఇతర కంపెనీకి కానీ, సమాజానికి కానీ, చివరికి ఆ వ్యక్తికి కానీ ఎలాంటి మేలు చేయదు" అన్నారు.

ముగ్గురూ ఒక్క క్షణం మౌనంగా కూర్చున్నారు. శివస్వామి జవాబు విన్న తర్వాత, ప్రభు తదుపరి మాటల కోసం ఎదురు చూస్తున్నారు. ఇప్పుడు అతని ముఖంలో ఆందోళన నెలకొంది. ఏదో మాట్లాడబోయాడు, ఆగాడు. మళ్లీ ఆలోచనలను పోగుచేసుకుంటున్నట్లు మాట్లాడాడు.

"మీరు చెప్పింది మాకు తెలుసు. అలా చేయకూడదనీ తెలుసు. కానీ మన వాస్తవ పరిస్థితి మరోలా ఉందికదా? నేను ఇలా చెబుతున్నానని బాధపడకండి. మీరు చెప్పింది ఆర్మ్‌చేర్ ఫిలాసఫికదా? బోధించడం సులభం, అనుసరించడం కష్టం. ఇక్కడ ఒకే కేంద్రాన్ని కలిగిన రెండు వృత్తాలు వున్నాయి. హెచ్‌ఆర్ మేనేజరుగా మీరు బయటి వృత్తంలో నిలబడి మాట్లాడుతున్నారు. సాఫ్ట్‌వేర్ డెలవరికి హెడ్‌గా నేను లోపలి వృత్తంలో ఉన్నాను. ఆ అబ్బాయి ప్రాజెక్ట్ నుండి బయటికి తప్పుకుంటున్నాడనే వార్త నిజానికి నిప్పులా ఇంటర్నల్ సర్కిల్‌కు అంటుకుంది. నేను దాన్ని వెంటనే పరిష్కరించుకోవలసిందే కదా? మీరు గమనించారో లేదో నాకు తెలియదు. కానీ నేను నా ప్రశ్నలో ఒక ముఖ్యమైన అంశాన్ని జోడించాను. మా వ్యాపారానికి ఆ అబ్బాయి చాలా అవసరమైనవాడు. ఆ అబ్బాయిని నిలుపుకోవడం ముఖ్యంకదా? జీతం పెంచకుండా లేదా మీరు ఉపయోగించిన 'వేలం ప్రక్రియ'ను జరపకుండా అతన్ని మీరు కంపెనీలో ఎలా నిలబెట్టుకోగలరు?"

ప్రస్తుత సామాజిక పరిస్థితుల్లో ఇది జవాబు లేని ప్రశ్న అని శివస్వామికి తెలుసు. ఆ జీన్స్ ప్యాంట్, టీషర్ట్ ధరించిన వ్యక్తి సరిగ్గా గుర్తించినట్లు నేను బయటి సర్కిల్లో ఉన్నాను; అతను లోపలి సర్కిల్లో ఉన్నాడు. నిజానికి పరిష్కారం బయటి వృత్తంలోనే ఉంది, కానీ బయటి వృత్తం నుండి లోపలి వృత్తంలోకి ప్రవేశించేలోపు లోపలి వృత్తమూ కాలి బూడిదైపోతుంది. ఎక్కువ డబ్బు కోసం ఒక కంపెనీ నుండి మరో కంపెనీకి నిరంతరం దూకడమనే ఈ

రకమైన సామాజిక సమస్యకు శీఘ్ర పరిష్కారం, సాఫ్ట్‌వేర్ వ్యక్తులు 'క్విక్ ఫిక్స్' అని పిలుస్తారుకదా, అవి ఉండవు. శివస్వామి ఇంకా ఏదో చెప్పబోతుండగా, శ్యామలా మెనన్ కలగజేసుకుని-

"మీరు ఎప్పుడూ ఇలాంటి పరిస్థితిని ఎదుర్కోలేదని నాకు తెలుసు. బిఇఎల్‌లాంటి పబ్లిక్ సెక్టార్‌లో ఆ కుర్రవాడి మాట వింటారా? విన్నప్పటికీ అకస్మాత్తుగా ఒక ఉద్యోగి జీతం యాభై శాతం ఎలా పెంచగలరు? పెంచగలరు అని అనుకున్నప్పటికీ ఎలా ఒకే రోజులో, కొన్ని గంటల్లో నిర్ణయం తీసుకుని ప్రైవేట్ కంపెనీతో పోటీ పడగలరు? నేను చెబుతున్నది నిజంకాదా మిస్టర్ శివస్వామి? మీవన్నీ కేంద్రం నుండి వచ్చే పే రివిజన్ మీద ఆధారపడుతాయి, అవునా?" అంది.

ఆమె వ్యంగ్యాన్ని గమనించనట్టు శివస్వామి బదులిచ్చాడు. "అవును, మాది పే రివిజన్‌పై ఆధారపడి వుంటుంది. అది కేంద్ర ప్రభుత్వ కమిటీలు నిర్ణయిస్తాయి. ఉద్యోగుల జీతాలను ఎప్పుడు పెంచాలి, ఎంత పెంచాలన్నది హెచ్ఆర్ డిపార్ట్‌మెంట్ చేతుల్లో ఉండేదికాదు. అయితే, ఒకవేళ ఆ శక్తి చేతిలో ఉన్నప్పటికీ, దాన్ని ఈ విధంగా, మీరు చెప్పిన ఉదాహరణను పరిష్కరించిన తీరులో ఉపయోగించకూడదని నా అభిప్రాయం. ఉపయోగించడం చాలా సులభం, కానీ దాని పరిణామాలు తీవ్రంగా ఉంటాయి. ఆ అబ్బాయి లేదా అమ్మాయి కంపెనీలో తమ స్నేహితులకు ఇలా జరిగిందని రహస్యాన్ని బయటపెడితే వాళ్లంతా అదే వ్యూహాన్ని ఉపయోగించి హెచ్ఆర్ మేనేజర్ తలుపు తట్టితే ఈ పోటీ మనల్ని ఎక్కడికి చేర్చుతుంది?

రవి రాజ్ థక్కర్‌కు విసుగొచ్చేసింది. ఇంకా టైమ్ వేస్ట్ భరించలేనట్టు టైం చూసుకుని ఎదురుగా ఉన్న నోట్ బుక్ మూసేసి రెండు చేతులూ టేబుల్ మీద ఆనించాడు. కానీ శ్యామల మాత్రం చర్చను కొనసాగించింది.

"ఇక్కడే మీకూ-మాకూ చాలా వ్యత్యాసం ఉంటుంది శివస్వామి. మీరు వ్యాపార దృష్టితో చూడటం లేదు. ప్రభు మిమ్మల్ని ప్రశ్నను అడిగింది, ఊరకే మిమ్మల్ని పరీక్షించడం అని చెప్పడం కంటే నిజంగా అతను ఆ స్థితిలో ఉన్నాడని చూపించడానికి. ఉద్యోగులను ఎలా కాపాడుకోవాలనేది రోజురోజుకూ తలనొప్పిగా మారింది. కంపెనీ వదిలి వెళ్లిపోతున్న ఆ అబ్బాయిని మీరు

నిలుపుకోవాలి. అంతే. హెచ్ఆర్ దృష్టికోణంలో మీరు ఎలాంటి మార్గాలను అనుసరిస్తున్నారో ప్రభుకు ముఖ్యం కాదు, ఎందుకంటే అతను డెలవరికి హెడ్. మేము మీ నుండి సమాధానం కోసం ఎదురు చూస్తున్నాం" అన్నారు.

"క్షమించండి. మీకు ఏమి చెప్పాలో నాకు తెలియటం లేదు. ఆ అబ్బాయి మాట విని అతని జీతం అకస్మాత్తుగా పెంచితే అది సమాజానికి మనం ద్రోహం చేసినట్లే. నేను అలా చేయలేను. డబ్బు జీవనానికి అవసరమైంది. దాన్ని ఆ మాత్రానికే కేటాయించాలి. డబ్బు వెనుక పరుగెత్తేవారిని సంతృప్తి పరచలేం. మీరు చెల్లిస్తున్న జీతం ఆ వ్యక్తి నైపుణ్యానికి, అనుభవానికి సరిపోయేలా ఉంటే, వేరే ఏమీ చేయవలసిన అవసరం లేదు. ఆ విషయాన్ని ఆ కుర్రవాడే అర్థం చేసుకోవాలి లేదా అర్థం చేసుకునేలా చేయాలి. అల్లమ ప్రభువు వచనం ఒకటుంది. 'ఇచ్చిన గుర్రాన్నే అధిరోహించడం తెలియక మరొక గుర్రాన్ని కోరుకునేవారు వీరులూ కాదు, ధీరులూ కాదు' అని నేను ఆ కుర్రవాడికి ఇదే సందేశం ఇస్తాను" అన్నారు.

"వ్యాపారం దెబ్బతిన్నప్పుడు కూడానా?"

"ఒక ఉద్యోగి నిష్క్రమణతో వ్యాపారం ఆ స్థాయిలో దెబ్బ తినేటట్టయితే, మనం ఫిక్స్ చేయవలసింది ఈ సందర్భాన్ని కాదు, సమస్య మరెక్కడో ఉంది" అని వదలకుండా అన్నారు.

రవిరాజ్ శ్యామల వైపు తిరిగి, ఇంక చాలు అన్నాడు. శివస్వామి కూడా తన హ్యాండ్ బ్యాగ్ తీసుకుని లేచి నిలబడ్డారు. ముగ్గురూ లేచి నిలబడి ఆయనకు వీడ్కోలు పలికారు.

ఆ భవనం నుంచి శివస్వామి బయటకు వచ్చేసరికి ఎండ సూదిమొనలా గుచ్చుతోంది. వచ్చేటప్పుడు ఇటువైపు నుంచే వచ్చాడనిపించి, ఏదో భ్రమలో ఉన్నట్టు మెట్రో స్టేషన్కు బయలుదేరినా, వెళ్లింది మాత్రం వ్యతిరేక దిశలో. చాలా దూరం నడిచాక అనుమానం వచ్చి ఎవరినైనా అడుగుదామని చూస్తే దగ్గర్లో ఎవరూ కనిపించలేదు. అక్కడ ఒక బంగళాలాంటి ఇల్లు ఉంది. దాన్ని ఒక వాచ్మెన్ శవాలను కాపలా కాసేవాడిలా నిద్రమత్తులో జోగుతూ కాపలా కాస్తూ ఉన్నాడు. అతన్ని నిద్ర లేపి అడిగిన తర్వాత తాను వ్యతిరేక దిశలో వచ్చినట్టు తెలిసింది. మళ్లీ వెనక్కి వెళుతూ డిటి సాఫ్ట్ వేర్

సొల్యూషన్స్ బిల్డింగ్ దాటి ఎంజీ రోడ్డు చేరుకుని మెట్రోస్టేషన్‌కు వచ్చారు. ఒంటి నుండి చెమట కారుతోంది. వచ్చి ఆగే ప్రతి ట్రైన్‌కూ విపరీతమైన జనం. అక్కడి నుంచి మెజెస్టిక్ స్టేషన్‌కు వచ్చి మరో ట్రైన్ ఎక్కి యెలచేనహళ్లి స్టేషన్ చేరుకునేసరికి సూర్యుడు అస్తమించి సాయంత్రం అయింది. మెట్రో స్టేషన్ నుంచి బస్సులో తలఘట్టపురకు వచ్చి నడిచి ఇల్లు చేరుకునే సమయానికి శివస్వామి బాగా అలసిపోయాడు.

❖

2

మనస్సుకు నచ్చని ఇంటర్వ్యూ ముగించుకుని వచ్చిన తర్వాత, భార్య రేవతి ప్రయాణ ఏర్పాట్లలో సహాయం చేయటంలోనే ఒక వారం గడిచిపోయింది. ఆమెకు ఒకటే ఆందోళన. మొదటి విదేశీ ప్రయాణం. ఆమె ఎప్పుడూ ఒంటరిగా ప్రయాణం చేయలేదు. ఇంతకు ముందు అంటే పిల్లలు చిన్నగా ఉన్నప్పుడు వేసవి సెలవులకి శివస్వామి తోడు లేకుండా ఘాజియాబాద్ నుంచి స్వగ్రామమైన హొన్నాళికి వస్తున్నప్పటికీ పిల్లలు తోడుగా ఉండేవారు. రైల్లో ప్రయాణం. పిల్లలు పెద్దవాళ్లయి దూరంగా వెళ్లిపోయాక ప్రయాణాలు చేయాల్సి వస్తే ఇద్దరూ కలిసే వెళ్లేవారు.

ఇద్దరూ కూతురి కాన్పుకు వెళ్లాలని అనుకున్నారు. వీసా కోసం చెన్నైలోని అమెరికన్ కాన్సులేట్‌కు వెళ్లినప్పుడు కూడా ఇద్దరూ కలిసే వెళ్లారు. అయితే రేవతి ఒంటరిగా వెళ్లాల్సి రావడం మాత్రం ఊహించని విషయం. డబ్బులు చెల్లించినా చేతికి అందని అపార్ట్‌మెంట్ వివాదం ఇందుకు కారణం.

పదవీ విరమణ తర్వాత, శివస్వామి, రేవతి రెండేళ్లు ఘాజియాబాద్‌లోనే ఉన్నారు. పిల్లలు ఇంట్లో ఉన్నంతకాలం ఎక్కడున్నా జరిగిపోతుందనిపించేది. కర్నాటకకు వెంటనే తిరిగిరావాలనే తొందర ఇద్దరికీ లేదు. అందువల్ల రిటైర్‌మెంట్‌కు ఇంకా ఐదేళ్లే ఉన్నప్పటికి కూడా ఇల్లు ఎక్కడ కొనాలనే విషయం ఆలోచించనే లేదు. శివస్వామికి ఎక్కడైనా ఒకటే. ఆయన స్వభావమే అలాంటిది.

అయితే రేవతికి ఎందుకో తిరిగి తమ ప్రాంతానికి వెళ్లిపోవాలని అనిపించింది. ఒక విధంగా చూస్తే ఇతర రాష్ట్రాల నుంచి, ముఖ్యంగా దక్షిణాది రాష్ట్రాల నుంచి వచ్చి ఉద్యోగం చేసి, రిటైరయ్యాక అక్కడే స్థిరపడేవారు చాలా తక్కువ. పదవీ విరమణ చివరి సంవత్సరాల్లో, వారు తమ తమ పట్టణాల్లో ఇల్లు కట్టుకునో లేదా కొనుగోలు చేసో, పదవీ విరమణ తర్వాత అకౌంట్ సెటిల్ అయిన వెంటనే, దాని కోసమే ఎదురుచూస్తున్నట్లు, స్నేహితుల కుటుంబాలకు ఫేర్‌వెల్ పార్టీ ఇచ్చి, తక్కువ ఖర్చుతో ట్రాన్స్‌పోర్టర్స్‌ను పట్టుకుని ఇంటిసామాన్లు తరలించి, ఊరికి తిరిగి వెళ్లటానికి రైలెక్కేవారు. ఆ సమయానికే పిల్లలు పెద్దవాళ్లయి ఉద్యోగాలు సంపాదించుకునో, లేదా వివాహం చేసుకునో గూడు వదిలి ఎగిరిపోయి ఉంటారు. ముప్పయి ఐదేళ్ల క్రితం పెళ్లి చేసుకుని, చేతులు చేతులు పట్టుకుని, రైల్వేస్టేషన్ నుంచి కంపెనీ స్టాఫ్ క్వార్టర్స్‌కు ఆటోలో వచ్చి దిగిన యవ్వనంలోని యువతీ యువకులు, మళ్లీ తమ ఊళ్లకు తిరుగు ప్రయాణమయ్యేటప్పుడు ఇద్దరు మాత్రమే ఉంటారు. కేవలం కొన్ని మార్పులతో. దాదాపు తెల్లగా, అయితే అక్కడక్కడ నల్లటి వెంట్రుకల మీసాలతో, మొత్తం ఊర్ధ్వలోకాన్ని భుజాల మీద మోసుకున్న గంభీరంగా కనిపించే ఒక సీనియర్ సిటిజన్ పురుషుడిగా, అతని కంటే నాలుగైదు సంవత్సరాలు చిన్నదైనా, అతనికన్నా రెట్టింపు ప్రపంచ జ్ఞానమున్న, ఇప్పటికీ కళ్లల్లో మెరుపులున్న స్త్రీగా. ముప్పై అయిదు సంవత్సరాల క్రితం, రైల్లో వస్తున్నప్పుడు ఎవరైనా సహప్రయాణీకులు 'మీ ఊరు ఏది?' అని అడిగితే, 'నాది మధురై దగ్గరి వారిచూయూర్. ఆమెది శివకాశి' అని చెప్పుకునేవారు, ఇప్పుడు తిరుగు ప్రయాణంలో అదే ప్రశ్న వస్తే ఇద్దరూ 'చెన్నై' అంటారు. ఏవేవో ప్రయోజనాలకు, నివృత్తులై తిరిగివెళ్లి స్థిరపడేవారంతా తమ తమ రాష్ట్రాలలోని మహానగరాల ఎత్తైన భవనాల్లో దాక్కోవాలని కోరుకునేవారే.

శివస్వామి రిటైర్‌మెంట్‌కు ఇంకా రెండేళ్లు ఉండగానే బెంగుళూరులో ఓ అపార్ట్‌మెంట్ కోసం బడ్జెట్ కేటాయించారు. ఆఫీస్‌లోని స్నేహితుడు హరికృష్ణభట్ కారణంగా ఇది సాధ్యమైంది. అతను మూలతః ఉడిపికి చెందినవాడు. శివస్వామి కంటే ఐదేళ్లు చిన్నవాడు. అతను ఒక ఇంజనీరింగ్ డిపార్ట్‌మెంట్‌లో పనిచేస్తున్నాడు. అక్కడ ఉన్న కొద్దిమంది కన్నడిగులను ఒక

చోటికి చేర్చే లంకె అతను. బెంగళూరులోని తలఘట్టాపురలో ఎపి లఖానీ బిల్డర్స్ నిర్మిస్తున్న అనూప్ గార్డేనియాలో ఫ్లాట్ కొనుక్కోవడం గురించి అతను స్నేహితులకు ఈమెయిల్ పంపి, తానూ కొనడానికి నిర్ణయించుకున్నానని, ఆసక్తి ఉన్నవారు ఎవరైనా తనను సంప్రదిస్తే, అందరూ కలిసి సంప్రదింపులు జరపవచ్చని చెప్పాడు. ఎపి లఖానీ బిల్డర్స్ దేశంలోని అనేక ప్రధాన నగరాల్లో ఇళ్లను నిర్మించే ఒక పెద్ద భవననిర్మాణ సంస్థ. శివస్వామి హరికృష్ణతో చేతులు కలిపారు. శివస్వామిలాగే ఇంకా చాలామంది ఇందులో భాగమయ్యారు. మాస్తిలో ఉన్న తండ్రి కాలంనాటి ఇంటిని తన చెల్లెలికి వదిలిపెట్టిన తర్వాత, తన సొంత ఇంట్లోనే జీవించని, ఇల్లు కొనడంలోనూ, అమ్మడంలోనూ కొంచెం కూడా జ్ఞానం లేని శివస్వామికి బుద్ధివంతుడైన హరికృష్ణ భట్టుతో కలిసి ఇల్లు కొనుక్కోవడం సమంజసంగా అనిపించింది. మొదటి విడత చెక్కు రాసేటప్పుడు ఒక్కసారి చేయి వణికింది. అయితే ఇంట్లో ఉత్సాహం నెలకొంది.

వాళ్లు ఐదో అంతస్తులోని మూడుగదుల అపార్ట్‌మెంట్ బుక్ చేసుకున్నారు. అగ్రిమెంట్ ప్రకారం మొదట్లో అడ్వాన్స్‌గా ఇరవై శాతం చెల్లించాలి. ఇంటి నిర్మాణం పూర్తయిన తర్వాత డెబ్బై శాతం, చివరకు పది శాతం చెల్లించి సేల్‌డీడ్ రిజిస్టర్ చేయించుకోవాలి. ఇప్పటికే పనులు ప్రారంభమయ్యాయని, మరో ఏడాదిలో ఇళ్లను అప్పగిస్తామని సేల్స్ ఏజెంట్ ఫోన్లో హామీ ఇచ్చాడు. తళతళలాడే మందపాటి కాగితంపై ఆకర్షణీయమైన రంగుల్లో ముద్రించిన బ్రోచర్‌ను పంపాడు. ఆరు ఎకరాల ప్రాజెక్టులో స్విమ్మింగ్ పూల్, జిమ్, క్లబ్ హౌస్, టెన్నిస్ కోర్టు, పిల్లల ప్లే ఏరియా, జాగింగ్ ట్రాక్ అన్నీ ఉన్నాయి. గార్డెనియా పేరుకు తగ్గట్టు మధ్యలో పెద్ద గార్డెన్ కోసం స్థలం కేటాయించారు

వారు ఊహించని విధంగా ఇబ్బందులు వచ్చాయి. మొదటి వాయిదాను అడ్వాన్స్ చెల్లించిన తర్వాత, ఒకటిన్నర సంవత్సరాలలో నిర్మాణం పూర్తికాకముందే బిల్డర్ పట్టుబట్టి రెండవ విడతగా డెబ్బై శాతం వసూలు చేశాడు. ఫోన్ చేసి విచారిస్తే, అంతా పూర్తి అయిందని, పక్షం రోజుల పని మాత్రమే మిగిలివుందని చెప్పాడు. ఇదంతా తేజస్ ఉద్యోగ నిమిత్తం బెంగుళూరుకు వెళ్లని సమయంలో జరిగింది. అతను ఢిల్లీలోని ఎన్ఐటిలో

బీటెక్ చివరి సంవత్సరం చదువుతున్నాడు. హరికృష్ణను అతని డిపార్ట్‌మెంట్‌లో కలిశారు. అతనికీ అదే విధమైన నోటీసు వచ్చింది. వాళ్లిద్దరూ బుక్ చేసుకున్నది ఒకే రోజున. డబ్బు చెల్లించింది కూడా ఒకే రోజున. ఒకే భవనంలో, ఒకరిది ఐదో అంతస్తులో, మరొకరిది ఆరో అంతస్తులో. ఇప్పుడు నోటీసులో పేరు మార్పు తప్ప విషయమంతా ఒకేలా ఉంది. అలాగే మిగతా వారికి కూడా అలాంటి నోటీసులు వచ్చాయి.

హరికృష్ణ బెంగుళూరులో ఉన్న తన బావమరిదికి ఫోన్ చేసి ఒకసారి వెళ్లి చూసుకుని రమ్మని చెప్పాడు. ఆ బావమరిదికి ఈ పని చేయడం ఇష్టమున్నట్టు లేదు. హరికృష్ణ రెండు మూడు సార్లు ఒత్తిడి పెట్టడంతో, అక్కడికి వెళ్లొచ్చి, "అంతా పూర్తయినట్లే కనిపిస్తోంది" అని చిన్న మెసేజ్ పెట్టి చేతులు దులుపుకున్నాడు. ఏది పూర్తయింది, ఏది మిగిలింది అనే ప్రశ్నలకు అతడి నుంచి సరైన సమాధానాలు రాలేదు. అనూప్ గార్డేనియా వారి సేల్స్ ఆఫీసుకి వెళ్లి మోడల్ హౌస్ చూసి అంతా పూర్తయిందని అనుకున్నాడో లేక వెళ్లి వీళ్ల ఫ్లాట్ చూసి వచ్చాడో స్పష్టంగా చెప్పలేదు. వాళ్ల మధ్య సంబంధాలు ఎలా ఉన్నాయో ఏమో? మొత్తానికి ఆ బావమరిది వివరంగా చెప్పడానికి ఆసక్తి చూపలేదు. వీళ్లు డబ్బు చెల్లించకపోవడంతో బిల్డర్ నుంచి మరో నోటీసు వచ్చింది. హరికృష్ణతో కలిసి ఫోన్ స్పీకర్‌లో పెట్టి కాల్ చేసినపుడు అనూప్ గార్డేనియా వ్యక్తి "మీరు ఇల్లు కాపాడుకోవాలనుకుంటే ఇప్పుడే డబ్బు చెల్లించాలి. ఇప్పటికే ఆలస్యమైంది. డబ్బు సమకూర్చడం మీకు ఇబ్బందిగా ఉంటే దయచేసి తెలియజేయండి. పూర్తయ్యే దశలో ఉన్న ఇళ్లను కొనుగోలు చేసేందుకు ప్రజలు బారులుతీరి ఉన్నారు. బెంగుళూరులో మేము నిర్మించే ఇళ్లకు చాలా డిమాండ్ ఉంది. "ఇప్పటికే మీరు చెల్లించిన డబ్బును వడ్డీతో సహా తిరిగి ఇస్తాం" అని అత్యంత వినయంగా ఆఫర్ ఇచ్చాడు. తప్పనిసరిగా అందరూ డబ్బులు చెల్లించారు. ఇప్పుడు కేవలం పది శాతం మాత్రమే బకాయి ఉంది. వీళ్ల జుట్టు బిల్డర్ చేతికి దొరికింది. గులాబీని కోయడానికి వెళితే ముల్లు గుచ్చుకున్నట్లయింది.

శివస్వామి పదవీ విరమణకు ఆరునెలల ముందు బెంగుళూరుకు ఉద్యోగంలో చేరటానికి వెళ్లిన తేజస్, ఒక ఆదివారం వెతుక్కుంటూ వెళ్లినవాడు,

ఇంకా కనీసం ఆరునెలల పని మిగిలివుందనే సమాచారం అందించాడు. ఫోన్ చేస్తే అనూప్ గార్డెనియా వాళ్లు మొదట్లో జారుకునే మాటలు మాట్లాడారు. తర్వాత బడాయి మాటలు, అటుతర్వాత ఫోన్ తీయడం మానేశారు.

ఐదారు నెలలు కాదు, ఏడాదిన్నర గడిచినా ఇల్లు పూర్తికాలేదు. వీళ్లు డబ్బులు కట్టిన ఫేజ్ ఒన్ ఇళ్లు ఇంకా పూర్తి కానప్పటికీ, బిల్డింగ్ కంపెనీ ఫేజ్ టూ పనులనూ చేపట్టింది. ఆ సమయానికే కూతురు సంజనకు పెళ్లయి అమెరికా వెళ్లిపోయింది. ఢిల్లీలో చదువు పూర్తిచేసి బెంగళూరులో ఉద్యోగం చేస్తున్న కొడుకు ఉద్యోగం వదిలేసి ఎంఎస్ చేసేందుకు అమెరికా వెళ్లాడు. కూతురు కాలిఫోర్నియాలో, కొడుకు టెక్సాస్‌లో. శివస్వామి దంపతులు ఘాజియాబాద్లోని ఓ అద్దె ఇంట్లో ఇద్దరే ఉంటున్నారు. బెంగుళూరులో తమవారంటూ ఎవరూ లేకుండాపోయారు. అక్కడి ఇల్లు సదా నిర్మాణమవుతూ ఎండమావిగా మిగిలిపోయింది. ఒక ఆదివారం హరికృష్ణ దంపతులు ఆయన ఇంటికి వచ్చారు. ఆ బిల్డింగ్లో ఇప్పటికే కొందరు మకాం పెడుతున్నట్లు కబురు తెలిపాడు. వాళ్ల మీద ఒత్తిడి తెచ్చేవారి ఇళ్లను మాత్రమే బిల్డర్ త్వరగా పూర్తిచేసి ఇస్తున్నాడట. “మీరు ఇక్కడ ఉంటున్నదీ అద్దె ఇంట్లోనే కదా? మీరు బెంగుళూరు వెళ్లండి. మన అనూప్ గార్డెనియా దగ్గర్లో ఒక ఇల్లు అద్దెకు తీసుకోండి. ప్రతిరోజూ నక్షత్రకుడిలా వాళ్లను అడుగుతూనే ఉండండి. మీ ఇల్లు పూర్తి చేసి ఇస్తారు. లేకపోతే, వాళ్ల ప్రాధాన్యతలే వేరు సార్. ఈ భవనం ఇంకా పూర్తి కాలేదు, అయినా దానిపక్కనే ఫేజ్ టూ అని మరో భవన నిర్మాణం ప్రారంభించారు. విమానాశ్రయానికి సమీపంలోనే మరో ప్రాజెక్టును ప్రారంభించారు. ఇది మన దాని కంటే రెండింతలు పెద్దదట” అన్నాడు.

ఏం చేయాలో తెలియని శివస్వామి అయోమయంలో పడ్డారు. బెంగుళూరులో అద్దె ఇల్లు తీసుకోవడానికి కూతురు సహాయపడింది. నైన్‌టినైన్ ఎకర్స్ డాట్ కామ్, మ్యాజిక్ బ్రిక్స్ డాట్ కామ్, కామన్ ఫ్లోర్ డాట్ కామ్ మొదలైనవాటిల్లో వెతికి ‘ఇల్లు కావాలి’ అనే ప్రకటన వేసి, ఒక ఇంటికి వెతికి పెట్టింది. రెండు బెడ్ రూమ్‌లున్న ఇల్లు. అది కూడా తలఘట్టపురలోనే. అది కూడా అనూప్ గార్డెనియా పక్కనే ఉన్న ఇల్లు. ఇంటివెనుక అనూప్ గార్డెనియా వారి నాలుగుంపావు అడుగుల ఎత్తయిన కాంపౌండ్ వాల్ దాన్ని వాళ్ల ఆరు

ఎకరాల నుండి వేరు చేస్తుంది. "ఫ్లాట్ రెడీ అయిన తర్వాత వాహనం లేకుండానే సామానులను తరలించవచ్చు" అని తేజు జోక్ చేసేటంతగా అనూప్‌గార్డెనియాకు అత్యంత సమీపంలో ఉన్న ఇల్లది. అద్దె మాత్రం ఘాజియాబాద్‌లోని మూడు గదుల ఇంటి అద్దెకు రెండింతలు అద్దె. పదకొండు నెలల అద్దె అడ్వాన్స్ ఇవవ్వాల్సి వచ్చింది. అది కాస్త ఇబ్బంది కలిగించింది. ఇంటి యజమాని అద్దె డబ్బులో గానీ, అడ్వాన్స్ మొత్తంలో కానీ ఎలాంటి రాయితీ ఇవ్వలేదు. అతను చెడ్డవాడు కాదు. తన కుటుంబానికి తలఘట్టపురలోనే ఇల్లు కట్టుకుని, అక్కడినుంచి వైట్ ఫీల్డ్‌లోని తన ఉద్యోగానికి తిరిగి, అలసిపోయి, చివరకు కంపెనీ సమీపంలోనే ఒక అద్దె ఇల్లు తీసుకుని వెళుతున్నాడు. తలఘట్టపురలోని తన సొంత ఇంటిలో సగం ఉన్న వైట్‌ఫీల్డ్ ఇంటికి వీళ్లు చెల్లించిన అద్దెకు రెండింతలు చెల్లించాల్సి రావడంతో వీళ్లకు ఎలాంటి మినహాయింపు ఇవ్వలేకపోయాడు.

శివస్వామికి వేరే దారి కనిపించలేదు. భార్యాభర్తలు ముప్పై ఐదేళ్లుగా ఉంటున్న ఊరు వదిలి బెంగళూరు వచ్చారు. పిల్లలు ఘాజియాబాద్ లోనే పెరిగారు కాబట్టి, ఆ కుటుంబానికి స్వస్థలం అంటే ఘాజియాబాద్. తమ ఇల్లు అంటే అక్కడ పిల్లలు చిన్నతనంలో ఉన్న క్వార్టర్స్‌లోని ఇల్లు. తర్వాత కొన్ని కారణాల వల్ల కంపెనీ ఇల్లు వదిలి గత పదేళ్లుగా మరో అద్దె ఇంట్లో గడిపినప్పటికీ, ఆ అద్దె ఇల్లు మనసులో చోటు చేసుకోలేదు. ఇల్లు అంటే సంజనా, తేజస్‌లు తప్పటడుగులు వేస్తూ పెరిగిన కంపెనీ ఇల్లే వారి దృష్టిలో సొంత ఇల్లు. ఇప్పుడు కూడా కుటుంబంలోని నలుగురు తమలో తాము మాట్లాడుకుంటున్నప్పుడు ఆ ఇల్లే కేంద్రమవుతుంది. 'మీ హాస్టల్ నుంచి కాలేజ్ ఎంత దూరం?' అని తేజస్‌ను అడిగితే, 'నాన్నా, మన ఇంటి నుంచి త్రిపాఠి సర్కిల్‌కు అడ్డదారిన వెళ్లేటంత దూరం' అంటాడు. అలాగే సంజన కూడా. 'కాలేజీలో నాతో చదివేదికదా పూజా అని, ఆమె ఇక్కడే మన ఇంటికి దగ్గర్లోనే ఉంది. దగ్గరంటే మన ఇంటి నుంచి రైల్వే స్టేషన్‌కు వెళ్లినంత దూరం'. ఆ నలుగురి మధ్య 'మా ఇల్లు' అంటే ఘాజియాబాద్‌లోని బిఇఎల్ క్వార్టర్స్ ఇల్లు. అదేవిధంగా, వ్యక్తుల గురించి మాట్లాడేటప్పుడు కూడా, ఆ కుటుంబానికి వారి స్వంత కొలమానం ఉంటుంది. "సిద్దికి అంకుల్‌లా, మా ప్రొఫెసర్

కూడా విషయం నుంచి పక్కకు వెళ్లి ఏవేవో మాట్లాడుతూ దారి తప్పితే తిరిగి ట్రాక్‌లోకి రానేరారు" అంటే నలుగురికీ ఒకే విధంగా అర్థమవుతుంది.

బెంగళూరుకు వచ్చినా సమస్యలు పరిష్కారం కాలేదు. బదులుగా, కొత్త సమస్యలు తలెత్తాయి. అద్దె ఇల్లు అనూప్ గార్డేనియా కాంపౌండ్‌కు అతి సమీపంలో ఉండడంతో భవన నిర్మాణ శబ్దాలు విపరీతంగా వచ్చేవి. రాత్రి పన్నెండు గంటల వరకూ యంత్రాల శబ్దం, ఫ్లడ్‌లైట్ల వెలుతురు పడకగదిని ఆక్రమించేవి. ఘాజియాబాద్‌లో ఉంటున్నప్పుడు ప్లూటో గ్రహంలా సూర్యుడికి అత్యంత దూరంగా ఉన్నారు. అయితే బెంగళూరుకు వచ్చేసరికి బుధగ్రహంలా సూర్యుడిని ఢీకొనేంత దగ్గరికి వచ్చినట్టు అనిపించింది.

అపార్ట్‌మెంట్ వ్యవహారం మరో మలుపు తిరిగింది. 'సేల్ డీడ్ చేసుకోవడానికి రిజిస్ట్రేషన్ ఆఫీసుకు రండి. అయితే అంతకన్నా ముందు పెండింగ్‌లో ఉన్న పది శాతం పేమెంట్, ఇటీవల చేసిన మార్పుల కారణంగా అదనంగా ఎనిమిది లక్షలు చెల్లించండి' అని నోటీస్ వచ్చింది. శివస్వామి గాభరా పడ్డారు. 'ఇంకా ఎనిమిది లక్షలు ఎందుకు చెల్లించాలో వివరణ ఇవ్వండి. మాకు ఇల్లు స్వాధీనం చేయండి. అప్పుడు సేల్ డీడ్ చేసుకుని మిగిలిన పదిశాతం డబ్బు చెల్లిస్తాం' అని ఉత్తరం రాసి రిజిస్టర్ పోస్ట్ చేశాడు. వారి నుంచి సమాధానం వచ్చింది. 'భవన నిర్మాణ సామగ్రి ధరలో విపరీతమైన పెరుగుదల కారణంగా, మీతో ఒప్పందం కుదుర్చుకున్న ధరకు ఇల్లు నిర్మించటం సాధ్యం కావటం లేదు. అయినా, మేము నష్టాలు అనుభవిస్తూ కూడా అంగీకరించిన ధరకే ఇంటిని నిర్మించాం. ఇటీవల చేసిన కొన్ని అనుకూలమైన మార్పులకు మాత్రమే మేము మీ నుండి ఎక్కువ డబ్బును ఆశిస్తున్నాం. అది కూడా, లాభం లేకుండా పూర్తిగా కాస్ట్ బేసిస్ ఆధారంగా. ఎలాంటి మార్పులు జరిగాయో తెలుసుకోవడానికి మా సేల్స్ ఆఫీస్‌ను మీరు సందర్శించవచ్చు. మీరు ఎప్పుడు కావాలనుకున్నా, అప్పుడు మీ ఇంట్లోనే నివాసం ఉండొచ్చు. ఇప్పటికే ఐదు కుటుంబాలు గృహప్రవేశం చేశాయని తెలియజేయడానికి సంతోషిస్తున్నాం. ఆ సంఖ్య రోజురోజుకూ పెరుగుతోంది'.

శివస్వామి అనూప్ గార్డేనియా సెక్యూరిటీ గేటు వద్దకు వెళ్లి అక్కడ ఉన్న బీహారీ గార్డును విచారించగా, ఐదు కుటుంబాలు గృహప్రవేశ వేడుకలు

నిర్వహించటం నిజమే అయినప్పటికీ, రెండు కుటుంబాలు మాత్రమే నివాసం ఉన్నట్లు తెలిసింది. ఈయన స్పష్టంగా నార్త్ ఇండియా హిందీలో మాట్లాడడం వల్ల తాను స్థానికుడు కాదని నిర్ధారించుకున్నవాడిలా గుట్టుగా చెప్పాడు. ఒక్క చోటికి చేరిన ఆ రెండు కుటుంబాల పరిస్థితి దయనీయంగా ఉంది. బెస్కామ్ వాళ్లు ఎలెక్ట్రిసిటి కనెక్షన్ ఇవ్వలేదని, అనూప్ గార్డెనియా వాళ్లే డీజిల్ జనరేటర్ల ద్వారా పరిమితమైన కరెంటు ఇస్తున్నట్టు తెలిసింది. బిడబ్ల్యూ ఎస్ఎస్‌బి వారు నీళ్లు అందించడం లేదు, బిల్డరే ట్యాంకర్లలో నీటిని తెప్పిస్తున్నాడు. చెత్త తొలగించడానికి బిబిఎంపి వాళ్లు రావడం లేదు. ఆ భవనం నివాసయోగ్యమైనదని ధ్రువీకరణ పత్రాన్ని కార్పొరేషన్‌వారు ఇంకా ఇవ్వనే లేదట. అవన్నీ పరిష్కారమయ్యాక మీరు వస్తే బాగుంటుందని అన్నాడు.

శివస్వామి, రేవతి నిత్యావసర సరుకుల కోసం కనకపుర రోడ్డుకు వెళ్లాలి. అది మరీ దూరంలో లేదు, అతని ఇంటి నుండి బయటికి వస్తే రోడ్డు నుండి మలుపు కనిపిస్తుంది. ఆ తర్వాత ఆ రోడ్డులో కుడివైపునకు తిరిగి, అనూప్ గార్డెనియా గోడ వెంబడే నడిస్తే మెయిన్ గేట్ కనిపిస్తుంది. ఒకట్రెండు సార్లు ఒక నడివయస్కుడు స్కూటర్ మీద బయటికి, లోపలికి తిరగటం ఈయన చూశారు. అతను గార్డెనియాలో నివసిస్తుండవచ్చు. అక్కడ ఉన్న రెండు కుటుంబాలలో ఏదో ఒక కుటుంబానికి చెందివుండొచ్చనే అనుమానం శివస్వామికి వచ్చింది. ఒకసారి శివస్వామి, రేవతి ప్రధాన ద్వారం ఎదురుగా ఉన్న కూరగాయల దుకాణంలో వున్నప్పుడు, ఈ స్కూటర్ వ్యక్తి కూడా తన భార్య, కుమార్తెతో అక్కడికి వచ్చాడు, శివస్వామి తనంతట తాను స్వయంగా అతన్ని పలకరించారు. అతని అంచనా సరైనదే. దుకాణంలో కనిపించిన కుటుంబం గార్డెనియాలో మకాం పెట్టిన రెండు సంసారాల్లో ఒకటి. ఆ వ్యక్తి పేరు కుమార గౌడ. అతని భార్య వనిత. కుమార గౌడ సమీపంలోని కనకపుర గ్రామానికి చెందినవాడు. గ్రామంలో తల్లిదండ్రులు, పొలమూ ఉన్న కారణంగా ప్రతి ఆదివారం గ్రామానికి వెళుతుంటాడు. అతను జేపీ నగర్‌లోని ఎల్ఐసీ కార్యాలయంలో ఉద్యోగి. కాబట్టి, ఆఫీసుకు, ఊరికి రెండింటికి రాకపోకలు సాగించడానికి అనుప్ గార్డెనియాలో ఒక ఇంటిని కొనుగోలు చేశాడు. శివస్వామి తన కథ చెప్పాడు. కుమార్ గౌడ్ ఇల్లు మూడో అంతస్తులో ఉండగా శివస్వామి

ఇల్లు ఐదో అంతస్తులో ఉంది. ఇద్దరూ తమతమ ఫోన్ నంబర్లను షేర్ చేసుకున్నారు. కొద్దిరోజుల తర్వాత శివస్వామి కుమార గౌడకు ఫోన్ చేసి, రేవతితో కలిసి అతని ఇంటికి వెళ్లి అక్కడి పరిస్థితిని చూసి వచ్చారు. బీహారీ సెక్యూరిటీ గార్డు చెప్పినట్లే పరిస్థితి వుంది. డీజిల్ జనరేటర్‌తో పవర్ ఇస్తున్న కారణంగా లిఫ్ట్ పనిచేయటం లేదు. కుమార్ గౌడ్ ఇల్లు మూడో అంతస్థులో ఉండడంతో పర్వాలేదు, కానీ లిఫ్ట్ లేకుండా ఐదో అంతస్థులోకి వెళ్లడం సాధ్యం కాదనిపించింది.

కుమార్ గౌడను కలవడం వల్ల శివస్వామి అపార్ట్‌మెంట్‌లోని మిగిలిన యజమానుల బృందంలో సభ్యుడు అయ్యాడు. అది వాట్సాప్ గ్రూప్. కుమార్ గౌడ, అతని స్నేహితుడు సందీప్ కామత్ దాదాపు ఇరవై మంది ఇంటి యజమానులను అందులో చేర్చారు. శివస్వామి కుమార్ గౌడను రిక్వెస్ట్ చేసుకుని, హరికృష్ణ భట్టుతోపాటు ఘాజియాబాద్‌కు చెందిన మరికొందరిని ఆ గ్రూపులో చేర్చారు. ఎనిమిది లక్షలు చెల్లించాలనే నోటీసు ఆ గ్రూపులోని వారందరికీ వచ్చింది. శివస్వామి ఆ గ్రూపులో చేరే సమయానికే అనేక చర్చలు జరిగి, ఒక న్యాయవాదిని సంప్రదించాలని నిర్ణయించుకున్నారు. సందీప్ కామత్‌కు ఆ బాధ్యతను అప్పగించారు. ఒక అనుభవజ్ఞుడైన లాయర్‌ను సందీప్ కలిసి మాట్లాడి వచ్చాడు. ఒక కాన్ఫరెన్స్ కాల్‌లో మిగిలిన వారందరికీ విషయాలు చెప్పాడు. ఆ లాయర్, 'న్యాయపోరాటానికి దిగితే మీకే అన్యాయం జరుగుతుంది. మరో నాలుగైదు సంవత్సరాల వరకూ మీ ఇల్లు మీ చేతుల్లోకి రాదు. రాజీ మార్గాన్ని అనుసరించండి' అని అన్నారట. కాల్‌లో ఉన్న కొందరు న్యాయవాది మాటలను సమర్థించగా, మరికొందరు అది సఫలం కాదని అన్నారు. ఒక లాయర్ చేత నోటీసు పంపుదామని ఎవరో చెబితే, దానికి వాళ్లు లొంగుతారా అని ఇంకెవరో ప్రశ్నించారు. కాన్ఫరెన్స్ కాల్ గంటన్నర పాటు కొనసాగింది, కానీ ఏమి చేయాలి అనే స్పష్టత ఎవరికీ ఉన్నట్టు కనిపించలేదు.

కట్టాల్సిన పదిశాతం బాకీతోపాటు ఎనిమిది లక్షలు సమకూర్చడం శివస్వామికి నిజంగానే కష్టమైంది. అపార్ట్‌మెంట్ 'కీ' చేతికి దొరికితే, అలాగే వెళ్లి సంసారం పెట్టడానికి కుదరదు. ఇంటీరియర్ చేయాల్సిందే. కిచెన్, లివింగ్

రూమ్, బెడ్ రూముల్లో ఉడ్ వర్క్ చేయించాలి. బిల్డర్ అది చేయించి ఇవ్వడు. బెంగళూరులో ఒక సాధారణ ఇంటీరియర్ వర్క్‌కు కూడా కనీసం ఐదారు లక్షలు ఖర్చు అవుతాయి. దాంతోపాటు ఇంటి రిజిస్ట్రేషన్ ఖర్చు కొనుగోలుదారే భరించాలి. ఆయన వాటన్నిటికీ ఒక ప్లాన్ ముందే వేసుకున్నారు. వాటికి కావలసిన డబ్బు తీసిపెట్టారు. అయితే హఠాత్తుగా తలమీద వచ్చిపడ్డ ఎనిమిది లక్షలు భారాన్ని ఊహించలేదు. ఉద్యోగం చేస్తున్నప్పుడు తమ సొంత కుటుంబాన్ని పోషించడమే కాకుండా వితంతువు అయిన తన సోదరి కుటుంబాన్ని కూడా చూసుకునేవాడు. తన చెల్లెలు కొడుక్కి టీచర్ ఉద్యోగం దొరికేటంత వరకు వారి దైనందిన జీవితానికి సరిపడా డబ్బులు పంపేవాడు. కూతురికి పెళ్లి చేసి, తేజు కోరిక మేరకు పై చదువులకు అమెరికాకు పంపే సమయానికి, ఆయన పొదుపు చేసిన సొమ్ము చాలా వరకు కరిగిపోయింది. వీటన్నింటి మధ్య అపార్ట్‌మెంట్‌లో ఇల్లు కొనడానికి డబ్బు కట్టారు. పదవీ విరమణ తర్వాత వచ్చిన డబ్బుతో చివరి వాయిదాలు చెల్లించారు. మిగిలిన డబ్బును తమ దంపతుల భవిష్యత్ జీవన నిర్వహణకోసం కేటాయించారు. అనుభవజ్ఞుడైన ఒక ఫైనాన్షియల్ ప్లానర్ మార్గదర్శకత్వం తీసుకుని, మిగిలిన డబ్బును బ్యాంకులో ఎఫ్‌డి, పోస్టాఫీసు, ఎల్‌ఐసి జీవన్-శాంతి తదితర పథకాలలో పెట్టుబడిగా పెట్టి ప్రతినెలా పెన్షన్ వచ్చేలా ఏర్పాటు చేసుకున్నారు. ఇప్పుడు ఉన్నట్టుండి హఠాత్తుగా ఎనిమిది లక్షలు సమకూర్చడం కష్టమైంది. ముందరి జీవితానికి దాచిన సొమ్మును తీయాల్సి వస్తోంది. ఇకపై ఇంకెలాంటి సందర్భాలు పుట్టుకొస్తాయో ఎవరికి తెలుసు? రోజు రోజుకు ఇద్దరి వయస్సు మీద పడుతుండటం వల్ల భవిష్యత్తులో రాబోయే ఆసుపత్రి ఖర్చులు సాధారణంగా ఉంటాయా?

ఆ రోజుల్లోనే ఆయన చిన్ననాటి స్నేహితుడు గుడిబండె శంకర్ ఫోన్ చేశాడు. ఈయన తన కష్టాలేవీ అతడితో చెప్పుకోలేదు. అయితే అతనే మాట్లాడుతూ "అబ్బబ్బా అంటూ అలసిపోయినవాడిలా ఇంట్లో కూర్చోకు శివూ. రోగాలు అంటుకుంటాయి. ఇంకో రెండేళ్లు ఎక్కడైనా ఉద్యోగం చెయ్యి" అన్నాడు. అతని మాటలు ఈయన మనసులో నాటుకున్నాయి. అతను- తెలివైనవాడు. కోలారులో బి.కాం చదివి, పీణ్యలోని చిన్న నట్లు, బోల్టులు తయారుచేసే

చిన్న కార్ఖానాలో అకౌంటెంట్‌గా ముప్ఫై ఏళ్లు పనిచేసినప్పటికీ, సొంతంగా ఏదైనా చేయాలని తపిస్తున్న ఎలక్ట్రానిక్ ఇంజనీర్ అయిన తన కొడుకుతో కలిసి 'మానవ వనరుల సలహా సంస్థ'ను ప్రారంభించి, బెంగుళూరులో పుట్టగొడుగుల్లా పుట్టుకొస్తున్న ఐటీ కంపెనీలకు తలలను అందించి, కమీషన్ తీసుకుంటూ బాగానే సంపాదిస్తున్నాడు. ఎంతగా సంపాదించినప్పటికీ తన స్నేహితులతో మంచి సంబంధాలు పెట్టుకున్నాడు. శివస్వామి ఘాజియాబాద్‌లో ఉన్నప్పుడు కూడా వదల్లేదు. కనీసం మూడునెలలకు ఒకసారైనా అతని నుంచి ఫోన్‌కాల్ వచ్చేది. మొబైల్ యుగం వచ్చిన తర్వాత ఇక అడగనవసరం లేదు.

శివస్వామి అవునుకదా అనుకున్నాడు. ఇంకో రెండేళ్లు ఎందుకు ఉద్యోగం చేయకూడదు? ప్రభుత్వ రంగంలో పనిచేసి పదవీ విరమణ చేసి ఇప్పటికే రెండేళ్లు కావస్తున్నందున, ఆయన కూలింగ్ పీరియడ్‌ను దాటడం జరిగింది. కాబట్టి ప్రైవేట్ ఉద్యోగంలో చేరటానికి ఎలాంటి న్యాయపరమైన అడ్డంకులు లేవు. ఉద్యోగంలో చేరితే కనీసం బిల్డర్ అడిగిన డబ్బయినా పుడుతుంది. అయితే ఈ కొత్త ఆలోచన రేవతికి నచ్చలేదు. ఇన్నాళ్లు ప్రభుత్వ ఉద్యోగం చేసిన భర్త, ఇప్పుడు ప్రైవేట్ కంపెనీలో చేరితే శారీరకంగా, మానసికంగా తీవ్రమైన ఒత్తిడికి గురవుతాడని అనుమానించింది. శివస్వామి మనసులోనూ ఆ భయం ఉంది. కానీ దాన్ని రేవతి వ్యక్తం చేసినట్లు చెప్పుకోవటానికి ఆయనకు ఆత్మాభిమానం అడ్డొచ్చింది.

మొత్తానికి స్నేహితుడు శంకర్ సూచనను సమ్మతించినందుకు దొరికిన ఇంటర్వ్యూ-డిటి సాఫ్ట్వేర్ సొల్యూషన్స్ వారిది.

కంపెనీకి వెళ్లి రావటం జరిగింది. ఆ రోజు, అతను ఇంటికి తిరిగి వచ్చి, చెమటతో ఉన్న కోటు, చొక్కా తీసివేసి, సోఫాలో జారినట్టు కూర్చుని, ఐదవ నంబర్లో తిరిగే ఫ్యాన్ గాలిలో తన శరీరాన్ని కాస్త చల్లబరుచుకున్న తర్వాత, తాను మరలా ఉద్యోగం చేసే, అంతకన్నా ముందు ఉద్యోగానికి ఎంపికయ్యే అవకాశమే అతితక్కువ అనే జ్ఞానోదయం కలిగింది. మళ్లీ సంపాదించటం అనే మాట హాస్యాస్పదంగా కనిపించింది. ఉన్న సొమ్ములోనే ఎనిమిది లక్షలు సమకూర్చే మార్గాన్ని అతని అంతరాత్మ ఆలోచించడం మొదలుపెట్టింది.

మరుసటి రోజు గుడిబండె శంకర్‌కు ఫోన్ చేసి జరిగిన విషయం చెప్పారు. అతను మౌనంగా విన్నాడు. ఆ సమయానికే అతనికి ఇంటర్వ్యూ ఫలితాలు తెలుసు. తన కంపెనీ నుండి ఎవరినైనా అభ్యర్థిగా పంపితే, అభ్యర్థి ఎంపిక అయ్యాడా లేదా అని ఇంటర్వ్యూ చేసిన కంపెనీని రాత్రీ పగలూ వేధించడం వల్ల అభ్యర్థికన్నా ముందే అతనికి ఇంటర్వ్యూ ఫలితాలు తెలుస్తాయి. “వదిలెయ్. దాని బాబులాంటి కంపెనీలు ఉన్నాయి” అన్నాడు.“వద్దులే శంకర్, ఇది జరిగే పని కాదు. నా అనుభవం వేరు, వాళ్లు కోరుకునేదే వేరు” అన్నాడు. ‘సరేనయ్యా” అని చెప్పి ఫోన్ పెట్టాడు. డిటి సాఫ్ట్ వేర్ కంపెనీ వాళ్లు, ‘మీరు పంపిన క్యాండిడేట్ ఏ విధంగానూ మాకు తగినవారుకాదు. మేము ఇంటర్వ్యూను మధ్యలోనే అబార్ట్ చేసి ఆయన్ను పంపించవలసి వచ్చింది. బాధ్యతాయుతమైన కన్సల్టింగ్ కంపెనీగా మీరు అభ్యర్థులను మాలాంటి క్లయింట్లకు పంపే ముందు వారిని క్షుణ్ణంగా పరీక్షించి ఉండాలి. ఇలా పదవీ విరమణ చేసి ‘వచనాలు’ చెప్పుకునేవారినంతా పంపించి మా టైం వేస్ట్ చేయకండి’ అని సీరియస్‌గా వార్నింగ్ మెసేజ్ పంపడంవల్ల, శివస్వామిని మళ్లీ ఇంటర్వ్యూకు పంపాలనే ఉద్దేశం అతని మనసులో కలగలేదు. అయితే అతను తన వ్యాపారంలో కొనసాగడానికి కంపెనీలతో రెప్యుటేషన్ కాపాడుకోవడం ముఖ్యం. అలాగే కంపెనీ వాళ్లు చెప్పింది తన స్నేహితుడికి చెప్పి అతని మనసును బాధపెట్టడమూ అతనికి అవసరం లేదు.

❖

3

శివస్వామి, రేవతి ఘాజియాబాద్ వదిలి బెంగళూరు వచ్చేందుకు సిద్ధమవుతున్న సమయంలో సంజన గర్భవతి అనే శుభవార్త తెలిసింది. ఇద్దరూ చాలా సంతోషించారు. కానీ సంజన ఆరోగ్యం చాలా సున్నితంగా ఉంది. అసలే ఆమె చాలా సున్నితమైన అమ్మాయి. సహాయం కోసం అమెరికాకు రమ్మని తల్లిదండ్రులను వేడుకుంది. ఇద్దరూ సంతోషంగానే అంగీకరించారు. రెండు నెలల తర్వాత బయలుదేరితే ప్రసవం అయిన తర్వాత ఉండడానికి ఎక్కువ సమయం దొరికేది. అయితే సంజన అందుకు అంగీకరించలేదు. వీసా కోసం వెళ్లే సమయానికి శివస్వామి, రేవతి బెంగళూరు చేరుకున్నారు. సంజనా శ్రద్ధగా వీసాకు కావాల్సిన డాక్యుమెంట్లను సిద్ధం చేసి కొరియర్ ద్వారా పంపించింది. ఇద్దరూ రైల్లో చెన్నైకి వెళ్లి, అమెరికన్ కాన్సులేట్ ఆఫీసులో పాస్‌పోర్ట్‌పై వీసా ముద్ర వేయించుకున్నారు. ఆ తర్వాత కంచి, మదురై, మహాబలిపురం ప్రాంతాలలో పర్యటించి వచ్చారు.

ఆరు నెలలుగా ఇంటికి తాళం వేసి ఎలా వెళ్లాలా అని ఆలోచించి, మాస్తిలో ఉన్న తన చెల్లెలు కొడుకు ప్రకాష్‌కు ఇంటి తాళంచెవి ఇచ్చి నెలకోసారైనా వెళ్లిరమ్మని చెబుదామని అనుకున్నారు. కానీ ఊహించింది ఒకటైతే జరిగిందే వేరు. అపార్ట్‌మెంట్ హౌస్‌లకు సంబంధించి గ్రూపులో అనేక చర్చలు జరగడం ప్రారంభమయ్యాయి. ఒకవైపు లాయర్ను నియమించుకుని

కోర్టుకు వెళ్లాలని చర్చలు జరుగుతుంటే, ఎకాయెకి చాలామంది తమతమ ఇళ్లలోకి బలవంతంగా దూరి, స్వాధీనం చేసుకుని, తర్వాత బిల్డర్‌పై చర్య తీసుకోవాలనే స్థాయిలో మాటలు సాగాయి. హౌసింగ్ యాక్ట్ భద్రత కోసం ఉన్న రెరాకు అంటే– రియల్ ఎస్టేట్ రెగ్యులేటరీ అథారిటీ సంస్థకు ఫిర్యాదు చేయడంతోపాటు, అందరూ కలిసి వెళ్లి బిల్డర్ చేస్తున్న అన్యాయాన్ని చెప్పుకుని న్యాయం కోరాలనే సూచనలు వచ్చాయి.

శివస్వామి తన అమెరికా పర్యటన గురించి కుమార గౌడతో చెప్పినప్పుడు, "సార్, మీరు ఇప్పుడు వెళ్లకపోవడమే మంచిది. ఇంటి సమస్యలను ముందుగా పరిష్కరించుకోండి. ఇప్పుడు దానికొక మూమెంట్ వచ్చినట్లుంది" అన్నాడు. కుమార్ గౌడ్ ఈ విషయాన్ని సందీప్ కామత్‌కు చెప్పాడు. అతను కూడా ఆ సాయంత్రం ఫోన్ చేసి "మన ఇళ్ల సమస్యలను పరిష్కరించడానికి మీలాంటి పెద్దలు మాకు తోడుగా ఉంటే దానికొక గౌరవం ఉంటుంది. లేకపోతే, ఇది కేవలం మాటల మోతలా అనిపిస్తుంది. దయచేసి అమెరికాకు వెళ్లడం గురించి మరొక్కసారి ఆలోచించండి. లేదా మీ శ్రీమతిగారిని ఇప్పుడే వెళ్లనివ్వండి, మీరు ఇక్కడి విషయాలు పరిష్కరించుకుని, రెండు, మూడు నెలలు తర్వాత వెళ్లి వాళ్లను కలుసుకోండి. కాన్పు అంటే అది మీ ఇంటి ఇల్లాలికి పని వుంటుంది సార్. అక్కడ మీరు ఆరు నెలలు ఉన్నారంటే బోర్ కొడుతుంది. అమెరికాలో వైద్య విధానం చాలా బాగుంది సార్. కాన్పు చేయడానికంటూ ఎవరూ వెళ్లాల్సిన అవసరమే లేదు. నా చెల్లెలు అక్కడే ఉందికదా? ఆమె రెండు డెలివరీలూ అక్కడే జరిగాయి. మా ఇంటి నుంచి ఎవరూ వెళ్లనే లేదు. ఆమె పిల్లలు ఎంత ఆరోగ్యంగా ఉన్నారో తెలుసా సార్, ఆ పిల్లలు ఛోటా భీమ్‌లు" అన్నాడు. శివస్వామికి కూడా అది కరెక్టే అనిపించింది. కానీ రేవతి ఒంటరిగా వెళ్లేందుకు భయపడింది. సంజన, తేజులకు ఏం చెప్పాలో తోచలేదు. మొత్తానికి శివస్వామి ఇక్కడే ఉండిపోవాల్సి వచ్చింది.

ఒక చెక్‌లిస్ట్ తయారు చేసుకుని, ఇద్దరూ ప్రతిరోజూ సాయంత్రం వర్షం పడకముందే స్కూటర్ మీద బయలుదేరి రేవతి ప్రయాణానికి కావాల్సిన వస్తువులు కొనుక్కొచ్చారు. హాలు మధ్యలో రెండు చాలాపెద్ద సూట్ కేసులు నోళ్లు తెరుచుకుని పడుకుని ఉన్నాయి. విపరీతమైన చలిని తట్టుకోవడానికి

ఒక మందపాటి స్వెటర్, సాధారణమైన చలికి పలుచని స్వెటర్, నాలుగు కొత్త చూడీదార్లు, చీరలు, టవళ్లు, అన్ని జబ్బులకు ఆరునెలలదాకా సరిపోయే మందులు, సంజన, అరుణ్, తేజలకు గిఫ్టులుగా బట్టలు, పుట్టబోయే బిడ్డ కాళ్లకు వెండి కడియాలు, మురుగులు, చెగోడీలు, మైసూరుపాక్, ఉసిరికాయల ఊరగాయ, వేరుశనగల చట్నీ పొడి, అన్నిటిని భార్యాభర్తలు జాగ్రత్తగా ప్యాక్ చేశారు. సంజన అమెరికాలో బుక్ చేయటంతో, ఓరియంటల్ ఇన్సూరెన్స్‌వారు ఇంటికి వచ్చి, అవసరమైన సంతకాలు తీసుకుని, ఆరునెలలకు ట్రావెల్ ఇన్సూరెన్స్ ఇచ్చారు. 'నువ్వు ఒక్క డాలర్ కూడా పెట్టుకోవలసిన అవసరం లేదు' అని సంజన చెప్పినప్పటికీ, శివస్వామి థామస్ కుక్ ట్రావెల్ ఏజెన్సీని సంప్రదించి, డబ్బులు కట్టి, రేవతికి ఐదు వందల డాలర్లు ఇచ్చారు. బసవనగుడిలోని డివిజి రోడ్డులో తిరుగుతూ డాక్యుమెంట్ పేపర్లు, డబ్బు, పాస్‌పోర్టు, ఆధార్‌కార్డ్ అన్నిటినీ జాగ్రత్తగా పెట్టుకోగలిగే కాంపాక్ట్ లెదర్ పర్స్‌ను కొన్నారు. తేజు ఫోన్ చేసిన ప్రతిసారీ కస్టమ్స్ అధికారులకు ఏం సమాధానం చెప్పాలి, ఇమ్మిగ్రేషన్ క్లియరెన్స్ వద్ద ఎన్ని రోజులు ఉంటారని అడిగితే ఏమి చెప్పాలి, బ్యాగ్‌లో ఏముందని అడిగితే ఏమేమి లిస్ట్ చేయాలో అన్నీ వివరించేవాడు. రేవతికి ఇంగ్లీషు సమస్య లేదు. పిల్లల చిన్నతనంలో ఘాజియాబాద్‌లోని ఓ పాఠశాలలో పదేళ్లపాటు ఇంగ్లీష్ టీచర్‌గా పనిచేసిందామె.

బయలుదేరాల్సిన రోజు దగ్గరపడేకొద్దీ ఇద్దరూ ఆందోళనకు గురయ్యారు. ఒకరికొకరు పదే పదే జాగ్రతలు చెప్పుకునేవారు. శివస్వామి మధుమేహంతో బాధపడేవారు. ఇక మందులు వేసుకునే విషయంలో మతిమరుపు మనిషి. భోజన, ఫలహార విషయంలో క్రమశిక్షణగల మనిషి కాదు. అందుకే రేవతికి ఆయన్ను ఒంటరిగా వదిలి వెళ్లటానికి భయం. ఆయనకు అనుకూలంగా వుండాలని సాంబారు పొడులు, క్షణాల్లో చేసుకోగల ఉప్మా, పిండి, అన్నీ చేసిపెట్టినప్పటికీ ఇంకేదో మరిచాననే భావన ఆమెను వేధిస్తూ వుండేది.

వెళ్లేముందు రోజు ఇద్దరూ సోఫాలో చాలాసేపు మౌనంగా కూర్చున్నారు. అప్పటికే అన్ని ప్యాకింగ్‌లు పూర్తయ్యాయి. చెక్‌లిస్ట్‌ను ఒకటికి రెండుసార్లు సరిచూసుకున్నారు. చేయడానికి ఏ పనీ లేకపోయింది. బయట చాలా వేడిగా ఉంది. ఇద్దరూ గేటు బయటికి వెళ్లలేదు. సాయంత్రం ఏడింటికి శివస్వామి

డాబా మీద చపాతీ, కూర, ఆవకాయ, పెరుగు, అన్నం గిన్నెలు టెరస్ మీదికి తెచ్చి చాపవేసి దాని మీద సర్దారు. ఇంట్లోని ఉక్కవల్ల మేడమీద టెరస్ హాయిగా అనిపించింది. బెంగుళూరుకు వచ్చిన తర్వాత ఓ రెండు వారాలపాటు మాత్రమే చలి ఎక్కువగా ఉండి, అటుతర్వాత ఎండాకాలం మొదలయ్యాక రోజూ రాత్రి టెర్రస్ మీద కూర్చుని భోజనం చేయడం అలవాటు చేసుకున్నారు. ఒక విధంగా ఎన్నో దశాబ్దాలుగా ఘాజియాబాద్ వేసవిని అనుభవించిన వారికి బెంగళూరు వేసవి ఆహ్లాదకరంగా ఉంది. ఇప్పుడు వాతావరణం ఎండ, వానల మిశ్రమంగా ఉంది.

భోజనం తర్వాత చాలాసేపు అక్కడే కూర్చున్నారు. రాత్రిపూట ఆకాశం మబ్బులతో నిండి వున్నప్పటికీ, అవి వాన మబ్బులు కావు. ఆకాశం మధ్యలో లెక్కలేనన్ని నక్షత్రాలు మెరుస్తున్నాయి. విదియనాటి చంద్రుడు చాలా వరకు కళను కోల్పోయి, క్రేయాన్ పెన్సిల్‌తో గీసిన తెల్లటి వక్రరేఖలా కనిపిస్తున్నాడు. ఇద్దరూ గోడకు ఆనుకుని కూర్చున్నారు. కంటి ముందు అనూప్ గార్డెనియా పెద్దగోడ. ఆదివారం కావడంతో వారి పనులకు బ్రేక్ పడి, శబ్దాల, లైట్ల అతిక్రమణలు లేవు. ఎడమ వైపున ఉన్న ఇల్లు అతని ఇంటి ఎత్తుకు లేవక, కుడి వైపున ఖాళీ స్థలం ఉండటంతో, టెరస్ మీద ఎవరి దృష్టిలోనూ పడని ఏకాంతం వుంది. సాన్నిధ్యం మధురంగా ఉంది. రేవతి లేచి దోమల తాకిడి నుంచి తప్పించుకోవడానికి కప్పుకోవడానికి రెండు శాలువాలు తెచ్చింది. ఎవరూ చూడరనే అవగాహన ఉన్నప్పటికీ ఒకే శాలువను కప్పుకుని హత్తుకుని కూర్చోవడం ఈ వయసులో వాళ్లకు సాధ్యం కాలేదు. ఇంటి బయట అంటే బహిరంగమే, మనుషులు చూడనీ, చూడకపోనీ.

క్షణం ఆనందానికి పొంగిపోతూ శివస్వామి ఆమె చేయి పట్టుకున్నాడు. రేవతి అతని భుజం మీద వాలిపోయింది. శివస్వామి మనసు ఉద్వేగానికి లోనైంది. ఆమె అదుపు తప్పకుండా అడ్డుకుంది. మనః శరీరాలను శాంతపరచి, చైతన్యం విచలితం కాకుండా చూసుకుంది. ఆమె రెండు ఓడల మధ్య ఈదుతున్న అతన్ని ఒక స్థావరానికి తీసుకువచ్చింది. తన స్నేహితుడు నీలకంఠంలా దేశాంతరం వెళ్లడం తప్పించిందామె. ఒకప్పుడు కటిక చీకటిలో కూతురు నలిగిపోయినపుడు కేవలం ఆమెనే కాదు, ఆ కుటుంబం మొత్తాన్ని తన కౌంగులో

దాచిపెట్టి కాపాడింది.

చీకటి, పైన నక్షత్రాలు, సున్నితంగా తాకే గాలి, పక్కన ఆత్మకు సన్నిహితమైన వ్యక్తి. ఇద్దరూ చాలాసేపు అలాగే కూర్చున్నారు. ఎదురుగా ఉన్న ఎత్తైన గోడ తన వెనుకటి ప్రపంచాన్ని ఆ రాత్రి వారి నుంచి మరుగు పరిచింది. "ఈ ఇంటిని ఎంత ప్రేమగా నిర్మించుకున్నారో? ఎంత హాయిగా ఉందో చూడండి. పాపం వాళ్లకిది దక్కాలి" అంది రేవతి. శివస్వామి మౌనంగా నవ్వాడు. నలభై ఎనిమిది సంవత్సరాల క్రితం, సిద్ధగంగ మఠం ఎదుటవున్న చెట్టుకింద శంకరలింగదేవుడు ఇతనిని, నీలకంఠను, మరో ఐదుగురిని కూర్చోబెట్టుకుని ఇంటికి, మనస్సుకు ఇతర అర్థాలను వెతికి ఇచ్చారు. అల్లమను ఎలా చదవాలో చూపించారు. ఆ అర్థాలు ఇన్నేళ్లూ లోలోపల పెరిగి వాటంతట అవే బుగ్గలుగా మారి, వారి దేహమంతా ప్రవహించే నదులయ్యాయి. ఇప్పటికీ అల్లమ ప్రభు వచనాలు కంఠోపాఠంగా వచ్చినా, అప్పటి నుంచి కాపాడుకుంటూ వచ్చిన బ్రౌన్ కలర్ కవర్ వేసిన పుస్తకంలోని మాసిపోయిన పేజీలు తిరగేసి రోజూ అయిదు వచనాలు చదవకుండా పడుకునేవారు కాదు. దాని కవర్ బ్రౌన్ రంగుదని, అందువల్ల దానిని బ్రౌన్ బుక్ అని పిలిచిందీ రేవతీనే. మనసును తమస్సు ఆక్రమించినప్పుడు అది దారిచూపే వెలుతురు దీపమది.

ఎక్కడ జననం సంభవిస్తుందో అది ఇల్లు. ఎక్కడ మరణం సంభవిస్తుందో అది కూడా ఇల్లే. శాలువా కప్పుకుని, చేతులు పట్టుకున్న దంపతులకు అరుంధతి-వశిష్ఠులను కలగలుపుకుని లెక్కలేనన్ని నక్షత్రాలను ఏ ప్రదేశం దర్శనం చేయిస్తుందో అది నిజానికి నిజమైన ఇల్లే. ఒక ఇల్లు ఒకే కుటుంబానికి చెందాల్సిన అవసరం లేదు. ఇక్కడ ఇల్లు కట్టుకుని కొద్దిరోజులు మాత్రమే ఇక్కడే ఉండి ఇంకెక్కడికో వెళ్లిపోయిన ఓ యువకుడైన సాఫ్ట్‌వేర్ ఇంజనీర్ గతంలో ఎప్పుడో ఇలాగే తన భార్యతో కలిసి ఈ డాబాపై కూర్చుని ఉండొచ్చు. వాళ్లిద్దరూ కలిసి సృష్టించిన బిడ్డ కారణంగా, వారు ఇప్పుడు నివసించక పోయినప్పటికీ, ఈ ఇల్లు ఎల్లప్పుడూ వారిదైవుంటుంది- మనం నక్షత్రాలను చూస్తూ కూర్చున్నప్పుడు అది మనదైనట్లు. ఇల్లు తనంతట తాను ఇల్లు కాదు. కట్టినందువల్ల ఇల్లు కాదు, అందులో అక్కడ నివసించినపుడే ఇల్లవుతుంది. ఇల్లు తనది కావటానికి యాజమాన్యపు హక్కు అవసరం లేదు. సేల్‌డీడ్,

రిజిస్ట్రేషన్, ఖాతా, టాక్స్ రసీదు ఏమీ అవసరం లేదు. కిటికికీ అవతల పడితే, ఒక తేలికపాటి వర్షానికి అవి చెత్తకాగితాలు అవుతాయి. ఇల్లు ప్రతి ఒక్కరికీ చెందుతుంది అనేదానికి ఘాజియాబాద్‌లోని కంపెనీ ఇల్లే గొప్ప ఉదాహరణ! అది వారిది కాకముందే ఎన్ని కుటుంబాలు అక్కడ నివసించి వెళ్లిపోయాయో? తాము వదిలి వెళ్లిపోయిన తర్వాత ఎన్ని కుటుంబాలు నివసించి తరలిపోతాయో? ఆ ఇంటిని కలలో చూసినా మనసుకు హాయిగా వుంటుంది. మెలకువ వచ్చిన కన్ను మళ్లీ మూసుకుని పదే పదే అదే దృశ్యాన్ని కోరుకుంటుంది. సమస్త భూచరాలకు ఒక ఆశ్రయం అవసరం, దానిని ఏ పేరుతో పిలిచినా అంతే. ఒక గుహ వాడకం చాలు ఇల్లు అని పిలవడానికి, ఒక జీవిని సృష్టించడానికి. చీకటి గుహలోనే సృష్టి నిరంతరంగా సాగుతుంటుంది. 'చీకటి గుహలోనే మూడులోకాలు ఉన్నాయి...' మొత్తం పద్యం ఏమి తెస్తుందో చూడాలని మనస్సు లోతుల్లోకి దిగారు.

అంతర్బాహ్యాల మూడు లోకాలు చీకటి గుహలో దాగివుండగానే జనన మరణాలు నీటిబుడగల్లా పునరావృతం అవుతాయి. చీకటి గుహలోపల ఉదయాస్తమయాలు నిరంతరాయంగా ఆవర్తమవుతాయి. ఈ సృష్టి భ్రాంతిని తొలగించగల జీవాత్మ ఎవరు?

మరుసటి రోజు రేవతిని ఏర్‌పోర్ట్‌లో వదిలి తిరిగి వచ్చేసరికి అర్ధరాత్రి దాటింది. ఇల్లు బిక్కు బిక్కుమంటోంది. చాలా సేపటి వరకు నిద్ర పట్టలేదు. ఆయనకు నిద్రపట్టే సమయానికి తెల్లవారి, కిటికీలోంచి వచ్చే వెలుతురు కిరణాలు ఆ గదిని నింపుతున్నాయి.

❖

4

పేదరికం కారణంగా వైరాగ్యం వస్తుందా లేదా వైరాగ్యం వచ్చిన కారణంగా పేదరికం మిగులుతుందా అని పరిశోధించాలనుకునేవారు శివస్వామిని అధ్యయనం చేయవచ్చు. ఇతను కుటుంబానికి పెద్ద కొడుకు. అతని తర్వాత వెనుక ఇద్దరు చెల్లెళ్లు. ఆయనకు పదేళ్ల వయసులో ఇంట్లో చంద్రి అని పిలుచుకునే పెద్దచెల్లి చంద్రిక టైఫాయిడ్ జ్వరంతో మాలూరు ప్రభుత్వాసుపత్రిలో చేరి ప్రాణాలతో తిరిగి రాలేదు. అప్పుడు ఆమె వయసు ఏడేళ్లు. చివరి సోదరి పార్వతికి ఐదేళ్లు. వారసత్వంగా వచ్చిన ఇల్లు, ఇంటి చుట్టూ ఉన్న ఒక ఎకరం భూమి ఆయన కుటుంబానికి చెందింది. ఆ స్థలంలో పూలమొక్కలు పెంచి పూలు అమ్మే వృత్తి శివస్వామి తండ్రిది. ఏ రోజు సంపాదన ఆ రోజు కడుపు నింపితే అదే గొప్ప. ఊరి పెద్దమనిషి ఒకరు శివస్వామితోపాటు ఇంకా చాలామంది పిల్లలను సిద్ధగంగే మఠానికి పంపకపోయివుంటే శివస్వామి జీవితం ఏ దిక్కులో సాగిపోయేదో ఆ దేవుడికే తెలుసు. బహుశా తన తండ్రిలాగే, అతను పూలమొక్కలు పెంచి, పూలమ్మే వృత్తిలోకి వెళ్లేవాడేమో. ఒక వైర్‌బుట్టలో రెండు చొక్కాలు, రెండు నిక్కర్లు, ఒక టవల్, తనది శీతల దేహమని తల్లి ఇచ్చిన గోధుమరంగు మఫ్లర్–ఇవి ఇంటి నుంచి బయటపడిన కుర్రవాడి ఆస్తి.

అతని వయస్సువాడే అయిన నీలకంఠ కూడా అతనితోపాటు వెళ్లాడు.

అతడు శివస్వామికి దూరపు బంధువు. బంధుత్వానికన్నా ఎక్కువగా స్నేహితుడు. పేదరికంలో అతని ఇంటి పరిస్థితి, ఇతని ఇంటి పరిస్థితి డిట్టో. అతనికి తండ్రి లేడు. తల్లి ఒక్కతే చూసుకోలేని పరిస్థితి రావడంతో ఊరిపెద్దలు అతన్ని కూడా సిద్ధగంగకు బయలుదేరిన పిల్లలతో చేర్చారు. అతని ప్లాస్టిక్ బ్యాగ్‌లో ఎన్ని వస్తువులు ఉన్నాయో, శివస్వామి వైర్‌బుట్టలో ఉన్న వస్తువుల సంఖ్య కూడా దాదాపు అంతే. అయితే అవి మరింతగా మురికిపోదుతున్నాయి. అప్పుడు స్నేహితుడైనవాడు తర్వాత, కోలార్లో గడిపిన కాలేజీ రోజులతో సహా పదేళ్లపాటు కలిసివున్నవాడు, దారులు వేరయ్యాక విడిపోయారు.

సిద్ధగంగలోని జీవితం శివస్వామిని మార్చేసింది. అది అతన్ని అక్షరాస్యునిగా మార్చడమే కాకుండా అంతర్ముఖంగా వుండటాన్ని కూడా నేర్పింది. అందులోనూ శంకరలింగదేవులు మనస్సుకు హత్తుకునేలా బోధించిన ఆధ్యాత్మికులు. నిర్వికార రూపంలో జీవించడం నేర్పడమే కాకుండా, స్వయంగా యోగిగా జీవించి చూపించారు. ఆ చిన్నవయసులోనే జీవితంలోని బతుకు-బయలుల పరిచయమైంది. అనేక వచనాలను కంఠోపాఠం చేయించారు. శంకరలింగదేవుల నాలుకపై అల్లమప్రభు నెలవైవున్నాడు. ఆ రోజు పదిమంది లేతపిల్లలను ఒక చెట్టు కింద కూర్చోబెట్టుకుని, వారి గుండెల్లో నాటిన ఆవాల పరిమాణంలోని విత్తనాలు పెరిగి మహావృక్షాలయ్యాయే తప్ప ఆ పిల్లలను వదిలిపెట్టలేదు. ఏ వర్షానికీ కొట్టుకుపోలేదు. ఆ చెట్ల కొమ్మరెమ్మలు అంతర్గతంగా చైతన్యమై శరీరాన్నంతా ఆక్రమించుకుని తదుపరి జీవితాన్ని మార్చేశాయి. హృదయంలో ఆధ్యాత్మిక బీజాంకురమైతే కొందరిలో రోజురోజుకూ అడుగుల లెక్కల్లో పెరిగి, ఆక్రమించుకుని నిలడితే మరికొందరిలో రోజునుంచి రోజుకు మిల్లీమీటర్లలో పెరిగి తనదైన సమయాన్ని తీసుకుంటుంది. ఆ సమయం జీవితకాలం కావచ్చు. నీలకంఠ అడుగుల గణనకు చెందినవాడైతే, శివస్వామి మిల్లీమీటర్ల గణనకు చెందినవాడు. ఆ రోజు గురువుగారు చెప్పిన మాటలు- "మనిషిని ధర్మభ్రష్టుడిని చేయటానికి మాయ ఆవరించే విధానం అనంతమైనది. ఆవరించుకోవటానికి తనకు కావలసినవన్నిటినీ సృష్టించుకుంటుంది. ఈ దారి తప్ప మరో దారే లేదన్న భ్రమను కలిగిస్తుంది. మిమ్మల్ని తన దారిలోకి లాక్కుంటుంది. ఇది అంతర్బాహ్యాలను వేరు చేస్తుంది. ఒకదానితో మరొకదాని

సమతుల్యతను నివారిస్తుంది. తన కార్యసాధనకు శబ్దం, అర్థం, భావం, తర్కమనే తీగలను తనకు కావలసినట్లుగా మీటి మిమ్మల్ని తనకు తగినట్లు శ్రుతి చేసుకుంటుంది. 'అజ్ఞానమనే ఊయలలో, జ్ఞానమనే శిశువును పడుకోబెట్టి, సకల వేదశాస్త్రాల తాడును కట్టి ఊపి, జోలపాడుతుంది, భ్రాంతి అనే తల్లి! సంభ్రమాన్ని కలిగించి సూతకాన్ని మరుగుపరుస్తుంది. ఆవరించిన పొగమంచును జ్ఞానపు వెలుగుగా చాటుతుంది. మాయ ఆశ్చర్యార్థకం ఏమిటంటే, ప్రతిఒక్క తలపై దాని ధర్మాంతరపు వెలకూడా ముద్రించబడి వుంటుందనే ఉద్ఘోష మాయది. నిరంతరం ఆత్మపరిశీలనలో నిమగ్నమై మాయ ముసుగుపట్ల ఎల్లప్పుడూ జాగురూకతతో వుండే విధానమే మిమ్మల్ని రక్షించగలదు".

తర్వాత ఇద్దరూ కోలార్‌లోని కాలేజీలో, హాస్టల్లో చేరారు. సిద్ధగంగ మఠమే అందుకు సహాయం చేసింది. ఒకే కళాశాల, ఒకే తరగతి, ఒకే గది. మాటలు, వ్యవహారశైలి అదే వయస్సులో ఉన్న ఇతర పిల్లల్లా కాకుండా వాళిద్దరూ భిన్నంగా తయారయ్యారు. ఆ విధంగా భిన్నమైన భావాన్ని నింపుకోవడానికి శివస్వామి జీవితాంతం పోరాడారు. రెండు పడవల్లో దేన్ని పట్టుకోవాలో తెలియక పదే పదే కలవరపడ్డారు. అది బలమో, బలహీనతనో తెలియలేదు. తర్వాత ఏమిటి అనే ప్రశ్నకు కాలేజి రోజులు ఇద్దరికీ సమాధానం ఇవ్వలేదు.

చదువు ముగించుకుని తిరిగి మాస్తికి తిరిగొచ్చిన తర్వాత కూడా భవిష్యత్తులో ఏమి చేయాలనే ప్రశ్న వాళ్లను వెంటాడింది. యవ్వనం మరుగుతూ ఉప్పొంగే ఆ రోజుల్లోనే వీరిద్దరికీ కెరెస్వాముల పరిచయం కలిగింది. మాస్తి నుంచి దీన్నేరికి వెళ్లే మార్గంలో చిన్న చెరువు పక్కనే గుడిసెలాంటి ఇంట్లో నివాసం వుండేవారు. ఆయన అసలు పేరు లీలారాధ్య దిశాంబర. పొడవైన పేరు ఇబ్బందిగా ఉండటంతో 'కెరెదండె' స్వామిగా పిలవబడి, చివరకు కెరెస్వామిగా ప్రజల నోళ్లలో నిలిచారు. ఆయన పేరులో దిశాంబర వుండటం వల్ల కొందరు దిగంబర స్వామి అని కూడా పిలిచేవారు. కాషాయవస్త్రాల్లో ఉంటున్నప్పటికీ ఎన్నడూ, ఎవరికీ దిగంబరంగా కనిపించలేదు. ఆయన కులమేమిటో, ఏ ప్రాంతానికి చెందినవారో ఎవరికీ తెలియదు. తమ పాటికి

తాము ఉండేవారు. ఏ విధమైన తాత్విక ఉపన్యాసాలు, ప్రవచనాలు చేసేవారు కాదు. ఇన్నేళ్లుగా ఉంటున్నప్పటికీ బతుకుతెరువుకు ఎలాంటి ఏర్పాట్లు చేసుకున్నారో ఎవరికీ తెలియదు. నీలకంఠ ఎలా కనుక్కున్నాడో? సిద్ధగంగను విడిచిపెట్టిన తర్వాత, పోగొట్టుకున్నది ఆయన దగ్గర పొందుతామన్నట్లు ఇద్దరూ ఆయన దగ్గరికి వెళ్లడం ప్రారంభించారు. శంకరలింగదేవునిలాగా ఎక్కువగా వివరించేవారు కాదు. ఒక వచనానికి ఆయన తాత్పర్యం ఒక వాక్యంలో దొరికితే అది శ్రోతల అదృష్టం. ఒక్కోసారి ఒకే పదాన్ని ఉచ్చరించి అదొక్కదాన్నే వివరించి చెప్పేవారు. మహానిర్లిప్తులు. వెళ్లి రోజంతా కూర్చున్నా, ఎందుకు వచ్చావని అడిగేవారు కాదు. అక్కడి నుంచి బయలుదేరితే ఎందుకు వెళ్లిపోతున్నావని అడిగేవారు కాదు.

ఇద్దరికీ తాము జీవితాన్ని ఎంపిక చేసుకోవటంలో ఉన్నామన్నది స్పష్టంగా ఉంది. స్పష్టంగా తెలియకపోయినా ఇద్దరు యువకులు ఏమీ చేయకుండా ఇంట్లో ఉంటే చుట్టుపక్కల సమాజం ఒప్పుకుంటుందా? ఒక మార్గం అంటే ఉద్యోగం వెతుక్కుని, సంసారాన్ని ఏర్పరుచుకుని, జీవితాన్ని సాగించే రాజమార్గం. మరొకటి, దిశాంబరలా, శంకరలింగదేవుడిలా ఆత్మను అధ్యయనం చేయడం కోసం ఎన్నుకునే కచ్చామార్గం. ఇద్దరూ దేన్ని ఎంచుకోవాలో తెలియని దిక్కుతోచనివారు. 'ఇద్దరూ' అన్నది శివస్వామి ఊహ. ఇది సరైనది కాదని అతనికి తర్వాత తెలిసింది. ఒకసారి నీలకంఠాన్ని వదిలిపెట్టి శివస్వామి ఒంటరిగా వెళ్లి స్వామిని కలిసి అడిగాడు. 'ఏం చేయాలి? పెళ్లిచేసుకుని సంసార మార్గాన్ని చేబట్టనా?' అని. ఇద్దరూ చెరువుగట్టు మీద నడుస్తున్నారు. నెల రోజులుగా కురిసిన వర్షానికి చెరువు నిండిపోయింది. స్వామి కూడా తడిమట్టిని గమనించనట్లు దానిమీదే నడుస్తున్నారు. శివస్వామి నేలనే చూస్తూ చుట్టుతిరిగి జాగ్రత్తగా అడుగులు వేస్తున్నాడు. స్వామి ప్రత్యుత్తరం ఇవ్వడానికి ఒక్క క్షణం కూడా తీసుకోలేదు. చాలా అరుదుగా అన్నట్లు దీర్ఘమైన సమాధానం ఇచ్చారు.

"ఈ ద్వంద్వం వచ్చిందంటే సంసార మార్గాన్ని పట్టండి" అని చెప్పి మౌనం వహించారు. శివస్వామికి సమాధానం దొరికింది కానీ ఆ సమాధానానికి సంజాయిషీ దొరకలేదు. అయినా మౌనంగా అడుగులు వేశాడు.

కొన్ని నిముషాల తర్వాత కెరెస్వామి గబుక్కున నిలబడిపోయారు. రెండడుగులు ముందున్నవాళ్లు వెనుతిరిగిఏదో కొలుస్తున్నవారిలా ఇతని ముఖాన్ని చూశారు. "ఈతకొట్టి మరో పడవను పట్టుకోగలనని మూర్ఖంగా నమ్మేవాడు మాత్రమే తన పడవ నుండి నీళ్లలో దూకాలి. నొక్కి నొక్కి పక్వానికి తెస్తే పండుకు రుచి ఎక్కడి నుంచి వస్తుంది?" అన్నారు. ఆయన మాట్లాడింది అంతే. స్వాములవారిని శివస్వామి చూడటం అదే చివరిసారి. ఏదో ఓటమి పొందిన భావం ఆవరించింది. మళ్లీ కలవడానికి సిగ్గుగా అనిపించింది. నాలుగు రోజులు నీలకంఠనూ చూడలేదు. అయితే నీలకంఠను ఇకపై చూడలేడన్నది అతను ఊహించలేదు.

'హిమాలయాలకు వెళుతున్నాను' అనే రెండు పదాల చీటీని తలవాకిలి గొళ్లానికి తగిలించి నీలకంఠ రాత్రికి రాత్రే ఇల్లు విడిచి వెళ్లినప్పుడు స్వామి చెప్పిన మాటల్లోని సత్యం స్ఫురించింది. విరక్తి మార్గాన్ని అనుసరించే వ్యక్తికి ఆ ప్రశ్న రాకుండా వుండాల్సింది. నీలకంఠలా బుడుంగున నీటిలోకి దూకాలి. 'నేను దూకనా' అని అడగడు, దూకుతాడు. అంతే. ఒకే ప్రవాహంలో రెండు పడవలు ఉన్నప్పటికీ, ఒకదాని నుండి మరొక పడవలోకి దూకడానికి గొప్ప గుండె ధైర్యం కావాలి. నొక్కకుండా పండు కావాలి. శివస్వామి ఇంకా ఆ స్థాయికి చేరలేదు.

స్వామిగారు చెప్పినట్లు శివస్వామి తాను తేలుతున్న పడవలోనే ఉండిపోయారు. మైసూరు వెళ్లి మానస గంగోత్రిలో ఎంఎ పూర్తి చేశారు. బిఇఎల్ ఎంపిక కోసం జాతీయ స్థాయి పరీక్ష రాసి సెలెక్ట్ కావడంతో ఎలాంటి విచారం లేకుండా ఘజియాబాద్‌కు వెళ్లారు. రేవతిని సింపుల్‌గా వివాహం చేసుకున్నారు. ఇద్దరు పిల్లలు కలిగారు. సంసారపు ప్రవాహం తప్పనిసరిగా తేల్చింది. అనుభవించకుండా ప్రపంచం ఎలా అర్థమవుతుంది? వచ్చి పడిన తర్వాత అన్నీ అనుభవించాల్సిందే. ప్రవృత్తి మార్గాన్ని దాటితేనే నివృత్తి మార్గానికి విలువ. ఈ భూమి మీద పుట్టిన ఏ మనిషికీ రెండు పడవల ప్రారబ్దం లేదు. కెరెస్వామిలాగా కాషాయం ధరించినా, దివ్యత్వానిదొకటి, ఉదరానిదొకటి అయిన రెండు పడవల నడుమ ఈదాల్సిందే. అంతటి అల్లములే విరక్తులు కావడం భార్య కామలత వియోగం తర్వాతనే కదా? మనం సంతోషం-

దుఃఖం, రక్త-విరక్తాలు, రాగ-విరాగాల కోసం వెతుక్కుంటూ వెళ్లం. అవే వెతుక్కుంటూ వచ్చి తమ వేళ్ల అంచులతో మనల్ని ఎత్తి గాలిపరలా తిప్పుతాయి, మనల్ని ఎప్పుడూ అడగకుండా, తప్పకుండా ఆవర్తనమయ్యే పగలు-రాత్రుల్లా. తప్పించుకునే ప్రయత్నాలే వ్యర్థం.

నీలకంఠుడి ఆలోచనలేవీ అర్థం కాలేదు. అతను కనిపించకుండా పోయిన తర్వాత, అతని వృద్ధురాలైన మెల్లకన్ను తల్లిని ఎవరో బంధువులు బెంగళూరులోని అనాథాశ్రమంలో చేర్చారు. ఆమెను కలిసి నీలకంఠ వెళ్లేటప్పుడు ఏమైనా మాట్లాడాడా? అని అడగాలనుకున్నారు. కానీ ఎందుకో మనసు ఒప్పుకోలేదు. ఆ సమయంలో అతని మనసులో ఒక అనుమానం సంచరించింది. ఇప్పటికి కూడా ఆ విషయం గుర్తొస్తే శివస్వామికి సిగ్గుగా అనిపించేది. ఎవరో పెద్దలు ఊళ్లో 'పండుముసలి తల్లిని సాకలేక ముఖం చాటేసి పారిపోయాడు' అని నిరాధారంగా మాట్లాడటం చెవినపడ్డప్పుడు నీలకంఠం గురించి తెలిసిన శివస్వామి అందుకు ఒప్పుకోలేదు కానీ, ఎక్కడో అనుమానపు నీడ పాములా కదలటం మనసులో నిలిచిపోవటం నిజం. దానికి సాక్ష్యంగా ఆయన తన జీవితాన్ని తీసుకున్న తీరు అందుకు నిదర్శనం. ఆయన ఎంఏ చేయటం, ఉద్యోగం వెతుక్కోవటం, పెళ్లి చేసుకోవటం, తన చెల్లెలి పెళ్లికి డబ్బు కూడబెట్టి ఇవ్వటం, తన సోదరి భర్త- తన సొంత మేనమామ కొడుకు ఒక రాత్రి బెంగళూరు నుండి మాస్తికి వస్తుండగా ప్రమాదంలో తల చితికి మరణించడంతో ఆమె కుటుంబాన్ని ఆదుకోవటం, ఊళ్లోని ఇంటిని, పొలాన్ని ఆమెకు వదిలివేయటం, తండ్రిలా ఆమె కూడా పూలమొక్కలు పెంచి, జీవిత భారాన్ని మోయటానికి సహాయం చేయటం, తమ పిల్లలను కనురెప్పల్లా పోషించటం, అన్నిటినీ నీలకంఠంలా తాను కావటాన్ని తప్పించుకోవటానికి చేసిన కుట్రలు అన్నట్టు శివస్వామికి కనిపించాయి.

'ఈతకొడుతూ మరో పడవ పట్టుకోగలనని సహజంగా నమ్మేవాడు మాత్రం తానున్న పడవలోంచి నీళ్లలోకి దూకాలి' అన్న కెరెస్వామి మాటలే తనకు ఎల్లప్పుడూ వచ్చే స్వప్నాలకు మూలమని శివస్వామికి ఎప్పటి నుంచో తెలుసు. విశాలమైన సముద్రం, రెండు ఓడలు ఒకదానికొకటి సమాంతరంగా కదులుతున్నాయి. శివస్వామి ఆ రెంటి మధ్య ఈదుకుంటూ ఒకదాని నుండి

మరొకదాన్ని పట్టుకోవడానికి వెళుతున్నారు. అయితే చేతులు అలసిపోతున్నాయి. ఊపిరి ఆగిపోతూవుంది. వెనక్కి తిరిగి చూస్తే వదిలి వచ్చిన ఓడ, ఇతను అందుకోవాలనుకున్న ఓడ ఉన్నంత దూరంలోనే ఉంది. ఒక అల పైనుండి గబుక్కున దూకి, ముంచి, గిరగిరా తిప్పి పైకి లేపుతుంది. ఇప్పుడు ఆయనకు దిక్కు తప్పుతుంది. వదిలి వచ్చిన ఓడ ఏదో, చేరాల్సిన ఓడ ఏదోనని అయోమయం కలుగుతుంది. రెండూ ఒకేలా కనిపిస్తున్నాయి. ఎటువైపు ఈత కొట్టాలో తెలియక పరితపించారు. ఈదుకుంటూ ఏదో ఒక ఓడను సమీపించినప్పటికీ, వాటి గోడల ఎత్తులు కలవరపెడతాయి. ఓడ కింద పడితే ముక్కలు ముక్కలుగా అవుతానని భయం వేస్తుంది. భుజాలు అలసిపోతాయి. శరీరం నెమ్మదిగా గాఢనలుపు నీటిలోపల మునిగిపోవటం మొదలవుతుంది. నీళ్ళ లోపలికి చొచ్చుకొనిపోయి ఊపిరిని పట్టేస్తుంది. అప్పుడు శివస్వామికి మెలకువ వస్తుంది. ఏ రోజు స్వామి ఆ మాటలన్నారో ఆ రాత్రి మాస్తిలో నిద్రలో వచ్చిన కల ఘాజియాబాద్లో కొనసాగి ఇప్పుడు బెంగళూరులోనూ వేధిస్తోంది. వైరాగ్యంలో అర్ధామర్ధం లేదు. మీరు సున్నా నుండి తొంభై తొమ్మిది వరకు ఎంత సంపాదించినా అది ప్రాప్తించేది సంసారమార్గమే. నూటికి నూరు సంపాదిస్తేనే వైరాగ్య మార్గం. ఇది మిణుకుమిణుకుమని మెరిసే బూడిద కప్పిన నిప్పు కణికకాదు. ధగధగమని మండే నిలువెత్తు జ్వాల కావాలి.

తనకు ఉద్యోగం వచ్చింది అల్లమ ప్రభువు వల్ల కాదు, ఆయన వచనాల వల్ల కాదు. ఈయన మనస్సనే బయలులో పెరిగిన చెట్టు బయటి వారెరికీ అక్కరలేదు. వైరాగ్యమన్నది ఒక సహజసిద్ధమైన కళలా, ఎప్పటికీ స్వంతానికి మాత్రమే. దానికీ జీవనభారపు ప్రపంచానికీ ఎలాంటి పొందికా లేదు. వీటన్నింటిని మనసులో ఉంచుకుని ముప్పై ఐదేళ్ళుగా బిఇఎల్లో ఎలా ఉద్యోగం చేశారో ఆయనకే ఆశ్చర్యం కలిగించే విషయం. ఇప్పుడు, బెంగుళూరుకు వచ్చిన తర్వాత, ఇంటి ఆలోచన నలిబిలి చేసిన తర్వాత, అల్లమ అతని మనస్సులో ఉన్నతమైన శూన్య సింహాసనాన్ని అధిరోహించాడు. “కష్టాలు, నష్టాలు అంటూ మాట్లాడకండి. కోరికకు మత్తెక్కిన కుర్రవాడికి ఇంకా మత్తెక్కించి మా కంపెనీని మళ్లీ మళ్లీ అతను వదలకుండా ఇక్కడే ఉంచుకుని, మన వ్యాపారాన్ని ఎలా బలోపేతం చేయబోతున్నారు? వివరంగా చెప్పండి” అని ఇంటర్వ్యూలో

ఆయన్ను, కాలి మీద కాలు వేసుకుని కూర్చున్న కాలర్ లేని టీషర్ట్ వేసుకున్న యువకుడు అడిగితే, లోపలున్న అల్లమప్రభు పకపకా నవ్వకుండా ఉంటాడా? సంసారమనే శవం పడితే; తినడానికి వచ్చిన కుక్కల కాట్లాటలు చూడండి! అని అనకుండా ఉంటాడా? అదే జరిగింది.

❖

5

తెల్లవారుజామున నిద్రలేచినపుడు రేవతి లేదు, తానొక్కడే అనుకుని సర్దుకోవడానికి శివస్వామికి నాలుగు రోజులు పట్టింది. రేవతి లేకుండా ఇంట్లో ఒంటరిగా ఉండిపోయిన రోజులను దాటి చాలా ఏళ్లు గడిచాయి. గతంలో పిల్లల హైస్కూలు చదువు పూర్తయ్యేవరకు ఏడాదికి ఒకసారి వేసవి సెలవులకు రేవతి పిల్లల్ని తీసుకుని హొన్నాళికి వచ్చి తల్లి ఇంట్లో రెండు వారాలు ఉండి, మైసూరులోని అక్క ఇంట్లో కొన్నిరోజులు గడిపి తిరిగి వచ్చేది. పిల్లలు కాలేజీలో చేరాక అది చాలా వరకు ఆగిపోయింది. ఆమె అక్క పిల్లలు కూడా పెద్దవారై ఇద్దరూ మెడిసిన్‌లో చేరి బిజీ అయిపోయారు. తల్లి మరణానంతరం రేవతి తమ్ముడికి మంగళూరులో ఉద్యోగం రావడంతో అతను అక్కడికి నివాసం మార్చాడు. ఇంక, పదవీ విరమణకు ముందు సంవత్సరాలలో, దగ్గరి బంధువు వివాహం మొదలైన వేడుకలకు, సన్నిహిత బంధువులు దూరమైనపుడో, మరేదైనా సందర్భాలకు వాళ్లిద్దరూ వచ్చి, ఒక వారంలోపు తిరిగివెళ్లేవారు. ఒకటి రెండుసార్లు ఢిల్లీ నుంచి విమానంలో వచ్చి మూడు రోజుల్లోనే వెనుదిరిగేవారు.

అమెరికా చేరుకున్న తర్వాత రేవతి నుంచి ఉదయం ఒకసారి, రాత్రి ఒకసారి ఫోన్ కాల్స్ వస్తాయి. పిల్లలిద్దరూ అమెరికా వెళ్లిన తర్వాత వాళ్ల నుంచి రోజూ కాల్స్ రావటం అలవాటైంది. అమెరికా వెళ్లేముందు తేజు ఇద్దరికీ స్మార్ట్‌ఫోన్లు కొనిచ్చి వాట్సాప్ ఎలా ఉపయోగించాలో నేర్పించి వెళ్లాడు.

ఆ రోజు ఉదయం, సోమవారం ఏదో అన్‌నోన్ నంబర్ నుంచి ఫోన్ వచ్చిన సమయంలో శివస్వామి అటుకుల పులిహోరకు ఉల్లిపాయలు తరుగుతున్నారు. ఉల్లిపాయ క్షారగుణానికి కళ్లు మండుతూ కన్నీళ్లు కారి కళ్లు మసకబారాయి. టవల్‌తో కళ్లు తుడుచుకుంటూ 'హలో' అన్నారు.

"శివస్వామిగారా?" అవతలి నుంచి వినిపించింది

"అవును."

"నా పేరు అనిత. డిటి గ్రూప్ మేనేజింగ్ డైరెక్టర్ ధావల్ థక్కర్‌గారి సెక్రటరీని. మా ఎం.డి.గారు మిమ్మల్ని కలవాలనుకుంటున్నారు. రేపు మధ్యాహ్నం మూడు గంటలకు మా ప్రధాన కార్యాలయానికి వచ్చి ఆయనను కలవడానికి వీలవుతుందా?"

శివస్వామికి వెంటనే ఎవరో స్ఫురించలేదు.

"మీరు ఎవరో తెలియటం లేదు" అన్నారు తడబడుతూ.

"మీరు మా గ్రూపుకు చెందిన డిటి సాఫ్ట్‌వేర్ సొల్యూషన్స్‌లో హెచ్‌ఆర్ డైరెక్టర్ పదవికి ఈ నెల ఐదవ తేదీన ఇంటర్వ్యూకు వచ్చారుకదా?" అని ఆమె అంది.

శివస్వామికి అప్పుడు స్ఫురించింది. ఏదైతే సఫలం కాలేదని మరిచిపోయారో అదే తిరిగి వచ్చింది.

"ఆఁ గుర్తొచ్చింది. నేను ఎవరిని కలవాలని అంటున్నారు?"

"మా ఎం.డి. ధావల్ థక్కర్‌ను, మీరు ఇంటర్వ్యూకి వెళ్లిన డికన్సన్ రోడ్ ఆఫీసులో కాదు, సదాశివనగర్లోని మా ప్రధాన కార్యాలయంలో. మీకు మా కంపెనీ పట్ల ఇంకా ఆసక్తి ఉందికదా?" ఆమె అడిగింది.

శివస్వామికి ఏం చెప్పాలో తోచలేదు. ఆసక్తి కోల్పోవడం నిజం. ఇంటర్వ్యూకి వెళ్లినందుకు పరితపించడం నిజం. అయితే ఇప్పుడు వాళ్లే మళ్లీ పిలుస్తున్నారంటే? వద్దు, ఒప్పుకుని మరో ఇంటర్వ్యూకు వెళ్లి ఆ రోజు జరిగినట్లు అవమానాన్ని మోసుకుని తిరిగిరావటానికి బదులుగా ఇప్పుడే లేదని చెప్పేస్తే అంతా సులభమవుతుంది. అయితే ఏమని చెప్పాలో తోచలేదు. ఆమే మాటలు కొనసాగిస్తూ, "సార్, మీకు మా కంపెనీలో చేరడానికి ఆసక్తి ఉంటే, ఈ రోజు మా హెచ్‌ఆర్ డిపార్ట్‌మెంట్ నుండి మీకు కాల్ వస్తుంది. సాలరీ, బెనిఫిట్స్

గురించి మాట్లాడుతారు. మీకు అంగీకరిస్తేనే ఎం.డి.గారితో ఇంటర్వ్యూ. మీకు ఆసక్తి ఉందికదా?"

శివస్వామి జవాబివ్వడానికి ఇబ్బంది పడ్డారు. ఈ క్షణంలోనే ఆమెకు అవును లేదా కాదు అని చెప్పాలి. ఒకవైపు ఇంటర్వ్యూకి వెళ్లివచ్చిన అనుభవం 'ఇది వద్దు' అని హెచ్చరిస్తోంది. మరోవైపు ఇంటి వెనుక ఉన్న గోడకావల నిర్మాణం పనుల శబ్దాలు, అనూప్ గార్డేనియాకు చెల్లించాల్సిన బకాయిలను గుర్తుచేస్తున్నాయి. ఒక్కొక్క చెవిలో ఒక్కొక్కరు మాట్లాడినట్లు శివస్వామి కంగారుపడ్డారు.

"సార్, మీరు కాల్‌లో ఉన్నారా?"

"ఆ c ... ఉన్నాను"

"హెచ్‌ఆర్ డిపార్ట్‌మెంట్ నుండి కాల్ వస్తుంది. సరేనా?"

"సరే"

ఆమె ఫోన్ పెట్టేసింది.

ఫోన్ పెట్టేసిన తర్వాత శివస్వామి చాలాసేపు వింతభావాలతో నలిగారు. తన ముప్పై ఏళ్ల అనుభవంలో, ఏ ఇంటర్వ్యూలు బాగా సఫలమౌతాయో, ఏవి విఫలమౌతాయో ఆయనకు స్పష్టంగా తెలుసు. జీన్స్‌లో ఉన్న వ్యక్తి చాలా ప్రశ్నలు అడగటం నిజమే, కానీ అతని ముఖంలోని భావాలకన్నా సూట్ వేసుకున్న మరొక వ్యక్తి... ఆమె చెప్పిన పేరులాగే ఉందికదా అతని పేరు... థక్కర్ అనికదా అతను పరిచయం చేసుకున్నది... రవిరాజా థక్కర్ ... అతని ముఖంలో కనిపించిన అసహనాన్ని ఇంటర్వ్యూలో కూర్చున్న ఐదు నిమిషాల్లోనే గుర్తించారు. ఇంటర్వ్యూలోని మలయాళీ మహిళ ఈయనను లొంగదీయాలనే మొండితనంతో అతనితో మాట్లాడినట్లు కనిపించింది. టేబుల్‌కి అటువైపు కూర్చున్న వాళ్లకూ ఇటువైపు కూర్చున్న వాళ్లకూ ఏ ప్రశ్నోత్తరాలలోనూ పొంతన లేదు. వాళ్లు నన్ను ఎలా సెలెక్ట్ చేయగలరు? ఇది శంకరుని చేతివాటమా? ఆ కంపెనీలో తన పలుకుబడిని ఉపయోగించి ఇలా చేస్తున్నాడా? అలా చేసివుంటే రానని చెప్పడానికి ఇంకా టైం ఉందని అనుకుంటూ గుడిబండె శంకర్‌కి ఫోన్ చేశాడు. ఆయనకు అదే పెద్ద సమస్యగా కనిపించింది. వద్దని చెప్పినా అతను ప్రయత్నించాడుకదా అని కోపం వచ్చింది.

"ఏమిటి శివూ, ఉదయాన్నే ఫోన్ చేశావు?" అని స్నేహపూర్వకమైన స్వరంతో అడిగాడు. శివస్వామి కంపెనీ నుంచి వచ్చిన కాల్ గురించి చెప్పారు. అతను బిగ్గరగా నవ్వాడు. ఇది అతనికి పెద్ద ఆశ్చర్యం. ఇదే నిజమా లేదా అరవై ఏళ్లు దాటిన మిత్రుడు ఏదైనా తికమకపడ్డాడా అని అనుకున్నాడు. ఆ కంపెనీలో అనిత అనే వ్యక్తి గురించి అతను ఎప్పుడూ వినలేదు. ఎంపికైన అతని అభ్యర్థులను కంపెనీ అధిపతికానీ, మేనేజింగ్ డైరెక్టర్ కానీ ఎప్పుడూ ఇంటర్వ్యూ చేయలేదు. ఒక హెచ్ ఆర్ మేనేజర్ స్థానం కోసం, అది కూడా హెడ్ ఆఫీస్‌కు కాకుండా, ఒక బ్రాంచి కోసం, ఎం.డి. పిలిపించుకుంటాడా? అలాంటప్పుడు ఇంటర్వ్యూ పూర్తయ్యాక 'ఇంకోసారి ఇలాంటి వాళ్లను పంపితే మా వ్యవహారం అంతే" అన్నట్లు వక్ర సందేశాన్ని వాళ్లెందుకు పంపించాలి?

"నువ్వు వెళ్లింది హెచ్‌ఆర్ మేనేజర్ పొజిషన్‌కే కాదా?"

"అవును."

"మళ్లీ ఇప్పుడు హెచ్‌ఆర్ డైరక్టర్ అంటున్నారా?"

"అదే అర్థంకావటం లేదు"

హెచ్‌ఆర్ మేనేజర్ అని పిలిచి, అభ్యర్థి మరీ నచ్చితే, అతను డిమాండ్ చేస్తే, హెచ్‌ఆర్ సీనియర్ మేనేజర్ పొజిషన్ ఇవ్వచ్చునేమో? అయితే ఇక్కడ ఏం జరుగుతోంది? మేనేజర్ పోస్ట్‌కు ఇంటర్వ్యూకి పిలిచి, తిరస్కరించి, ఒక నెలలోపు మళ్లీ పిలిచి, అంతకన్నా మూడు స్టేజుల్లో పైన ఉన్న హెచ్‌ఆర్ డైరెక్టర్ పదవికి కంపెనీ అధినేతతో మాట్లాడటానికి రమ్మని పిలవడం సాధ్యమా? ఏదో పొరబాటు జరిగిందని అనిపించింది. అయితే దీనివల్ల తనకు మంచి కమీషన్ దొరకటం నిజం. మేనేజర్‌ను వెతికిపెట్టడం కన్నా డైరెక్టర్‌ను వెతికిపెడితే వచ్చే కమీషన్ రెట్టింపు అవుతుంది. అదంతా బాగానే ఉన్నా, తనకు లాభమున్నా, ఏదో అయోమయంలో తన బాల్యస్నేహితుడు మళ్లీ అవమానకరమైన పరిస్థితులను ఎదుర్కోవటం ఇష్టం లేదు. ఇందులో నీ చేతివాటం ఉందా అని శివస్వామి సూటిగా ప్రశ్నించారు. 'కోలారమ్మ' ప్రమాణంగా నేనేమీ చేయలేదన్నాడు. "ఆగు, ఈ క్షణమే ఆ కంపెనీలోని ఒకరిద్దరు వ్యక్తులకు ఫోన్ చేసి ఇది నిజమేనా అని విచారించి, నీకు తిరిగి కాల్ చేస్తాను. అంతలోనే వాళ్ల నుండి కాల్ వస్తే, వాటికి జవాబివ్వడానికి ప్రయత్నించకు" అన్నాడు.

శివస్వామి అటుకుల పులిహోర చేసుకుని ఇక తినాలని అనుకుంటున్న సమయంలో అతని కాల్ వచ్చింది. "శివూ, నువ్వు చెప్పింది నిజమే. వారు నిన్ను సెలెక్ట్ చేసుకున్నారు. అక్కడ ఏదో జరుగుతోంది. రిక్రూట్మెంట్ విభాగంలో నాకు కొన్ని అంతర్గత పరిచయాలు ఉన్నాయి. వారి ద్వారా ఆ కంపెనీ అంతర్గత ప్రపంచం తెలుస్తుంది. జీవనం సాగాలికదా.... బతుకు తెరువుకు... ఆమె చెప్పిన ప్రకారం, నిన్ను ఇంటర్వ్యూ చేసిన ముగ్గురు వ్యక్తులు నిన్ను ఎంపిక చేయలేదు. ఇన్ఫోసిస్‌లో పదేళ్ల అనుభవమున్న ఒక మహిళా అభ్యర్థిని ఎంపిక చేశారట. కానీ ఎం.డి. మాత్రం దాన్ని ఆమోదించకుండా ఇంటర్వ్యూకు వచ్చిన అభ్యర్థులందరి ప్రొఫైల్స్ తెప్పించుకుని నిన్ను ఎంపిక చేసి నీతో తానే స్వయంగా మాట్లాడాలనుకున్నారట! ఆ ముగ్గురి ఎంపికలను ఓవర్‌రూల్ చేశాడట. "కంగ్రాట్స్" అన్నాడు. ఆ ముగ్గురు మేనేజ్‌మెంట్ ప్రతినిధులు చేసిన రేటింగ్‌లో శివస్వామికి లాస్ట్ ర్యాంక్ వచ్చిందని లోపలి వ్యక్తి చెప్పింది, అయితే ఆ విషయం శంకర్ శివస్వామికి చెప్పలేదు.

"విచిత్రంగా ఉంది."

శంకర్ నవ్వాడు. "కాస్త విచిత్రమైన కంపెనీరా" అన్నాడు. "ఇతర కంపెనీల మాదిరి కాదు. నిన్ను పిలిచాడుకదా వాళ్ల ఎం.డి. నువ్వు చూడాలి. డెబ్బై అయిదో లేదా ఎనభై సంవత్సరాల వృద్ధుడు. తెల్లని గడ్డం! ఆరున్నర అడుగుల ఎత్తు! అమితాబ్ బచ్చన్‌లా ఉంటాడు. మంద్రస్వరంతో మాట్లాడతాడు. కంపెనీలోనూ షెహెన్ షా. అతనంటే కంపెనీ మొత్తం వణుకుతుంది. సంస్థను స్థాపించి, ఉన్నత స్థాయికి చేర్చి, ఇప్పుడు వయస్సు దాటినప్పటికీ కంపెనీని ఎవరికి వదలకుండా తన ఉక్కుపిడికిట్లో పట్టుకున్నాడు. గుజరాతీ. కానీ పుట్టి పెరిగింది బెంగళూరులో. అతని తండ్రి చిక్కపేటలో చిన్న చీరల దుకాణం పెట్టుకున్నాడట. ఇతను సాహసవంతుడు. చిన్నవయసులోనే ఒక లాజిస్టిక్స్ కంపెనీని ప్రారంభించి చాలా అభివృద్ధిలోకి వచ్చాడు. ఇప్పుడు కూడా డిటి గ్రూప్ అనేక వ్యాపారాలను కలిగినప్పటికీ సరుకు రవాణా చేయడమే వారి ముఖ్యమైన వ్యాపారం. మీ ఇంటర్వ్యూలో రవి రాజా థక్కర్ అని ఉన్నాడుకదా. అతను ఈ ధావల్ థక్కర్ కొడుకు. కానీ కొడుకు కేవలం సాఫ్ట్‌వేర్ యూనిట్‌కు మాత్రమే హెడ్. ఇదిపూర్తిగా సాఫ్ట్‌వేర్ కంపెనీ కాదు. అంతేకాదు, డిటి

గ్రూప్‌లోని మిగిలిన విభాగాల మాదిరి పూర్తిగా కేంద్రానికి జోడించబడలేదు. మధ్యలో ఎక్కడో ఇరుక్కుపోయింది. ఆ రవిరాజ్ ఇతనికి తగిన కుమారుడు కాదు. ఇతనికి షహెన్‌షా పదవిని ఇచ్చినాదానిని నిర్వహించే సామర్థ్యం నాకైతే అతనిలో కనిపించలేదు".

"కానీ ఇంటర్వ్యూ చేసిన ముగ్గురికీ నేను నచ్చలేదు!" అని అనుమానంతో, ఆందోళనతో అడిగారు.

"వదిలెయ్. అవన్నీ నీ ఊహలే. వాళ్లకు నువ్వు నచ్చివుండొచ్చు. అంతేకాకుండా ఇదంతా నువ్వు ఏమి చెప్పావో, ఏమి వదిలేశావో విషయంతోపాటు ఇతర అభ్యర్థులు ఏమి చెప్పారు, ఏమి వదిలివేశారు అనే దానిపై ఆధారపడి వుంటుంది, అవునా? కాదా? ఎలా ఎంపికయ్యాను అని లేనిపోనివి ఊహించుకోకు. జరగాల్సింది ఆలోచించు. నీ జీతం గురించి మాట్లాడారా?"

"లేదు. ఈ రోజు ఏ సమయంలోనైనా కాల్ రావచ్చు."

"ఇదిగో, చూడు. మరీ గాంధీ కావద్దు. నీ బిఇఎల్‌ను దృష్టిలో పెట్టుకుని జీతం అడగవద్దు. ఇలా చెబుతున్నానని ఏమీ అనుకోవద్దు. ఇది ఒక ప్రైవేట్ కంపెనీ. ఒక సాఫ్ట్‌వేర్ కంపెనీ. నీకు బిఇఎల్‌లో తక్కువ ఇచ్చేవారని కాదు. కానీ వీరి అంచనాలే వేరు" అన్నాడు.

"నేను పదవీ విరమణ చేసే సమయానికి బిఇఎల్‌లో సంపాదిస్తున్న దానికంటే పది శాతం ఎక్కువ అడగనా?" అని సంకోచంతో శివస్వామి అన్నారు.

"లేదు. ఇంకా ఎక్కువ"

"ఇరవై ఐదు శాతం?"

"కాదు కాదు. వస్తున్నదాని కంటే రెండింతలు అడుగు. బెంగళూరు దుబారా నగరం. నువ్వున్న నార్త్ ఇండియాలోని ఊరికి, బెంగళూరుకూ కాస్ట్ ఆఫ్ లివింగ్‌లో భారీ వ్యత్యాసం ఉంది. నీకు ఇతర ఖర్చులు పుట్టుకొస్తాయి. పైగా ఎక్కడో ఊరు బయట ఇల్లు కట్టుకున్నావు. తిరగడమూ కూడా కష్టం. సంకోచించకుండా ఎక్కువ జీతం అడగవయ్యా. ఎలాగైనా నీ చేత బాగానే పని చేయించుకుంటారు. పొజిషన్ పెంచారు. జీతం సరిగ్గా సెటిల్ చేయడం

తెలివైన పని. వ్రతం చెడినా ఫలితం దక్కాలి" అని నవ్వాడు. ఆ కంపెనీ నాకు ఇచ్చే కమీషన్ నీ జీతంలోని సంఖ్య ఆధారంగా లెక్కించబడుతుందని మాత్రం అతను చెప్పలేదు.

అతనితో మాట్లాడి, ఫోన్‌పెట్టి, టిఫిన్ చేసి వంటకు సిద్ధం చేసుకుంటున్నప్పుడు కూడా అతని మనసు అదే ఆలోచిస్తోంది. అంత డబ్బు అడగడానికి ఆయనకు సంకోచం కలిగింది. తాను పని చేసిన లక్షలాది ఉద్యోగులున్న పెద్ద కంపెనీ ఇస్తున్న దానికంటే రెండింతలు ఈ చిన్న కంపెనీ నుంచి ఆశించటమా? తనను మనీమైండెడ్-అత్యాశపరుడు-అని అనుకోరా? అని ఆలోచించారు. కానీ ఇప్పటికే ఘాజియాబాద్ కంటే బెంగుళూరు చాలా దుబారా అనీ ఆయనకు అనుభవమైంది. అయితే, రెట్టింపు జీతం అడగడానికి జస్టిఫికేషన్ ఉందా? 'ఇంటర్వ్యూలో గొప్ప ఫిలాసఫర్‌లా మాట్లాడినవాడు తన జీతం విషయంలో చూపుతున్న దురాశ చూడండి!' అని మాట్లాడుకుని నవ్వితే?

మనస్సును స్థిమితపరచటానికి పక్కనే ఉన్న పార్కుకి వెళ్లి నలభై ఐదు నిముషాలు వాకింగ్ చేశారు. వాకింగ్ తర్వాత మనసుకు ప్రశాంతత చేకూరింది. ఈ విషయం రేవతికి తెలియజేద్దామని ఫోన్ చేతిలోకి తీసుకున్నవారు మనసు మార్చుకుని మౌనం వహించారు. పొద్దున్నే కాల్ రావటం, శంకర్‌తో మాట్లాడటం, అతను తెలిపిన విషయాలన్నీ కలిపి అల్లితే ఒక ఏప్రిల్ ఫూల్ జోక్‌లా ఉంది. రేవతికి చెబితే సంజనకు చెబుతుంది. సంజన వెంటనే తమ్ముడికి ఫోన్ చేస్తుంది. అందరూ కలిసి ఇది చేయవద్దని బుద్ధి చెప్పటానికి వస్తారు. ఇవన్నీ ఎంత నిజమో లేదా ఎంత అబద్ధమో లేదా ఎంత గందరగోళంగా ఉన్నాయో, ముందుగా స్పష్టం కావాలని మౌనంగా ఉండిపోయారు.

ఇంటికి తిరిగివచ్చిన తరువాత, బట్టలు ఉతకవలసిన పని అలాగే ఉండిపోవటం గుర్తొచ్చింది. మూడునాలుగు రోజుల మురికి బట్టలు కుప్పగా పడివున్నాయి. రేవతి మెయిన్ డోర్ పక్కన సిమెంట్ లేని చిన్న స్థలంలో నాలుగైదు పూలమొక్కలు పెంచింది. వాటికి నిన్న నీళ్లు పోయలేదని గుర్తుకొచ్చి ఆ పనిలో పడ్డారు. మొక్కల మధ్య గడ్డి, కలుపు మొక్కలు పెరిగాయి. వాటిని పెరికి మట్టిని చల్లారు. బట్టలు ఉతికేపని పూర్తిచేసి వార్తాపత్రికను వివరంగా చదివేసరికి మధ్యాహ్నం భోజన సమయం అయింది. కాల్ రాగానే గబగబా అడుగులు

వేసి ఫోన్ పెట్టిన చోటికి వెళ్ళి తీసుకుని చూస్తే అది తేజు కాల్. అతను ఇలాగే చేస్తాడు. చదువుతూ కూర్చున్నవాడు పడుకునే ముందు అర్ధరాత్రి దాటిన తర్వాత మాట్లాడుతాడు. తేజుతో మాట్లాడి, ఫోన్ పెడుతుండగా, ఇంకేదో నంబర్ నుంచి రెండు మిస్డ్ కాల్స్ వచ్చాయని గ్రహించాడు. ఇది మొక్కల పని చేస్తున్నప్పుడో లేదా బట్టలు ఉతుకుతున్నప్పుడో కాల్స్ వచ్చివుండొచ్చు. తానే ఫోన్ చేయాలనుకుని, ఇలా చేయడం వల్ల తాను ఉద్యోగానికి తొందర పడుతున్నాననే అభిప్రాయం వాళ్లకు కలుగుతుందనిపించి మౌనంగా ఉండిపోయారు. మరో గంటలో అదే నంబర్ నుంచి మళ్లీ కాల్ వచ్చింది. మాట్లాడిన వ్యక్తి తనను తాను అనురాగ్‌దాస్ అని, తాను డిటి గ్రూప్‌లో హెచ్‌ఆర్ అనలిస్ట్ అని పరిచయం చేసుకుని, "కొన్ని వివరాలు అడిగి, నోట్స్ చేసుకోవటానికి ఫోన్ చేశాను. మీతో కొన్ని నిమిషాలు మాట్లాడవచ్చా?" అని సున్నితంగా అడిగాడు.

❖

6

శివస్వామి చాలా జాగ్రత్తగా స్కూటర్ నడుపుతున్నాడు. బెంగళూరు ట్రాఫిక్‌కు ఆయన ఇంకా పూర్తిగా అలవాటుపడలేదు. ఆగస్ట్ మాసం అయినా ఎండలు చుర్రుమని ముఖాన్ని కాల్చుతున్నాయి. గతసారి ఇంటర్వ్యూకు వెళ్లినట్టే మెట్రోలోనో, బస్సులోనో వెళ్లాలని తొలుత భావించారు. ఆ తర్వాత స్కూటర్లో వెళ్లేందుకు రెండు కారణాలను గుర్తించారు. మొదటి కారణం ఈసారి పిలిచింది ఎం.జి.రోడ్డు దగ్గర ఉన్న ఆఫీసుకు కాదు సదాశివనగర్ ఆఫీసుకు. ఆ ఆఫీసు దగ్గరలో మెట్రో లేదు. రెండవ కారణం ఏమిటంటే, ప్రతిసారి స్కూటర్‌ను బయటికి తీయడం వాయిదా వేస్తూపోతే అది తుప్పు పట్టిపోతుంది, అంతే. ఘాజియాబాద్‌లో దాన్ని పన్నెండేళ్ల క్రితం కొన్నారు. క్వార్టర్స్ విడిచిపెట్టి సూర్యనగర్‌లో ఇల్లు అద్దెకు తీసుకున్నాక అవసరం ఏర్పడి కొన్నారు. ఆఫీస్‌కు నలబై ఐదు నిముషాలు ముందుగా వచ్చినా, రోజూ ఉదయాన్నే సంజును కాలేజీ దగ్గర డ్రాప్ చేసి, తన ఆఫీసుకి వెళ్లేవారు. ఆ స్కూటర్ మీద అదోలాంటి ప్రేమ. తిరిగి వచ్చేటప్పుడు అమ్మకుండానే వచ్చారు. కర్నాటకలో డ్రైవ్ చేసేందుకు ఆర్టీఓ ఆఫీస్‌కు వెళ్లి ఎన్‌ఓసీ తెచ్చుకున్నారు. "ఈ మధ్య నువ్వు బెంగళూరు చూడలేదు నాన్న. అక్కడి ట్రాఫిక్‌లో మీరు స్కూటర్ నడిపినట్లే! ఇది ఢిల్లీలోని కరోల్ బాగ్ మార్కెట్లో డ్రైవింగ్ చేయడంలాంటిది. ఘాజియాబాద్‌లోనే అమ్మి వెళ్లు..." అని తేజు పదే పదే చెప్పినా అమ్మలేదు, ఇంటి సామాన్లతో పాటు

బెంగళూరుకు రవాణా చేశారు. శివస్వామికి తమ స్కూటర్ అంటే తానింకా పూర్తిగా ముసలివాడు కాలేదని నిరూపించే ఒక సాధనమని ఇతరులకు తెలిసినట్టు లేదు.

ఊరు తెలియని వాళ్లకు అనేక మలుపులు. వెళ్లే దారిని ఒక చీటీలో రాసుకుని తరుచూ చూసుకునేవాడు. రోడ్లకు ఇరుపక్కల నిలబడిన ఆటోరిక్షాలలో నిద్రమత్తులో తూలుతున్న డ్రైవర్లను అడిగి మార్గాన్ని నిర్ధారించేవారు. "ఇలాగే వెళ్లండి సార్. మీరు సరిగ్గానే వెలుతున్నారు. స్కూటర్‌కు యూపీ రిజిస్ట్రేషన్ ఉంది, అయితే మీరు కన్నడ బాగా మాట్లాడుతున్నారుకదా!" అని ఆ డ్రైవర్లు అడిగేవాళ్లు. "నేను కన్నడిగుడినే" అన్నారు. "వేరే రాష్ట్ర రిజిస్ట్రేషన్ ఉంటే పట్టుకుని ఫైన్‌లు వేసి పిండిపిప్పి చేస్తారని నా మిత్రుడు తమిళనాడు కారును అమ్మేశాడు. మీకు ఇబ్బందిగా లేదా సార్? బండిని యూపి నుంచి తెచ్చారా? కొంపదీసి నడుపుకుంటూ వచ్చేశారా?"

ఇలా వెతుక్కుంటూ వెళ్లటం ఊహించే ఆయన తాను అక్కడ ఉండాల్సిన సమయానికి రెండున్నర గంటల ముందే ఇంటినుంచి బయలుదేరారు. లేత నీలిరంగు బ్యాక్ గ్రౌండ్‌లో డిటి గ్రూప్ ఆఫ్ కంపెనీస్ అని బంగారు అక్షరాలతో రాసి ఉన్న పెద్ద భవనం ముందు ఆయన స్కూటర్ ఆపేసరికి ఇంకా అరగంట సమయం మిగిలివుంది. పిలిచిన సమయం కంటే మరీ ముందుగా వెళితే తెలివిలేని పని అవుతుందని భవనం లోపలికి వెళ్లకుండా స్కూటర్‌ను కాస్త ముందుకు తీసుకెళ్లి రోడ్డు పక్కనే వున్న చెట్టు కింద స్కూటర్ నిలబెట్టి, చుట్టుపక్కల రోడ్లలో ఊరకే తిరిగారు. డిటి గ్రూప్‌తో సహా నాలుగైదు కార్యాలయ భవనాలను దాటి ముందుకు వెళితే, అక్కడ కనిపించింది నిజానికి రెసిడెన్షియల్ ఏరియా. అయితే ఇళ్లు విస్తీర్ణంలో ఏ కార్యాలయ భవనానికీ తక్కువ లేనటువంటి పెద్ద బంగ్లాలు. బెంగళూరులోని సదాశివనగర్ సంపన్నుల ఏరియా అని విన్నారు, కానీ చూడలేదు.

నడుస్తూనే తను ఏం మాట్లాడదలుచుకున్నాడో నిర్ణయించుకున్నారు. ఆ రోజు ఉదయాన్నే తొందరగా లేచి కొన్ని నోట్స్‌లు సిద్ధం చేసుకున్నారు. మునుపటి ఇంటర్వ్యూలో తాను తడబడ్డ ప్రశ్నలకు ఎలా సులభంగా జవాబులు చెప్పవచ్చో నోట్ చేసుకున్నారు. అప్పుడు అడిగిన ప్రశ్నలనే ఈ రోజు కూడా

అడగవచ్చని అనిపించింది. ఆ రోజు, తాను జవాబిచ్చింది మరీ ఐడియల్‌గా వుండింది. నిజానికి హెచ్‌ఆర్ డిపార్ట్‌మెంట్ కంపెనీ వ్యాపారం నుండి మరీ భిన్నంగా నిలబడటానికి సాధ్యం లేదని తెలిసినా మాట్లాడలేదని ఆలోచించి, పాతికేళ్లుగా తన దగ్గరున్న పుస్తకాలు–హెచ్‌ఆర్ మేనేజ్‌మెంట్, ఆర్గనైజెషనల్ బిహేవియర్, స్ట్రాటిజిక్ హెచ్‌ఆర్ ప్లానింగ్– మొదలైనవాటిని అవలోకించి పాయింట్లను మార్క్ చేసుకున్నారు. ఇంటర్‌నెట్‌లో గాలించి సాఫ్ట్‌వేర్ కంపెనీల హెచ్‌ఆర్ అవసరాల గురించి అనేక కథనాలను చదివారు. డిటి గ్రూప్ కంపెనీల గురించి కూడా చాలా చదివారు. ఫలితం ఏమైనా కానీ, గతసారి కన్నా ఇంటర్వ్యూని గౌరవంగా, తమ ఆత్మవిశ్వాసానికి తగినట్లు ఎదుర్కోవాలని అనుకున్నారు.

నిన్నటి రోజు అనురాగ్ దాస్ అనే వ్యక్తి ఫోన్ చేసి ఆయన ఆశిస్తున్న జీతం గురించి అడిగినప్పుడు, స్నేహితుడు శంకర్ సలహామేరకు, బిఇఎల్‌లో తీసుకున్న జీతానికి రెట్టింపు అడిగారు. అలా అడిగేటప్పుడు కంఠం వణికింది. అటువైపు ఉన్న ఆ వ్యక్తి ఏమీ మాట్లాడకుండా మౌనంగా ఉండిపోయాడు. ఈయనకు బాధవేసింది. తన మీద తనకే అసహ్యం వేసింది. దాన్ని సరిదిద్దుతున్నట్టుగా "కంపెనీకి భారం అనిపిస్తే నేను నెగోషియేషన్‌కు సిద్ధమే" అని అన్నారు. కానీ కాల్ చేసిన వ్యక్తి తాను కేవలం వివరాలు రాసుకునే వ్యక్తిని మాత్రమేనని చెప్పి, ఇతని అభిప్రాయాన్ని సమర్పించిన తర్వాత, వేరొకరు, బహుశా మొత్తం గ్రూప్‌కు హెచ్‌ఆర్ హెడ్ అయిన శ్యామలా మెనన్ ఆయనతో మాట్లాడవచ్చునని, ఈ విషయం గురించి చర్చించవచ్చని చెప్పాడు. శివస్వామి కోరిక మేరకు 'ది క్యాండిడేట్ ఈజ్ ఓపన్ టు నెగోషియేషనన్స్' అని నోట్ రాసుకున్నట్లు చెప్పాడు. కానీ మళ్లీ ఆ విషయంగా ఎవరూ కాల్ చేయలేదు. సాయంత్రం అనిత మళ్లీ కాల్ చేసి, ధావల్ థక్కర్ ఇంటర్వ్యూను ధృవీకరించింది.

పది నిమిషాలు నడిచేలోపే చెమటలు పట్టాయి. పైగా ఇంటర్వ్యూ కోసం వేసుకున్న నల్లకోటు. ఓ పెద్ద చెట్టు కింద కాసేపు నిలుచున్నారు. ఆ దారిలో ట్రాఫిక్ అంతంత మాత్రంగానే ఉంది. అప్పుడప్పుడు ఖరీదైన కార్లు తిరుగుతున్నాయి. తలఘట్టపురలో మాదిరి ఇక్కడ కూరగాయలు, పండ్లు, పూలు, గ్యాస్ స్టవ్ రిపేరు, చాకు–కత్తి–కత్తిపీట సాన పట్టేవాడు, జైపూర్

తివాచీల గురించి అరిచే వీధి వ్యాపారులు కనిపించలేదు.

వెనక్కి వచ్చి స్కూటర్ తిప్పుకుని కంపెనీ మెయిన్ గేటులోకి ప్రవేశించారు. ఫ్రంట్ డెస్క్‌లో ఉన్న మహిళకు తమను తాము పరిచయం చేసుకుని సోఫాలో కూర్చున్నారు. ఎం.డి.ని చూడ్డానికి వచ్చారని తెలియగానే ఆమె కాస్త కంగారుగా "వెంటనే ఫోన్ చేస్తాను సార్. దయచేసి కూర్చోండి. వారింకా ఆఫీసుకు రాలేదు" అని చెప్పింది. మళ్లీ అయిదు నిమిషాల్లో ఆయన కూర్చున్న సీటు దగ్గరకు వచ్చి వినయంగా "సార్ పదినిమిషాల్లో ఇక్కడ ఉంటారు. దయచేసి లోపలికి రండి. బోర్డ్‌రూమ్‌లోనే కూర్చోబెట్టమని చెప్పారు" అని ఆయన్ను లోపలికి తీసుకెళ్లి, విశాలమైన, చక్కగా అలంకరించబడిన బోర్డ్ రూమ్‌లో కూర్చోబెట్టింది. బోర్డ్‌రూమ్ మధ్యలో విశాలమైన ఓవల్ ఆకారంలోని టేబుల్ చుట్టూ యాభైమంది కూర్చోవచ్చేమో. ఒక మూలలో కంపెనీకి లభించిన అవార్డులను చక్కగా అమర్చారు. గోడపై కేంద్ర రవాణా శాఖ మంత్రి, కర్ణాటక ముఖ్యమంత్రి, డైరెక్టర్ జనరల్- ఇండియన్ ఛాంబర్ ఆఫ్ కామర్స్ వంటి గొప్పవారి నుంచి అవార్డులను స్వీకరిస్తున్న అనేక ఫోటోలు గోడమీద వున్నాయి. టేబుల్ ఎదురుగా ఉన్న గోడపై, తలుపు తెరిచి లోపలికి ప్రవేశించిన వెంటనే కనిపించేలా ఇద్దరు వ్యక్తుల ఛాయాచిత్రాలు. ఒకరు పంచె కట్టుకుని, గుజరాతీ భంగిమలో పాగా కట్టిన వృద్ధులైతే, మరొకరు సూట్లో సాదా ముఖంతో ఉన్న వ్యక్తి. పాగా కట్టుకున్న వృద్ధుడిలా వయసు మీరిన వ్యక్తికాదు. రెండు ఫొటోలకు పూలదండలు వేశారు.

మండుటెండలో వచ్చిన ఆయనకు ఏసీ చల్లదనం హాయిగా అనిపించింది. "సార్ ఇక్కడ కూర్చోండి" అని ఆమె ఒక కుర్చీని వెనక్కి లాగి ప్రక్కన నిలబడింది. శివస్వామి తన నోట్ బుక్‌ను టేబుల్ మీద పెట్టి కుర్చీలో కూర్చున్నారు. "సార్, కాఫీ, టీ, జ్యూస్, ఏం తెప్పించాలి?", "పర్వాలేదు, ఏమీ వద్దు", "దయచేసి చెప్పండి సార్. ఏమీ ఇబ్బంది లేదు", "నీళ్లు కావాలి". ఆమె గోడ పక్కకి వెళ్లి లైట్ స్విచ్‌లు ఆన్ చేసింది. గబుక్కున ఒక మెరుపు కాంతి చొచ్చుకువచ్చింది. సమానమైన దూరంలో ఉన్న లైట్లు సమ్మోహనంగా ఆ గదిని వెలిగించాయి. ఇద్దరూ కూర్చుని మాట్లాడుకోవడానికి ఇంత పెద్ద విలాసవంతమైన గది అవసరమా అని శివస్వామి ఆశ్చర్యపోయారు.

ఆమె బయటకు నడిచింది. మరో నిమిషంలో, నీలం రంగు యూనిఫాం ధరించిన వ్యక్తి అందమైన ట్రేలో రెండు మినరల్ వాటర్ బాటిళ్లను, ఒక గ్లాసును తెచ్చి ముందుపెట్టి వెళ్లాడు.

నీళ్లు తాగిన తర్వాత ఉదయం తయారు చేసుకున్న నోట్స్‌ను మరోసారి తిరగేశారు. పోయినసారి ఆయన మరొక ప్రశ్నలో తడబడ్డారు. జీన్స్‌ప్యాంట్‌లో ఉన్న వ్యక్తి – ప్రభుదాస్ అని పరిచయం చేసుకున్న వ్యక్తి – "మీ కంపెనీలో ప్రధానంగా ఏ సాఫ్ట్‌వేర్ డిప్లాయ్ చేశారు?" అని అడిగితే తడబడ్డారు. అతను అక్కడితో ఆగకుండా మరింత దూకుడుగా ఈయన కనివిని ఎరుగని క్లౌడ్, ఆన్‌ప్రిమిస్ డిపార్ట్‌మెంట్ మొదలైనవాటి టెక్నికల్ పదాలను ఉపయోగించి ఇంకా ఏమేమో అడిగారు. 'బిజినెస్ గ్రూపులు వ్యాపార సమూహాలు ఏ ఈఆర్పీ సాఫ్ట్‌వేర్‌ను ఉపయోగిస్తాయో హెచ్ఆర్ మేనేజర్‌కు తెలిసివుండదా?' అని ఇంటర్వ్యూలో ఉన్న మహిళ ఆదుకుంది. ఈసారి ఇంటర్వ్యూకు కాల్ వచ్చినపుడు ఘాజియాబాద్‌లో ఉన్న తన స్నేహితులకు ఫోన్ చేసి ఆ వివరాలు అడిగి గుర్తుపెట్టుకున్నారు. ఎం.డి. అయితే ఏమిటి, ఈ ప్రశ్నలు కాకుండా ఇంకేం అడుగుతారు?

తలుపు తెరుచుకుంది. ఒక వృద్ధుడు లోపలికి ప్రవేశించారు. నల్లటి ఫ్రేముతో మందపాటి అద్దాలలోని అశాంతితో నిండిన కళ్లను వెలుతురుకు సర్దుకుంటూ, సోఫాలో కూర్చున్న వ్యక్తి వైపు పరిక్షిస్తున్నట్టు చూశారు. శంకర్ వివరణ కచ్చితంగా వుంది. తెల్లటిగడ్డం ఉన్న ఎత్తయిన మనిషి. తెల్లటి ఖద్దరు షరాయి, లేత నీలంరంగు పొడవైన నిలువంగీని ధరించారు. శివస్వామి లేచి నిలుచున్నారు. "శివస్వామీ?" మంద్రమైన కంఠస్వరంతో వృద్ధుడు అన్నారు. అంత పెద్ద హాల్లో ఇద్దరిమధ్య అంత ఖాళీ వుండగానే షేక్‌హ్యాండ్ ఇచ్చే మార్గం కనిపించకపోవటంతో శివస్వామి రెండు చేతులు జోడించి నమస్కరించారు. పెద్దాయన దగ్గరికి వచ్చి కరచాలనం చేస్తూ, "మీరు ఇంకా ఎత్తుగా ఉంటారని భావించాను. మీరు చూస్తే..." అంటూ తన ఛాతీ మట్టాన్ని చూపిస్తూ, బిగ్గరగా నవ్వి, "నేను ధావల్ థక్కర్" అని పరిచయం చేసుకున్నారు. ఇద్దరూ కూర్చున్నారు. ఆ వృద్ధుడు శివస్వామికి ఎదురుగా కూర్చోలేదు, బదులుగా పక్కనే కూర్చున్నారు. "బ్రేక్ ఫాస్ట్, కాఫీ, టీ ఏమైనా ఇచ్చారా?"

అని అడిగారు. 'అయింది' అని శివస్వామి చెప్పారు.

"మీ ఇల్లు ఎక్కడ?"

"తలఘట్టపుర"

"ఇది ఎక్కడ ఉంది?"

"కనకపుర దారిలో"

"అయ్యో, మహానుభావా! మీరు చాలా దూరం నుండి వచ్చారు" అన్నారు. వృద్ధుడికి దగ్గు వచ్చింది. శివస్వామి తాగిపెట్టిన గాజులోటాలోంచే ఎత్తి నీళ్లు తాగారు. కుదుటపడుతున్నట్టు ఒక్క క్షణం మౌనం వహించారు. శివస్వామి కూడా ఏమి మాట్లాడాలో తోచక కూర్చున్నారు.

"మీ ప్రొఫైల్ చూసాను. మీలాంటి అనుభవజ్ఞులు పదవీ విరమణ తర్వాత కూడా మళ్లీ పని చేయాలనుకోవడం మా లాంటి కంపెనీల అదృష్టం. హెచ్ఆర్ డిపార్ట్మెంట్వారు మీ జీతాన్ని నిర్ణయించారా? అది మీ అంచనాకు అనుగుణంగా వుందా?" అని చెప్పి మరో గుటక నీళ్లు తీసుకుని తాగి, ముందుకు వాలి శివస్వామి కళ్లలోకి చూశారు.

"కాల్ చేశారు సార్. నా ఎక్స్పెక్టేషన్స్ గురించి చెప్పాను" అని ఫోన్లో ఆ కుర్రవాడితో అన్నట్టు 'కంపెనీకి భారం అనిపిస్తే నేను నెగోషియేషన్కు సిద్ధమే' అని చెప్పాలా వద్దా అనే అయోమయంలో పడ్డారు.

"ఒక వేళ వాళ్లు ఒప్పుకోకపోతే లేదా మీకు ఏవైనా ఇతర డిమాండ్స్ వుంటే, నేరుగా నా సెక్రటరీకి కాల్ చేయండి. ఆమె ప్రతిదీ పరిష్కరిస్తుంది" అని ఆయన అన్నారు.

శివస్వామికి ఆశ్చర్యం కలిగింది. ఒక వేళ ఈయన తనను ఎవరో అనుకుని అయోమయంలో పడి ఇలా మాట్లాడుతున్నారా? పన్నెండు వేలమందికి ఉపాధి కల్పిస్తున్న కంపెనీల అధినేత ఇలా వచ్చి కూర్చోవడం, లొంగిపోవడం అంటే ఎక్కడో పొత్తు కుదరటం లేదు. ఇంకేమీ మాట్లాడకుండా మౌనంగా కూర్చున్నారు. ఆయన కూడా నిశ్శబ్దంగా కూర్చున్నారు. ఆయన ప్రశ్నిస్తేకదా ఈయన జవాబు చెప్పటానికి? ప్రపంచంలోనే అత్యంత విచిత్రమైన ఇంటర్వ్యూ జరుగుతోంది.

లేత ఊదారంగు చీరలో ఒక అమ్మాయి వీరిద్దరి ధ్యానానికి భంగం

కలిగించేలా తలుపు మీద మెల్లగా తట్టింది. ఆమె అసాధారణమైన అందగత్తె. ధావల్ లోపలికి రమ్మని సైగ చేశారు. ధావళ్ వైపు చూసి, తప్పు చేసినదానిలా, "సార్, మీరు రావటం నాకు తెలియనే లేదు.." అంది. "ఈయన వచ్చారుకదా.. శివస్వామిగారు..." అన్నారు ధావళ్ చాలా రోజులు నుండి పరిచయం ఉన్నవారిలా. ఆమె శివస్వామి వైపు చూసి నవ్వి, "నిన్న మీకు ఫోన్ చేసింది నేనే సార్. అనిత. ఎం.డి.గారి సెక్రటరి" అని పరిచయం చేసుకుంది. శివస్వామి లేచి నిలబడి నమస్కరించారు.

ఆమె లోపలికి రావటం, వారి ఆలోచనలహరికి భంగం కలిగించడం ధావల్‌గారికి నచ్చలేదు. "ఎందుకు వచ్చావు?" అని ఆయన అడిగారు. "తమకు తాగడానికి ఏమైనా తెప్పించనా?" ఆమె మెల్లగా అడిగింది. "వద్దు" అన్నారు. ఆమె అర్థం చేసుకున్న గబగబా తలుపు వైపు నడిచింది మళ్ళీ ,వెనక్కి తిరిగి, "సార్, మీకు నాలుగున్నరకు విమల్ జైన్, అతని ఎగ్జిక్యూటివ్‌లతో మీటింగ్ ఉంది. ఇక్కడికే రమ్మని చెప్పాలో లేదా ఇంటికా?" ఆమె అంది. "ఇక్కడికే రమ్మని చెప్పు. నేను ఆఫీస్‌కి రావటం కనిపించటం లేదా? మళ్లీ ఇంటికి ఎందుకు వెళ్లాలి?" ఆమె గ్లాస్ డోర్‌ని సున్నితంగా తోసుకుని బయటకి నడిచింది.

ధావల్ విచలితులయ్యారు. "మీతో ఏదో మాట్లాడాలనుకున్నాను. కానీ ఆమె సుడిగాలిలా లోపలికి వచ్చింది" అని అన్నారు. శివస్వామి మౌనంగా పిచ్చినవ్వు నవ్వాడు. ఆయనకు ఆమె 'సుడిగాలి' అనిపించలేదు.

"ఈ ఆఫీసులో కూర్చుంటే ఇలాగే. ఎందులోనూ ఏకాగ్రత కుదరదు. పదండి నా ఇంటికి వెళ్దాం. ఇక్కడే పక్క రోడ్డులో. హాయిగా మాట్లాడుకోవచ్చు" అని లేచారు. ఒక నిముషం క్రితం తర్వాతి మీటింగ్‌వాళ్లను ఇంటికి పంపనా అని అడిగిన సెక్రటరీని కసిరింది ఈయనేనా అన్నట్టుగా ఈ మాట అన్నారు. శివస్వామి మౌనంగా లేచి తమ నోట్‌బుక్‌ను మడిచి చేతిలోకి తీసుకుని ఆయనను అనుసరించారు. ఈయన తలుపు తెరిచి బయటకురాగానే క్యూబిక్‌లో కూర్చున్న సెక్రటరీ వచ్చి కలుసుకుంది

"నేను ఈయన్ను ఇంటికి తీసుకెళుతున్నాను" అని ధావల్ ఆమె వైపు చూడకుండానే చెప్పి పెద్దపెద్ద అంగలు వేస్తూ ముందుకు నడిచారు. శివస్వామి

ఆయన్ను అనుసరించారు. తానూ వేగంగా అడుగులు వేస్తూ వచ్చిన ఊదారంగు చీర సుందరి కాస్త నిరాశ నిండిన గొంతుతో, "అలా అయితే విమల్ జైన్, అతని బృందాన్ని ఇంటికి పంపించనా?" అని అడిగింది.

"తథ్!" అంటూ ధావల్ ఆగారు. "ఇంటికెళ్లినా మీరు ఇబ్బంది పెడతారా? నన్ను ప్రశాంతంగా ఆలోచించకుండా చేస్తున్నారు" అన్నారు అసహనంగా. ఆమె ఏమీ మాట్లాడలేదు. తర్వాత మీరే మాట్లాడండి అన్నట్టు ఆయన ముఖంలోకి చూసింది. శివస్వామి కుతూహలంతో వాళ్లిద్దరి ముఖాలను చూడసాగారు. అప్పటికే నాలుగు గంటలైంది. ఆమె ముఖకవళికలు చూస్తుంటే ధావల్‌గారి రోజువారీ ప్రవర్తనకు అలవాటుపడివుండాలి అనుకున్నారు.

కానీ ధావల్ ఆమె సమస్య గురించి ఆలోచించడం లేదు, తమ సమస్య గురించి ఆలోచిస్తున్నారు.

"శివస్వామీ?"

"చెప్పండి సార్"

"ఇల్లూ వద్దు, ఆఫీసు వద్దు. మనం ఇంకెక్కడికైనా వెళ్దాం రండి" అంటూ తమ పొడవాటి చేతులతో తొడల మీద కొట్టుకుని, "స్యాంకీ ట్యాంక్! ఆం చెరువు దగ్గర కూర్చుని మాట్లాడుకోవటానికి హాయిగా ఉంటుంది" అని ఉత్సాహంగా బయలుదేరారు. ఇంతవరకు వచ్చినందుకు అది కూడా జరిగిపోనీ అంటూ శివస్వామి ఆయనను అనుసరించారు. అనిత కంగారుగా అతని వెనకే వస్తోంది. ఫ్రంట్ డెస్క్ దగ్గరికి వచ్చే సమయానికి ధావల్ డ్రైవర్ చంద్రేగౌడకు ఫోన్ చేసింది. అతను ధావల్ ఇంటి నుంచి రెండు రోడ్లకు అవతల భట్టుగారి హోటల్లో కాఫీ తాగుతూ కూర్చున్నాడు. వాళ్లు నడుచుకుంటూ ఆఫీస్‌కు రావటం అతను గుర్తించనే లేదు. అయిదు నిముషాల్లో అక్కడికే వస్తానని చెప్పి తాగుతున్న కాఫీ సగంలోనే వదిలేసి కారు తీసుకుని రావటానికి ఇంటివైపు పరుగెత్తాడు. ధావల్ ఇంటి ప్రధాన ద్వారాన్ని చేరుకునే సమయానికి, అనిత పరుగున వచ్చి "సార్, మరో ఐదునిమిషాల్లో చంద్రు ఇక్కడ ఉంటాడు" అని చెప్పింది, ఎందుకు హోమ్ వర్క్ మర్చిపోయావని అడిగిన టీచర్‌తో "మా అమ్మమ్మ తెస్తోంది. కాస్త వెయిట్ చేయండి" అని జవాబిచ్చిన పిల్లవాడి ముఖంలో కనిపించే అపరాధ భావనతో. ధావల్ ఆగలేక అసహనం

చూపించారు. "మీ కారులోనే వెళదాం, రండి" అన్నారు శివస్వామి వైపు చూస్తూ. శివస్వామి సిగ్గుతో ముడుచుకుపోయారు.

"నేను కారులో రాలేదు"

"మరి ఎలా వచ్చారు?"

"స్కూటర్ మీద."

ధావల్ కళ్లు విప్పారాయి.

"బజాజ్ స్కూటరా?"

"లేదు సార్. టివిఎస్ స్కూటర్"

"మా నాన్న దగ్గర బజాజ్ స్కూటర్ ఉండేది. ఎంత బాగుండేదో తెలుసా? దాంతోనే నేను బెంగళూరు రోడ్లుతో పరిచయం చేసుకున్నాను. మా తండ్రిగారి చీరల దుకాణం బయట పనులన్నీ నేనే చేసేవాడిని. మా తండ్రిగారి స్కూటర్‌లా, మీ స్కూటర్‌నూ నలభై ఐదు డిగ్రీలకు వంచి కిక్ కొట్టాలా?" వెక్కిరిస్తూ పెద్దగా నవ్వారు. "లేదు సార్. నాది బటన్ స్టార్ట్" అంటూ సిగ్గుగా చుట్టూ చూశారు. అనిత వెనుక నిలబడి ఉంది. ఫ్రంట్ డెస్క్‌లో ఉన్న ఇద్దరు స్త్రీలూ గౌరవ సూచకంగా లేచి నిలుచున్నారు. ఆ ఇద్దరు స్త్రీల వెనుక ముగ్గురు నలుగురు అబ్బాయిలు నీలిరంగు యూనిఫారంలో నిలబడి ఉన్నారు. అందరూ వీళ్ల వైపు ఆసక్తిగా చూస్తున్నారే తప్ప, ఎవరూ నవ్వినట్లు కనిపించలేదు. ఇంతలో టై కట్టుకున్న ఓ నడివయస్కుడు వచ్చి అనిత పక్కన నిలబడ్డాడు. అడ్మిన్ మేనేజర్ కావచ్చునని ఊహించారు.

ధావల్ శివస్వామి వైపు తిరిగి, "రండి, స్కూటర్‌లోనే వెళదాం. రెండు కిలోమీటర్లు కూడా లేదు. నడుచుకుంటూ వెళ్లొచ్చు. ఎండ ఉంది, అంతే" అన్నారు.

ఎలాంటి పరిస్థితిలో చిక్కుకున్నానుకదా అని శివస్వామి స్తబ్ధులయ్యారు. కంపెనీ ఎం.డి., ఏ క్షణంలోనైనా ఆయన ఖరీదైన కారు ఇక్కడికి వచ్చి ఆగుతుంది. అంతలో స్కూటర్‌లో వెళ్లాలని పట్టుబడుతున్నారుకదా? వారి వయస్సు ఎంత? దాంతోపాటు ఆందోళన కూడా కలిగింది. శివస్వామికి స్కూటర్ రైడింగ్ స్కిల్స్ కూడా అంత మాత్రంగానే ఉన్నాయి.

"మీరు కూర్చోలేరు, సార్. స్కూటర్ వద్దు" అన్నారు సంకోచంతో.

"ఎందుకు కూర్చోలేను?"

అనిత శివస్వామిని సమర్థిస్తూ "ఇంకేం కారు వచ్చేస్తుంది సార్?" స్కూటర్ వద్దు." అంది.

"వద్దు, వద్దు. మనం స్కూటర్లోనే వెళదాం. చంద్రును రావద్దని చెప్పు. వచ్చినా ఇక్కడే ఉండనీ. సాంకి చెరువు దగ్గరికి పంపవద్దు" అన్నారు.

గత్యంతరం లేకుండా శివస్వామి తన స్కూటర్ తెచ్చి మెయిన్ డోర్ ముందు ఆపారు. సీటు మీద సాధ్యమైనంత వరకు ముందుకు జరిగి, ధావల్‌కు చోటు కల్పించాడు. ధావల్ కూర్చున్నప్పుడు వారి భారీ గాత్రానికి స్కూటర్ ఆట బొమ్మలా కనిపించింది. ఇక బయలుదేరబోతుండగా–"సార్, మీకు హెల్మెట్ కావాలి ..." అని అనిత అంది.

"అయ్యో రామా! ఇక్కడే, కేవలం ఒక కిలోమీటరు దూరానికే?"

"అయినా కావాలి"

"ఏమీ వద్దు" అని ఆయన వెళ్లమన్నట్టు శివస్వామి డొక్కలో గుచ్చారు. శివస్వామి కష్టంగా బ్యాలెన్స్ చేస్తూ ముందుకు సాగారు. తన ఎత్తుకు ధావల్ తన కాళ్లపై కాలు వేసుకుని కూర్చున్నాడు. వీళ్లు వెళ్లడం కోసమే ఎదురు చూస్తున్న సెక్యూరిటీ గార్డులు గేటు తెరిచి ఇరువైపులా నిలబడ్డారు. అనిత, అడ్మిన్ మేనేజర్‌లకు జతగా వచ్చి చేరిన చాలా మంది మెయిన్ డోర్ మెట్లపై నిలబడి చూస్తున్నారు. అనిత ముఖం మీద చేతులతో తుడిచివేయగలిగేటంత కంగారు నిండిపోయింది. గేటుకు అవతల ఓ వైపు, హంసలాంటి శుభ్రమైన శ్వేతవర్ణపు ఆడి కారును నిలుపుకుని ఏమీ అర్థంకానివాడిలా వీళ్లనే చూస్తూ డ్రైవర్ చంద్రేగౌడ్ నిలబడి వున్నాడు.

❖

7

సాయంత్రం కావస్తున్నా, ఎండతాపం అలాగే ఉంది. స్యాంకి చెరువు చుట్టూ వాకింగ్‌కు చాలా అరుదుగా ప్రజలు వస్తారు. పావురాల కొలను చుట్టూ పిల్లలతో పాటు కొంతమంది పెద్దలు గుమిగూడారు. పిల్లలు గింజలు విసిరినప్పుడల్లా పక్షులు –ఆకాశం నుంచి ఓ గోధుమరంగు చీర ఎగిరివచ్చి నేలమీద వాలినట్టు గుంపుగా నేలపై వాలేవి.

"నడవాలనేమీ లేదు. ఎక్కడైనా కూర్చుందాం. ఉదయమే నా వాకింగ్ పూర్తయింది. మీది?" ధావల్ అన్నారు.

"నా వాకింగూ పూర్తయింది" అన్నారు శివస్వామి. అది అబద్ధం. రేవతి అమెరికా వెళ్లిన తర్వాత ఈయన వాకింగ్ అంత సక్రమంగా లేదు. రాత్రి చాలాసేపటివరకు పుస్తకం చదువుతూ కూర్చుంటే నిద్రపట్టడం ఆలస్యమయ్యేది. అందువల్ల లేవడం ఆలస్యమై మార్నింగ్ వాకింగ్ సాధ్యమైతే అవుతుంది లేకపోతే లేదు.

"శివస్వామి?"

"చెప్పండి సార్."

"మీ వయస్సు ఎంత?" అని అడుగుతూ రాతి బెంచీ మీద కూర్చున్నారు.

"అరవై రెండు" శివస్వామి పక్కనే కూర్చున్నారు.

"అలాగైతే నేను నీకంటే పద్నాలుగేళ్ళు పెద్దవాణ్ణి" అని నవ్వారు.

చెరువు పూర్తిగా నిండక పోయినప్పటికీ, నీళ్లు బాగానే ఉన్నాయి. సూర్యుని తీక్షణమైన కిరణాలకు నీళ్లు కళ్లు చెదరిపోయేలా మెరుస్తున్నాయి.

“నా భార్యతో కలిసి ఇక్కడకు వచ్చి కూర్చునేవాడిని. ఆమె ఆరోగ్యంగా ఉన్న రోజులవి. ఆ సమయంలో కేవలం మేము పిల్లల గురించి మాత్రమే మాట్లాడేవాళ్లం. చివరిసారి ఒక్కడికి వచ్చి ఎన్ని రోజులయ్యాయో? ఏళ్లే గడిచి ఉండాలి” అన్నారు.

“ఆమె ఎలా ఉన్నారు?”

“ఎవరు?”

“మీ శ్రీమతి”

ధావల్ క్షీణంగా నవ్వి, “ఆమె దేవుని సన్నిధి చేరి ఐదేళ్లు గడిచాయి” అన్నారు.

“ఐ యామ్ సారి” అని శివస్వామి ఆవేదన వ్యక్తం చేశారు.

“ఇందులో ఏముంది? అడగవలసిన ప్రశ్నే అడిగారు” అని, “శివస్వామీ, మీ గురించి చెప్పండి” అన్నారు.

శివస్వామి తన విద్యాభ్యాసం, బిఇఎల్‌లో చేరటం, ఘాజియాబాద్‌లో ముప్పై ఐదేళ్లు ఉద్యోగం చేయటం, అక్కడ నిర్వహించిన బాధ్యతలు, తదితర తమ వృత్తి వివరాలను తెలియజేశారు.

“మీ కుటుంబం గురించి చెప్పండి” అన్నారు ధావల్.

శివస్వామి తన నేపథ్యం, రేవతి నేపథ్యం, పిల్లల గురించి, ఇప్పుడు ఇద్దరూ అమెరికాలో ఉండటం గురించి క్లుప్తంగా చెప్పారు.

ధావల్ నెమ్మదిగా అతని వైపు తిరిగి కూర్చుని, “మీరేమీ అనుకోకపోతే, నేనొక ప్రశ్న అడుగుతాను” అన్నారు.

“అడగండి సార్”

“ఇప్పుడు, ఈ వయసులో ఉద్యోగం కోసం ఎందుకు ప్రయత్నిస్తున్నారు?”

శివస్వామికి గతంలో ఇంటర్వ్యూలలో కలుసుకున్న ముగ్గురికన్నా ఈ వ్యక్తి ఎక్కువ సానుభూతిపరుడని అనిపించింది. రిటైర్‌మెంట్ తర్వాత కూడా ఎందుకు పనిచేయాలి అనటానికి కంపెనీలకు నచ్చే కథ అల్లుకున్నప్పటికీ... ఇప్పుడు ఈ క్షణంలో ఈ వ్యక్తికి నిజం చెప్పాలని అనిపించింది. అపార్ట్‌మెంట్

కొన్న కష్టాల కథను చెప్పారు. తన ఆర్థిక పరిస్థితి ఆ స్థాయికి దిగజారడానికి తాను అనుభవించిన కష్టాలు, తాపత్రయాలను చెప్పారు. ఆయన మాటల్లో ఎలాంటి అతిశయోక్తిగానీ, అబద్ధంగానీ కనిపించలేదు.

"అయ్యో రామచంద్రా! ఎలాంటి ఇబ్బందులు ఎదురవుతాయో చూడు" అని బాధపడుతూ శివస్వామి వీపు తట్టారు ధావల్. "మీ కథ విన్న తర్వాత, నాలోని వ్యాపారవేత్త ఒక ప్రశ్న అడుగుతున్నాడు. నేను దానిని దాచిపెట్టను. మీ ఎనిమిది లక్షలు తీర్చిన తర్వాత, మీరు మా కంపెనీని విడిచిపెడతారా?" అని అన్నారు. అతని మాటల్లో వ్యంగ్యం లేదు.

శివస్వామి మళ్లీ నిజమే చెప్పారు. "నాకు తెలియదు సార్" అన్నారు. మళ్లీ మాటలు కొనసాగిస్తూ, "కనీసం మరో ఐదేళ్ల పాటు పని చేసే శక్తి నాకు ఉందని భావిస్తున్నాను. నాకు నచ్చితే కొనసాగిస్తాను. నాముప్పై ఐదేళ్ల అనుభవానికి ఈ ఉద్యోగం పూరకమైతే కొనసాగించడంలో ఇబ్బంది లేదు. కానీ అలా జరగకపోతే నాలో అనేక సంఘర్షణలు ఏర్పడవచ్చు. ఇది మానసిక సమస్యలను కలిగించవచ్చు. కాబట్టి ఇప్పుడు ప్రస్తుతానికి నాకు తెలియదు సార్. ఈ సమాధానం మిమ్మల్ని నిరుత్సాహపరిచినట్లయితే దయచేసి నన్ను క్షమించండి" అన్నారు.

ధావల్ ఏదో మాట్లాడబోయారు. అయితే అదే సమయంలో దాదాపు ఐదారేళ్ల వయస్సున్న ఒక అమ్మాయి పరుగున వచ్చి ఈయన కూర్చున్న చోటనే తట్టుకునిపడి ఏడ్వసాగింది. "అయ్యో బేబీ" అంటూ ధావల్ లేచి ఆ అమ్మాయిని ఎత్తుకున్నారు. ఆ అమ్మాయి తండ్రి పరుగెత్తుకుంటూ వచ్చాడు. "పరుగెత్తవద్దని ఎన్నిసార్లు చెప్పినా నువ్వు వినవుకదా" అంటూ అమ్మాయిని కసిరి, ధావల్ నుంచి పిల్లను తీసుకున్నాడు. "పిల్లలు పరిగెత్తకుండా ఇక్కడ కూర్చున్న మాలాంటి ముసలివాళ్లు పరుగెత్తాలా?" అని ధావల్ బిగ్గరగా నవ్వారు. అమ్మాయి తండ్రికి ఆయన జోక్ నచ్చలేదు. అమ్మాయిని తీసుకుని బిరబిరా వెళ్లిపోయాడు.

"పిల్లల్ని పెంచడం ఎంత కష్టమో చూడండి శివస్వామి. పిల్లలను పడనివ్వాలి, పడినా పట్టుకోవాలి. బిడ్డ పడటం, ఇతను పట్టుకోవటం. బిడ్డ పడటం, ఇతను పట్టుకోవటం....చివరకు అతను పడిపోయినప్పుడు బిడ్డ పట్టుకోవాలి. తండ్రీ కూతురు, తండ్రీ కొడుకు, తండ్రీ కూతురు, తండ్రీ కొడుకు,

తండ్రీ కూతురు, తండ్రీ కొడుకు... కొడుకు తండ్రీ, కూతురు తండ్రీ" అని నవ్వుతూ తిరిగొచ్చి కూర్చున్నారు.

"శివస్వామి, నేను మిమ్మల్ని ఒక ప్రత్యేక కారణంతో నియమించాలని అనుకుంటున్నాను. ఆ విషయం మీకు తెలియజేస్తాను. అప్పుడు మీరే నిర్ణయించుకోండి. ఇప్పుడు ఈ ఉద్యోగంలో చేరడం లేదా వదిలివేయడం మీ నిర్ణయం. నేనైతే మిమ్మల్ని ఎంపిక చేయటం అయిపోయింది" అన్నారు.

శివస్వామి కుతూహలంతో కూర్చున్నారు. ఇప్పుడు ఇంటర్వ్యూకు సంబంధించిన ఏ టెన్షన్ లేదు. బదులుగా, మొత్తం ప్రకరణంపై ఊహించని ఉత్సుకత ఏర్పడింది. ఇది ఒక ఆటలా ఉంది.

"మీ ఎంపిక నేపథ్యాన్ని మొదట చెబుతాను. శ్యామల మొత్తం పన్నెండు ప్రొఫైల్స్ తెచ్చి నా ముందు పెట్టింది. ఆ సమయానికే వారు ఒక క్యాండిడేట్‌ను సెలెక్ట్ చేసి, ఆఫర్ లెటర్ పంపడానికి నా సంతకం కోసం మొత్తం ఫైలును పంపారు. మేనేజర్‌కు, ఆ పోస్టుల కోసం ఆఫర్ పంపడానికి హెచ్‌ఆర్ డిపార్ట్‌మెంట్‌కు, నా సమ్మతి తప్పసరిగా అవసరం. ఇది అన్ని విభాగాలకు వర్తిస్తుంది. ఆ ప్రక్రియను అనుసరించడానికి నా కుమారుడు ఇష్టపడడు. మేము బ్రాంచ్ హెడ్‌లము డిసైడ్ చేసింది నీకు ఎందుకు పంపాలి అన్నట్టు మాట్లాడతాడు. ఇంకెవరైనా ఆ మాటను అంటే వాళ్లను ఆ రోజే ఇంటికి పంపించేవాడిని. అయితే నా కొడుకు చూడండి. విని కూడా ఊరకోవాలి. అది వుండనీ, అది మరో కథ. నేనెక్కడ ఉన్నాను... సంభాషణ ట్రాక్ తప్పితే, ఈ మధ్యన మళ్లీ నాకు గుర్తుకు రావడంలేదు..."

"శ్యామల మీ ముందు పన్నెండు ప్రొఫైల్స్ పెట్టింది"

"ఆం అవును. లేదు, లేదు. ఆమె ముందుగానే పన్నెండు ప్రొఫైల్స్ పంపలేదు. ఆమె ఒక అమ్మాయిని ఎంపిక చేసి అదొక్కటే నా సంతకం కోసం పంపింది. అప్పుడు నేను ఆమెతో ఇంటర్వ్యూ చేసిన అభ్యర్థులందరి ప్రొఫైల్స్ కావాలని అడిగాను. దానితోపాటు ఆ అభ్యర్థుల గురించి ఇంటర్వ్యూ సమయంలో వారు తయారు చేసుకున్న నోట్స్ కూడా తెప్పించుకున్నాను. అవన్నీ అడిగితే శ్యామలకు కోపం వస్తుంది. నేను వేరే ఉద్దేశ్యం కోసం అడిగాను, ఆమెకు అర్థం కాలేదులేండి"

కథను సంక్షిప్తంగా చెప్పాలంటే, నేను కూర్చుని ఆ పన్నెండు మంది వ్యక్తుల గురించి వీరి కామెంట్లను, ఆ ప్రొఫైల్లన్నింటినీ చదివాను. నా కొడుకు రవిరాజ్, అతని ఆత్మీయ స్నేహితులు ప్రభు, శ్యామలాలు ఎంపిక చేసి పంపిన అమ్మాయి గురించి ఎక్కువగానే చదివాను. ఆమె ఇన్ఫోసిస్సో, టిసిఎస్సో పెద్ద కంపెనీకి చెందినది. టెక్నికల్గా హెచ్ఆర్ ప్రొసెస్, స్ట్రాటజి మొదలైనవన్నీ బాగానే జవాబిచ్చింది, కానీ అనుభవం సరిపోదని అనిపించింది. అన్ని పుస్తకాల సమాధానాలు. తర్వాత ఈ ముగ్గురూ ఇతరుల గురించి రాసింది చదివినపుడు నాకు ఏమనిపించిందో తెలుసా శివస్వామి? ఇంటర్వ్యూలు నిర్వహించిన ఈ ముగ్గురూ అజ్ఞానులని! 'మీరు ఎంపిక చేయబడితే ఇక్కడ మీరు ఎలా సర్దుకుంటారు?' ఎంత తెలివితక్కువ ప్రశ్నో చూడండి. ఆ ప్రశ్నను మిమ్మల్ని కూడా అడిగారు. "పెళ్లయి ఇంటికి వచ్చే కోడలిని ఎవరైనా నువ్వు మా ఇంట్లో ఎలా సర్దుకుంటావు? అని అడుగుతారా? అలా పిచ్చి పిచ్చిగా అడిగి ఆమె జవాబుగా తన లేలేత ధ్వనిలో 'రోజు సూర్యోదయానికి ముందే నిద్రలేచి, మా అత్తామామలకు నమస్కరించి, ఇంట్లోని అందరికీ వినిపించేలా సుప్రభాతం పాడుతూ రోజును ప్రారంభిస్తాను' అని అంటే నమ్మగలమా... సరైన జవాబు కావాలంటే సరైన ప్రశ్నను అడగాలి.

తర్వాత మీ ప్రొఫైల్ చివరగా నా చేతికి దొరికింది. వాళ్లకు మీలోని ఏ గుణాలు నచ్చలేదో అవన్నీ నాకు నచ్చాయి. మీలాంటి అనుభవం ఉన్న వ్యక్తి ఒక బ్రాంచ్ హెచ్ఆర్కు హెడ్గా నా ఉద్యోగులతో మాట్లాడాలి తప్ప, పాఠ్యపుస్తకాలు చదివిన చిన్న అమ్మాయితో కాదు. అన్నింటికీ మించి ఒక ప్రశ్నకు మీ సమాధానం నాకు క్లాసిక్గా అనిపించింది. 'హ్యూమన్ రిసోర్స్ అంటే హ్యూమన్ రిసోర్సే. అది లాజిస్టిక్స్ కానీ, సాఫ్ట్వేర్ కానీ, మానవ స్వభావం ఒకటే'... నా కంపెనీలోని ఈ మూడు కోతులు మాత్రమే సాఫ్ట్వేర్ వ్యాపారమంటే అంగారక గ్రహం నుండి రాలిన పునుగు అన్నట్లు మాట్లాడుతారు. మీ స్థానంలో నేను అభ్యర్థిగా వెళ్లినా, ఆ ప్రశ్నకు నేను అదే సమాధానం ఇచ్చేవాడిని. శ్యామల తన కామెంట్లో మీ సమాధానాన్ని ఎర్రటి ఇంకుతో రాసి, అది సూక్ష్మత లేనిదని తన గొప్ప అభిప్రాయాన్ని రాసింది, రవి దానికి 'టూ జనరలైస్ట్ ఆన్సర్' అని రాస్తే, ప్రభు మీ సమాధానం రాసి అండర్లైన్

చేశాడు. అది తనకు నచ్చిందో లేదో చెప్పలేదు. అతనికి నచ్చినా మిగతా ఇద్దరూ తమకు కావాల్సిన సమాధానాన్ని చెప్పేలా చూసుకుంటారు. తెలివైనవాడే, కానీ సులభంగా ఇతరుల చేతిలో కీలుబొమ్మ అవుతాడు. కంపెనీలో చాలా జరుగుతున్నాయి. మీరు ఉద్యోగంలో చేరాక వివరంగా చెబుతాను" అంటూ నడుము పట్టుకుని లేచి నిల్చున్నారు. "నేను ఎక్కువసేపు కూర్చోలేను. నేను నిలబడి మాట్లాడతాను. మీరు కూర్చుని వినండి. పరవాలేదుకదా?" అని ఎదుటనిలబడ్డారు. శివస్వామి ఆయన మాటలు వినడానికి సిద్ధమయ్యారు.

"నేను వారి సలహాను ఓవర్ రూల్ చేసి మిమ్మల్ని ఎన్నుకున్నాను. ముగ్గురూ కోపంతో వెళ్లిపోయారు. అతని ప్రకారం నేను జీతం చూసి మిమ్మల్ని ఎన్నుకున్నాను. ఆ టిసిఎస్ అమ్మాయి మీరు అడిగిన జీతం కంటే ఎక్కువే అడిగింది. అది వదిలెయ్యండి... ఇప్పుడు బుర్రపాడు చేసుకోకండి, ఆరు నెలల తర్వాత మీ జీతం నేనే పెంచుతాను. నేను మిమ్మల్ని పిలిచి మాట్లాడవలసిన అవసరమే లేదు. ఆఫర్ లెటర్‌ను పంపండని చెప్పాను. అయితే అనిత, అంతకన్నా ముందు ఒకసారి మాట్లాడండి అని చెప్పింది. ఎందుకంటే మీ కమ్యూనికేషన్ స్కిల్స్ బాగా లేవని, సరిగ్గా మాట్లాడరని ముగ్గురిలో ఇద్దరు రాశారు. అందువల్ల మీరు మళ్లీ రావలసి వచ్చింది. ఆఁ ఇదంతా చెప్పానని బాధపడకండి. నిజానికి నేను దాని కోసం కాల్ చేసి పిలిపించలేదు. మిమ్మల్ని ఎన్నుకోవడానికి మరో ఉద్దేశం ఉంది. దాన్ని చెప్పడానికి పిలిపించాను. అది వింటే నా పరిస్థితి మీకు బాగా అర్థమవుతుంది. మీ కమ్యూనికేషన్ బాగానే ఉందికదా... ఈ పిల్లలకు టీవీ యాంకర్లలా ఇంగ్లీషు మాట్లాడేవాళ్లు కావాలి, లోపల ఏమీ లేకపోయినా. వక్తలను ఎంచుకోవడానికి నేను టీవీ స్టేషన్ నడుపుతున్నానా?" అని నవ్వారు.

ఈ వ్యక్తి తన పరంగా మాట్లాడుతున్నారా లేక అవమానిస్తున్నారా అనే సందేహం శివస్వామికి కలిగింది. అయితే అవమానపరిచే ఏ గురుతు ఆయన గడ్డం ముఖంలో కనిపించకపోవటంతో మౌనంగా కూర్చున్నారు. వీరి మతిమరుపుకు నేను సమయాన్ని, చైతన్యాన్ని వృధా చేస్తున్నానా అనే అనుమానమూ కలిగింది.

"సార్, నేను ఒక ప్రశ్న అడగవచ్చా?" వినయంగా అడిగాడు శివస్వామి.

"అడగండి."

“నేను మీ కంపెనీలో చేరితే, నిజానికీ నేను ఎవరి కోసం పని చేయాలి? మీకా? లేదా ఆ ముగ్గురికా?... అంటే నేను ఎవరికి రిపోర్ట్‌లు పంపాలి?”

“మీ ప్రశ్న అర్థమైంది. కానీ దానికి ఇప్పుడు నా దగ్గర సమాధానం లేదు” అని నవ్వారు.“బహుశా ఇద్దరికీ పని చేయవచ్చు. నాకు కావాల్సింది అదే” అన్నారు.

“సార్, మీతో సూటిగానే మాట్లాడుతున్నాను. ఎందుకంటే మీరు నాతో సూటిగానే మాట్లాడుతున్నారు. పరిచయమే లేని నాతో మీరు మీ కంపెనీ లోపలి రహస్యాలను పంచుకుంటున్నారు. మీరేమో నన్ను ఎంపిక చేశారు. కానీ మీ ముగ్గురు ఎక్జిక్యుటివ్స్ నన్ను ఎంపిక చేయలేదు. ఈ పొజిషన్ కావలసింది మీ ప్రధాన కార్యాలయానికి కాదు, సాఫ్ట్‌వేర్ విభాగానికి. ఆ డివిజన్‌లో రోజువారీ కార్యకలాపాలన్నీ ఆ ముగ్గురి ద్వారానే నడుస్తాయి. ఎవరికి కావాలో వారు నన్ను ఎన్నుకోలేదు. మీరు వారి అభిప్రాయాన్ని పట్టించుకోకుండా నన్ను ఎన్నుకుంటే, వాళ్లు ప్రతిరోజూ నన్ను తిరస్కరిస్తారు. ఇది జరిగే విషయమా?” అన్నారు.

ధావల్ విచలితులయారు. తమ మందపాటి కళ్లద్దాల్లోంచి కళ్లను మిటకరించి చూశారు. ఆ తర్వాత “ఆ నరకాన్ని అనుభవించటమే మీ ఉద్యోగం” అని పెద్దగా నవ్వుతూ శివస్వామి భుజాలు తట్టారు. “అందుకే నేను మీ పొజిషన్‌ను డైరెక్టర్‌గా మార్చాను. అప్పుడు మీకూ అధికారం వస్తుంది. ఇక నా మీటింగ్‌లలో డైరెక్టర్, పై పొజిషన్ వారు మాత్రమే ఉన్నందువల్ల మీరు ఒక విధంగా నాతో నేరుగా వ్యవహరిస్తారు. వాళ్లు మిమ్మల్ని ఇబ్బంది పెడితే నేను-మేరు కలిసి వారి కుర్చీల కుషన్లలో గుండుసూదులను గుచ్చి పెడదాం” అని తుంటరితనంతో కన్నుకొట్టి నవ్వారు. “కంపెనీ లోపలి గుట్టులను చెప్తున్నానని అన్నారుకదా? కంపెనీ టర్న్ ఓవర్ వెల్లడించలేదు, ప్రాఫిట్ మార్జిన్ కూడా వెల్లడించలేదు. ఇక మిగిలింది ఏ రకమైన గుట్టు శివస్వామి? పైగా, మీరు కంపెనీలో చేరకపోతే, ఇది మన ఇద్దరి జీవితంలో మన మధ్య జరిగిన సమావేశం ఇదొక్కటే అవుతుంది. అలాంటప్పుడు ఈ వయసులో, ఒకేసారి కలిసే అవకాశంలో, మీలాంటి పరిణతి చెందిన వ్యక్తితో మనసులోని మాటను సూటిగా చెప్పకుండా మోసపూరితమైన మాటలతో ఏం సాధించాలి స్వామీ?”

శివస్వామి మౌనంగా పిచ్చినవ్వు నవ్వాడు. ఏమి మాట్లాడాలో తోచలేదు. ఈ వ్యక్తి కంపెనీలో తన పట్టును ప్రదర్శించటానికి, ఎవరిమీది కోపం కారణంగానో తనను పావుగా ఉపయోగించుకోవాలని, చేర్చుకోవాలని చూస్తున్నాడని అనిపించింది. 'మీ ముగ్గురూ కలిసి ఎంపిక చేసిన అభ్యర్థిని తిరస్కరించి, ఏ రాండమ్ క్రమంలోనైనా నాకు నచ్చిన వారిని ఎంపిక చేసుకో గలను' అంటూ కత్తి ఝుళిపించటానికి తనను ఉపయోగించుకుంటున్నాడు. నా వల్ల ఈయనకు ఉపయోగం ఏమిటి? ఇలాంటి చిక్కుల్లో చిక్కుకోకపోవడమే సరైనదని అనిపించింది. ఇక్కడ సరిగ్గా రెండు జట్లు ఉన్నాయి. ఒకరికొకరు సరిపడరు. ఒకరి కోరికను తీర్చటానికి వెళితే మరొకరి ఆగ్రహాన్ని ఎదుర్కోవలసి వస్తుంది. అంత్య నిష్ఠూరం కన్నా ఆది నిష్ఠూరం మంచిది. శాంతియుతమైంది. ఇలా శివస్వామి ఒప్పుకోవాలా వద్దా అనే ఆలోచనలతో నలిగిపోతుండగా శివస్వామి మనసు చదివినవాడిలా ధావల్ తమ వీపు వంచి ముఖాన్ని దగ్గరికి తెచ్చి, "నాకు తెలుసు, మీకిది వింతగా కనిపిస్తోంది. కానీ నా పరిస్థితి వల్ల మిమ్మల్ని కష్టపెడుతున్నాను" అంటూ నడుము మీద చేయి వేసుకుని నిటారుగా నిలబడి "చెరువు చుట్టూ ఒక రౌండ్ వెళ్లొద్దామా?" అని అడిగాడు. ఇద్దరూ బయలుదేరారు. తమ తెల్లగడ్డం వల్లనో ఏమో ధావల్ తన కంటే వయస్సులో పెద్దవారిగా కనిపించినా, శారీరకంగా ఆరోగ్యంగానే ఉన్నారు. దృఢంగానే అడుగులు వేస్తున్నారు.

"మీకు నేను సంక్షిప్తంగా చెబుతాను. మిగతా విషయాలు రానున్న రోజుల్లో నాతో కలిసి పనిచేస్తున్నపుడు తెలుస్తాయి. నేను చెప్పేది మీకు పూర్తిగా అర్థం కాకపోతే గాభరా పడకండి. అన్నీ తర్వాత తెలుస్తాయి. ఊఁ, నేను మీ నుండి చట్టవిరుద్ధమైనదో లేదా మరొకటో ఆశించడం లేదు. అంత భయం వద్దు. నేను ఇప్పుడు పండు ముసలివాడిని. అయినా, కళ్లు తెరిచిన రోజు నుండే నేనొక వ్యాపారవేత్తనని మీకు తెలిస్తే చాలు. మేము గుజరాతీ ఠక్కర్లు. పక్కా వ్యాపారవేత్తలం, అయితే నిజాయితీపరులం. విన్నారుకదా?" అని నవ్వుతూ మాటలు కొనసాగించారు.

"నా డిటి గ్రూప్ నా సామ్రాజ్యం. లాజిస్టిక్స్ వ్యాపారంతో చిన్న కంపెనీగా ప్రారంభించి, నేడు ఇంజనీరింగ్ కన్సల్టెన్సీ, మెడికల్ ఎక్విప్‌మెంట్

ట్రేడింగ్ – లేటెస్ట్ సాఫ్ట్‌వేర్ సొల్యూషన్స్ వరకూ విస్తరించింది. ఒక్కో డివిజన్లో వేలాది మంది ఉద్యోగులు ఉన్నారు. ఒక విధంగా ఈ సాఫ్ట్‌వేర్ విభాగమే చాలా చిన్నది. ఎంతో... నాలుగైదు వందల మంది ఉద్యోగులు ఉండొచ్చేమో. కానీ నా సమస్యలన్నీ ఇక్కడి నుంచే వస్తున్నాయి. విమల్ జైన్ 'లాజిస్టిక్స్ విభాగాన్ని' చూస్తున్నాడు. అశోక్ మెహతా ఇంజనీరింగ్ కన్సల్టెన్సీ– మెడికల్ ఎక్విప్‌మెంట్ ట్రేడింగ్ రెండింటినీ పర్యవేక్షిస్తున్నాడు. నా కొడుకు రవి సాఫ్ట్‌వేర్ విభాగాన్ని చూస్తున్నాడు. రవి రైట్ హ్యాండ్ ప్రభు. ఇద్దరూ కలిసి చదువుకున్నారు. చిరకాల మిత్రులు. ఈ ప్రభు అసాధారణమైన తెలివితేటలు కలిగినవాడు. ఏ పని అప్పగించినా చక్కగా పూర్తి చేస్తాడు.

మేము ఇంతకు ముందు సాఫ్ట్‌వేర్‌ను విక్రయించేవాళ్లం కాదు. మిగిలిన విభాగాలకు సపోర్ట్ చేసే ఒకే ఒక్క ఐటీ డిపార్ట్‌మెంట్ మాత్రం ఉండేది. ఈ ఇద్దరూ నన్ను బతిమిలాడి, దాని కోసం ఒక విభాగం ప్రారంభించేలా చేశారు. రెండో మూడో ప్రొడక్ట్‌లను చేసి అమ్మడం ప్రారంభించారు. అలా ఒప్పుకోవడమే తప్పు అన్నట్లుగా ఆ విభాగాన్ని వేరే కంపెనీగా చేయమని పట్టుపడుతున్నారు. దాన్ని విడిగా ప్రజల్లోకి తీసుకెళ్లాలన్నది వారి ఉద్దేశం. ఇది వేరే కంపెనీగా ఎందుకు చేయాలో నాకు అర్థం కాలేదు. దాని ప్రారంభించిందే డిటి గ్రూప్ వివిధ విభాగాల సాఫ్ట్‌వేర్ అవసరాలను తీర్చడానికే కదా? రోజుకో రకంగా ప్రవర్తిస్తున్నారు. మిగతా విభాగాలు వేరు; సాఫ్ట్‌వేర్ విభాగం వేరన్నట్లుగా ప్రవర్తిస్తున్నారు. నేను మాట్లాడటంకానీ, ఆలోచించడంకానీ వారికి ఇష్టం లేదు. వారి మాటలు, ఆలోచనలు నాకు ఇష్టం లేదు. ఇద్దరి మధ్య ఉన్న చీలిక ఇప్పుడు చిన్న చీలికగా ఉండిపోలేదు. పెద్ద కందకమైంది. మీరు దీన్ని జనరేషన్ గ్యాప్ అంటారో లేదా ఇంకేమైనా అంటారో నాకు తెలియదు. రోజురోజుకూ దూరమవుతున్న ఆ విభాగాన్ని మా గ్రూపుతో కలపడానికి మీ సహాయం కావాలి. మీరు ఆ బ్రాంచ్‌లో ఉంటూ, అది డిటి గ్రూప్‌కు విధేయతతో వుండేలా చూసుకోవాలి.

నాకు మద్దతు పలుకుతూ, నాకు అనుకూలంగా ఉండమని నేను మిమ్మల్ని అడగడం లేదు. ఎడమ కన్ను లేదా కుడి కన్ను, ఏ కన్నుకు దెబ్బ తగిలినా బాధ కలిగేది నాకే. కానీ వారిని అర్థం చేసుకోవడానికి నాకు

సహాయం చేయండి. అదే విధంగా నన్ను వారికి పరిచయం చేయండి. దీనికి విస్తృతమైన జీవితానుభవం, పరిపక్వత అవసరం. మేధావులు అని పిలవబడే వారిని వదిలేస్తే, మిగిలిన మనలాంటివారికి అంటే కరెక్టేనేమో. ఆ పరిపక్వత వయస్సు ఆధారంగా మాత్రమే వస్తుంది. అందుకే పన్నెండు మంది అభ్యర్థుల్లో మీ వెనుక పడ్డాను నేను" అన్నారు.

చర్చ, నడక కలిసి సాగడం వల్ల కావచ్చు, ధావల్ ఆయాసంతో రొప్పుతున్నారు. వారు కుదుటపడటానికి ఆగారు. శివస్వామి కూడా ఆగారు.

"ఇలాంటి పని నేను చేయలేదుకదా సార్" అన్నాడు శివస్వామి.

"ఇలాంటి పని ఎవరు చేసివుంటారు శివస్వామి? నేను ఎవరిని వెతుక్కుంటూ వెళ్లాలి?" అని ధావల్ నవ్వారు. "చూడండి శివస్వామి. మీ రోజువారీ పనిని సులభతరం చేస్తాను. మీకు సహాయం చేయడానికి నేను ప్రధాన కార్యాలయం నుండి అవసరమైనంత మందిని పంపుతాను. అయితే దయచేసి నాకు సహాయం చెయ్యండి. ఆరు నెలల్లో చూద్దాం. ఆ తర్వాత మీరు వచ్చి నాకు ఇష్టం లేదని అంటే నేను మిమ్మల్ని ఆపను" అన్నారు.

శివస్వామికి ఏం చెప్పాలో తోచలేదు. అన్నింటిలో మొదటిది, ఉద్యోగం కోసం వెతకడం తమ ప్రయోజనం కోసమే కదా? అలాంటి పనే చేయాలని ఏముంది? అంతేకాక, ఈయన చెప్పేది నిజంగానే వారికి సహాయమైతే ఎందుకు చేయకూడదు? అవునని చెప్పాలా లేదా లేదని చెప్పాలా అని శివస్వామి తటపటాయించారు. రెండు ఓడల మధ్య ఈదుతున్నట్లుగా, ఆయన ఏ నిర్ణయానికి రాలేకపోయారు. అప్పటికే ఇద్దరూ చెరువు దాటి గేటు దగ్గరికి వచ్చారు. సమయం అప్పటికే ఆరుగంటలు అవుతోంది. ఇప్పుడు చాలామంది జనం లోపలికి వస్తున్నారు.

"రేపు జాయిన్ అవుతారా?" అని ధావల్ ప్రశ్నించారు.

"నాకింకా ఆఫర్ లెటర్ రాలేదు సార్" అన్నారు శివస్వామి.

"అది ఉండనివ్వండి, సులభమైన పని. అనిత ఈరోజే రెడీ చేస్తుంది" అన్నారు ఉత్సాహంగా.

❖

8

మిత్రుడు గుడిబండె శంకర్ మాట్లాడుతున్నంత సేపు శివస్వామి అంతరంగం 'మనద ముందణ ఆశెయే మాయె కాణా' అనే అయిదు పదాల పంక్తిని పదే పదే మననం చేస్తోంది.

"చూడూ, నువ్వేమైనా ఇంకా ఇరవై ఐదేళ్లు ఉద్యోగం చేస్తావా? రెండో మూడో లేదా చేతవుతుందనుకుంటే ఐదేళ్లు చేసి తర్వాత చేతులు కడుక్కో. ఇది నీకు బంపర్ ఆఫర్! ఈ విధమైన ఆఫర్‌ను నేను నీకు గూగుల్లోనో లేదా మైక్రోసాఫ్ట్‌లనో లేదా మరే ఇతర అమెరికన్ కంపెనీలోనో ఇప్పించలేను. బెనిఫిట్స్ చూడు, ఇన్‌ష్యూరెన్స్ చూడు, నీ పొజిషన్ చూడు, దీన్ని ఎవరు ఇస్తారు? కళ్లుమూసుకుని ఇందులో చేరు. ఏదేదో ఆలోచించి బుర్రపాడు చేసుకోవద్దు. అప్పటినుండి దూరం దూరం అని గోలపెడుతున్నావ్‌కదా? నీకింక బెంగుళూరే తెలియదు. ఎంజి. రోడ్ లోపల ఉంది, ఐపియల్ బయట ఉంది. అంతేకాదు ఇంటి దగ్గరే మెట్రో ఉందంటున్నావ్. జుమ్మని వెళ్లిరావచ్చు. వెళ్లకుండా ఉండటానికి కారణాలు వెతుకుతున్నావా? మీ అబ్బాయిని అమెరికాలో చదివిస్తున్నావా? ఖర్చులు విపరీతంగా ఉంటాయి. ఒంట్లో శక్తి ఉన్నప్పుడే నాలుగురాళ్లు సంపాదించుకో. ఈ వయసులో పనిచేస్తానన్నా ఎవరూ ఉద్యోగం ఇవ్వరు. అలాంటప్పుడు ఆ పెద్దాయన ఏది అడిగినా అది చేసిపెట్టు. ఆ మాత్రం చాలు. అంతగా బుర్ర పాడుచేసుకోనక్కర్లేదు"

ఆ రాత్రి రేవతికి ఫోన్ చేసి విషయం చెప్పారు. జరిగిన కథలేవీ చెప్పకుండా, అత్యంత సంక్షిప్తంగా సెలెక్ట్ అయ్యానని, ఆఫర్ లెటర్ వచ్చిందని తెలియజేశారు. జీతం ఆమెకు ఆకర్షణీయంగా కనిపించినా, "మీరు నిజంగా ఉద్యోగం చేయాల్సిందేనా?" ఆమె ఆందోళన నిండిన స్వరంతో అడిగింది. "నువ్వు తిరిగి రావడానికి ఐదారు నెలలు పడుతుంది. నాకు ఇక్కడ విసుగేస్తుంది. చూద్దాం, నేను వెళ్తాను. ఇంటి వాయిదా చెల్లించడానికైనా డబ్బు దొరికినట్టుంది" అని అన్నారు. ఆమె కూడా అయోమయంలో పడింది. కచ్చితంగా 'అలాగే' అని చెప్పటానికి కానీ, 'వద్దు' అనటానికి కానీ సాధ్యం కాలేదు. శివస్వామి అదే కథను పిల్లలపై ప్రయోగించి వారిని ఏమీ అనకుండా చేశారు.

కంపెనీవారు రేపే వచ్చి జాయిన్ అవ్వమని అడిగినా, ఈయనే ఓ వారం టైము అడిగారు. ఉద్యోగంలో చేరడానికి ముందు ముగించాల్సిన పనులు చాలా ఉన్నాయి. ఆధార్ కార్యాలయాన్ని వెతుక్కుంటూ వెళ్ళి, బెంగళూరు అడ్రెస్‌ను అప్డేట్ చేయాల్సివుంది. రెండు, మూడు వేర్వేరు బ్యాంకు అకౌంట్లను క్లోజ్ చేసి, ఒకే బ్యాంకులో డిపాజిట్ చేయాలి. పోస్ట్ ఆఫీస్‌లోని ఆర్.డి. ఆ వారంలోనే టర్మ్ పూర్తవుతోంది. దాన్ని వేరే చోట డిపాజిట్ చేయాలి. నాలుగైదు ప్యాంట్లు, షర్టులను ఉతికి ఇస్త్రీ చేసుకోవాలి. కంపెనీవాళ్లు కోరిన డాక్యుమెంట్లను జిరాక్స్ చేయించి ఒక ఫైల్ సిద్ధం చేసుకోవాలి. దీంతోపాటు సందీప్ కామత్, ఇతరులు అదే వారం లాయర్‌తో ఒక సమావేశాన్ని నిర్ణయించారు, దానికి హాజరు కావాలి.

కనకపుర రోడ్డులోని అడిగాస్ రెస్టారెంట్లో లాయర్‌తో సమావేశం ఏర్పాటు చేశారు. ఆ లాయర్ సందీప్ కామత్ స్నేహితుడు. ఒక విధంగా సాధారణ సమావేశం. లాయర్‌ను మధ్యలో కూర్చోబెట్టుకుని కాఫీ తాగుతూ అనూప్ గార్డెనియాకు సంబంధించి తదుపరి చర్యల గురించి చర్చించవచ్చనే ఉద్దేశ్యం ఉంది. అయితే వాట్సాప్ గ్రూప్లో జరుగుతున్న గందరగోళాలు ఇక్కడ కూడా జరిగాయి. సమావేశానికి ఒక ఫార్మాట్ లేకపోవడంతో వేర్వేరు సమయాల్లో వచ్చిన వారంతా మళ్లీ మళ్లీ అవే ప్రశ్నలు వేశారు. కొందరు ఒక్క పైసా కూడా ఎక్కువ చెల్లించకుండా ఇంటిని ఎలా స్వాధీనం చేసుకోవచ్చని అడిగితే, ఆ ప్రశ్నకు లాయర్ సమాధానం చెప్పేలోపే మరొకడు రెండు లక్షల వరకు

ఎక్కువైనా పరవాలేదు, ఎనిమిది లక్షలు సాధ్యంకాదు, తగ్గించగలరా? అని అన్నాడు. రియల్ ఎస్టేట్ చట్టాలపై అవగాహన లేకుండా మాట్లాడేవారే ఎక్కువగా ఉన్నారు. చిన్న టేబుల్ చుట్టూ చాలా మంది నిలబడటం కష్టమై, అనేకుల ఆవేశపూరితమైన మాటలు పోట్లాటలా కనిపించి, సహజంగానే హోటల్ వాళ్ల అసహనానికి గురై, చాలా మంది బయటకు వెళ్లి నిలబడవలసి వచ్చింది. ఎనిమిది నుంచి పదిమంది వస్తారని సందీప్ లెక్కలు వేస్తే, వచ్చిన వారి సంఖ్య ఇరవై ఐదు మందికి పైగా ఉంది. ఒక అజెండా పెట్టుకుని, అందరూ హాయిగా కూర్చునే చోట సభ నిర్వహించాలని, నిర్ణయించటం తప్ప ఇంకేమీ సాధించలేకపోయారు. ఏమీ మాట్లాడని కొద్దిమందిలో శివస్వామి కూడా ఉన్నారు. సందీప్ కామత్ మంచి ఉద్దేశ్యంతో ఈ సమావేశం ఏర్పాటు చేశాడని ఆయనకు అర్థమైంది. కానీ క్రమబద్ధంగా ఏర్పాటు చేయలేదని అనిపించింది.

ఇంటికి కొంచెం దూరమైనప్పటికీ వ్యాయామం కోసం నడిచి వచ్చారు. కుమార్ గౌడను వనిత డ్రాప్ చేసి వేరే పనిమీద స్కూటర్ తీసుకుని వెళ్లిపోయింది. శివస్వామి తిరిగి వెళ్లేటప్పుడు కుమార్ గౌడ తోడయ్యాడు... "సార్, మీకు తలనొప్పి వచ్చిందా?" అని నవ్వాడు. అవునన్నట్టు శివస్వామి కూడా నవ్వారు. కుమార్ అన్నాడు– "నాకు ఈయన మాటలు విన్నప్పుడల్లా ఏమి అనిపిస్తుందో తెలుసా సార్? ఒకటి, మనమే వ్యక్తిగతంగా కోర్టును ఆశ్రయించాలి లేదా వారి మాటలకు ఒప్పుకుని డబ్బులు సమకూర్చి ఇవ్వాలి. ఈ గుంపులో ఏదో ఒకటి చేయటానికి సాధ్యమనే నమ్మకమే సన్నగిల్లుతోంది" అన్నాడు.

"అయితే తక్కువ సొమ్ము కాదు, ఎనిమిది లక్షల అడుగుతున్నారుకదా?" అన్నారు శివస్వామి.

"సార్, మీకు బెంగుళూరు ఇంకా పరిచయం లేదు. ఇదే రోడ్డులో మన ప్రాజెక్ట్‌కన్నా ముందు ఇంకొకటి వస్తుంది. దాని ముందు నుండే వెళతాం. చూపిస్తాను, చూడండి. అతను చాలా పెద్ద బిల్డర్. మన ప్రాజెక్ట్‌కన్నా మూడేళ్ల ముందు దాన్ని ప్రారంభించాడు. అతను ఇంకా ఇండ్లను హ్యాండ్ ఓవర్ చేయలేదు. మనకన్నా అక్కడ ఎక్కువ ఇబ్బంది ఉంది. వారు కొన్న భూమి కూడా వివాదంలో చిక్కుకుని కోర్టులో ఉంది. అంతా ఖతర్నాక్ మనుషులు సార్. ఏమి చేయడానికైనా వెనుకాడరు. దేనికీ భయపడరు" అన్నాడు.

సాయంత్రం హాయిగా గడిచింది. షాపులో కిరాణా సామాన్లు కొనితెచ్చే పని ముగించారు. భోజనం ముగించి న్యూస్ చూస్తూ కూర్చున్నప్పుడు తేజు ఫోన్ చేశాడు. ఆ రోజు అపార్ట్‌మెంట్ ఓనర్స్ మీటింగ్‌లో ఏం జరిగిందో చెప్పారు. "నాన్నా, ఓనర్స్ గ్రూప్‌లో ఐక్యత లేకపోతే, ఇది పరిష్కరించబడదు. వాళ్లు తమ మాటలను నిలబెట్టుకోవడం కోసం ఒకరితో ఒకరు పోట్లాడు కుంటారు. కుమార్ చెబుతున్నదే ప్రాక్టికల్‌గా అనిపిస్తోంది. కోర్టుకు వెళ్లి ఐదేళ్లు పెండింగ్‌లో ఉంటే జరిగే నష్టం మనకే. ఒక పక్క ఇల్లూ దొరకదు. మరో పక్క లాయర్ ఫీజూ తప్పదు. డబ్బిస్తే సమస్య పరిష్కారమవుతుందంటే, వీలైనంత త్వరగా చేసుకోవడం మంచిది" అని అన్నాడు. శివస్వామి ఒక్కక్షణం మౌనం వహించారు. "అందరూ డబ్బు చెల్లిస్తే మనం కూడా అదే చేయవచ్చు. కానీ వాళ్లంతా ఇవ్వకుండా మనం ఒక్కరే ఇస్తే, వాడు దాన్ని తిని కూర్చుంటే మన గతి?" అన్నారు. శివస్వామి ఎన్నడూ పిల్లలతో ఆర్థిక సమస్యలు చెప్పుకోలేదు.

"అదీ నిజమే?" అన్నాడు తేజు. "నాన్నా, డబ్బు చెల్లించే సమస్య పరిష్కరించుకోవలసి వస్తే పెద్దగా ఆలోచించకు. ఇంకో ఆరునెలల్లో నా చదువు పూర్తవుతుంది. ఇక్కడే ఉద్యోగంలో చేరతాను. అప్పుడు అది ఖచ్చితంగా మనకు అనుకూలంగా వుంటుంది"

రాత్రి త్వరగా నిద్ర పట్టలేదు. కిటికీ తెల్లటి కర్టెన్‌లోంచి దూరి అనూప్ గార్డేనియా ఫ్లడ్‌లైట్ బెడ్ రూమ్‌ను ఆక్రమించుకుంటుంది. రాత్రి పదకొండు గంటల వరకు నిర్మాణపు పని కొనసాగుతూనే ఉంటుంది. పైగా యంత్రాల, మనుషుల కర్కశమైన శబ్దాలు వినిపిస్తుంటాయి. కిటికీ మూస్తే శరీరమంతా చెమటలు కారేటంత ఉక్కపోత. దేవుని గదిలోని దీపస్తంభం లోపల ఉన్న పత్తిని ఉండగా చేసి చెవుల్లో పెట్టుకున్నారు. కిటికీ ఫ్రేమ్‌కు కర్టెన్ మీద ఒక ముదురు రంగు బెడ్ షీట్‌ను కప్పారు. అప్పుడు కాస్త ఉపశమనం కలిగింది.

తలలో పదే పదే అవే ఆలోచనలు తిరుగుతున్నాయి. తేజు చదువు పూర్తి చేసి అక్కడే ఉద్యోగంలో చేరితే ఎనిమిది లక్షలు సంపాదించే అవకాశం ఉన్న మాట వాస్తవమే. కానీ అలా చేస్తే ఇప్పుడిప్పుడే ఇంకా చదువు పూర్తి చేస్తున్న తనకు అన్యాయం చేసినట్లవుతుంది. వాడు తిరిగొచ్చి ఇక్కడే సెటిల్

అయితే, తాను డబ్బు కట్టినందుకు ఆ ఇంట్లో నివాసముంటే తను డబ్బు కట్టడంలో అర్థముంటుంది. అలా కాకుండా తను అక్కడే ఉండిపోతే వాడి చేత డబ్బులు కట్టించడం సమంజసం కాదు, అది తమకు ఋణభారమైన జీవితం అవుతుంది. చదువు పూర్తయ్యాక అక్కడ అమెరికాలో ఉద్యోగం రాకపోతే స్టూడెంట్ వీసా గడువు పూర్తయి మళ్లీ ఇండియాకు రావాల్సి ఉంటుంది. అలా తిరిగి వస్తే ఇక్కడ ఇండియాలో అమెరికా చదువుల కోసం చేసిన అప్పు తీర్చాల్సివుంటుంది. ఇక్కడి జీతంతో అప్పు తీర్చడానికి చాలా సంవత్సరాలు పట్టవచ్చు. అలాంటప్పుడు ఈ ఇంటి భారం తనపై మోపితే అతనుకానీ, రాబోయే అతని భార్యకానీ తమ గురించి ఏమనుకుంటారు? అందుకే అతను తిరిగి వచ్చినా లేదా అక్కడే స్థిరపడినా, అతనికి ఇబ్బంది కలగకుండా ఈ ఇంటి సమస్యను తామే పరిష్కరించుకోవాలి.

మాట్లాడిన వ్యక్తి పిచ్చివాడో, మూర్ఖుడో, కానీ ప్రస్తుతానికి ఆ కంపెనీలో చేరడమే సరైన పని. మునుముందు మనస్సుకు చికాకు కలిగితే వదిలేసి రావచ్చు. అది ఒక ప్రైవేట్ కంపెనీ, తన వయస్సు అరవై రెండు. వదిలివేయడానికి కారణాలకు కొరతనా? కనీసం రేవతి తిరిగి వచ్చేవరకైనా ఉద్యోగం చేస్తే ఎంతో కొంత కూడబెట్టవచ్చు. రేపటి ఉదయం కంపెనీకి ఫోన్ చేసి తను ఆఫర్ ఒప్పుకున్నట్టు కచ్చితంగా చెప్పాలని అనుకున్నాడు. బయట వర్షం కురవటం మొదలైంది. కొద్దిసేపటికే గాఢనిద్రలోకి జారుకున్నారు.

❖

9

కంపెనీలో చేరిన మొదటి రోజు ఫారమ్స్ నింపడంలో, ఉద్యోగులను పరిచయం చేసుకోవడంలో, పదేపదే తన గురించి చెప్పుకోవడంలో గడిచిపోయింది. హెచ్ఆర్ డిపార్ట్ మెంట్‌కు చెందిన అనలిస్ట్ అనురాధ ఆయనకు స్వాగతం పలికి ఆఫీసును పరిచయం చేసింది. మొదటి ఇంటర్వ్యూకి ఇదే ఆఫీసుకి రావడం వల్ల శివస్వామికి అప్పటికే ఒక రకమైన పరిచితమైన భావన కలిగింది. వారిని కాన్ఫరెన్స్ రూమ్‌లో కూర్చోబెట్టి కంపెనీని పరిచయం చేసే వీడియో చూపించింది. తన అలవాటు ప్రకారం శివస్వామి వీడియో చూస్తూ నోట్ చేసుకుంటున్నారు. అంతసేపూ అనురాధ పక్కనే కూర్చుంది.

కంపెనీ యాభై ఏళ్ల క్రితం ప్రారంభమైంది. ప్రస్తుత చైర్మన్, ఎం.డి. ధావల్ థక్కర్ తండ్రి దినకరరామ్ థక్కర్ కంపెనీకి మొదటి యజమాని. అయితే అది కేవలం కంపెనీని ప్రారంభించడానికి మాత్రమే. కేవలం కాగితంపైనే. మొత్తం వ్యాపారం చూసుకుంటున్నది ఆయన కుమారుడు ధావల్ థక్కర్. మరొక విధంగా, సంస్థ చరిత్ర, ఒక అడుగు వెనక్కు వెళుతోంది. ప్రీతమ్ జైన్ నిర్వహిస్తున్న జైన్ లాజిస్టిక్స్ అనే కంపెనీని కొనుగోలు చేయడం ద్వారా కంపెనీ మళ్లీ పుంజుకుంది. తన కంపెనీని థక్కర్ తండ్రీ-కొడుకులకు విక్రయించిన ప్రీతమ్ జైన్ మూడు నెలల్లోనే వారిని సంప్రదించి అదే కంపెనీలో ఉద్యోగిగా చేరారు. కంపెనీ అధికార వలయంలో ధావల్ తర్వాత రెండో

స్థానంలో ఉన్నారు. మునుముందు అతను, ధావల్ ఆత్మీయ స్నేహితులైన తర్వాత కంపెనీలో డబ్బు పెట్టి, పెట్టుబడిదారులుగా మారారు. కానీ వారి వాటా మొత్తం మూలధనంలో ఐదు శాతానికన్నా ఎక్కువ లేదు. ధావల్ కంటే ప్రీతమ్ జైన్ ఐదేళ్లు పెద్దవాడు. పదేళ్ల క్రితం వరకూ, చివరి శ్వాసపీల్చే వరకూ లాజిస్టిక్స్ విభాగానికి ముఖ్యులుగా ఉన్నారు. ఆయన మరణానంతరం అతని కుమారుడు విమల్ జైన్ తండ్రి స్థానంలో నిలిచాడు.

వీడియోలో చూసినవి కొన్ని, మరి కొన్ని అనురాధ మధ్యమధ్య ఆపి తనకు తెలిసినవి చెప్పింది. వీడియోలో దినకరరామ్ థక్కర్, ప్రీతమ్ జైన్ ఫోటోలను చూసిన తర్వాత, శివస్వామికి హెడ్ ఆఫీస్ బోర్డ్ రూమ్‌లో చూసిన పెద్ద ఛాయాచిత్రాలు గుర్తుకు వచ్చాయి. అతని మనసులో ఇప్పుడు అవి ఒకదానికొకటి సరిపోలాయి. ఇది లాజిస్టిక్స్ కంపెనీగా ప్రారంభమైనందువల్లనే, దాని ప్రధాన వ్యాపారం ఇప్పటికీ అలాగే ఉంది. కంపెనీకి లాభం రావడంతో మరో రెండు కంపెనీలను కొనుగోలు చేసి వ్యాపారాన్ని విస్తరించారు. ఆ వ్యాపారాలన్నీ రవాణా రంగంకన్నా భిన్నంగా ఉన్నాయి. ఒకటి– వైద్య పరికరాల వ్యాపారం. మరొకటి– ఇంజనీరింగ్ కన్సల్టింగ్. ఇటువంటి వైవిధ్యమైన విస్తరణ కారణంగా, డిటి గ్రూప్ వ్యాపార ప్రపంచంలో తనదైన ముద్రవేసింది. మెడికల్ ఎక్విప్‌మెంట్స్ ట్రేడింగ్ డివిజన్ వైద్య రంగానికి సంబంధించిన అరుదైన వైద్య యంత్రోపకరణాలను దిగుమతి చేసుకుని దేశంలోని ప్రధాన ఆసుపత్రులకు, పరిశోధనా కేంద్రాలకు సరఫరా చేస్తుంది. అటువంటి యంత్రాల స్థాపన, మరమ్మత్తుల పట్ల జాగ్రత్తలు తీసుకుంటుంది. ఇంజనీరింగ్ కన్సల్టింగ్ విభాగం సివిల్ కన్సల్టింగ్ చేస్తుంది. కేంద్ర, వివిధ రాష్ట్ర ప్రభుత్వాల నుండి హైవే, బ్రిడ్జి, ఫ్లైఓవర్ మొదలైన భారీ మౌలిక సదుపాయాల ప్రాజెక్టులను చేపట్టి, పనిచేసే విభాగం. ఈ రెండు విభాగాలకు అశోక్ మెహతా నేతృత్వం వహిస్తున్నారు. అన్ని విభాగాల అధిపతులు ధావల్ థక్కర్‌కు నివేదికలు సమర్పిస్తారు.

“సాఫ్ట్‌వేర్ డివిజన్ గురించి వీడియోలో లేనే లేదుకదా?” అని అడిగారు.

“ఇది పాత వీడియో సార్. ఇది ఇంకా అప్డేట్ కాలేదు” అని ఆమె అంది.

"సాఫ్ట్‌వేర్ డివిజన్ ప్రారంభించి ఎన్ని సంవత్సరాలైంది?" అని అడిగారు.

ఆమె కంగారుపడుతూ లేచి నిలబడి, "నాకు తెలీదు సార్. ఒక్క నిముషం ఇవ్వండి, తెలుసుకుని వస్తాను" అంటూ డోర్ వైపు కదిలింది. "పర్వాలేదు. తర్వాత ఇద్దరం కలిసే అడుగుదాం. రండి, కూర్చోండి" అంటూ ఆమెను వెనక్కి పిలిచి కూర్చోబెట్టారు.

శ్యామలా మెనన్ హెడ్ ఆఫీస్ నుండి అనురాధకు ఫోన్‌చేసి, మధ్యాహ్నం బ్రాంచ్ ఆఫీసుకి వచ్చి శివస్వామితో మాట్లాడతానని చెప్పింది. ఆయన ఇక్కడే ఉన్నారు, ఫోన్ ఇవ్వాలా అని అనురాధ అడగ్గా, శ్యామల వద్దంది.

రెండో అంతస్థులోని ఎలివేటర్ నుంచి బయటకు వచ్చిన తర్వాత కుడివైపు మూలలో శివస్వామికి కూర్చోవడానికి క్యూబికల్ ఇచ్చారు. ఆయనకు ఆ స్థలాన్ని చూపిస్తున్నప్పుడు అనూరాధ ముఖం వాడిపోయింది. ఎందుకంటే, అతనికంటే ఎన్నో సంవత్సరాలు జూనియర్ అయిన ఆమె ఇంకా పెద్ద స్థలంలో కూర్చునేది. శివస్వామి మాత్రం భావరహితంగా తన స్థలం వైపు చూశాడు. బిఇఎల్‌లో దాదాపు ఇరవై సంవత్సరాలుగా తనదైన స్వంత గది ఉండేది. పొద్దున్నే ఆఫీసులోకి కాలుపెట్టిన మొదటి క్షణంలోనే, అనురాధ అనే జూనియర్ ఆయనను ఆఫీసులో కలుసుకోగానే యుద్ధం మొదలైందనే అవగాహన ఆయనకు కలిగింది. ఇప్పుడు సిట్టింగ్ ఏరియాను చూడగానే అది అర్థమైంది. అయితే, కేవలం స్టేటస్ కోసమే ఒక ఆఫీస్ గది కావాలని ఆయన మనస్సు ఎప్పుడూ ఆలోచించనే లేదు.

"ఇది శ్యామల మేడంగారు నిర్ణయించారు. మీకు సరిపోతుందికదా సార్?" అని అనురాధ అడిగింది. ఆమెకూ అప్పటికే అనేక సూచనలు అందాయి. బ్రాంచ్‌లోని ముగ్గురు సీనియర్ అధికారులు నెలల తరబడి వెతికి, కూలంకషంగా ఇంటర్వ్యూలు నిర్వహించి తగిన అభ్యర్థిని ఎంపిక చేసి ఆమోదానికి పంపితే, దానిని ఎం.డి. తిరస్కరించి తన పాత పరిచయస్థులను నియమిస్తున్నారనే గుసగుసలు కంపెనీ అంతటా వ్యాపించాయి. ముగ్గురూ ఎం.డి. పై ఆగ్రహం వ్యక్తం చేశారు. ఇవన్నీ దాని పరిణామాలే.

హెడ్ ఆఫీస్ హెచ్ఆర్ డిపార్ట్‌మెంట్ నుంచి స్నేహితురాలు మల్లిక

ఫోన్‌చేసి అంతర్గత సమాచారాలను ఈమెకు తెలియజేస్తోంది. "ఇప్పుడు చేరుతున్నది రిటైర్డ్ అయిన వ్యక్తి, ఆయనకు సరైన హెచ్‌ఆర్ అనుభవమే లేదు. ఎం.డి. తమ కొడుకు మీద, కోడలు ధృతి మీద, శ్యామలా మేడమ్ మీద తమకు ఎంత అధికారముందో చూపించడానికే వాళ్ల ఎంపికను పరిగణనలోకి తీసుకోకుండా అన్ని విధాలా ఫెయిల్ అయిన అభ్యర్థిని తీసుకొచ్చి కూర్చోబెట్టారు. ఆయను బ్రాంచీ స్పైగా ఉపయోగించుకుంటారట. అందుకే శ్యామలా మేడమ్, 'ఆ వ్యక్తిని పదిహేను రోజుల్లో మా కంపెనీని వదిలి వెళ్లేలా చేస్తాను' అని రవిసర్, ధృతి మేడమ్‌లకు మాట ఇచ్చారట. నువ్వు వీరి మధ్యలో చిక్కుకోవద్దు. మౌనంగా శ్యామల మేడమ్ చెప్పింది చేస్తూవుండు" అంది.

"ఈ స్థలం ఎందుకు సరిపోదు? తప్పకుండా సరిపోతుంది" అన్నారు శివస్వామి. "అయితే నా బాధ్యతలు ఏవో నాకు ఇంకా తెలియదు. శ్యామల వస్తారుకదా, అప్పుడు మాట్లాడతాను. కానీ ఉద్యోగులతో మాట్లాడేటప్పుడు హెచ్‌ఆర్ డైరెక్టర్‌కు ప్రైవసీ అవసరమని నేను భావిస్తున్నాను. అన్ని సందర్భాల్లోనూ ఉద్యోగులను వ్యక్తిగతంగా తీసుకెళ్లి సమావేశ మందిరాల్లో కూర్చోబెట్టడం సాధ్యం కాదు. అంతేకాదు, ఇక్కడ చుట్టూ సహోద్యోగులు కూర్చోవటం వల్ల వారికి మాటలు వినిపిస్తాయి. కొన్ని సూక్ష్మమైన విషయాలు ఉంటాయి. ఇది సమస్య కావచ్చు" అని అన్నారు. అనురాధ తన నోట్‌బుక్‌లో రాసుకుంది. శ్యామలకు తెలియజేస్తానని చెప్పింది. ఆమె ఆ ఫ్లోర్‌లోని ఉద్యోగులను పరిచయం చేసింది. అది ఇంజనీరింగ్ విభాగం. హెచ్‌ఆర్ డైరెక్టర్ ఇక్కడ ఎందుకు కూర్చుంటారని కొందరికి ఆశ్చర్యం కలిగింది. సంస్థ సీనియర్ అధికారులు హెచ్‌ఆర్, అడ్మినిస్ట్రేషన్‌తోపాటు కంపెనీ సీనియర్ అధికారులు మొదటి ఫ్లోర్‌లో కూర్చుంటారు.

నాలుగో ఫ్లోర్‌లోని టెర్రస్ గార్డెన్లో భోజనాల ఏర్పాట్లు చేశారు. అనురాధ శివస్వామిని అక్కడికి తీసుకెళ్లి ఇంకా చాలా మందిని పరిచయం చేసి భోజనానికి కూర్చోబెట్టింది. ఇద్దరూ ఒక టేబుల్ దగ్గర కూర్చొని భోజనం చేస్తుండగా, చాలా మంది ఉద్యోగులు వచ్చి తమను తాము పరిచయం చేసుకుని, స్నేహపూర్వకంగా మాట్లాడి వెళ్లారు. ప్రతి ఉద్యోగీ హెచ్‌ఆర్ డిపార్ట్ మెంట్‌వారితో బాగా ఉండాలని కోరుకుంటారని శివస్వామికి తెలుసు. సాఫ్ట్‌వేర్

డెలివరీ విభాగంలో సీనియర్ మేనేజర్ అయిన దేబశిష్ శర్మ –శివస్వామిగారి అనుభవాల గురించి చెప్పమని అడగాడు. మేనేజ్‌మెంట్‌తోటి ఇబ్బందుల గురించి గుసగుసలు అతని వరకు చేరి, పరీక్షించాలనే ఈ ప్రశ్న అడిగివుండొచ్చనే అనుమానంతో వాళ్లిద్దరినీ అనురాధ కుతూహలంతో చూస్తోంది. శివస్వామి చిరునవ్వు నవ్వి, "నేను స్వయంగా నా ప్రయాణాన్ని కొనసాగించి, ఎన్నో కొండలు ఎక్కి, అనేక లోయలలో దిగి ఈరోజు మిమ్మల్ని చేరుకున్నాను మిస్టర్ శర్మా. నాకు ముప్పై ఐదు సంవత్సరాల అనుభవం ఉంది. మానవ వనరుల నిర్వహణలో కొత్తదనాన్ని తీసుకునిరాగల సామర్థ్యం నాకు ఉంది. మీరే చూస్తారు. మీరు, మీ బృందాలు నన్ను నమ్మవచ్చు" అని ఆత్మవిశ్వాసం కొట్టొచ్చినట్టు కనిపించేలా అన్నారు. ఆ విశ్వాసాన్ని ఈరోజు ఆయన చూపించాల్సివుంది. ఆయన జవాబుతో దేబశిష్, అనురాధ ఇద్దరూ సంతృప్తి చెందారు.

భోజనం ముగించి రెండో ఫ్లోర్‌లో ఉన్న తన స్థలానికి వచ్చి కూర్చున్న తర్వాత కూడా అనూరాధ మరో రెండు ఫారాలు నింపడానికి ఇచ్చింది. అవి ఆరోగ్య బీమాకు సంబంధించినవి. శివస్వామి తల వంచుకుని పూర్తిచేస్తున్న సమయానికి, "హలో శివస్వామి. వెల్‌కమ్ ఆన్ బోర్డ్" అంటూ స్త్రీ గొంతు వినిపించింది. తలెత్తి చూస్తే, వచ్చి నిలుచున్నది శ్యామలా మెనన్ అని గ్రహించడానికి కొంత సమయం పట్టింది. ఇంటర్వ్యూ జరిగి చాలా రోజులు గడిచినందువల్ల ఆమె ముఖంచిత్రం అతని మనసులో మసకబారిపోయింది. ఆ రోజు ఆకుపచ్చ చుడీదార్లో ఉన్న ఆమె ఈరోజు నల్ల ప్యాంటు, తెల్లచొక్కాలో ఉన్నారు. నల్ల కళ్లద్దాలు నెత్తిమీదికి ఎక్కాయి. శివస్వామి లేచి నిలుచున్నారు. ఆమె చేయి ముందుకు చాపి కరచాలనం చేసింది.

"జాయినింగ్ ఫార్మాలిటీస్ అన్నీ అయిపోయాయా?" అని అడిగింది. అప్పుడు శివస్వామి నవ్వుతూ, "అనురాధ, భర్తీ చేయాల్సినవి ఇవే చివరి ఫారమ్స్ కదా?" అన్నారు. అనురాధ నవ్వింది, శ్యామల నవ్వలేదు. "మీరు భోజనం చేశారా?" అని శివస్వామిని అడిగింది. "అయ్యింది" అన్నారు శివస్వామి.

ఆమె వాచ్ వైపు చూసింది. "అయ్యో, అప్పుడే రెండున్నర అవుతోంది.

నా భోజనం ఇంకా కాలేదు. ఈరోజు మీతో ఒక గంట మాట్లాడాలనుకున్నాను. సాధ్యం కాదు. నాలుగు గంటలకు ఒక ముఖ్యమైన మేనేజ్‌మెంట్ మీటింగ్ ఉంది. ఆలోపు నేను తిరిగి హెడ్ ఆఫీస్‌కు వెళ్లాలి" అని, ఆమె శివస్వామి నుంచి ఎలాంటి స్పందనను ఆశించనట్టు, "ఒక పని చేద్దాం. కెఫెటేరియాలోనే కూర్చుని మాట్లాడుకుందాం'' అని ఈయన సమాధానం కోసం ఎదురుచూడకుండా, తలుపు వైపు అడుగులు వేయసాగింది. చేతిలో నోట్‌బుక్‌తో శివస్వామి ఆమెను అనుసరించారు. అనురాధ కూడా వారిని అనుసరించింది. లిఫ్ట్ బటన్ నొక్కుతూ అనురాధ కూడా రావడం గమనించింది. "అనురాధా, నేను శివస్వామిని మరో ఇరవై నిమిషాల్లో కిందకి పంపేస్తాను" అంది. శ్యామల సందేశాన్ని గ్రహించినదానిలా అనురాధ తన డెస్క్ దగ్గరికి వెళ్లింది.

శ్యామల, శివస్వామి నాల్గవ ఫ్లోర్‌లోని కెఫెటేరియాలోకి ప్రవేశించినప్పుడు, అది ఖాళీగా కనిపించింది. క్యాటరింగ్ సర్వీస్ అబ్బాయిలు తమ పాత్రలను సర్దుకుంటున్నారు. దూరంలో ఇద్దరు అమ్మాయిలు కూర్చుని భోజనం చేస్తున్నారు. ఇంటి నుంచి తెచ్చిన టిఫిన్ బాక్స్‌లోంచి తింటూ క్యాటరింగ్ బాయ్స్ చేస్తున్న శుద్ధీకరణ కార్యానికీ తమకూ ఏమీ సంబంధం లేదన్నట్లుగా తమ లోకంలో ఉన్నారు. శ్యామలను చూడగానే కేటరింగ్‌లోని ఓ కుర్రాడు పరిగెత్తుకుంటూ వచ్చి టేబుల్ తుడుచి, "మేడమ్ ఇక్కడికి రండి" అని పిలిచాడు. ఇద్దరూ అక్కడే కూర్చున్నారు. రెండు ప్లేట్లు తెచ్చారు. ఒకటి చాలు అని తన ప్లేటును వెనక్కి పంపారు శివస్వామి. మరో ఇద్దరు కుర్రాళ్లు వచ్చి చపాతీ, బెండకాయ కూర వడ్డించి, వారి ఆజ్ఞల కోసం ఎదురు చూస్తున్నట్లుగా దగ్గర్లోనే నిలబడ్డారు. "ఇదేమిటి! కూరకు ఇంత నూనె వేశారే?" అని శ్యామల కుర్రాళ్లను అరిచింది. ఒకడు పరిగెత్తుకెళ్లి లోపలి నుంచి తమవారిలో పెద్దవాణ్ణి తీసుకొచ్చాడు. అతను వచ్చి వినయంగా నిలబడి, "అది మేడమ్.... మీకు అడుగున వున్నది వడ్డించాల్సి వచ్చింది. నూనె ఎక్కువగా కనిపిస్తోంది. మీరు వస్తున్నారని తెలియదు. ఎవరూ చెప్పలేదు. నాకు తెలిసి ఉంటే మీకు ప్రత్యేకంగా భోజనం తీసిపెట్టి, మీరు కూర్చుంటున్న రూమ్ దగ్గరికి పంపేవాడిని" అన్నాడు. శ్యామల ఏమీ మాట్లాడలేదు. వెళ్లమన్నట్లు చేత్తో సైగ చేసింది. అతను వెళ్లిపోయాడు. ఇప్పుడు శ్యామల శివస్వామి వైపు తిరిగింది.

“అనురాధ ఈరోజు మీకు కంపెనీని పరిచయం చేసి ఉండాలి. మిమ్మల్ని ఈ సాఫ్ట్‌వేర్ డివిజన్‌కు తీసుకున్నారు. ఇంతకు ముందు నా హెడ్ ఆఫీస్ టీమే దీన్నీ చూసుకునేది. కానీ కష్టమైంది. లాజిస్టిక్, మరో రెండు డివిజన్లను చూసుకోవటంలోనే మా శక్తి అంతా ఇంకిపోయేది. ఇక్కడే ఒకరు ఉంటే బాగుంటుందని భావించి అనురాధను ఈ ఆఫీసుకు బదిలీ చేశాం. అయితే అది చాలదని, ఆమెకు జూనియర్, ఒక మేనేజర్ స్థాయి వ్యక్తి ఇన్‌చార్జ్ ఉండాలని రవిరాజ్, ప్రభులు డిమాండ్ చేశారు. అందువల్ల మిమ్మల్ని ఇక్కడ నియమించుకున్నాను. మీ ఫోకస్ పూర్తిగా ఈ డివిజన్ పైనే ఉండాలి. నేను మిమ్మల్ని హెడ్ ఆఫీస్ మీటింగ్‌లలో చేర్చుకోను. మీరు అక్కడికి వస్తే అనవసరంగా మీ సమయం వృధా అవుతుంది” అన్నారు.

శివస్వామికి మొదటిరోజే అయినప్పటికీ కంపెనీ గురించి అంతా అర్థమైనట్టు అనిపించి మనస్సులోనే నవ్వుకున్నారు. ధావల్ నుంచి తనను దూరం పెట్టేందుకు ప్రయత్నిస్తున్నట్లు స్పష్టంగా అర్థమైంది.

“సరే. అలాగే కానివ్వండి. నా దృష్టిని పూర్తిగా ఈ బ్రాంచీకే కేటాయిస్తాను” అని అన్నారు.

“దట్స్ గుడ్” అంది నాప్‌కిన్ పేపర్‌తో పెదాలను తుడుచుకుంటూ.

“నేను వెంటనే శ్రద్ధ వహించాల్సింది ఏదైనా ఉందా?” అని అడిగారు.

“శివస్వామి, మా కంపెనీలో అన్నీ వెంటనే చూడాల్సినవే” అని వ్యంగ్యంగా నవ్వింది. తన పబ్లిక్ సెక్టార్ అనుభవాన్ని ప్రశ్నించడానికే అని గ్రహించిన శివస్వామి మౌనం వహించారు.

“నేను మీకు రిపోర్ట్ చేయాలికదా?” అన్నారు.

“ఎందుకు? అనుమానమా?” అని ఎదురుప్రశ్న వేసింది.

“లేదు, అనుమానం లేదు. నేను మిమ్మల్ని ఎలా సంప్రదించాలి, మన మధ్య సమావేశాలను ఎలా ఏర్పాటు చేసుకోవాలి? ఆ కారణంగా అడుగుతున్నాను.”

శ్యామల అసహనంగా, “అవన్నీ అనురాధ తెలియజేస్తుంది. ఇంకేమైనా ప్రశ్నలు ఉన్నాయా?” అంది.

“లేదు.”

శ్యామల లేచి చేతులు కడుక్కొని వచ్చింది. శివస్వామి దూరంగా నిలబడి ఆమె కోసం వేచి ఉన్నాడు. కేటరింగ్ సర్వీస్‌కు చెందిన వ్యక్తి అక్కడే నిలబడ్డాడు.

"భోజనం క్వాలిటి ఇంప్రూవ్ చేయాలని గణేష్‌కు చెప్పు" అంటూ శ్యామల అతనివైపు చూడకుండానే అడుగు ముందుకు వేసింది. "ఏమైంది మేడమ్?" అతను కంగారుగా అన్నాడు.

"నేను ఇంతకు ముందే చెప్పాను! ఎన్నిసార్లు చెప్పాలి? అంత నూనె వేస్తారా? మా కంపెనీ గురించి ఏమనుకుంటున్నారు? ఎవరైనా రావచ్చు, ఏది కావాలన్నా వడ్డించవచ్చని అనుకున్నారా? మేనేజ్‌మెంట్‌వారు మూర్ఖులనుకున్నారా? మరో కంప్లయింట్ వస్తే కాంట్రాక్స్ కాన్సిల్ చేస్తాను. గణేష్‌ను వచ్చి కలవమని చెప్పు" అంటూ గబగబా లిఫ్ట్ వైపు నడిచింది.

ఇద్దరూ మౌనంగా లిఫ్ట్‌లో నిలబడ్డారు. శివస్వామి సెకండ్ ఫ్లోర్ బటన్ నొక్కాడు, ఆమె గ్రౌండ్ ఫ్లోర్ బటన్ నొక్కింది. తమ ఫ్లోర్ రాగానే శివస్వామి అడుగు బయట పెట్టిన తర్వాత ఆమె లిఫ్ట్ డోర్ మూసుకోకుండా చెయ్యి అడ్డుపెట్టి "శివస్వామి?" అంది. శివస్వామి వెనుతిరిగి "చెప్పండి" అన్నారు. "మీ పాత కంపెనీలో ఉన్నట్లు ఇక్కడ ఫార్మాలిటీస్ ఉండవు. నాతో మాట్లాడాలనుకుంటే ఫోన్ ఎత్తి నాతో మాట్లాడటమే" అని చెప్పి లోపలికి జరిగింది. లిఫ్ట్ తలుపులు మూసుకున్నాయి.

సాయంత్రం ప్రభు స్వయంగా వచ్చి పలకరించి వెళ్లాడు. రవిరాజ్ కూడా మొదటి ఫ్లోర్‌లోని ఆఫీసులో ఉన్నాడు. శివస్వామిని అక్కడికి తీసుకెళ్లేందుకు అనురాధ రెండుసార్లు ప్రయత్నించింది. కానీ అతను నిరంతరం ఫోన్ కాల్స్‌లో ఉన్నాడు.

శివస్వామికి ల్యాప్ టాప్ ఇచ్చారు. దానికి అలవాటుపడటానికి కొంత సమయం పట్టింది.

ఐదు గంటలకు రవిరాజ్, అతని భార్య ధృతి ఈయనను పలకరించడానికి రెండవ అంతస్తుకి వచ్చారు. "నేను జ్ఞాపకం వున్నానా?" అని అడుగుతూ రవిరాజ్ చేయి చాచినప్పుడు, "కచ్చితంగా జ్ఞాపకం ఉన్నారు, సార్" అంటూ శివస్వామి నవ్వుతూ చేయి చాపారు. ఆ రోజులాగే ఈరోజు

కూడా సూట్లో ఉన్నాడు. తండ్రిలా పొడుగ్గా ఉంటాడు. అయితే ముఖ భావాల్లో తండ్రికంటే సీరియస్‌గా ఉండే మనిషి.

"ఈమె నా భార్య ధృతి" అని పరిచయం చేశాడు. ఆమె కూడా పొడవైన మనిషి. ఆమె జీన్స్, లేత పసుపు షర్ట్ ధరించింది. చక్కటి శరీరసౌష్ఠవం. ముఖంలో ఆరోగ్యపు, ఐశ్వర్యపు కళ. రవిరాజ్‌లా ఆమె కూడా పెద్దగా నవ్వదు. ఆమె తన పొడవాటి చేతులను సునాయాసంగా చాపి కరచాలనం చేసింది.

రవిరాజ్ అన్నాడు– "ఈ రోజు మీకు కంపెనీలో చేరడానికి చాలా ఫార్మాలిటీస్ ఉంటాయని మిమ్మల్ని ఇబ్బంది పెట్టబోవడం లేదు. రేపు నేను, ప్రభు మీతో సుదీర్ఘంగా చర్చిస్తాం. మాకు చాలా చోట్ల మీ సహాయం కావాలి" అన్నాడు. "తప్పకుండా" అన్నారు శివస్వామి.

"మీరు ఇంతకు ముందు ఎక్కడ ఉన్నారు?" ధృతి అడిగింది. శివస్వామి తన పరిచయాన్ని క్లుప్తంగా చెప్పారు. పలకరించడానికి సాకుగా ఆమె ఆ ప్రశ్న అడుగుతోందని అనుకున్నారు. వాళ్లు అక్కడ ఉన్నంత సేపు ఆయన్ను అంచనా వేస్తున్నట్లుగా ఆమె వారి కళ్లనే చూస్తూ ఉంది. "శ్యామల కలిసిందా?" ఆమె అడిగింది. "అవును, ఈ మధ్యాహ్నం వచ్చారు" అన్నారు శివస్వామి.

భార్యాభర్తలు ముందుకు కదిలారు. తన క్యాబిన్‌ను వదిలి ముందరి క్యాబిన్‌ను దాటలేదు. అంతలో ధృతి రవిరాజ్‌ను గుజరాతీలో ఏదో అడిగింది. ఎంతమందికి అర్థమైందో కానీ, ఆ మాటలు శివస్వామితో సహా చుట్టుపక్కల వారి చెవుల్లో పడ్డాయి. రవిరాజ్ సమాధానం చెప్పలేదు. మెల్లిగా ఆమె ఎడమ చేతిని నొక్కి, బయటకి తీసుకుని వెళ్లారు.

సాయంత్రం ఆరు గంటలకు ఇంటికి బయలుదేరినపుడు మెయిన్ డోర్ బయట ప్రభు కలిశాడు. ముగ్గురు నలుగురు అబ్బాయిలతో కబుర్లు చెబుతూ సిగరెట్ తాగుతున్నాడు. ఈయన్ను చూసి చిరునవ్వు నవ్వి దగ్గరికొచ్చి పలకరించాడు. "ఇదే చూడండి మా కంపెనీ స్మోకర్స్ కార్నర్. అనురాధ దీనిని పరిచయం చేయలేదు" అని నవ్వి, "మీరు స్మోక్ చేస్తారా సార్?" అని అడిగాడు. "లేదు" అన్నారు శివస్వామి.

ఇల్లెక్కడ, ఎలా వచ్చారు అని ఆప్యాయంగా పలకరించాడు. "మా ఇల్లు జెపి నగర్లో ఉంది. కావాలంటే ఈరోజు మీరు మాతో రావచ్చు. సగం

దూరం వరకు మిమ్మల్ని వదిలినట్టుంది" అన్నారు.

శివస్వామి సున్నితంగా తిరస్కరించారు. "రెండు అడుగులు వేస్తే ఎం.జి. రోడ్ మెట్రో స్టేషన్ వస్తుంది. ఇక్కడ ఎక్కితే సుఖంగా ఇల్లు చేరుకుంటాను" అంటూ అతడికి వీడ్కోలు పలికి అడుగు ముందుకువేశాడు. "రేపు మిమ్మల్ని కలిసి, వివరంగా మాట్లాడతాను" అన్నాడు. ఈయన 'సరే' అన్నారు.

ఇంటికి చేరిన మాట నిజమే, కానీ ఎంత సుఖంగా? మెట్రో రైలులో అడుగు మోపలేనంత మంది ఉన్నారు. మెజెస్టిక్ స్టేషన్లోనూ అంతే. ఎలాగోలా కుదుటపడి ఇంటికి చేరుకునే సరికి రాత్రి ఎనిమిది అయింది. బాగా అలసిపోయారు. రోజు ఇలాగే ఉంటే ఏమిటి గతి అనిపించింది. వేరే దారి లేకపోయింది. స్కూటర్ తీసుకుని వెళితే ఇక్కడ ట్రాఫిక్‌కు ఇంతకన్నా ఎక్కువ ఆయాసమవుతుందని ఆయనకు తెలుసు.

అన్నం, పప్పుచారు వండుకుని భోజనం చేశారు. రేవతికి ఫోన్ చేశారు. తమ ఆయాసాన్ని దాచుకుని సహజంగా మాట్లాడారు. పని సులభంగానే వుందన్నారు. వెళ్లిరావడం కష్టం కాలేదా అని అడగటంతో కొంచెం కష్టంగా ఉందన్నారు.

బిఇఎల్‌లోని తన డిపార్ట్‌మెంట్‌లోనే ఉండి రిటైర్ అయ్యి, ఇప్పుడు ఘాజియాబాద్‌లోనే ఉన్న తన స్నేహితుడు రామ్ చౌధురికి ఫోన్ చేశారు. బెంగుళూరు వచ్చిన తర్వాత ఒక్కసారి తప్ప అతనితో ఇప్పుడే మాట్లాడుతోంది. తన పని గురించి తాను అనుభవిస్తున్నదాన్ని గురించి ప్రతిదీ చెప్పుకున్నారు. "శివ్, ఇది మామూలే" అన్నాడు. "నువ్వు చెప్పినందు వల్లే నేను గంగా ఫార్మాస్యూటికల్స్ కంపెనీని వదిలేశాను. బిఇఎల్‌లో పదవీ విరమణ తర్వాత నేను అక్కడ చేరానని నీకు తెలిసివుండొచ్చు. అప్పుడు నీవు ఈ ఊళ్లోనే ఉన్నావు. అయితే అక్కడ ఇమడలేకపోయాను. ప్రతి కంపెనీ తనదైన ఒక ఉపసంస్కృతిని కలిగివుంటుంది. జీవితాంతం అక్కడే పనిచేస్తే, మిమ్మల్ని అందులో ముంచి, నీళ్లు తాగించి, రంగులు మార్చుకుని అభివృద్ధి చెందుతారు. గంగా ఫార్మాస్యూటికల్స్‌లో ఎవరో కుర్ర ఆఫీసర్ ఆర్డర్ చేస్తాడు. నేను అతనితో కలిసి ఉండలేకపోయాను. అతను మరీ చెడ్డవాడనికాదు, బిఇఎల్‌లో అలాంటి మనుషులు లేరని కాదు. అక్కడ భరించాను. కానీ ఇక్కడ సాధ్యంకాలేదు.

ఎందుకు ఆ విధమైన భరించలేనంత అవమానకరమైన అనుభవం కలిగిందో కారణం నిజంగా తెలియదు. ఓ కంపెనీలో చేరి అక్కడ ముప్పై ఐదేళ్లు పనిచేయడం అంటే పెళ్లయిన భార్యతో ముప్పై ఐదేళ్లు సంసారం చేసినదానికి సమానం. లోపలా, బయట, మనఃశరీరాలను అన్నిటనీ దానికి అప్పగించి దానికి అనుకూలంగా మలుచుకుని ఉంటాం. ఇద్దరూ ఒకరొకరి బలాలను, బలహీనతలను తెలుసుకుని వాటికి సర్దుకుని కలిసి జీవించడం నేర్చుకుని వుంటాం. ఇప్పుడు ఈ వయసులో మరో కంపెనీలో చేరడమంటే కట్టుకున్నదాన్ని వదిలి మరోదాన్ని కట్టుకున్నట్లే. ఆమెకు నువ్వు ఏం చేసినా నచ్చదు. తెలిసిందికదా? అదీ ఈ వయసులో ఆమె అడిగిందంతా చేయటానికి ఎలా సాధ్యమవుతుంది?" అని అలలు అలలుగా నవ్వాడు. ఆతని మాటలు ఎప్పుడూ అలాగే వుంటాయి. ఈయనకన్నా అతను సీనియర్. అందువల్ల ఈయన రిటైర్డ్ కావటానికి ఐదేళ్లకు ముందే పదవీ విరమణ చేశాడు. ఒకే డిపార్ట్‌మెంట్లో అన్ని సంవత్సరాలు కలిసే పనిచేశారు. "శివా, మరీ అలసిపోకు. ఎప్పుడు వద్దనుకుంటే అప్పుడు వదిలేయ్" అన్నాడు.

"ఈ రోజు నేను మొదటి రోజు పని తర్వాత వస్తున్నాను. వదిలేయాలన్న విషయాన్ని నాలుగు రోజుల తర్వాత మాట్లాడదాం మిత్రమా" అని శివస్వామి నవ్వారు. చౌధురితో మాట్లాడాక అతని మనసు కాస్త తేలికైంది. ఉదయం నుంచి ఏసీలో కూచుని చల్లబడిన ముఖానికి ఘాజియాబాద్ వేడిగాలి వీచినట్టయి హాయిగా అనిపించింది.

❖

10

మరుసటి రోజు, శివస్వామి ఆఫీసులోకి ప్రవేశించి లిఫ్ట్ వైపు వెళు తుండగా, ఫ్రంట్ డెస్క్‌లోని అమ్మాయి "సార్, సార్" అని పిలుస్తూ అతని దగ్గరకు పరిగెత్తుకొచ్చింది. "సార్, మీరు కూర్చునే స్థలాన్ని సెకండ్ ఫ్లోర్‌లోని క్యూబికల్ నుండి ఫస్ట్ ఫ్లోర్‌లోని ఆఫీస్ గదికి మార్చబడింది" అని ఆమె చెప్పింది. "సరే" అన్నారు. అది విశాలమైన గది. రవిరాజ్ గది పక్కనున్నది ప్రభు గది, దాని పక్కదే శివస్వామిగారిది. రవిరాజ్, ప్రభుల గదుల కంటే సింపుల్‌గా, అందంగా ఉంది. రాత్రికి రాత్రే పరిస్థితి మారిపోయింది.

అనూరాధ సంతోషించింది. ఆమె లోపలికి రాగానే, "ఇంతకు ముందు ఇక్కడ ఎవరు కూర్చునేవారు?" అని అడిగారు. "ఈ గదిని ప్రధాన కార్యాలయం నుండి మీటింగ్‌కో లేదా ఏదైనా విషయానికో వచ్చే మేనేజ్‌మెంట్‌వారి కోసం రిజర్వ్ చేయబడింది. ప్రధానంగా శ్యామల, ధావల్ సర్. ధావల్ సర్ ఈ మధ్య రోజుల్లో బ్రాంచ్ ఆఫీస్‌కు రావడం చాలా తక్కువ. అకౌంట్స్, ఆడిటింగ్, ఐఎస్ఓ క్వాలిటీ ఆడిటింగ్ మొదలైన వాటి కోసం బ్రాంచ్ కార్యాలయాన్ని సందర్శించేవారు దీనిని ఉపయోగించుకునేవారు. "అది తప్ప ఈ ఆఫీస్ గది శ్యామలగారిదే అనవచ్చు" ఆమె చెప్పింది. తనకు క్యూబికల్ ఇవ్వటం గురించి హెడ్ ఆఫీస్‌లో ఏదో గొడవ జరిగిన కారణంగానే ఈ నిర్ణయం తీసుకున్నారని శివస్వామి మనసుకు అర్థమైంది.

ప్రభు తన గదిలోకి రాగానే పక్క గదిలో శివస్వామిని చూసి ఒక్కసారి నవ్వాడు. ఓ గంట తర్వాత వచ్చి తన గది తలుపు తట్టి, "కాఫీ తాగి వద్దాం రండి శివస్వామీ" అని పిలిచాడు. అతను ఫార్మల్ దుస్తులు ధరించాడు. తెల్లటి చొక్కా అతని శరీర నిర్మాణానికి, విశాలమైన ఛాతీకి బాగా సరిపోయింది. కెఫెటేరియాలో కూర్చున్నప్పుడు ఇద్దరికీ కాఫీ వచ్చింది. శివస్వామికి షుగర్ లెస్ కాఫీ.

"మీరు మా కంపెనీలో చేరడం మంచిదైంది" అన్నాడు ప్రభు. "ఇప్పటి వరకు, ఈ శాఖకు హెచ్ఆర్ మేనేజర్ లేకుండా చాలా కష్టంగా ఉండేది. అన్ని పనులకూ ప్రధాన కార్యాలయంపైనే ఆధారపడాల్సి వచ్చేది. అందరికన్నా ఎక్కువగా కష్టపడేవాడిని నేను. ఎందుకంటే ఇక్కడ సాఫ్ట్‌వేర్ డెలివరీ నేను చూసుకుంటాను. రవిరాజ్ అమ్మకాలు చూసుకుంటాడు. ఈ బ్రాంచ్‌లోని తొంభై శాతం మంది ఉద్యోగులు నా టీమ్‌లో చేరారు. వాళ్లే నిజానికి ఈ కంపెనీకి ఆస్తి. అందువల్ల వాళ్లు నేరుగా కాంటాక్ట్ చేయడానికి బ్రాంచ్‌లోనే ఒక హెచ్ఆర్ ఇన్‌ఛార్జ్ ఉండాలని చాలా రోజుల నుంచి కోరుకునేవాడిని సార్? కానీ మా సదాశివ నగర్ ఆఫీస్‌వాళ్లు తమకు ఇష్టంలేని దానిపట్ల చెవిటివాళ్ల మాదిరి ఉండేవారు" అని నవ్వాడు.

శివస్వామి మునుపటి రోజున అనేక ప్రశ్నలను జాబితా చేశారు. కంపెనీని అర్థం చేసుకోవడానికి వాటికి జవాబులు కావాలి. అందులోనూ ప్రత్యేకించి సాఫ్ట్‌వేర్ విభాగం ఉత్పత్తులు, కస్టమర్లు, ప్రధాన కార్యాలయం, ఇతర విభాగాలతో సంబంధాలు, మరెన్నో విషయాలకు సంబంధించిన ప్రశ్నలు. శ్యామల, రవిరాజ్ తదితరుల కంటే స్నేహపూరితంగా ప్రవర్తిస్తున్న ప్రభుని అడిగి తెలుసుకోవడం సముచితమనిపించింది. ప్రభు ఆ ప్రశ్నలన్నింటికీ సముచితంగా, వివరంగా సమాధానమిచ్చాడు.

కేఫ్ బాయ్‌ని పిలిచి ఇద్దరికీ మళ్లీ కాఫీ ఆర్డర్ చేసి "మీకు నా చరిత్ర గురించి కొంచెం చెప్పాలి" అన్నాడు. "నేను, రవి కలిసి ఇంజనీరింగ్ చదువుకున్నాం. ఈ ఊళ్లోనే, ఎం.ఎస్.రామయ్య కాలేజీలో. తర్వాత నేను ఎంటెక్ చేయడానికి సూరత్‌కు వెళ్లాను. అతను తన తండ్రి కంపెనీలోనే చేరాడు. ఎంటెక్ పూర్తి చేసిన తర్వాత చాలా కంపెనీల్లో పనిచేస్తూ, ఇంగ్లాండ్,

అమెరికా, జర్మనీ మొదలైన దేశాలు తిరిగాను. మూడు సంవత్సరాల క్రితం రవి ఇక్కడ చేరమని నన్ను ఆహ్వానించాడు. అతను ఒక కొత్త సాఫ్ట్‌వేర్ కంపెనీని నిర్మించాలనే ఉత్సాహంతో ఉన్నాడు. నేనూ అత్యంత సంతోషంగానే ఈ ఉద్యోగంలో చేరాను. మూడేళ్లుగా రాత్రీపగలూ కష్టపడ్డాం. మంచి పేరు కూడా వస్తోంది" అన్నాడు.

"ఈ వ్యాపారంలో ఎం.డి. ఎంతవరకు పాల్గొంటారు?" అని శివస్వామి అడిగారు.

"ఇప్పుడు చూడండి, మీరు తేనెతుట్టను కదిలిస్తున్నారు" అని నవ్వాడు. "ఇటీవల మన సమస్యలన్నింటికీ మూలం అక్కడి నుంచే వస్తోంది. శివస్వామీ, ఒక విషయం చెబుతున్నాను. ఇది ఫ్యామిలీ కంపెనీ. కేవలం అంతే చెబితే ఏమీ చెప్పినట్టు కాదు. గుజరాతీ ఫ్యామిలీ కంపెనీ అంటే... ఆ... నేను ఎక్కువగా వివరించనవసరం లేదు" అని బిగ్గరగా నవ్వాడు. "మీరింకా రెండో రోజులోనే ఉన్నారు. కంపెనీ గురించి ఇప్పుడిప్పుడే తెలుసుకుంటున్నారు. నేను ఏదైనా చెప్పి మిమ్మల్ని తికమక పెట్టకూడదు. అయితే కొన్ని చెప్పకుండా ఉండలేను. రవిది అతని తండ్రిది ఒక విధమైన విచిత్రమైన సంబంధం. ఎప్పుడు దగ్గరగా ఉంటారో, ఎప్పుడు దూరంగా జరుగుతారో ఆ దేవుడికే తెలియదు. ఇప్పుడు రవి భార్య ధృతి కంపెనీలో ఎక్కువగా తలదూర్చడం వల్ల అది మరింత క్లిష్టమవుతోంది. ధావల్‌గారికి ఈ డివిజన్ ఏర్పాటు చేసి సాఫ్ట్‌వేర్ ఉత్పత్తిని విక్రయించటం ఇష్టంలేదు. కంటికి కనిపించేది మాత్రమే ప్రాడక్ట్ అని నమ్మేవారు ఆయన! లేదా మరోలా చెప్పాలంటే సాఫ్ట్‌వేర్ వ్యాపారం పట్ల ఆయనకు ఇష్టముందో లేదో కానీ, రవి చేయడం మాత్రం ఇష్టం లేదు. ఎందుకంటే అప్పటికే ఏవేవో వ్యర్థ ప్రయత్నాలు చేసి చేతులు కాల్చుకున్నాడు. ఆయనకు నష్టం కలిగించాడు. కాబట్టి ఆయన ఈ డివిజన్ పట్ల ఒక విధమైన తాత్సార ధోరణిని ఏర్పరుచుకున్నారు. ఇది ఇప్పటికీ ఉంది. అందుకే హెచ్‌ఆర్, ఫైనాన్స్, అడ్మినిస్ట్రేషన్ మొదలు అన్నింటినీ తమ ఆఫీస్ నుంచే నియంత్రిస్తారు. ఇతర విభాగాల అధిపతులకు ఉన్న ప్రత్యేక అధికారాలు రవికి లేవు. చూడండి... తను కోరుకున్న మేనేజర్‌ని కూడా అతను పెట్టుకోలేకపోయాడు..." అని నాలుక కరుచుకున్నాడు.

శివస్వామి నవ్వాడు. "నాకు తెలిసిందిలేండి" అన్నారు.

ఇద్దరూ వెళ్లడానికి లేచారు. ప్రభు తగ్గు స్వరంతో, "నేను మిమ్మల్ని అంగీకరించలేదని అనుకోకండి. ఆ రోజు మీ మాటలు టూ ఐడియల్ అని అనిపించటం నిజం. అయినా అవి నా హృదయాన్ని తాకాయి" అన్నాడు. మళ్లీ "అయినా, శివస్వామిగారూ, మనం జాగ్రత్తగా ఉండాలి. మీది వ్యాపార కుటుంబం కాదని భావిస్తున్నాను. నాది కూడా కాదు. మా నాన్న స్కూల్ టీచర్. మనలాంటివారి ఇళ్లల్లో ఒకే విధమైన సంబంధం ఉంటుంది. మనిషి ఊహించుకోగలుగుతాడు. కానీ ఈ పారిశ్రామికవేత్తల కుటుంబాలలో అలా కాదు. వారికి రాత్రీపగలు కూడా వ్యాపారమే ఊపిరి. కుటుంబంలో పలుకుబడి కోసం వారిలో వారికే తగాదాలు ఉంటాయి. ఈ రోజు పోట్లాడినవారే రేపు ఏకమవుతారు. ఈ రోజు ఏకమైనవారు రేపు పోట్లాడుతారు. మన దేశంలో తండ్రీ కొడుకుల రాజకీయ పార్టీలు లేవాసార్? అయితే మనం గుర్తుంచుకోవాల్సిన విషయం ఏమిటంటే, వారందరిలో ప్రవహించేది ఒకే రక్తం. ఎప్పటికైనా వాళ్లంతా బంధువులే. స్నేహాన్ని తెంచుకోవచ్చు కానీ బంధుత్వం తెంచుకోగలరా? ఏదోఒక సమయంలో అందరూ ఏకమై మిమ్మల్ని సైబీరియాకు తరిమికొట్టవచ్చు" అని నవ్వాడు. "మిమ్మల్ని" అనటం శివస్వామికి గుచ్చుకున్నట్లయింది. 'మనల్ని సైబీరియాకు తరిమికొట్టవచ్చు' అని చెప్పొచ్చు. ఎందుకలా చెప్పలేదు? చాలా ప్లానింగ్‌తో ఈ మెసేజ్ ఇస్తున్నాడేమో అనిపించింది. లేకపోతే తాను చేరిన రెండో రోజునే ఈ విషయాలన్నీ చెప్పాల్సిన అవసరం లేదు.

మధ్యాహ్నం శివస్వామి, రవిరాజ్, ప్రభుల మధ్య సుదీర్ఘ సమావేశం జరిగింది. ఆ మీటింగ్‌లో శ్యామల కూడా ఉండాల్సింది. అయినా ఆ సమయానికి తనకు కుదరదని మీటింగ్ వాయిదా వేయమని రాసింది. ప్రభు ఒప్పుకోలేదు. "మన ఈ డివిజన్ పనులు స్వతంత్రంగా జరగాలనే శివస్వామిని నియమించాం. ఇప్పటి వరకు అనురాధ జూనియర్ కావడంతో కొన్ని ముఖ్యమైన సమావేశాలకు శ్యామల తప్పనిసరిగా హాజరు కావాల్సిన అగత్యం ఉండేది. ఇప్పుడు బ్రాంచ్ కోసం ఒక సీనియర్ హెచ్ఆర్ పర్సన్ ఉన్నప్పటికీ శ్యామల కోసం ఎదురుచూస్తే వెనుకటికి ఇప్పటికి తేడా ఏముంటుంది?" అని వాదించారు. ప్రభు మాటలతో రవిరాజ్ ఏకీభవించినట్లు అనిపించలేదు. "మనం అలా

శివస్వామిని కేంద్ర కార్యాలయం నుంచి వేరు చేయలేం. ఏది ఏమైనా ఆయన రిపోర్ట్ చేయవలసింది శ్యామలకేకదా" అన్నాడు. ఆ మాటలకు ప్రభు అంగీకరించలేదు.

ఆఖరికి శివస్వామి లేచి నిల్చుని, "నాదొక మాట వినండి" అన్నాడు. "నాకు ఈరోజు రెండవ రోజు కాబట్టి కంపెనీ గురించి తెలుసుకోవలసింది చాలావుంది. అయితే, నేను మీకు ఒక విషయం చెప్పాలనుకుంటున్నాను. నేను హెచ్ఆర్ పాయింట్ ఆఫ్ వ్యూ నుండి ఈ శాఖను స్వతంత్రంగా నిర్వహించగలను. నాకు ఆ అనుభవం ఉంది. నేనే మీతో నేరుగా వ్యవహరించగలను. అలాగే నేను శ్యామలగారికి రోజువారీ అప్డేట్లు పంపుతాను. నాకు ఎప్పుడు సహాయం అవసరమైనా నేను వారిని సంప్రదించగలను. నా మాటలను పరిశీలించండి" అన్నారు.

ప్రభు అంగీకరించాడు. "మీ నుండి మేము కోరుకుంటున్నదీ ఇదే" అని అన్నాడు. రవిరాజ్ ఒప్పుకోలేదని అతని ముఖకవళికలను బట్టి అర్థమైంది. కానీ ప్రభు నిర్ణయంలాంటి మాట అతని నోరు మూయించింది. మీటింగ్ కొనసాగింది. ఇద్దరూ తమ అంచనాలను సుదీర్ఘంగా పంచుకున్నారు. వారి అంచనాలు చాలావరకు హెచ్ఆర్ విధానాలు, ప్రక్రియలలో స్పష్టత లేకపోవడం వల్లే ఉత్పన్నమయ్యాయని శివస్వామికి స్పష్టంగా అర్థమైంది. తాను దీన్ని పరిష్కరించగలడనే నమ్మకం ఏర్పడింది.

ముగ్గురూ చర్చించుకున్న విషయాలను ప్రణాళికగా రాసి అందరితో పంచుకోవడానికి మూడురోజులు పట్టింది. ఏవైనా ప్రశ్నలుంటే ప్రభు, అనురాధలను అడిగి పరిష్కరించుకునేవారు. తను కాకుండా ఆ శాఖలో హెచ్ఆర్ డిపార్ట్మెంట్కు అనూరాధ ప్రాతినిధ్యం వహిస్తుండటం వల్ల ఆమె నమ్మకాన్ని సంపాదించడం శివస్వామికి ముఖ్యం. అనురాధకు శివస్వామే మేనేజర్. కానీ ఆమె మాత్రం ఒక విధంగా వారి నుంచి తప్పించుకున్నట్లుగా తిరుగుతోంది. శివస్వామికి కారణాన్ని ఊహించడం కష్టం కాలేదు. కానీ అదే సర్దుకుంటుందని మిన్నకుండిపోయారు. ఆమె భయపడుతున్నట్లే, మూడవ రోజు ఒక సంఘటన జరిగింది. ప్రభు, రవిరాజ్తో తాను చర్చించిన విషయాలను, తన ప్రణాళికల గురించి రాసినప్పుడు శివస్వామి మొదట

అనురాధతో పంచుకున్నారు. ఆమెకు నచ్చింది. ఆ తర్వాత ఆమోదం కోసం శ్యామలగారికి ఈమెయిల్ పంపాడు. ఈమెయిల్ పంపిన ఐదు నిమిషాల్లోనే ఆమె కాల్ చేసింది. ఆయన తను ఏమి రాశాడో దాని నేపథ్యాన్ని వివరించడానికి ప్రయత్నిస్తుండగా, ఆమె కట్ చేసి, "మిస్టర్ శివస్వామి, మీకు ఏదైనా అవసరమైతే, నాకు నేరుగా కాల్ చేయమని చెప్పాను" అంది. ఆ మాటలు ఇప్పుడు ఎందుకు వచ్చాయో తెలియకపోయినా, శివస్వామి ఆ మాటలను స్నేహహస్తంగా భావించి, "థాంక్యూ, అలాగే చేస్తాను" అన్నారు. "మీకు ఆఫీస్‌లో గది అలాట్ కాలేదు. జూనియర్లను క్యూబికల్లో కూర్చోబెట్టినట్లు కూర్చోబెట్టారని ఎం.డి. దాకా వెళ్లాల్సిన అవసరం ఏముంది?" అంది.

శివస్వామి నిశ్చేష్టులయ్యారు.

"నేనా? ఎం.డి. వరకు?" అన్నారు.

"ఆయన మీకు పాత పరిచయస్థులైనంత మాత్రాన ప్రతి ఒక్కటి ఆయన వరకు తీసుకుని వెళ్లాల్సిన అవసరం లేదు" అని ఆమె అంది. ఆమె మాటల్లోని వ్యంగ్యం గుచ్చుతోంది.

"మీకు రెండు అపోహలు ఉన్నాయి" అని శివస్వామి దృఢంగా అన్నారు. "మొదటిది, నేను ఎం.డి. గారిని పరిచయం చేసుకున్నది నా ఇంటర్వ్యూలోనే. మేము పాత పరిచయస్థులం కాదు. రెండవది, క్యూబికల్లో లేదా ఆఫీసు గదో ఏదైనా సరేనని అంగీకరించినవాడిని నేను. దాని గురించి నేను ఎవరితోనూ మాట్లాడలేదు. మీకు ఈ విషయం ఎక్కడి నుంచి వచ్చిందో ఆ సోర్సెస్‌ను చెక్ చేసుకోవడం మంచిది" అని అన్నారు. ఆమె ఫోన్ కట్ చేసింది.

సాయంత్రం ఇంటికి వెళ్లే ముందు అనురాధతో మరుసటి రోజు పని గురించి చర్చిస్తూ మధ్యలో ఈ విషయాన్ని అడిగారు. ఆమె భయపడింది. "సార్, శ్యామల ఫోన్ చేసి నన్ను దబాయించింది. నేను కావాలని అనితకు చెప్పలేదు. మీరు జాయిన్ అయిన రోజు సాయంత్రం అనిత ఎం.డి. ఆఫీస్ నుండి ఫోన్ చేసి అంతా ఆరా తీసింది. మీకేమీ ఇబ్బంది కలగలేదుకదా అని రెండుసార్లు అడిగింది. దీనిపై ఎం.డి. గారే ఆరా తీయాల్సిందిగా ఆదేశించారట. మీకు ఆఫీస్ రూమ్ కేటాయిస్తే బాగుంటుందని నేను ఆమెతో చెప్పాను. అంతే సార్. నేను చెప్పకపోయినా తప్పవుతుంది, అవునుకదా సార్?" అంది.

శివస్వామి ఏదో జోక్ విన్నట్టు నవ్వారు. అనూరాధ తనను తాను రక్షించుకోవడానికి శ్యామల దగ్గర తన మీద మోపి వుండొచ్చు. అయితే అది పెద్ద తప్పుగా అనిపించలేదు. ఆమె నమ్మకాన్ని ఎలా పొందాలనే విషయాన్ని ఆయన మనసు ఆలోచిస్తోంది.

11

ఆ తర్వాత రెండు వారాల్లో శివస్వామి ఆ ఆఫీసు పనులను పూర్తిగా తన ఆధీనంలోకి తీసుకున్నారు. నిజానికి ఈ విధమైన అనుభవం ఉన్న వ్యక్తినే ఆ ఆఫీసు కోరుకుంటోంది. తనదైన సొంత కారణాలవల్ల కేంద్ర కార్యాలయం చేత నిర్లక్ష్యం చేయబడింది. ఉండవలసిన అనేక ప్రాథమిక ప్రాసెస్లు లేకుండా అది దారి తప్పింది. శివస్వామి తన స్వభావానికి అనుగుణంగా బ్రాంచ్ను క్రమపద్ధతిలో మార్చుకోసాగారు. ఆ ఇంటర్వ్యూలో అతను చెప్పింది కేవలం ఉద్యోగం కోసం మాత్రమే కాదు, అది నిజం కూడా. బిఇఎల్ లాంటి బృహత్తర సంస్థలో అన్నేళ్లు ఉద్యోగం చేసిన ఫలితంగా ప్రజలను అర్థం చేసుకునే శక్తి బాగా వచ్చింది. ఇక్కడకన్నా అక్కడ భిన్నమైన వ్యక్తులు, విభిన్న ప్రపంచం విస్తారంగా ఉండేది. అన్నింటికంటే మించి ఇది చిన్న యూనిట్. ఎవరో ఒక ఉద్యోగి మరొకరితో దురుసుగా ప్రవర్తిస్తాడు, ఎవరో ఒక ఉద్యోగి మేనేజర్ చెప్పింది వినకుండా తనకు తోచినట్టు చేస్తాడు, ఒక అమ్మాయి ఆఫీసుకి రోజూ ఆలస్యంగా వస్తుంది, ఇంకెవరో భార్య చనిపోయిన ఉద్యోగి తన కొడుకు ఆరోగ్యం బాగోలేదని ఒక నెల సెలవు అడుగుతాడు, కంపెనీ తరఫున ఫారిన్ ట్రిప్లో ఉన్న వ్యక్తి అక్కడే ఉద్యోగం వెతుక్కుని అక్కడి నుంచే రాజీనామా పంపించాడు, ఇలాంటి సమస్యలు ఎన్నో. ఇవన్నీ కేవలం డిటి సాఫ్ట్వేర్ సొల్యూషన్స్ కంపెనీలో మాత్రమే జరుగుతున్నాయా? రూల్స్ బుక్కు ఎప్పుడు

కట్టుబడి ఉండాలి? ఎప్పుడు రాయితీలు ఇవ్వాలి, ఎప్పుడు కఠినంగా ఉండాలి, ఎప్పుడు దయ చూపించాలి మొదలైనవి ఏ పుస్తకంలోనూ దొరకవు. ఇలాంటి ప్రశ్నలకు జీవితానుభవమే సమాధానం. హెచ్‌ఆర్ మేనేజర్ ఉద్యోగానికి కావాల్సిన అర్హత అది. శివస్వామికి అది పుష్కళంగా ఉంది.

మనిషిలో కొన్ని ప్రాథమిక వైఖరులు మనస్సు లోలోతుల్లో ఉంటాయని శివస్వామికి బాగా తెలుసు. కాబట్టి, ఏదైనా సమస్యను పరిష్కరించే ముందు, మనిషి లోతుల్లోకి వెళ్లి అతన్ని అర్థం చేసుకోవడానికి ప్రయత్నించాలని ఆయన నమ్మకం. అందుకు నిదర్శనంగా ఓ విచిత్రమైన కేసు ఛేదించాల్సి వచ్చింది. ఒక మేనేజర్ ఆయన్ను కలిసి సహాయం అడిగాడు. అతని టీమ్‌లోని ఒక అమ్మాయి అతనికి ఫిర్యాదు చేసింది. ఇది వ్రాతపూర్వకమైన ఫిర్యాదు కాదు, మేనేజర్‌ను కాఫీకి బయటకు తీసుకెళ్లి, మాటల మధ్య చెప్పుకుంది. తన టీమ్‌లోనే ఉన్న ఒక యువకుడి ప్రవర్తన ఆమెకు నచ్చలేదట. అతను ఆమెను చూసే తీరు ఎబ్బెట్టుగా ఉందట. ఆమె సమావేశాల్లో ఎక్కడ కూర్చున్నా, ఆమెనే గమనిస్తుంటాడట. ఒకటి రెండు సార్లు, వైట్ బోర్డ్ మార్కర్ ఇచ్చే సాకుతో ఆమె చేతిని నిమిరాడట.

తన బాధ్యత మేరకు మేనేజర్ హెచ్‌ఆర్ డిపార్ట్‌మెంట్‌కు వచ్చి శివస్వామిని కలిశాడు, అయితే అతను వివరాలు చెప్పడానికి చాలా సిగ్గుపడ్డాడు. తనతో మాట్లాడిన అమ్మాయి కంటే ఇతనే ఎక్కువగా సిగ్గుపడుతున్నట్టు కనిపించాడు. శివస్వామే స్వయంగా తరచి తరచి అడగవలసి వచ్చింది. మేనేజరు ఆ యువకుడిలో అలాంటి ప్రవర్తనను ఎన్నడూ గమనించలేదట. టీములోని ఇతర మహిళలు ఆ యువకుడితో అవలీలగా, స్వేచ్ఛగా పని చేస్తారు. ఎవరూ ఎప్పుడూ ఫిర్యాదు చేయలేదు. ప్రాజెక్ట్‌కు అవసరమైనవాడు. పగలు, రాత్రి అనే తేడా లేకుండా కష్టపడి పనిచేస్తున్నాడు. అమ్మాయి కూడా బాగా పనిచేస్తుంది, ఆమె కూడా ప్రాజెక్ట్‌కు అవసరమైనదే.

“మీ అభిప్రాయమేమిటి? ఏమి చేయాలనుకుంటున్నారు?” అని శివస్వామి అతన్ని అడిగారు.

“సార్, ఆ అమ్మాయి తప్పుడు ఫిర్యాదు చేసింది. లేదా ఆమె ఏదో అపార్థం చేసుకుంది. ఇప్పుడు అతన్ని ఇప్పుడు ప్రాజెక్ట్ నుండి మార్చడం

చాలా కష్టం సార్. ప్రాజెక్ట్ డెలివరిలోని ఒక క్లిష్టమైన దశలో ఉన్నాం. ఏం చేయాలో తోచడం లేదు సార్" అని తన బాధ చెప్పుకున్నాడు.

శివస్వామి అతన్ని సరిదిద్దారు. "దయచేసి ఇది తప్పుడు ఫిర్యాదు అని నిర్ధారణకు రాకండి. అయితే ఇలాంటి ఘటనలకు మనం కళ్లు మూసుకుని కూర్చోకూడదు. ముందుగా ఆమెతో మాట్లాడి, మీరు అతని ప్రవర్తనను సూక్ష్మంగా గమనిస్తున్నట్టు ఆమెకు తెలియజేయండి. ఒకటి రెండు వారాలు స్వయంగా మీరు గమనించి నోట్స్ చేసుకోండి. ఆ తర్వాత మనిద్దరం కూర్చొని ఏమి చేయాలో ఆలోచిద్దాం. మీరు రెండు విషయాలను దృష్టిలో పెట్టుకోవాలి. ఒకటి, అనుచితమైన చూపును, లేదా అనుచిత ప్రవర్తనను గుర్తించే విషయంలో పురుషుల కంటే స్త్రీలకే సూక్ష్మమైన దృష్టి ఉంటుంది. అయితే ఇది మహిళలందరిలో ఒకే విధంగా ఉండవలసిన అవసరం లేదు. అందరూ ఒకే విధంగా సెన్సిటివ్ అయివుండాలని లేదు. అలాగని ఈ సమస్యను ఎలా నిర్లక్ష్యం చేయలేమో అదే విధంగా ఈ మాత్రం ఎవిడెన్స్‌తో ఆ యువకుడిని శిక్షించడమూ అన్యాయం. మీరు ముందస్తుగా ఎలాంటి అభిప్రాయాలు పెట్టుకోకుండా ఇద్దరినీ గమనించి నాకు రిపోర్ట్ చేయండి" అని చెప్పి, మరలా ఏ రోజున మేనేజర్ వచ్చి తనను కలవాలో నోట్ చేసుకున్నారు. అతను బయలుదేరుతుండగా, "ఒక మాట, ఈ విషయం మనకు తప్ప మరెవరికీ తెలియకూడదు. లేని పక్షంలో ఆ అబ్బాయి, అమ్మాయిలకు అవమానం కలుగుతుంది" అని హెచ్చరించారు. అతను అంగీకరించాడు.

శివస్వామికి శ్యామలా మెనన్‌గారి సహాయం కోరవలసిన అవసరం కలగలేదు. బ్రాంచ్ ఆఫీస్ స్వతంత్రంగా నడిచేది. అయినా ప్రతిరోజూ ఆఫీసు నుంచి బయలుదేరే ముందు ఆ రోజు కార్యక్రమాల గురించి వివరంగా ఆమెకు రాసిపంపేవారు. ఆయన రాసిన ఏ ఈమెయిల్‌కూ ఆమె నుంచి ఎలాంటి ప్రత్యుత్తరం వచ్చేదికాదు.

రెండు వారాల తర్వాత అనూరాధ భయం కూడా తగ్గింది. శివస్వామితో కొంచెం చనువుగా ఉండసాగింది. శివస్వామి ఆమె బాస్ కావడం వల్ల పైగా శ్యామల "రెండు వారాల్లో తరిమివేస్తాను" అనే ప్రతిజ్ఞ ఫలించక పోవటం వల్ల శివస్వామికి దగ్గరవ్వడం అనురాధకు అనివార్యమైంది. ఆమె ద్వారా

అనేక విషయాలు తెలుస్తున్నప్పటికీ అవన్నీ శివస్వామికి కొత్త విషయాలు కావు. కంపెనీలో ధావల్‌గారిది ఒక గ్రూపు ఉంటే, ధృతికి ఇంకొక గ్రూపు ఉంది. శ్యామల, ధృతి స్నేహితులు. కాబట్టి ధృతి గ్రూప్‌లో శ్యామల స్పష్టంగా నిలుస్తుంది. ఆమె ఎం.డి. కంటే ధృతి, రవిరాజ్ మాటలు ఎక్కువగా వింటుంది. ఎం.డి. ధావల్‌కు ఇది మింగుడుపడటం లేదు. కంపెనీలో రోజురోజుకూ తండ్రివైపు వారు, కొడుకువైపు వారు అనే వర్గీకరణ జరుగుతోంది. హయ్యర్ మేనేజ్‌మెంట్‌లో స్పష్టంగా చీలిక కనిపిస్తోంది. మిగిలిన డివిజన్ హెడ్‌లైన విమల్ జైన్, అశోక్ మెహతాలు ధావల్ గ్రూప్‌లో దాదాపుగా కనిపించినప్పటికీ, ఎవరైనా ఒకటే అనే మనోభావన కలవారు. విమల్ జైన్‌కు ధావల్‌పై ప్రేమ ఉంది. ఆ ప్రేమ కూడా ఆయన తన తండ్రికి ప్రాణ స్నేహితులు కావటంతో వచ్చింది. దాంతోపాటు తన సమవయస్కుడైన రవిరాజ్‌కు ఆప్తమిత్రుడు కూడా. కానీ అశోక్ మెహతా స్థిరంగా ఒకవైపు ఉండరు. ఒకసారి తండ్రికి మద్దతు దారుగా కనిపిస్తే, మరోసారి కొడుకుకు మద్దతుదారుగా కనిపిస్తారు. కంపెనీ ఉత్పత్తిలో సింహభాగం వారిద్దరూ నిర్వహించే విభాగాల నుంచే వస్తుండటం వల్ల వారి మాటలు, కదలికలు అత్యంత జాగ్రత్తగా ఉంటాయి.

సాఫ్ట్‌వేర్ విభాగాన్ని వేరే కంపెనీగా మార్చటం గురించి ధావల్ అభిప్రాయం అనురాధకు ఏమీ తెలియదు. శివస్వామి కూడా చెప్పలేదు.

సాఫ్ట్‌వేర్ డివిజన్‌కు రవిరాజ్ హెడ్ అయినప్పటికీ అది కేవలం పేరు, సంతకానికి మాత్రమే. నిజానికి ప్రతిదీ ప్రభు ద్వారానే జరుగుతుంది. రవిరాజ్‌కు ప్రభుపై సంపూర్ణమైన స్నేహపూర్వకమైన నమ్మకం ఉన్నప్పటికీ, అతని భార్య ధృతి ప్రభును అంతగా నమ్మదు. ఏదో ఒక రోజున ధావల్ ఎలాంటి కనికరం లేకుండా ప్రభుని సాఫ్ట్‌వేర్ డివిజన్‌కు హెడ్‌గా నియమించి, రవిని వట్టి చేతులతో కూర్చోబెడుతారేమోననే భయం ఆమెకు ఉంది.

"మహాభారతం మొత్తం ఇక్కడే ఉంది" అని శివస్వామి నవ్వారు.

"అవును సార్, ఒక్కొక్క సారి మనల్ని కూడా చేర్చుకుంటుంది. మీ క్యూబికల్ వివాదం జరిగిందికదా, అలా" అని అంది.

❖

12

కుమార్ గౌడ్ నుంచి ఫోన్ వచ్చినపుడు మెట్రో ట్రైన్ కేఆర్ మార్కెట్ నుంచి బసవనగుడి వైపు పరుగులు తీస్తోంది. అడుగు మోపడానికి సాధ్యం కానంత జనం. అయినా అలాగే నిలబడి కాల్ రిసీవ్ చేసుకున్నారు. "చాలా రోజులైందికదా సార్, అందుకే ఫోన్ చేశాను" అని ఆత్మీయంగా పలకరించిన తర్వాత, "ఇంట్లో ఒంటరిగా ఉంటున్నారుకదా? రేపు శుక్రవారం సాయంత్రం మా ఇంటికి భోజనానికి రండి. హాయిగా కూర్చుని మాట్లాడుకోవచ్చు" అని ఆహ్వానించాడు. శివస్వామి సంతోషంగా అంగీకరించారు. రెండు వారాలుగా ఆఫీసుకు అనుగుణంగా మారవలసిన ఒత్తిడివల్ల అలసిపోయిన ఆయనకు ఒక మార్పు అవసరం. అన్నింటికంటే ముఖ్యంగా అపార్టమెంట్ హౌస్ విషయాలు తెలుసుకోవాలి. ఆ రోజు అడిగాస్ రెస్టారెంట్‌లో లాయర్‌ని కలిసిన రోజు ఏమీ మాట్లాడకుండా లేచి వచ్చినందుకు ఒక విధమైన అపరాధ భావన ఆయన్ను వేధిస్తోంది. ఆ సమయంలో మీటింగ్ పరిస్థితి కూడా అలా మాట్లాడేందుకు అవకాశం ఇవ్వకపోయినా... కూతురి కాన్పుకు వెళ్లకుండా ఇక్కడే ఉండటం ఈ ఇంటి సమస్యను పరిష్కరించుకోవడానికే. ఉద్యోగంలో చేరడం కూడా దాని పరిష్కారం కోసమే, అంతేకానీ ఇరవై ఐదేళ్ల యువకుడిలా కెరీర్ డెవలప్‌మెంట్ కోసం కాదు. గుజరాతీ వృద్ధుడి కుటుంబంలో విప్లవం తేవడానికి కాదు. అందుకే ఆ ఇంటికి సంబంధించిన అంశాలకే తొలి ప్రాధాన్యత

ఇవ్వాలని నిర్ణయించుకున్నారు.

ఈ రెండు వారాల్లో ప్రతిరోజూ జరుగుతున్నట్టే ఆ రోజు ఇల్లు చేరేసరికి ఎనిమిది గంటలు దాటింది. వంట చేయడానికి కుక్కర్ పెట్టి రేవతికి కాల్ చేశారు. "ఏమి గిఫ్ట్ తీసుకుని వెళతారు? ఏదైనా విశేషమా? భోజనానికి పిలిచారు? పుట్టినరోజా లేదా వెడ్డింగ్ ఆనివర్సిరినా? ఏమిటి?" అని అడిగింది. శివస్వామి అంతా విని,"ఊరకనే పిలిచారు, గిఫ్ట్ తీసుకునిపోవాలా?" అన్నారు ఆశ్చర్యంతో. రేవతి నవ్వింది.

ఫోన్‌పెట్టి స్కూటర్ మీద వెళ్లారు. అప్పటికే దుకాణాలు మూసే సమయం అయింది. కనకపుర రోడ్డులోని రాయల్ మార్ట్‌లో అజంతా వాల్‌క్లాక్ కొని, గిఫ్ట్ ప్యాక్ చేయించి తీసుకొచ్చారు.

శుక్రవారం ఉదయపు పనులు ఎలాంటి ఆశ్చర్యాన్ని కలిగించకుండా యధావిధిగా సాగాయి. రెండు ఎగ్జిట్ ఇంటర్వ్యూలు నిర్వహించాల్సి ఉంది. మొదటి ఇంటర్వ్యూలోని అమ్మాయికి రెండు నెలల క్రితం వివాహం జరిగింది. భర్త ముంబైలో ఉద్యోగం చేస్తున్నాడు. ఇక్కడ ఉద్యోగం వదిలేసి వేరే ఉద్యోగం వెతుక్కుంటుందట. రెండవ ఇంటర్వ్యూలో, కంపెనీ వదిలివేస్తున్న అబ్బాయి, "నేను చేరబోతున్న కంపెనీవాళ్లు నన్ను ఆరునెలల్లో అమెరికాకు పంపుతుతారట. మీరే పంపేటట్టయితే ఇక్కడే ఉంటాను" అన్నాడు. "అక్కడికి వెళ్లడం మీకు అంత ముఖ్యమా?" అని అడిగారు. "ఎందుకు సార్, ఇలా అడుగుతున్నారు? ఈ కంపెనీలో ఉద్యోగంలో చేరి నాలుగేళ్లు గడిచాయి. ఇప్పటికీ నాకు విదేశాలకు వెళ్లే అవకాశాలు రాలేదు. ఇలా అయితే నా ప్రొఫైల్ వీక్ అవ్వదా? చెప్పండి సార్?" అని అడిగాడు. ఫైల్ మీద చూపులు సారించారు. అప్పటికే అతని మేనేజర్, "ఇతని రాజీనామాను ఆమోదించవచ్చు. అతని డిమాండ్స్‌ను తీర్చడం సాధ్యంకాదు" అని రాశాడు. ప్రభు అప్పటికే దాని మీద సంతకం చేశాడు. శివస్వామి ఇద్దరి రాజీనామాలను ఆమోదించి ఇద్దరితో కరచాలనం చేసి సాగనంపారు.

ఆ రోజు హెడ్ ఆఫీసులో ఇంపార్టెంట్ మీటింగ్ ఉండడంతో రవిరాజ్, ప్రభు అక్కడికి వెళ్లారు. ఇద్దరూ తిరిగి వచ్చేసరికి మధ్యాహ్నం మూడు గంటలైంది. తిరిగి వచ్చిన తర్వాత కూడా రవిరాజ్ గదిలో ఏదో గంభీరంగా

చర్చించుకుంటున్నారు. శివస్వామి వారిద్దరినీ కలవాలి. కొన్ని పాలసీల మార్పులకు రవిరాజ్ అంగీకారం తీసుకోవాలి. నాలుగు గంటలైనా వాళ్లిద్దరూ తలుపులు మూసుకుని గదిలో చర్చించుకోవడం చూసి మెల్లగా తలుపు తట్టారు. రవిరాజ్ ఏమిటన్నట్టు చూశాడు. "కొన్ని పాలసీ మార్పులకు మీ అంగీకారం కావాలి" అని అన్నారు.

"నేను చాలా బిజీగా ఉన్నాను. మీరు రేపటివరకు వెయిట్ చేస్తే, పరవాలేదుకదా?" అన్నాడు అసహనంగా. "అలాగే, సోమవారం వస్తాను" అంటూ తిరిగి వెళ్లటానికి తలుపు లాగారు. దాన్ని మూయటానికి ముందు ప్రభు, "మరో అరగంటలో నేను మీ గదిలో ఉంటాను. కొన్ని అంశాలు చర్చించాలి" అని అన్నాడు. గది తలుపులు మూసుకున్నాయి.

చెప్పినట్లు ముప్పై నిమిషాల్లోనే ప్రభు శివస్వామి గదిలో ఉన్నాడు. "మనం బయటకు వెళ్దామా? ప్రియదర్శినిలో మీకు మంచి మసాలాదోస ఇప్పిస్తాను. శివస్వామి, రాత్రి తాను స్నేహితుడి ఇంటికి భోజనానికి వెళ్లవలసి ఉన్నందున ఈరోజు త్వరగా ఆఫీసు నుండి బయలుదేరాల్సివుంది, కాబట్టి "ఇక్కడే మాట్లాడుకుందాం" అన్నారు. 'సరే' అని లోపలికి వచ్చి తలుపు మూసి ఎదురుగా కూర్చున్నాడు.

"ఈ రోజు ఉదయం ఎం.డి.గారితో మీటింగ్ ఉండింది. అది మన సాఫ్ట్‌వేర్ డివిజన్‌కు సంబంధించి రాబోయే మూడు నెలల ప్రణాళికల గురించి. మీటింగ్ మొదలుకావటానికి ముందే ఎం.డి. శివస్వామి ఎక్కడని అడిగారు. ప్రభు మాట్లాడటం ఆపి శివస్వామి ముఖంలో వచ్చిన మార్పులను గమనించాడు.

"అక్కడ శ్యామల లేదా?"

"ఉన్నారు"

"మరి! ఆమె హెడ్ ఆఫీస్‌కు ప్రాతినిధ్యం వహిస్తారు. ఆ మీటింగ్‌లో నేనెందుకు ఉండాలి? నేను బ్రాంచ్ ఆఫీసులో మాత్రమే ఉండాలని శ్యామల నాతో స్పష్టంగా చెప్పారు"

"మేమంతా అలాగే అనుకున్నాం. కానీ ఎం.డి.ఈ రోజు మా అందరిమీద విరుచుకుపడ్డారు" అని నవ్వాడు.

"ఈ కంపెనీలో నేను చేరి రెండు వారాలు గడిచాయి ప్రభూ. నేను

చూస్తూనే ఉన్నాను. హెడ్ ఆఫీస్, బ్రాంచ్ ఆఫీస్ మధ్య వివాదాలు పరిష్కారం అయ్యేలా కనిపించడం లేదు. వివిధ పార్టీలు అధికారంలో ఉంటే కేంద్ర, రాష్ట్ర ప్రభుత్వాలు కొట్లాడుకుంటాయికదా, అలా అనిపిస్తోంది" అని ఆవేదన వ్యక్తం చేశారు.

ప్రభు నవ్వాడు. "ఇది ఎలా ఉందంటే, లివింగ్ రూమ్‌లో అత్తా, కోడలు గొడవపడుతుంటే, అక్కడ పనివాళ్లు వుంటారుకదా–వంటగదిలోని వంటమనిషి, పెరట్లో పాత్రలు కడిగే ఆమె, తోటలో మట్టిని తవ్వేవాడు–వాళ్లందరికీ ఉచితంగా వినోదం దొరుకుతుందికదా, అలా. ఒకరోజు అయితే వినోదం. రోజూ ఇలాగే ఉంటే తలనొప్పి వస్తుంది"

శివస్వామి సమయం చూసుకున్నారు. కుమార గౌడ ఇంటికి ఎనిమిది గంటలకు వెళ్లాలంటే తాను కనీసం అయిదున్నరకైనా ఆఫీస్ నుంచి బయలుదేరాలి. ఇప్పటికే ఐదుగంటల పదినిముషాలు. యధావిధిగా శ్యామలకి స్టేటస్ ఇమెయిల్ పంపి వెళ్లాలి. ఇతనేమో కొత్త విషయం అన్నట్టు పాత విషయాన్నే పదేపదే మాట్లాడుతున్నాడు. కంపెనీపై పట్టుకోసం ధావల్, ఆయన కోడలు కొట్లాడుకుంటున్నారని మొత్తం కంపెనీకి తెలిసిన తర్వాత, అదే విషయాల గురించి ఎందుకు మాట్లాడాలి? ఉద్యోగంలో చేరి పదిహేను రోజులైనా, అదే రాగాన్ని పదే పదే విని శివస్వామికి విసుగొచ్చింది.

శివస్వామి వాచీ చూసుకోవడం చూసి అర్థం చేసుకున్నవాడిలా ప్రభు లేచి నిలబడ్డాడు. "మీరు ఎవరి ఇంటికో వెళ్లాలికదా. పైగా శుక్రవారం సాయంత్రం. నేను మిమ్మల్ని ఆపను. వెళ్లేముందు ఒకే ఒక విషయం చెప్పి వెళతాను. ఇప్పుడే ఎందుకు చెబుతున్నానంటే, మీరు సోమవారం ఆఫీసుకి వచ్చే సమయానికి, ఈ విషయం గురించి ఆలోచించడానికి రెండు రోజులు వ్యవధి దొరికినట్లుంది" అని చెప్పి మళ్లీ కూర్చున్నాడు.

"మన బ్రాంచ్‌కు సంబంధించి భవిష్యత్తులో జరిగే అన్ని సమావేశాల్లో మీరు తప్పనిసరిగా హాజరు కావాలని ఎం.డి. ఖచ్చితంగా చెప్పారు. దీని వల్ల శ్యామలకు మళ్లీ మీ మీద కోపం వస్తుందనడంలో సందేహం లేదు. కాబట్టి బాక్సింగ్‌కు సిద్ధంగా రండి" అని నవ్వాడు.

"సరే. సరే. నేనిక్కడ ఉన్నంత వరకు కొన్ని అసంతృప్తులను అనుభవించాల్సి

వస్తుంది” అన్నారు శివస్వామి.

“అది నేను చెప్పాలనుకున్న విషయం కాదు. సందర్భానికి తోచింది చెప్పాను. నిజానికి నేను మరో సమస్య గురించి మాట్లాడటానికి వచ్చాను. మీ సమయం వృధా చేయకుండా త్వరగా చెప్తాను. సోమవారం వివరంగా మాట్లాడుకుందాం. రవి, నేను ఈ సాఫ్ట్‌వేర్ డివిజన్‌ను ప్రత్యేక కంపెనీగా స్పిన్ ఆఫ్ చేయాలని ఆలోచిస్తున్నాం. మా ఎం.డి.కి అది సుతరాం ఇష్టం లేదు. అనేక రకాలుగా ఆయనను ఒప్పించేందుకు ప్రయత్నించాం. కానీ ఆయన ఆలోచనలు పాతకాలానివి. పైగా ప్రతి కంపెనీ యజమానికి ఒక విధమైన పొసెసివ్‌నెస్ వుంటుంది– తన కంపెనీని తానే తన గుప్పిట్లో పెట్టుకుని ఉండాలని! అది ఇబ్బంది కలిగిస్తుంది. ఈయనకు అది కొంచెం ఎక్కువగానే వుంది. మన సూచనలు పాటించడం పక్కన పెట్టండి, కనీసం మన మాటలను సావకాశంగా వినటానికీ ఆయనకు సాధ్యం కావటం లేదు.

ఇదేమైనా భారత్‌ను చీల్చి పాకిస్థాన్‌ను ఏర్పాటు చేసినట్లా? సాఫ్ట్‌వేర్ డివిజన్ వేరే కంపెనీగా మారినా, అది డిటి గ్రూప్ యాజమాన్యం నుంచి వేరు చేయబడదు. అయితే దానికి అధిపతి ఎవరు? అతని కొడుకే కదా? ఈ విషయాన్ని ఆయనకు అవగాహన కలిగించే ప్రయత్నం ఆరు నెలలుగా సాగుతోంది. మొదట రవి, నేనూ మాట్లాడాం, ఆయన తిట్టి పంపారు. శ్యామలను ముందుపెట్టుకుని చూశాం. ఆ ప్రయత్నం మరింతగా బెడిసికొట్టింది. ఈ మధ్య ధృతి కంపెనీ వ్యవహారంలో మితిమీరి పాల్గొని, కొన్ని విషయాలలో ఆమె తండ్రి కూడా జోక్యం చేసుకోవడం వల్ల ఇవన్నీ మరింత క్లిష్టమై కూర్చున్నాయి.

ఇప్పుడు మీరు వచ్చారు. ఈక్వేషన్ మళ్లీ మారవచ్చు. మిమ్మల్ని సెలెక్ట్ చేసుకునేటప్పుడు ఆ సర్కస్ జరిగింది. మేము మాకు కావలసినవారిని సెలెక్ట్ చేయడానికి చూస్తే, ఎం.డి. మా లిస్ట్ నుంచే మిమ్మల్ని ఎంచుకుని, మాకు ఏదో సందేశాన్ని పంపారు. సారీ శివస్వామి, నేను మళ్లీ మీ సెలెక్షన్ గురించి మాట్లాడుతున్నాను. కంపెనీ హెచ్‌ఆర్ మేనేజ్‌మెంట్‌కు మీలాంటి అనుభవజ్ఞులు కావాలని ఎం.డి. గొడవ పడినపుడు కొత్త జనరేషన్ ఉండాలి, కొత్త రక్తం కావాలంటూ ఏమేమో మా మధ్య వాగ్వాదం జరిగింది. అవన్నీ మీకు తెలియవు.

ఎం.డి. ఓవర్ రూల్ చేసి మిమ్మల్ని తీసుకొచ్చినప్పుడు మాకు కోపం వచ్చింది. కానీ ఆయన తీసుకున్న చర్య ప్రయోజనాలు నాకు ఇప్పుడు తెలుస్తున్నాయి. మా కంపెనీకి ఖచ్చితంగా మీలాంటివారు కావాలి. ఇవన్నీ మీతో నిస్సంకోచంగా పంచుకుంటున్నాను. నా సహకారం ఎప్పుడూ మీకు ఉంటుంది. అయితే ఏం జరగాలో అది చూడండి. ఈ డివిజన్ మరింత పెరగాలంటే అది డిటి గ్రూప్ నుండి బయటకురావాలి. ఇది అందరికీ క్షేమం. ఈ విషయంలో మాకు మీ సహకారం అత్యంత అవసరం. సారీ... మీరు వెళ్ళాల్సివుంది. మిమ్మల్ని ఎక్కువసేపు ఇబ్బంది పెట్టలేను" అంటూ లేచి నిలబడ్డాడు.

"ప్రభూ, నేను మీకు ఎలా సహాయం చేయగలను? ఈ డిపార్ట్‌మెంట్ ఉద్యోగులను పర్యవేక్షణ కోసమే నన్ను నియమించారు" అని అన్నారు. మూడు వారాల క్రితం, పెద్దాయన స్యాంకి ట్యాంక్ వద్దకు తీసుకెళ్లి, కంపెనీ విచ్ఛిన్నం కాకుండా చూడమని కోరారు. ఇక్కడ అతని కొడుకు ప్రతినిధి కంపెనీని విచ్ఛిన్నం చేయడానికి సహాయం చేయమని అడుగుతున్నాడు. ఇది తీగ మీద నడకలాంటిదని అర్థమైంది. ఊఁ అంటే ఒకవైపు పడతాను, ఉహూఁ అంటే మరో వైపు పడతాను. 'పిచ్చివాళ్ల కూటమి విపరీత చరిత్ర'. ఇది పిచ్చివాళ్ల కూటమే. విపరీతమైన వైఖరి నుంచి తప్పించుకోవాలంటే సంయమనం మాత్రమే అవసరం.

"కాదు కాదు. మీరు ఈ గ్రూపుకు మాత్రమే పరిమితం కాలేరు. నేటి మీటింగ్‌లో అది స్పష్టమైంది. నాకు ఏమని అనిపిస్తుందంటే... వచ్చే మీటింగులలో రెండు గ్రూపులు నిర్దాక్షిణ్యంగా పోట్లాడుకుంటున్నప్పుడు మీరు రెఫ్రీ అవుతారు" అని నవ్వాడు.

"వద్దయ్యా వద్దు" శివస్వామి నాటకీయంగా చప్పట్లు కొట్టి నవ్వారు. అప్పటికే అయిదు నలభై ఐదు అయింది. తప్పకుండా బయలుదేరాలి. అది గ్రహించినట్లు ప్రభు "సోమవారం మాట్లాడుకుందాం సార్. హ్యావ్ ఎ నైస్ వీకెండ్" అని బయటికి నడిచాడు.

❖

13

శివస్వామి గిఫ్ట్బ్యాగ్ పట్టుకుని అనూప్ గార్డెనియాలోకి అడుగు పెట్టినపుడు అది చీకటిలో మునిగిపోయింది. వరుస చెట్లను కలిగిన కాలిదారి ఎడమకు ఫేజ్ 1 ఇళ్లను, కుడికి ఫేజ్ 2 ఇళ్లను విభజిస్తూ సాగుతోంది. ఎడమవైపు నిర్మాణం పూర్తయిన ఇళ్లు కుడి వైపున ఇంకా నిర్మాణ దశలో ఉన్న ఇళ్లు. అక్కడక్కడ మెడ వంచి నిల్చుని చీకటి నిశ్శబ్దంలో ధ్యానంలో వున్న జెసిబి యంత్రాలు. వీధికాంతిని లోపలికి రాకుండా అడ్డుకుని, చీకటిని మరింత అనూహ్యంగా చేసే నలుగురు మనుషులంతటి ఎత్తయిన కాంపౌండ్ వాల్. ఆ ప్రదేశమంతా పగటిపూట భీకర యుద్ధం చేసి రాత్రి అలసిపోయి విశ్రాంతి తీసుకుంటున్న రణరంగంలా ఉంది. మెయిన్ గేట్ దగ్గరున్న బిహారీ సెక్యూరిటీ గార్డుకు ఆ చీకటిలో ఈయనొక్కడినే లోపలికి పంపించటానికి మనస్కరించలేదు. ఇంతకు మునుపు ఒకటిరెండు సార్లు వచ్చి పలకరించిన శివస్వామి అప్పటికే అతనికి స్నేహితుడయ్యాడు. "పది నిమిషాలు ఆగితే లంచ్కు వెళ్లిన మరో వ్యక్తి తిరిగి వస్తాడు. అప్పుడు మిమ్మల్ని కుమార్ గౌడ్ ఇంటి దగ్గర వదిలేస్తాను. ఎవరూ లేకుండా నేను గేటు వదిలి వెళ్లలేను. ఇక్కడ కూర్చోండి" అని అభ్యర్థించాడు. కానీ శివస్వామి అక్కడ వేచి ఉండలేదు.

కొంచెం దూరం నడిచాక, చెట్ల మధ్యనుంచి బిల్డింగ్లో రెండు లైట్లు మెరుస్తూ కనిపించాయి. ప్రస్తుతం అక్కడ కేవలం రెండే కుటుంబాలు

ఉండడంతో ఆ వెలుతురు ఆ రెండు ఇళ్లవని ఊహించారు. కుమారగౌడ ఇల్లు మూడో ఫ్లోర్‌లో ఉంది. అదే బిల్డింగ్‌లోని ఐదో ఫ్లోర్‌లో శివస్వామి కొన్న ఇల్లుంది. ఆ ఇల్లు పెడుతున్న సమస్త బాధలు, అశాంతుల మధ్య కూడా దూరంగా నిలబడి చీకట్లోనే ఐదో ఫ్లోర్‌ను లెక్కపెట్టి గుర్తించేసరికి శివస్వామికి ఒంట్లో చిన్న పులకరింత. కడుపులోపల పిల్లల తుంటరితనాలను ఓర్చుకున్న తల్లి మనసు పులకరించినట్లు ఆయన మనసు ఉల్లాసం చెందింది.

గ్రౌండ్ ఫ్లోర్‌కు వచ్చేసరికి లిఫ్ట్ పనిచేయటం లేదు. వదిలేసినట్లుగా చీకట్లో మునిగిన ఆ నిర్జన ప్రపంచంలో లిఫ్ట్‌బటన్ ఎర్రటికాంతితో మెరుస్తుంటుందని భావించటమే అసంబద్ధం అనిపించింది. చీకట్లో వెంటనే మెట్లు కనిపించలేదు. కుమార్ గౌడ్‌కు ఫోన్ చేశారు.

"అయ్యో, లిఫ్ట్ బంద్ చేశారా? సాధారణంగా తొమ్మిది గంటల తర్వాత చేస్తారు. డీజిల్ జనరేటర్ ద్వారా పవర్ సరఫరా చేస్తున్నారుకదా, అందుకే. అయితే ఇప్పుడు ఇంకా ఎనిమిది గంటలే. అక్కడే ఉండండి సార్. నేను మెయింటెనెన్స్ కుర్రాడికి ఫోన్ చేసి లిఫ్ట్ ఆన్ చేయిస్తాను" అన్నాడు.

అక్కడే చీకట్లోనే నిలబడ్డారు. గ్రౌండ్ ఫ్లోర్‌లోని ఆరు ఇళ్ల మూసిన తెల్లటి తలుపులు ఈయననే రెప్పలు వాల్చకుండా చూస్తున్నాయి. పక్కనే నిర్మాణంలో ఉన్న భవననిర్మాణసామగ్రి ఈ ఫ్లోర్‌లోనూ ఒకవైపున ఉంచారు. బస్తాలు, చెక్క ముక్కలు, కమోడులు, ఇనుపరాడ్లు మొదలైనవి. సిమెంట్ దుమ్ము ముక్కును తాకుతోంది. ఆయన ఊపిరే స్పష్టంగా వినిపించేటంత నిశ్శబ్దం అలుముకునివుంది. కాంపౌండ్ అవతల తనను కొన్ని రాత్రులుగా పన్నెండు గంటల వరకు శబ్దాలతో, వెలుగుతో తనను వేధించే స్థలం ఇదేనా అని ఆయన ఆశ్చర్యపోయేటంత నిశ్శబ్దం, చీకటి అక్కడ ఉన్నాయి.

"శివస్వామి సార్" అన్న కేకలు విని, చీకట్లోనే గిరుక్కున తిరిగాడు. మూలలో కుమార్ ఆకృతి అస్పష్టంగా కనిపించింది. "ఇటు రండి, మెట్లు ఉన్నాయి. మెయింటెనెన్స్ బాయ్ ఇంటికి వెళ్లిపోయాడు. ఫోన్ ఎత్తడం లేదు. మెట్లు ఎక్కడం ఒక్కటే గతి. ఎక్కగలరా సార్? థర్డ్ ఫ్లోర్, దాదాపు అరవై మెట్లు ఉంటాయి" అంటూ మొబైల్‌లోంచి ఫ్లాష్ లైట్ ఆన్ చేశాడు. ఇప్పుడు నేల కనిపించింది. "ఎందుకు ఎక్కలేను?" అంటూ అతని వైపు నడిచారు.

రైలింగ్ లేని, స్వచ్ఛంగా లేని మెట్లు. సిమెంట్, కసువు, చెత్త విపరీతంగా పడివున్నాయి. "నెమ్మదిగా అడుగులు వేయండి సార్," అంటూ అతను ముందుగా మెట్లు ఎక్కసాగాడు. మూడో ఫ్లోర్‌కు వచ్చేసరికి శివస్వామి రొప్పసాగారు. ఇంట్లోంచి బయలుదేరే ముందు ఐదో ఫ్లోర్‌కు వెళ్లి తన ఇంటి ముందు రెండు క్షణాలైనా నిలబడి రావాలని అనుకున్నారు. కానీ మూడో ఫ్లోర్‌కు మెట్లు ఎక్కి వచ్చేసరికి కలిగిన అలసటకు, ఆ సమయంలో కమ్ముకున్న చీకటి వల్ల అది అసాధ్యమని అర్థమైంది.

కుమార్, వనితది చిన్న సంసారం. ఒకే ఒక్క కూతురు. ఇప్పుడు పియుసి చదువుతోంది. కుమార్ ఎల్ఐసి ఉద్యోగి. వనిత కోణనకుంటెలోని ఓ ప్రైవేట్ పాఠశాలలో టీచర్. ఆ దంపతులు ఇంటిని చాలా చక్కగా పెట్టుకున్నారు. లోపలికి రాగానే కొత్త పెయింట్ వాసన ముక్కుకు తగిలింది. చతురస్రాకారపు క్రీమ్ రంగు టైల్స్, ఐవరీ రంగు లెదర్ సోఫా, నగిషీ పనితనం ఉన్న చెక్క టీపాయ్, కింద రెడ్ కార్పెట్, లేత నీలిరంగు గోడలు, ఒక వైపు వెడల్పాటి కిటికీని ఆక్రమించిన తెల్లటి కర్టెన్ ఒకదానికొకటి సామరస్యంగా ఒక్కటై ఇంట్లోకి ప్రవేశించినవారికి ఆహ్లాదకరమైన అనుభూతిని కలిగిస్తాయి. బయట నుండి గాలి మెల్లగా వీస్తోంది. ఆ గాలికి తెల్లటి కర్టెన్ ఊగుతోంది. వాతావరణం ఆహ్లాదకరంగా ఉంది.

"ఈ రోజు, అదృష్టవశాత్తూ, ఏడు గంటలకే పని ముగించుకుని వెళ్లారు. కాబట్టి శబ్దాలు లేవు సార్. లేకుంటే రాత్రి పన్నెండు వరకు ప్రశాంతత ఉండదు" అన్నాడు.

తెచ్చిన గిఫ్ట్‌ను ఇచ్చి, లివింగ్ రూంలో కబుర్లు చెప్పుకుంటూ కూర్చుని వుండగా వనిత డైనింగ్ టేబుల్ మీద భోజనం సిద్ధం చేసింది. అప్పుడప్పుడే స్టౌ మీద నుంచి దించిన బిసిబేళేబాత్ ఇంకా పాత్రలోనే ఉడుకుతూనే ఉంది. గది నుండి వచ్చిన అమ్మాయి తన తల్లికి సహాయం చేసి తన గదిలోకి వెళ్లి తలుపు వేసుకుంది. శివస్వామి, కుమార్ భోజనానికి కూర్చున్నారు. వనిత వడ్డించి కూర్చుంటానని చెప్పింది.

"నా భార్య కూతురి ఇంటి నుండి తిరిగి వచ్చిన తర్వాత, మేము కూడా మీలాగే ఇక్కడి ఇంటికి వచ్చేయాలని ఆలోచిస్తున్నాం" అని శివస్వామి

అన్నారు.

వడ్డిస్తున్న వనిత కుతూహలంగా "ఇంకా ఎన్ని రోజులు కావచ్చు అంకుల్?" అని అడిగింది.

"ఇంకో ఐదారు నెలలు కావచ్చేమో?" అన్నారు.

"అంతలో ఎనిమిది లక్షలు చెల్లించే విషయంలో వాళ్లను లొంగదీసుకుని ఉంటాం" అని కుమార్ నవ్వాడు. శివస్వామి కూడా నవ్వారు.

"నీళ్లకు, కరెంటుకు, చెత్త పారవేయడంలో ఎలాంటి ఇబ్బంది లేదుకదా?" ఆయన అడిగారు. అది ఇబ్బందికరమైన ప్రశ్న అని తెలుసు. అయినా ఆయన తెలుసుకోవలసివుంది.

కుమార్ ఏమీ మాట్లాడలేదు. ఆ మౌనమే ఆయన ప్రశ్నకు సమాధానంగా అనిపించింది. కుమార్ నోరు తెరవకముందే వనిత, "అంకుల్, ఇక్కడ అన్నిటికీ ఇబ్బందిగా ఉంది. ప్రస్తుతానికి రాకండి" అంది. కుమార్ ఆమెను కోపంతో చూశాడు. "కొత్త అపార్ట్‌మెంట్లన్నీ ఇలాగే ఉంటాయి. నాలుగు కుటుంబాలు వచ్చి చేరిన తర్వాతే స్వాధీనంలోకి వస్తాయి. "నువ్వు ఉన్నవి లేనవి గోరంతలు కొండంతలు చేసి చెప్పి ఆయన మనసు విరచకు" అని కుమార్ అన్నాడు. ఆమెకు కోపం వచ్చింది.

"అలా మనం అబద్ధాలు చెప్పి, పాపం ఇలాంటి పెద్దలు ఇక్కడికొచ్చి కష్టపడేలా చేయకూడదు. అది ఎవరికీ క్షేమం కాదు. అంకుల్, మొత్తం ఫేజ్ 1కు బెస్కాం వారు విద్యుత్ కనెక్షన్ ఇవ్వలేదు, కార్పొరేషన్ నీళ్లు రావడం లేదు, చెత్త సేకరించడానికి కార్పొరేషన్‌వారు రావడం లేదు. అంతా ప్రైవేట్‌గా జరుగుతోంది. ఈ భవనానికి బిబిఎంపి నుంచి కంప్లీషన్ సర్టిఫికెట్ రాలేదట. సర్టిఫికేట్ పొందకుండా ఏ ఏర్పాటు చేయలేం. ప్రభుత్వం లెక్కలో ఇదింకా ప్రజలు నివసించేందుకు అనుమతి పొందని భవనం. ఇక్కడ మేము ఒక విధంగా ఇల్లీగల్‌గా ఉంటున్నాం" అంది దుఃఖం, విషాదం, కోపం, దిగులుతో నిండిన కంఠంతో. శివస్వామి అవాక్కయ్యారు. ఆమె ఏడ్వబోతున్నట్లుగా ఆమె స్వరం రుద్ధమైంది.

"కంప్లీషన్ సర్టిఫికేట్ అని అనరు. ఆక్యుపెన్సీ సర్టిఫికేట్" అని కుమార్ సరిదిద్దాడు.

"మొత్తానికి ఏదో ఒకటి. పని పూర్తికాలేదు. నివాసానికి యోగ్యంగా లేదు" అంది వనిత.

"వనితా ప్లీజ్. ఆయనను భోజనం చేయనివ్వు. తర్వాత మాట్లాడుదాం" అని కసిరినట్టు అన్నాడు.

"భలేవారే మీరు? నేను వారిని భయపెడుతున్నానా? ఆయన అడిగినందుకు చెప్పాను" అందామె. శివస్వామి వైపు తిరిగి, "అంకుల్, నేను ఈయన దగ్గర మొత్తుకున్నాను. తెలుసుకుని వెళదామని అన్నాను. తొందరపడవద్దని చెప్పాను. ఇప్పుడు మా పరిస్థితి చూడండి. ఆయనకు ఇక్కడి నుంచి శని, ఆదివారాల్లో ఊరికి వెళ్లేందుకు అనుకూలంగా ఉంటుందన్నది ముఖ్యం. మిగిలిన రోజుల్లో ఎలా జీవితాన్ని సాగిస్తున్నామో ఆలోచించడమే లేదు. చూడండి, ఇప్పుడు ఇక్కడ మేము కుళ్లిపోతున్నాం. పైగా ఎదిగిన అమ్మాయి ఇంట్లో ఉంది" అని అంది.

ఆమె కనుల చివర నీళ్లు ఉన్నాయి.

"పట్టణానికి వెళ్లడం అంత సులభం కాదు. మా అద్దె ఇంటి లీజు ముగిసింది, వెంటనే ఖాళీ చేయవలసి వచ్చింది. ఇక్కడ నుండి నీ స్కూలుకూ దగ్గరవుతుంది. ఊరికే ఏమేమో మాట్లాడకు" అన్నాడు దబాయిస్తున్నట్లు.

వనిత మాటలు కొనసాగించకుండా మౌనంగా ఉండిపోయింది.

శివస్వామికి మనసంతా విచారంతో నిండిపోయి అన్నంముద్ద రుచి లేకుండాపోయింది. కుమార్ టాపిక్ మార్చుతూ, "మీది ఏ ఊరు? మీరు ఊరు వదిలి ఎన్ని సంవత్సరాలైంది? మీరు ఏమి చేస్తారు?" వంటి ప్రశ్నలు వేసి పరిస్థితిని తేలికపరచడానికి ప్రయత్నం చేశాడు

రాత్రి భోజనాలయ్యాక మగవాళ్లిద్దరు బాల్కనీలో కూర్చున్నారు. వనిత, ఆ అమ్మాయి వడ్డించుకుని టీవీ ముందు కూర్చుని భోంచేస్తున్నారు. బాల్కనీ చక్కగా అలంకరింపబడింది. తెల్లటి కుషన్లు వేసిన బెత్తపు కుర్చీలు, రోజ్‌వుడ్ కాఫీ టేబుల్, ఒకవైపు పూల కుండీలు, పచ్చటి గడ్డిలా కనిపించే ఫ్లోర్ కార్పెట్ ఆ చిన్న స్థలాన్ని ఆకర్షణీయంగా చేశాయి. బాల్కనీ నుండి విశాలమైన నక్షత్రాలతో నిండిన ఆకాశం కనిపిస్తోంది. ఎడమ భాగంలో ఇంకా నిర్మాణంలో ఉన్న ఫేజ్ టూ భవనం కనిపిస్తోంది. దూరంగా సెక్యూరిటీ గేటు వెలుతురు

మెరుస్తోంది.

కుమార్ ఒక్కసారి డోర్ లోపలికి చూసి, ఆడవాళ్లిద్దరు టీవీ ముందు ఉన్నారని నిర్ధారించుకుని మెల్లగా అన్నాడు. "సార్, వనిత చెప్పింది విన్నారు కదా? ఇక్కడ మా పరిస్థితి దారుణంగా ఉంది. ప్రతి ప్రాథమిక సౌకర్యం కోసం పోట్లాడాలి. నాలుగు కుటుంబాలు కలిసి మాట్లాడుకుని ఇళ్లల్లో నివాసం ఉంటున్నాం. ఏదో పిచ్చి ధైర్యం వచ్చింది సార్. ఇప్పుడు చూడండి, కేవలం రెండు కుటుంబాలు మాత్రమే ఉన్నాయి. మేము మూడవ ఫ్లోర్‌లోఉన్నాం. నాలుగో ఫ్లోర్‌లో జోసెఫ్ మాథ్యూస్ కుటుంబం వుంది. భార్యాభర్తలు ఇద్దరే ఉంటారు. పదేపదే కేరళకు వెళ్తుంటారు. పిల్లలను అక్కడే పెంచుతున్నారు. ఒకసారి వెళితే పక్షం రోజులు రారు. ప్రస్తుతం భవనంలో మేము ముగ్గురం మాత్రమే. ఎదిగిన కూతురు ఉంది. అక్కడ భవన నిర్మాణ పనులకు వందలాది మంది వస్తుంటారు. ఎలాంటి వారో ఏమో? వనిత చాలా భయపడిపోయింది. ఆమెబాధ నాకు అర్థమవుంది. అయితే ఆమె చెప్పినట్టు కేవలం ఊరికి వెళ్లటానికి దగ్గర అనే కారణంగా రాలేదు సార్. దగ్గర అన్నది మాకు అనుకూలమైన విషయవే. అంతే. సార్, మీరు సీనియర్లు. పెద్దవారు. నేను మీకు నిజం చెబుతాను. నేను ప్రలోభానికి లోనై అన్నీ నాశనం చేసుకున్నాను" అని నిట్టూర్చాడు.

"ప్రలోభమా?"

"అంతా గ్రహచారం సార్. కొన్నిసార్లు తెలిసినప్పటికీ ఒక్కోసారి మందబుద్ధి కమ్ముకుంటుంది. నాలుగైదు కుటుంబాలు వచ్చి చేరుకుంటే, తర్వాత ఒక్కొక్కరుగా వచ్చి చేరుతారని అనూప్ గార్డేనియావాళ్లు బుర్రపాడు చేశారు. మీరు వచ్చి చేరండి, మూడు నెలల్లో సగం బిల్డింగ్ నిండకపోతే అడగండి అని సర్వోత్తమ శాస్త్రి అంతా చూసినట్టు చెప్పాడు. మీరు కొనుగోలు చేసేటప్పుడు ఎవరితో వ్యవహరిస్తున్నారో తెలియదు. అయితే ఇక్కడ సగానికి సగం మందికి ఈ బిల్డింగ్ అమ్మినవాడు అతనే సార్, శాస్త్రి. అతను ఎ పి లఖానికి సేల్స్ ఏజెంట్. అప్పట్లో కొంటున్నప్పుడు మంచి డిస్కౌంట్ ఇప్పించాడు. అది నిజమేనని అంగీకరిస్తున్నాను. కానీ అతను చేసిన మంచి పని అదొక్కటే. తర్వాత చేసినదంతా ఒట్టి దగుల్బాజితనమే. ఇప్పుడు అతన్ని అనూప్ గార్డెనియా

నుంచి అంటే ఎ పి లఖాని కంపెనీ నుంచి కూడా తరిమికొట్టారు సార్. అతను క్రిమినల్ సార్. మమ్మల్ని ఇక్కడ ఇరికించిపెట్టాడు.

శివస్వామికి పూర్తిగా అర్థంకాలేదు. ఈ తరహా వ్యాపారాలు చేసినవారికి ఈ తరహా మాటలు అర్థమవుతాయి. శివస్వామికి ఇదంతా వేరే ప్రపంచం. "ఎలా ఇరికించాడు?" అని అమాయకంగా అడిగాడు.

"సార్, మీ దగ్గర చెప్పుకోవడానికి ఎందుకు సిగ్గుపడాలి? ఇప్పుడు వాళ్లు పెంచిన ఎనిమిది లక్షల విషయంగా మనం పోట్లాడుతున్నాం. నిజానికి వాళ్లు నోటీసులు పంపక ముందే ఆ విషయం మాకు తెలుసు. అదీ ఈ శాస్త్రి ద్వారా. నిజానికి అలా తెలియజేయటం అనూప్ గార్డెనియావారి ప్లానే సార్. అప్పుడు ఆ విషయం తెలియదు. శాస్త్రి మాలాంటి ఐదారు కుటుంబాల వారిని కలిసి, "ఎనిమిది లక్షలకు నోటీసు వస్తుంది, అయితే నేను మీకు సహాయం చేస్తాను, అయితే అన్నీ రహస్యంగా ఉంచాలి" అని చెప్పాడు. "ఇంకో పక్షం రోజుల్లో మీరు అక్కడికి మూవ్‌కండి. మీరు ఇప్పటికే ఇంట్లో ఉన్నారని ఎనిమిది లక్షల నోటీసు రాకుండా ఆపుతాను" అన్నాడు.

ఇంతకు ముందు మేము త్యాగరాజనగర్‌లోని అద్దె ఇంట్లో ఉండేవాళ్లం సార్. ఆ ఓనర్‌ను మీరు చూసి ఉండాల్సింది, బయటికి సన్నగా, ఒట్టి ఎముకలగూడు. కానీ లోలోపల రాక్షసుడు సార్. కింద ఇంట్లో అతను ఉండేవాడు. పైనున్న నాలుగిళ్లను అద్దెకు ఇచ్చాడు. నీటి స్విచ్‌ను కంట్రోల్ చేసేవాడు. నీళ్లు వదిలేవాడు కాదు. ఇంటికి బంధుబలగం రావడానికే లేదు. ఇక అతని దురాశ గురించి ఏం చెప్పమంటారు? పేడ మీద ఒక్క రూపాయి పడినా, దాన్నెత్తి తుడుచుకోకుండానే జేబులో పెట్టుకునే మనిషి. ప్రతినెలా అద్దె పెంచమని గొడవ పెట్టేవాడు. ఇక్కడికి వచ్చినందుకు వనిత నన్ను ఇన్ని మాటలు అంటుందికదా, ఆ ఇల్లు ఖాళీ చేద్దామని రాత్రీపగలూ గొడవ చేసింది ఆమెనే. అప్పుడు తప్పనిసరిగా వదలాల్సి వచ్చింది. అదే సమయంలో శాస్త్రి ఇక్కడకు వచ్చివుంటే ఎనిమిది లక్షలు ఆదా చేస్తానన్నాడు. అంతా కలిసొచ్చిందని అనిపించింది. సొంత ఇంటికి వెళ్తున్నామని ఓనర్ ముఖం మీదే చెప్పి వచ్చాం. ఇక్కడికి వచ్చిన తర్వాత –'అటువైపు నుయ్యి అయితే ఇటువైపు గొయ్యి' అని తెలిసింది. ఇప్పుడు ఇక్కడికి వచ్చి ఏమి పొడిచామని వనిత రోజూ గొడవపడుతూ

వుంటుంది. ఏం చేయగలను సార్? నా స్థానంలో మీరు ఉంటే ఏం చేసేవారో చెప్పండి?" అని మాటలు ఆపాడు.

అతని స్థానంలో తను ఉండివుంటే ఏం చేసేవాడినోనని శివస్వామి అయోమయంలో పడ్డాడు. బహుశా తనూ అతనిలాగే చేసి ఉండేవాడేమో. తెలియదన్నట్టు తలూపారు. అతను ఈయన సమాధానం కోసం ఎదురు చూస్తున్నట్టు కనిపించలేదు. పునరావృతమైన పాతజ్ఞాపకాల అసహనంతో తలూపుతున్నాడు.

"బిల్డర్ మాట నిలబెట్టుకోలేదా? నీకు కూడా ఎనిమిది లక్షల నోటు వచ్చింది కదా?" అని అడిగాడు శివస్వామి.

"వచ్చింది సార్. మీ అందరికీ ఇచ్చిన తర్వాత మా నాలుగు కుటుంబాలకూ నోటీసులు ఇచ్చారు. దొంగ ముండాకొడుకులకు తపాలా ఖర్చులు మిగిలాయి. మెయింటెనెన్స్ బాయ్ నోటీసు తలుపుల మధ్యన దూర్చి వెళ్లాడు. తెలివిగా ఏదో ఒకటి చేసి డబ్బు మిగుల్చుకోవటానికి ప్రయత్నిస్తే, చివరికి అన్ని విధాలుగా చిక్కుకునిపోయాం. మా కనకపురం వైపు ఒక పాడు సామెత ఉంది. అతి తెలివైనవాడొకడు కొత్త పద్ధతిలో తలుపులు మూయబోయి తన బీజాలను తలుపుల మధ్య ఇరికించుకున్నాడట. సారీ... సార్... ఏమేమో మాట్లాడుతున్నాను. నిజానికి మా పరిస్థితి అలా ఉంది" అని నవ్వాడు. "సార్, నేను కాఫీ చేయించనా?" అని అడిగాడు. "వద్దు. నేను త్రాగను" అని మళ్లీ "నిన్ను ఇక్కడికి పంపిన సేల్స్‌మ్యాన్ ఏమన్నాడు?" అని అడిగారు.

"శాస్త్రి. ఆయనకు ఫోన్ చేస్తే 'నేను ఎ పి లఖానిని వదలేశాను. ఇప్పుడు అతని ఏ ప్రాపర్టీకి నేను పని చేయటం లేదు, ఐయామ్ సారి, ఇప్పుడు నేను ఏమీ చేయలేను కుమార్' అన్నాడు. ఇంత జరిగినా కొన్ని రోజుల తర్వాత... మీరిది వింటే నవ్వుతారు సార్... మళ్లీ అతనే ఫోన్ చేసి 'కుమార్ ఇప్పుడు నేను ప్రెస్టీజ్ కోసం పనిచేస్తున్నాను. వైట్ ఫీల్ట్‌లో కొత్త ప్రాజెక్ట్ వేశారు. చాలా బాగుంది. ఎవరైనా ఐటీ ఇంజనీర్లు ఇల్లు కొనాలనుకుంటే నాతో కనెక్ట్ చేయండి ప్లీజ్" అని సిగ్గు లేనివాడిలా అడిగాడు. నేను తిట్టలేదు. బదులుగా, 'నాకు ఐదుగురు తెలుసు శాస్త్రి, మీకు వారి నంబర్లు ఇస్తాను. కానీ ఇక్కడి

ఎనిమిది లక్షల కథ ఏమైంది?' అని ఉపాయంగా ఆశ చూపించి అడిగితే అప్పుడు అన్ని విషయాలు చెప్పాడు.

ఇవన్నీ ఎ పి లఖానివారి ట్రిక్‌లట. వాళ్లు ఎనిమిది లక్షలు అడుగుతున్నది బిబిఎంపిలో రికార్డులు క్లియర్ చేసుకోవటానికట. మీకు తెలుసుకదా? ఎనిమిదో ఫ్లోర్‌లో రెండు పెంట్ హౌస్‌లు కట్టించారు. అది ఇల్లీగల్. అలాగే బేస్‌మెంట్‌లో పార్కింగ్‌కు మాత్రమే ఉండాలి, వీళ్లు పదో, పదిహేనో పార్కింగ్ స్థలాలు తగ్గించి, ఒక దుకాణానికి స్థలం సమకూర్చి నిర్మించారు. ఇవి రెండూ అనధికారికంగా నిర్మించారు. ప్లాన్‌లో చూపలేదు. ఇప్పుడు బిబిఎంపి దాన్నే పట్టుకుని కూర్చుంది. వీళ్లకు ఆక్యుపెన్సీ సర్టిఫికెట్ ఇవ్వటంలేదు. కట్టడమేమో కట్టేశారు. ఇప్పుడు దాన్ని క్రమబద్ధీకరించడానికి కోట్లలో ఖర్చవుతుంది. ఆ ఖర్చును ఒక్కొక్కరికి ఎనిమిది లక్షల చొప్పున మన తలలపై మోపుతున్నారు. మనమందరం కలిసి డబ్బు చెల్లిస్తే, వారికి ఖర్చు తగ్గి, లాభమూ పొందవచ్చు. వాళ్లు చెప్పిన కారణాలన్నీ అబద్ధాలే. ఒక ప్రాజెక్ట్ నష్టాన్ని మరో ప్రాజెక్ట్ ద్వారా భర్తీ చేస్తారు సార్. ఎవరినో గొర్రెను చేస్తారు. శాస్త్రి ప్రకారం, ఇది ఎనిమిది లక్షలతో ఆగకపోవచ్చు. ఏం చేస్తాం సార్? మనం చిక్కుకుపోయాం"

"అయ్యో. ఇంత కథ ఉందని నాకు తెలియదు కుమార్." శివస్వామి ఖిన్నులయ్యారు. ఇది ఎనిమిది లక్షలతో ఆగకపోవచ్చు అనే మాట ఆయన మనస్సుకు గుచ్చుకుంది.

"పూర్తిగా వినండి సార్. ఎనిమిది లక్షలకు మన నుంచి... అంటే ఓనర్‌ల నుంచి వ్యతిరేకత వస్తుందని ముందే ఊహించారు. ఊహించక ఏమి? వాళ్లు అనుభవజ్ఞులు సార్. ఈ విధంగా ఎంతమందికి ఎన్నిసార్లు టోపీ పెట్టారో? బెంగళూరులో ఇది వాళ్ల ఎనిమిదో ప్రాజెక్ట్. లెక్క వేసుకోండి. అందుకే అనూప్ గార్డేనియా వారే శాస్త్రిని ప్లాన్ చేశారు. అతడ్ని ముందు పెట్టి తాము మరుగున ఉండి, మా నాలుగు కుటుంబాలను ఇక్కడికి వచ్చేలా చేశారు. వారి ఉద్దేశ్యం ఏమిటో తెలుసా? ఇక్కడ పది, పదిహేను కుటుంబాలు వచ్చి స్థిరపడితే వారంతా రెసిడెంట్ వెల్ఫేర్ అసోసియేషన్ ఏర్పాటు చేసుకుని తమకు వాటర్ కనెక్షన్ ఇవ్వలేదు, కరెంటు కనెక్షన్ ఇవ్వలేదని బిబిఎంపిపై ఒత్తిడి తెస్తే, ఆఫీస్ ముందు సమ్మెకు కూర్చోబెడితే, ఆ వార్తను పేపర్లో వేయిస్తే,

చివరకు కోర్టుకు వెళితే, అప్పుడు బిబిఎంపి ఒత్తిడిలో చిక్కుకుని పర్మిషన్ ఇచ్చి చేతులు కడుక్కుంటుందని అంచనా. పది కుటుంబాలు కష్టాలు పడుతున్నాయని అంటే సమాజంలో ఒక జాలి పుడుతుందికదసార్, దాన్ని వాడుకోవాలనే ప్లాన్. అందుకే అలా ఎంపిక చేసిన కుటుంబాల్లో మైనారిటీ, మెజారిటీ, ఎస్సీ, ఎస్టీ అందరూ వచ్చేలా చూసుకున్నారు.

చూడండి సార్, ప్రజలను ఎలా మూర్ఖులు చేస్తారో! ఇటువైపు మా నుంచి డబ్బులు వసూలు చేస్తారు. మరోవైపు మన ద్వారానే సమస్యను పరిష్కరించేందుకు ప్రయత్నిస్తారు" అని బాధగా నవ్వుతూ చెప్పాడు.

"అలా ఆక్యుపెన్సీ సర్టిఫికేట్ లేకుండా ఇళ్లను అప్పగించవచ్చా?" అని అడిగారు శివస్వామి.

"చేయకూడదు. కానీ ఇక్కడ బెంగుళూరులో అది కామన్ సార్. అందరూ చట్టాన్ని ఉల్లంఘించేవారే" అని కుమార్ అన్నాడు.

శివస్వామి, కుమార్ ఇంటి నుంచి బయలుదేరినపుడు పదిగంటలు దాటింది. ఆయనను కింద సెక్యూరిటీ గేటు వరకు వదలటానికి భార్యాభర్తలు వెంట వచ్చారు. వనితా బిహారీ గార్డ్ కోసం ఒక ప్లాస్టిక్ బాక్స్‌లో బిసిబేళేబాత్ తెచ్చింది. అతను చిన్నగా నవ్వుతూ, కళ్లతోటే నమస్కరిస్తూ దాన్ని తీసుకున్నాడు.

❖

14

శివస్వామి హెడ్ ఆఫీస్ బోర్డ్‌రూమ్‌లో నోట్‌బుక్ పెట్టుకుని కూర్చున్నారు. అతనితోపాటు మరో ముగ్గురు ఉన్నారు. రవిరాజ్, ప్రభు, శ్యామల. క్షణం క్రితం శ్యామల ఆ గదిలోకి రాగానే శివస్వామి లేచి నిలబడి నమస్కరించారు. మిగతా ఇద్దరు తమ ల్యాప్‌టాప్‌లలో మునిగిపోయారు. కానీ శ్యామల మాత్రం ఏదో ప్రోటోకాల్ అనుసరిస్తున్నట్లుగా, ముందుగా రవిరాజ్, ప్రభులను పలకరించి, తర్వాత అప్పుడే చూసినట్లు, “ఓహ్! శివస్వామి వచ్చారే. బ్రాంచ్‌లో అంతా సజావుగా సాగుతోంది కదా?” అని షేక్‌హ్యాండ్ ఇచ్చింది. అది ఎలావుందంటే–‘అక్కడ బ్రాంచ్‌లో ఉండవలసినవారు ఆ బ్రాంచ్‌లోనే ఉండాలి, ఇక్కడికి ఎందుకు వచ్చారు?’ అన్నట్టు వినిపించింది. శివస్వామి మాట్లాడటానికి ముందే రవిరాజ్ ల్యాప్‌టాప్‌లోంచి తలెత్తకుండా “ఎం.డి. ఆఫీస్ నుంచి వారిని మీటింగ్‌లో చేర్చటం జరిగింది” అన్నాడు. అందరికి తెలిసేలా ఆమె ముఖం చిట్లించింది. తర్వాత ఆమె తన ల్యాప్‌టాప్ తెరిచి అందులో ముఖం దూర్చింది. శివస్వామి ల్యాప్‌టాప్ తీసుకురాలేదు. ఇది మునుపటి కంపెనీ నుండి వచ్చిన అలవాటు. అక్కడ రిటైర్‌మెంట్ చివరి రోజుల్లో ఆయన చేతికి ల్యాప్‌టాప్ వచ్చింది. ‘మీటింగులు జరుగుతుండగా మీరు ఏదో చేస్తూ కూర్చుంటే నేను ఎవరితో మాట్లాడతాను?’ అని అక్కడి ఆయన గ్రూప్ హెడ్ దబాయిస్తుండటం వల్ల అందరూ నోట్ పుస్తకాలు పట్టుకుని మీటింగ్‌లకు వెళ్లడం అలవాటు

చేసుకున్నారు. ఉపయోగించినా, ఉపయోగించకపోయినా ఇకపై ఇక్కడికి వస్తున్నప్పుడు ల్యాప్‌టాప్ తీసుకురావాలని నిర్ణయించుకున్నారు. శివస్వామి తన నోట్‌బుక్‌లో ఏదేదో నోట్ చేసుకోసాగారు. తలెత్తి చూస్తే, గోడపై ఫోటోలో ఉన్న ఇద్దరు పెద్దలు తనవైపు ఆసక్తిగా చూస్తున్నట్టు కనిపించింది.

విమల్ జైన్, అశోక్ మెహతా కూడా లోపలికి వచ్చారు. అనురాధ చెప్పిన వివరాలతో శివస్వామికి వాళ్లిద్దరు ఎవరో తెలిసిపోయింది, కానీ ఇప్పటివరకు వాళ్లిద్దరిని చూడలేదు. శివస్వామి స్వయంగా లేచి టేబుల్ అవతలకి వెళ్లి పరిచయం చేసుకున్నారు. విమల్ జైన్ కంపెనీ అతిపెద్ద బిజినెస్ యూనిట్ అయిన లాజిస్టిక్స్ డివిజన్‌కు అధిపతిగా ఉన్నారు. అశోక్ మెహతా ఇంజనీరింగ్ కన్‌స్ట్రక్షన్, మెడికల్ ఎక్విప్‌మెంట్ ట్రేడింగ్ డివిజన్‌లకు అధిపతిగా ఉన్నారు. విమల్‌కి నలభై లేదా నలభై అయిదేళ్లు ఉండొచ్చు. హసన్ముఖుడు, క్రీడాకారుడిలా ఆరోగ్యవంతమైన బాడీ. ఆయన షేక్ హ్యాండ్ ఇస్తూ "ఎండీ మీ గురించి చెప్పారు" అన్నారు. అశోక్ మెహతా కాస్త పెద్దవాడు. బహుశా శివస్వామిలా అరవయ్యేళ్లకు దగ్గర్లో ఉండొచ్చు. లేతనీలంరంగు సూట్లో ఉన్నాడు. నలుపు-తెలుపుల సన్నటి గడ్డం. గంభీరమైన వ్యక్తి. శివస్వామితో నమ్మకంగా మాట్లాడారు. ఆ తర్వాత వారిద్దరూ రవిరాజ్, ప్రభుతో కొద్దిసేపు మాట్లాడి, శివస్వామికి ఎదుటి వరుసలో శ్యామల పక్కన కూర్చున్నారు. విమల్, రవిరాజ్ చనువుగా మాట్లాడుకోవడం చూస్తే వాళ్లిద్దరూ పాత స్నేహితులని తెలుస్తుంది. ఆ కంపెనీ వ్యవస్థాపకుల కుమారులు కావటం వల్ల, ధావల్, ప్రీతమ్ జైన్ల స్నేహం గురించి కంపెనీలో అందరికి తెలియడం వల్ల శివస్వామి ఆశ్చర్యం కలగలేదు.

ఈ మీటింగ్ ముందుగా ప్లాన్ చేసిందికాదు. హఠాత్తుగా ఏర్పాటు చేసింది. ఏదో ఎమర్జెన్సీ కారణంవల్ల అన్నట్టుగా వుంది. ఆ సోమవారం శివస్వామి ఆఫీస్‌కు వచ్చి, తమ గదిలో పనిలో నిమగ్నమై ఉండగా, ప్రభు పెద్దపెద్ద అంగలు వేస్తూ వచ్చి, "ఇంకో గంటలో హెడ్ ఆఫీసులో మీటింగ్ ఉంది. మిమ్మల్ని కూడా చేర్చుకున్నారు. గమనించారా?" అన్నాడు. శివస్వామి అప్పుడు గమనించారు. "ఈ మీటింగ్ ఎందుకన్నది సూచించలేదుకదా?" అన్నారు కుతూహలంగా. "ఆ విషయం మీకు దారిలో చెప్తాను. రండి, నా

కారులో వెళ్దాం" అని శివస్వామిని వెంటబెట్టుకుని బయలుదేరాడు. తన హొండా సిటీ కారును నడుపుతూ, దారి పొడవునా కథను వివరించాడు.

"సర్, మన ఒక ఇఆర్‌పి ఎక్స్‌టెన్షన్ ప్రోడక్ట్‌లో లోపం కనిపించింది. ఒక సాఫ్ట్‌వేర్ బగ్. ఆ ప్రోడక్ట్‌ను చెన్నైలోని ఓ కంపెనీకి విక్రయించారు. పెరుమాళ్ సిమెంట్స్ అనే కంపెనీ. సాఫ్ట్‌వేర్ అమ్మి మూడు నాలుగు నెలలైంది. అంతే. వాళ్లు మన లాజిస్టిక్స్ డివిజన్ పాత కస్టమర్ అయినప్పటికీ మన సాఫ్ట్‌వేర్ కొన్నది ఇటీవలనే. మన సాఫ్ట్‌వేర్ ఒక మాడ్యూల్ -ఫైనాన్షియల్ రిపోర్ట్‌లను తయారు చేస్తుంది. అకౌంట్ డిపార్ట్‌మెంట్ వాళ్లు బుక్ క్లోజ్ చేస్తారు చూడండి-నెలవారీ, త్రైమాసికం, ఏడాదికి అంటూ దానికి సహాయపడే సాఫ్ట్‌వేర్ మనది. మన సాఫ్ట్‌వేర్ ఇచ్చిన రిపోర్టుకు, వారి అకౌంటెంట్ల లెక్కలకు తేడా వచ్చింది. నా ఇంజనీర్లు వెంటనే చర్యకు దిగారు. టెక్నికల్ అనాలిసిస్ చేసి కారణం కనుక్కున్నారు. దాని ప్రకారం, మన సాఫ్ట్‌వేర్ వివిధ రకాల కరెన్సీలలో జరిగే ఎగుమతి లావాదేవీలను పరిగణించలేదు. దానికి పరిష్కారం చిన్నది కాదు. ఈ సమస్యను ఫిక్స్ చేయడానికి కనీసం రెండు నెలలు పడుతుంది. క్విక్ ఫిక్స్ లేదు. ఇప్పటికే పెరుమాళ్ కంపెనీ చీఫ్ ఫైనాన్షియల్ ఆఫీసర్‌తో మాట్లాడాం. అక్కడ కొందరికి మన కష్టం అర్థమై వేచిచూడడానికి అంగీకరించారు. అయితే కొందరు వ్యతిరేకంగా ఉన్నారు. మన దురదృష్టంవల్ల అలా అంగీకరించని వారే ఆ కంపెనీలో అత్యంత ప్రభావవంతులైన వ్యక్తులు. ఆ కంపెనీ సీఈవో, పేరు రాజశేఖరన్. అతను నేరుగా మన ఎం.డి.కి ఫోన్ చేసి వారం రోజుల్లోగా ఈ సమస్యను పరిష్కరించకుంటే మనపై చట్టపరమైన చర్యలు తీసుకుంటానని అరిచారు. ఎం.డి.గారు కంగారుపడి ఈ మీటింగ్‌కు పిలిచారు"

స్యాంకి రోడ్డులోని బెంగళూరు గోల్ఫ్ క్లబ్ సమీపంలో విపరీతమైన ట్రాఫిక్ ఉంది. ప్రభు జాగ్రత్తగా కారు డ్రైవ్ చేస్తున్నాడు. పక్కనే కూర్చున్న శివస్వామి అతన్ని గమనించారు. లేత ఆకుపచ్చ చొక్కాలో అందంగా కనిపిస్తున్నాడు. తమ అల్లుడు అరుణ్ వయసువాడే కావచ్చు లేదా అతనికంటే కొంచెం పెద్దవాడూ కావచ్చు. ఇక్కడివాడై, ఈ గుజరాతీ కుటుంబ వ్యాపారంలో చేరి, తన తెలివితేటలతో ఒక డివిజన్‌ను నిర్వహించే అతని పట్ల మెప్పుదల కలిగింది. ఇంత సీరియస్‌గా వృత్తిని స్వీకరించినవాడు ఇంకా సంసారి ఎందుకు

కాలేదనే సహజమైన కుతూహలం ఏర్పడింది. అతని గురించి తెలుసుకోవాలనే కోరిక కలిగింది.

"సార్, నేను చెప్పింది అర్థమైందా? నా సమస్య అంటే టెక్నికల్ టర్మ్స్ (సాంకేతిక పదాలను) ఉపయోగించకుండా నా పనిని వివరించడం ఒక్కోసారి కష్టమవుతుంది" అని నవ్వాడు.

"లేదు, నాకు అర్థమైంది" అన్నారు. ఇందులో తననెందుకు చేర్చారో తెలియడం లేదు. అడిగితే సరైన సమాధానం రాకపోవచ్చని మౌనం వహించారు. ఇక చెప్పడానికి ఏమీ లేదన్నట్టు ప్రభు మౌనంగా డ్రైవ్ చేస్తున్నాడు. హెడ్ ఆఫీస్ దగ్గర కారు ఆపి దిగేటప్పుడు, "ఈ విధమైన మీటింగులు మీకు సాధారణమైపోతాయి. నేను మీకు శుక్రవారం చెప్పలేదా? మా బ్రాంచ్‌కు సంబంధించిన అన్ని విషయాలలో మిమ్మల్ని చేర్చడం జరుగుతుంది. ఇది బ్రాంచ్ దగ్గరే ఆగిపోవడం అనుమానమే. రెడీగా వుండండి" అని నవ్వాడు.

ధావల్, అనిత బోర్డ్‌రూమ్‌కి వచ్చారు. ధావల్ ముదురు నీలం రంగు సఫారీ దుస్తుల్లో ఉన్నారు. చాలా సీరియస్‌గా వున్నారు. ఆ రోజు ట్యాంకి చెరువు దగ్గర ఇంత స్వేచ్ఛగా మాట్లాడిన వ్యక్తి ఈయనేనా అని అనుమానం కలిగేటంత గంభీరంగా శివస్వామికి కనిపించారు. తమ సీటులో కూర్చుంటూ ఒకసారి తమ మందపాటి గాజు కళ్లద్దాల గుండా చుట్టూ చూశారు. ఆయన కుడివైపున విమల్, శ్యామల, అశోక్ మెహతాలు ఉన్నారు. ఎడమవైపు ప్రభు, రవిరాజ్, చివరన శివస్వామి. "అరే శివస్వామి వచ్చారే! ఎలా ఉన్నారు?" అని ఆ క్షణపు గంభీరతను వదులుకుని లేచి ఆయన దగ్గరకు వెళ్లి కరచాలనం చేశారు. శివస్వామి కూడా లేచి నిలబడి నమస్కరించారు. శివస్వామి చేతిని పట్టుకుని ఊపుతూ ధావల్ ఉల్లాసంగా, "మిమ్మల్ని చూడటం చాలా సంతోషంగా ఉంది" అని చెప్పి శివస్వామి భుజాన్ని ప్రేమగా తట్టి తన సీటుకు తిరిగి వెళ్లి కూర్చున్నారు. ధావల్ ఆత్మీయ పలకరింపు శివస్వామిని ఉత్సాహపరిచింది.

"సాఫ్ట్‌వేర్ బ్రాంచ్ మొత్తం ఇక్కడే ఉందే? ఏమిటి విషయం?" అని ధావల్ మొదట ప్రభు వైపు చూసి తర్వాత అనిత వైపు చూశారు.

"సార్, ఈ మీటింగ్ పెట్టమని మీరే చెప్పారు. నిన్న రాత్రి పెరుమాళ్ సిమెంట్స్ రాజశేఖరన్ మీకు ఫోన్ చేశారటకదా..." అని అనిత గుర్తు చేసింది.

"ఓహ్, రాజశేఖరన్ సమస్యనా? ప్రభూ ఏమి జరుగుతోంది? మన ప్రోడక్ట్ సరిగా లేదని చాలా బాధపడ్డాడు. ఒక రోజు టైం ఇవ్వు, ఎంక్వైరీ చేసి చెప్తాను అన్నాను. ఏం జరిగింది?" అని అడిగారు.

ధావల్ నేరుగా ప్రభుని అడిగినా, ఎవరు మాట్లాడాలి అనే అయోమయం వుండటం వల్ల ప్రభు, రవిరాజ్‌లు ఒకరి మొహాలు ఒకరు చూసుకున్నారు. నువ్వే చెప్పు అని ప్రభుకి సైగ చేశాడు రవిరాజ్.

"సర్, మన ఇఆర్‌పి ఎక్స్‌టెన్షన్ ప్రోడక్ట్‌లో ఒక బగ్ కనిపించింది. వారి అకౌంటెంట్ల కౌంటింగ్‌కు, మన సాఫ్ట్‌వేర్ కౌంటింగ్‌కు మధ్య తేడా వచ్చింది" అన్నాడు.

"ఎంత తేడా?"

ప్రభు తన ల్యాప్‌టాప్ వైపు చూసి దృష్టి సారించి నోట్ చేసుకున్నది వెంటనే చదువుకుని, "ఒక కోటి పన్నెండు లక్షల ఏడు వందల నలభై రెండు రూపాయలు".

"అలాగైతే అందులో దాగివున్నది చిన్న బగ్ కాదు ప్రభూ, పెద్ద ఏనుగు" అంటూ చేతులు విశాలంగా చాపి చూపిస్తూ బిగ్గరగా నవ్వారు. విమల్, అశోక్‌లు కూడా నవ్వారు. ధావల్ చెప్పిన తీరుకి శ్యామల, శివస్వామి ముఖాల్లోనూ నవ్వు కదిలిపోయింది. సీరియస్‌గా కూర్చున్నది ఇద్దరు మాత్రమే రవిరాజ్-ప్రభులు.

"నీ లాజిస్టిక్స్ యూనిట్‌లో అకౌంట్స్ క్లోజ్ చేసేటప్పుడు ఇంత తేడా వస్తే నువ్వు ఊరకుంటావా విమల్?" అని ధావల్, విమల్ వైపు తిరిగి అడిగారు.

విమల్ ఒక్క క్షణం ఏమీ చెప్పలేకపోయాడు. 'ఊఁ అంటే రవిరాజ్‌ను బాగా కోప్పడతారు. 'లేదు' అంటే... లేదని చెప్పటానికి సాధ్యంకాని తప్పు ఇది. అతను "లేదు, నేను ఊరుకునేవాణ్ణి కాదు" అన్నాడు.

"రాజశేఖరన్ చేసింది అదే. నాకు ఫోన్ చేసి నా మూతి-ముఖం కూడా చూడకుండా తిట్టాడు" అని రవిరాజ్ వైపు తిరిగి "రవీ, ఇప్పుడు ఏం చేద్దామని అనుకుంటున్నావు?" అన్నారు.

"సర్, మేము ఊరకే కూర్చోలేదు. మొత్తం టీమ్ పరిష్కారం కోసం కృషి చేస్తోంది" అన్నాడు రవిరాజ్ కాస్త అసహనంగా. "మా ఇంజనీర్ల ప్రకారం

మా సాఫ్ట్‌వేర్ కొన్ని కరెన్సీ ట్రాన్సాక్షలను పరిగణించలేదు. అందువల్ల ఇంత తేడా కనిపిస్తోంది. ఇది వేరే ఏ కస్టమర్ నుంచి రిపోర్ట్ రాలేదు. పెరుమాళ్ సిమెంట్స్ ఆఫ్రికన్ దేశాలతో జరిపిన లావాదేవీలలో మాత్రమే కనిపిస్తుంది. దీన్ని డిజైన్లోనే పరిష్కరించాలి. ప్రభు డివిజన్‌కు చెందిన సీనియర్ ఇంజినీర్లు అనాలిసిస్ చేసి, అంతా సరిచేసి, పరీక్షించి, వినియోగదారుడికి అందజేయడానికి కనీసం నెలన్నర సమయం పడుతుందని చెప్పారు. కానీ పెరుమాళ్ సిమెంట్స్ యాజమాన్యం అంత సమయం ఇవ్వడానికి అంగీకరించడం లేదు. ముఖ్యంగా మీకు ఫోన్ చేసిన వారి సీఈవో రాజశేఖరన్ మాకు ఒక్క వారం సమయం మాత్రమే ఇచ్చారు. వారం రోజుల్లోగా ఈ సమస్యను పరిష్కరించకుంటే కోర్టుకు వెళతామని చెబుతున్నారు" అన్నాడు.

"ఎలా కోర్టుకు వెళుతారు రవీ?" శ్యామల అసహనంగా అంది. "మనం సాఫ్ట్‌వేర్ ప్రోడక్ట్‌ను విక్రయించేటపుడు ఒక మాస్టర్ అగ్రిమెంట్‌కు సంతకం చేయించుకోవటం లేదా? అందులో సాఫ్ట్‌వేర్‌లో కనిపించే దోషానికి, దానివల్ల వారికి జరిగిన నష్టానికి మేము బాధ్యులం కాదని రాసి సంతకం చేయించు కుంటాం కదా? కోర్టు విషయం ఎక్కడ నుండి వచ్చింది? మన లీగల్ టీమ్‌ను సంప్రదించారా? మీకు కావాలంటే నేను సహాయం చేస్తాను" అంది.

ధావల్ కోపంతో ముఖాన్ని ఎర్రబరుచుకుని, "దయచేసి అలాంటివి చేయడానికి ప్రయత్నించకండి" అని అరిచారు. "ఒక ఉత్పత్తిని విక్రయించిన తర్వాత అందులో లోపం ఉన్నట్లు తేలితే, దానిని తయారు చేసిన, విక్రయించిన మనమే బాధ్యత వహించకపోతే ఇంకెవరు బాధ్యత తీసుకోవాలి?"

"అది అర్థమవుతుంది సార్. అయినా... ఇది సాఫ్ట్‌వేర్... జాగ్రత్తగా ఉండాలి" అంది శ్యామల పట్టు వదలకుండా.

"నాకది తెలియదు. నేను అలా వేరుపరిచి చూడను. అది సాఫ్ట్‌వేర్ అయినా స్క్రూడ్రైవర్ అయినా... అది మన కంపెనీ నుంచి బయటికి వెళ్లిన తర్వాత దానికి పూర్తి బాధ్యతను మనమే వహించాలి. లాజిస్టిక్స్ కన్‌సైన్‌మెంట్ కానీ సాఫ్ట్‌వేర్ ప్యాకేజీ కానీ తేడా ఏమిటి?" అని గదిలో కూర్చున్న అందరివైపు చూశాడు. ఒక్క క్షణం ఎవరూ మాట్లాడలేదు.

"చాలా తేడా ఉంది" అని ప్రభు మెల్లగా అన్నాడు. ధావల్ తమ కంటి

అద్దాలు సరిచేసుకుని అతని వైపు తిరిగారు.

"సార్, చాలా తేడా ఉంది. నేను ఈ మాటలు చెప్పేటప్పుడు మీ లాజిస్టిక్స్ డివిజన్ గురించి కానీ లేదా మిగిలిన డివిజన్‌ల గురించి కానీ నేను తేలికగా మాట్లాడటం లేదు. అయినా, ఆ డివిజన్ల ఉత్పత్తులకు, నా ఉత్పత్తులకు మధ్య చాలా వ్యత్యాసం ఉంది. సాఫ్ట్‌వేర్ నిజమైన అస్తిత్వం మన బుర్రలో ఉంది. కంటికి ఏమీ కనిపించదు. కాబట్టి ఎన్ని రకాల పరీక్షలు చేసినా కొన్ని అవకాశాలు మిగిలిపోతాయి. మన ఉత్పత్తులు వినియోగదారునికి చేరిన తర్వాతే కొన్ని లోపాలు తెలుస్తాయి. ఇది అసలు పరిస్థితి, మన నిర్లక్ష్యం కాదు" అని నెమ్మదిగా చెప్పాడు.

"అందువల్లనే సాఫ్ట్‌వేర్‌ను అమ్మటానికి ముందు, అందులో ఉండగలిగే లోపాలకు మనం బాధ్యులం కాదని సంతకం చేయించుకోవాలి" అన్నాడు రవిరాజ్.

"ఇంకెవరు బాధ్యులు?" ధావల్ రవిని చురచుర చూస్తూ అడిగారు.

అతను తడబడ్డాడు. "సాఫ్ట్‌వేర్‌లో ఎవరు బాధ్యులో, ఎవరు కాదో చెప్పడానికి కుదరదు. కొనటానికి ముందు వాళ్లు దాన్ని తనిఖీ చేసుకోవాలి. కొన్నతర్వాత ఇది సరిపోవటం లేదని అంటే దానికి వాళ్లు కూడా బాధ్యులు. కేవలం మన ఒక్కరిపైనే ఆరోపణను మోపలేరు" అని అన్నాడు.

ధావల్ పెద్దగా నవ్వారు. "అంటే మన దగ్గర కొని తప్పు చేశారనేగా?"

"అంటే...దాని అర్థం అది కాదు. అలా చూడరాదు" అన్నాడు.

"ఒక వ్యాపారవేత్త మొదటి లక్ష్యం ఏమిటంటే తాను ఏమి విక్రయిస్తున్నాడో దాన్ని స్పష్టంగా చూపించి విక్రయించాలి. మన మాటలకు మనమే బాధ్యత వహించాలి. 'ఇది కొనండి, మీకు సహాయపడుతుంది' అంటే అది అతనికి సహాయపడాలి. 'ఇది కొనండి మీకు డబ్బు ఆదా అవుతుంది' అంటే అది అతనికి డబ్బు ఆదా చేయాలి. అది వదిలి ఏవేవో చుట్టూ తిప్పి మాట్లాడుతారు. మనం తయారు చేసిన ఉత్పత్తిలో లోపం ఉందని అంటున్నారు, దాంతోపాటు దానికి మేము బాధ్యులం కాదనీ అంటున్నారు. ఈ విధంగా ఒకే వాక్యంలో సూటిగా–ఉల్టాగా మాట్లాడటాన్ని ఇంగ్లీషులో ఏదో అంటారుకదా... ఆఁ ... ఆక్సిమోరాన్. హాలీవుడ్ సినిమాల్లో అమెరికన్ నటీనటులు ఏదో మాట

అంటారుకదా, ఏమిటది...ఆవ్‌ఫుల్లీ గుడ్! అలా అనిపిస్తున్నాయి మీ మాటలు. "అవర్ సాఫ్ట్‌వేర్ ప్రోడక్ట్ ఈస్... ఆవ్‌ఫుల్లీ గుడ్" అని ఆయన పకపకా నవ్వారు. "నేను ఇంత కంగారు పడుతుంటే, ఆ రాజశేఖర్, ఆ కంపెనీ ఓనర్ ఇంకెంత కంగారు పడివుండాలి? సాఫ్ట్‌వేర్ అంతా బాగుంది కానీ కేవలం ఒక కోటి తేడా చూపిస్తోంది. బాధ్యత అంటే... నేను అడుగుతున్నది నైతిక బాధ్యత-మోరల్ ఆబ్లిగేషన్. లీగల్ ఆబ్లిగేషన్ కాదు" అని రవిరాజ్ వైపు చూసి నవ్వారు.

గదిలో ఎవరూ మాట్లాడలేదు. శివస్వామికి అవును కదా అనిపించింది. ధావల్ మాటలు లాజికల్‌గా అనిపించాయి. అయితే నోరు మెదపే తప్పు చేయలేదు.

ధావల్‌గారే స్వయంగా తన మాటలు కొనసాగిస్తూ, "గందరగోళాలను ఉపయోగించకూడదు. గందరగోళంతో డబ్బు సంపాదించకూడదు. అది పాపం అవుతుంది. శ్యామలా, మనమింకా సమస్యనే అర్థం చేసుకోలేదు. అప్పుడే మీరు లాయర్‌ను సంప్రదిద్దామని అంటున్నారుకదా? దీనికి పరిష్కారం ఏమిటో మీరెవరూ చెప్పలేదు. బాధిత కస్టమర్ని ఎలా శాంతింపజేయాలో చెప్పడం లేదు. బదులుగా, మీరు సమస్యను ఎడమచేతి నుండి కుడి చేతికి, కుడిచేతి నుంచి ఎడమ చేతికి తిప్పుతూ ఆడుకుంటున్నారు. బహుశా, సమస్యను పరిష్కరించడం కన్నా ఇదే మీకు ఎక్కువ కిక్ ఇస్తోంది" అని లేచి నిలబడి తన నడుమును పట్టుకున్నారు. తర్వాత తలుపు వరకు నడిచి మళ్లీ వెనక్కి వచ్చి తన కుర్చీ వెనుకకు వెళ్లి మోచేతులు దాన్ని ఆధారంగా పెట్టుకుని వంగి నిల్చున్నారు. అక్కడ కూర్చున్న వారందరికీ ఇది మామూలే కాబట్టి ఆయన లేచేసరికి మీటింగ్ అయిపోయిందని ఎవరూ అనుకోలేదు.

"వీటన్నింటికీ మూలమైన లోపం ఏమిటంటే మీరు కస్టమర్ నుండి చాలాఎక్కువ దాచడం. అది పెద్ద తప్పు. ఏదీ దాచకూడదు. విమల్, నియాన్ వెస్లీ ఎక్స్‌పోర్ట్స్ ఎన్ని సంవత్సరాలు నుంచి మనకు కస్టమర్లుగా ఉన్నారు?"

"ఇరవై అయిదేళ్లు ఉండొచ్చు సార్. చాలా నమ్మకమైన కస్టమర్. వారి నుంచి నెలకు కనీసం ఐదు కన్‌సైన్‌మెంట్స్ వస్తాయి" అన్నాడు.

"ముప్పై రెండు సంవత్సరాలుగా ఆయన మన కస్టమర్, విమల్," అని అతన్నే సూటిగా చూస్తూ అతని మాటలను సరిదిద్దారు. "ముప్పై రెండు

సంవత్సరాలు. అది ఎలా మొదలైందో తెలుసా? ఆ క్రెడిట్ అంతా మీ నాన్నకే చెందాలి. ప్రీతమ్, నేను అప్పుడింకా లాజిస్టిక్స్ బిజినెస్‌ను విస్తరిస్తున్నాం. మాది ఇంకా చిన్న కంపెనీ, అయినా దీనివల్ల బతకగలం అనే నమ్మకం ఇద్దరికి ఉండేది. ఆ రోజుల్లో వచ్చింది ఇది. అతని పేరేంటి... నియాన్ వెస్లీలో లాజిస్టిక్స్ డిపార్ట్మెంట్ ఇన్‌ఛార్జ్... పార్సీపేరు... వెంటనే గుర్తుకు రావడం లేదు, ముంబై నుంచి హాంకాంగ్‌కు అరటన్ను షిప్పింగ్ చేయడానికి మన కోట్ అడిగాడు. ప్రీతమ్ నేనూ చాలా కష్టపడి, చాలా సమయం తీసుకుని జాగ్రతగా కోట్ ఇచ్చాం. ఆ తర్వాత పదిహేను రోజులైనా అతని నుంచి సమాధానం రాలేదు. అప్పుడు ప్రీతమ్ అతనికి ఫోన్ చేశాడు. ముంబైలోనే ఉన్న మనలాంటి లాజిస్టిక్స్ కంపెనీ అతనికి మన కోట్‌కన్నా పది శాతం తక్కువ కోట్ ఇచ్చింది. నియాన్ వెస్లీ వ్యక్తి దాదాపు వారితో డీల్ చేయాలని నిర్ణయించుకున్నాడు.

అప్పుడు ప్రీతమ్ ఏం చేసాడో తెలుసా? దేవుడు అతన్ని బాగా చూడాలి. మేము మా కోసం సిద్ధం చేసుకున్న మా ఎస్టిమేషన్ షీటునే అతనికి ఫ్యాక్స్ చేశాం. అది కంపెనీ రహస్యంకదా? దాన్ని పంచుకోకూడదుకదా? ప్రీతమ్ అవన్నీ ఆలోచించలేదు. పైగా ఆ నియాన్ వెస్లీకి చెందినవాడికి కాల్ చేసి, 'చూడండి, దీన్ని మీతో ఎవరూ పంచుకోరు. అందులోని లెక్క చూడండి. మేము మీతో చేయబోయే వ్యాపారంలో ఎనిమిది శాతం లాభం పొందుతున్నాం. ఏమి జరిగినా, మేము మీ ఉత్పత్తిని పన్నెండు రోజుల్లో హాంకాంగ్‌కు చేర్చుతాం. ఒకవేళ పన్నెండు రోజుల దాటినా మేము డెలివరీ చేయకపోతే, రోజుకు ఐదు శాతం మీకు రీఫండ్ చేస్తాం. మాపై మేమే పెనాల్టీ వేసుకుంటాం. ఈ పనులన్నీ మేము చేసినట్లే ఆ మరొకడు చేస్తాడేమో అడగండి. నేను మీకు ఫ్యాక్స్ చేసినట్టే అతను అసలు ఎస్టిమేషన్ షీటు ఫ్యాక్స్ చేస్తాడేమో అడగండి. అయినప్పటికీ, మీకు వాళ్లే మాకంటే ఎక్కువ నమ్మకస్థులని అనిపిస్తే, వారితోనే కొనసాగండి. మై బెస్ట్ విషస్ టు యూ'. మీ నాన్న మాట్లాడే విధానం నీకు తెలుసుకదా? ఎవ్వరినైనా చెరిపేయగలవాడు, ఎవ్వరినైనా నవ్వించగలవాడు" అంటూ బిగ్గరగా నవ్వారు. విమల్ ముఖంలో చిరునవ్వు కనిపించింది. అక్కడున్న వారందరూ, ఫోటోల్లోని వారితోపాటు ఆసక్తిగా ఆ కథను వింటున్నారు.

"ఆ రోజు ఆ కంపెనీ మనతో వ్యాపారం చేయడం ప్రారంభించినవారు ముప్పై రెండు సంవత్సరాల తర్వాత కూడా మన కస్టమర్లుగా ఉండిపోయారు. ఇదే నేను మీ నుండి ఆశిస్తున్నాను. అది సాఫ్ట్‌వేర్ కానీ ఇంకేదైనా కానీ కస్టమర్ అంటే కస్టమర్. అతను మిమ్మల్ని నమ్మి వ్యవహరించాలే తప్ప కోర్టుకు వెళ్లకూడదు"

ధావల్ తన కుర్చీని ముందుకు నెట్టి తలుపు వైపు నడిచాడు. అనిత అతన్ని అనుసరించడానికి లేచి నిల్చుంది. మీటింగ్ ముగిసినట్లు అర్థమైంది.

అప్పుడు శ్యామల, "ఈ పెరుమాళ్ సిమెంట్స్‌ను ఏం చేయాలి అనే ప్రశ్న అలాగే ఉండిపోయింది..." అని మెల్లగా రవిరాజ్‌తో అంది. పెద్ద టేబుల్ దగ్గర ఇద్దరూ ఎదురెదురుగా కూర్చున్నందువల్ల ఆ మాటలు దాదాపు అందరికీ వినిపించాయి.

ధావల్ వెనక్కి తిరిగారు.

"ఆఁ ... ఏమిటి, పిలిచారా?..."

ఇది ఊహించని శ్యామల ఒక్క క్షణం కంగారు పడింది. అతను విన్నదానిని మళ్లీ చెప్పాల్సిందే. మిగిలిన వారు ఇప్పటికే విన్నారు. "ఇప్పుడు పెరుమాళ్ సిమెంట్స్‌ను ఏమి చేద్దాం?" అన్నారు. అది బ్రద్ధలయ్యే ప్రశ్న అని తెలుసు. దాన్ని నిజానికి రవిరాజ్ అడగాల్సింది. అతను ధైర్యం చూపలేదు.

"ఇంత సేపు రామాయణం విన్నాక చివరికి ఇదే ప్రశ్ననా?"

"అలాకాదు సార్, మన తక్షణ ప్రతిస్పందన ఏమిటి?" అన్నారు, తాము అన్న మాటలను కవర్ చేస్తున్నట్లు.

ధావల్ తన మందపాటి కళ్లద్దాల్లోంచి అందరినీ మళ్లీ చూశారు. శివస్వామిపైనే ఆయన చూపులు నిలుచున్నాయి.

"ఆగండి. శివస్వామిగారిని అడుగుదాం. ఆయన ఏం సలహా ఇస్తారో చూద్దాం" అని అందరినీ శివస్వామి వైపు తిరిగేలా చేశారు.

శివస్వామి లేచి నిలబడ్డాడు. "మన ఒక ఎక్జిక్యూటివ్ చెన్నై వెళ్లి రాజశేఖరన్ని కలుసుకుని మాట్లాడటం సముచితంగా వుంటుందని నేను భావిస్తున్నాను" అని అన్నారు.

ధావల్ చిన్నపిల్లాడిలా చప్పట్లు కొట్టి నవ్వి, "పరిష్కారం దొరికిందికదా"

అని నవ్వారు.

దాన్ని తిరస్కరిస్తున్నట్లుగా రవిరాజ్ "ఇప్పటికే ఒక సీనియర్ సొల్యూషన్స్ ఆర్కిటెక్ట్ వెళ్లివచ్చాడు."

"అతను ఈ కంపెనీ చైర్మన్ కొడుకా?" అని ధవల్ వ్యంగ్యంగా అడిగాడు. రవిరాజ్ సమాధానం చెప్పకుండా మౌనంగా ఉండిపోయాడు.

ధావలే కొనసాగించాడు, "ఎవరో వెళ్లడంకాదు. మీలో ఒకరు, నువ్వో లేదా ప్రభునో లేదా ఇద్దరూ వెళ్లిరావాలి. రాజశేఖరన్‌తో మాట్లాడి, అతని నమ్మకాన్ని సంపాదించాలి. అతను మరీ అసంతృప్తి చెందివుంటే అతని డబ్బు తిరిగి ఇచ్చివేయండి. కావాలనుకుంటే మన ప్రోడక్ట్‌ను ఉచితంగా ఉపయోగించుకోని.... శివస్వామీ దీని స్టేటస్‌ను నువ్వు నాకు తెలియజేస్తుండాలి" అంటూ గదిలోంచి బయటికి నడిచారు. అశోక్ మెహతా, విమల్ కూడా లేచారు. విమల్ గుజరాతీలో ఏదో చెప్పి రవిరాజ్ వైపు చూసి నవ్వాడు. ఆ మాటకు అశోక్ మెహతా కూడా నవ్వారు. రవిరాజ్ తన రెండు చేతులతో నుదుటిని నొక్కి పట్టుకున్నాడు. శ్యామల తన ల్యాప్‌టాప్‌లో ఏదో టైప్ చేస్తోంది. సూటిగా ముఖం చూపించలేని సందిగ్ధత అని అందరికీ తెలిసిందే. శివస్వామి తమ నోట్‌బుక్‌ను పట్టుకుని లేచి నిల్చునివున్నారు. ధావల్ ప్రశ్నకు సమాధానం చెప్పేందుకు లేచి నిలబడ్డవారు మళ్లీ కూర్చోలేదు. విమల్, అశోక్‌లు బయటకు నడిచారు. గదిలో మిగిలిన వ్యక్తుల మధ్య నెలకొన్న నిశ్శబ్దం భరించలేనిది. మీటింగ్ ఒక ఏకాంకికలా ముగిసిపోయింది. శివస్వామి మనస్సులో రెండు పూర్తిగా భిన్నమైన చిత్రాలు ఏర్పడ్డాయి. ఒక చిత్రంలో స్యాంకి ట్యాంక్ దగ్గరి ధావల్ ఉంటే, మరో చిత్రంలో బోర్డ్‌రూమ్‌లోని ధావల్ ఉండి ఆశ్చర్యం కలిగించారు.

తిరిగి బ్రాంచి కార్యాలయానికి వెళ్లే సమయానికి కారులో ప్రభు అగ్నిపర్వతమయ్యాడు. "ముసలివాళ్లు తమ అభిప్రాయాన్ని పదేపదే మోపుతారు. పాప–పుణ్యాల గురించి మాట్లాడుతారు. అది వారి పరిమిత దృష్టి అని వారు గ్రహించరు. లాజిస్టిక్స్ డివిజన్ నుండి తెచ్చి ఉదాహరణలను ఇస్తూ ఉన్నారు. కథలు ఉపకథలు చెబుతూనే ఉన్నారు. మీరు ఈ రోజు చూస్తున్నారు శివస్వామి. ఇక్కడ మీటింగ్‌లు ఇలాగే జరుగుతాయి. ఎక్కడెక్కడో తిరిగి

ఎటువంటి తార్కికమైన ముగింపు లేకుండా ముగిసిపోతాయి. వారు చెప్పే నిర్వచనాలు మాత్రమే విజయానికి మార్గం. మనమంతా ఎక్కడో దారి తప్పి కోతుల్లా చెట్లెక్కి కూర్చున్నామని అనుకుంటున్నారు"

డ్రైవింగ్‌లో కూడా అతని అసహనం వ్యక్తమవుతోంది. ఓ ఆటోడ్రైవర్ కుడి వైపు వెళ్లాలనుకుని, హఠాత్తుగా ఎడమకు తిరిగి ఈయన కారు ముందు నుంచి వెళ్లినప్పుడు ప్రభు కిటికీ గ్లాస్ దించి "ఎవడ్రా నీకు లైసెన్స్ ఇచ్చింది?" అని దబాయించాడు. ఆటోవాడు కూడా తిడుతూ కుడివైపుకు తిరిగి వెళ్లిపోయాడు. కిటికీ గ్లాస్ పైకి లేపిన తర్వాత కూడా ప్రభు ఉడికిపోతున్నాడు.

"ఇప్పుడు నేను అడుగుతున్నాను చూడండి-ముంబై నుంచి బయలుదేరిన ఓడ హాంకాంగ్ చేరకముందే నీళ్లలో మునిగిపోతే మన బచ్చన్‌సాహెబ్ సముద్రం అడుగు నుంచి అరటన్ను సరుకును భుజాలకు ఎత్తుకుని భజరంగబలి రూపంలో హాంకాంగ్ తీరానికి చేర్చేవారా? సాఫ్ట్‌వేర్ వ్యాపారం షిప్పింగ్ వ్యాపారంలా కాదు. తప్పో-ఒప్పో ఈ రోజుటి ఉత్పత్తి ఈ రోజే అమ్మబడాలి. రెండు రోజులు ఆలస్యమైతే మన ఉత్పత్తులను మించిన ఉత్పత్తులు మార్కెట్లోకి వస్తాయి, మన ఉత్పత్తులను వాసన చూసేవారు కుడా ఉండరు. ఇది క్యాటరింగ్ సర్వీస్‌లా, ఉప్పు ఎక్కువైనా తక్కువైనా ఈరోజు చేసిన ఆహారం ఈ రోజే అమ్మాలి. ఇఫ్ ఐ డోంట్, సమ్‌బడి ఎల్స్ విల్. టెక్నాలజీలు ప్రతిరోజూ మారుతున్నాయి. ముప్పై-ఐదు సంవత్సరాలుగా మనతో ఉన్న వారి షిప్పింగ్ కస్టమర్లవంటి కస్టమర్లు మళ్లీ దొరకరు. ఇక్కడ చంచలమైన మనస్సు, సుదీర్ఘ దాంపత్యం కాదు. మనతో ఉండే కస్టమర్ల అలాగే ఉంటారో, వదిలేస్తారో, వారిని నమ్ముకుని నేటి వ్యాపారం నిర్ణయించకూడదు. కొంతమంది కస్టమర్లు అతుక్కుపోతారు, కొందరు ఊడి పడిపోతారు. ఇష్టంలేనివారిని కలుస్తూ కూర్చోబెట్టడం సాధ్యమా? వెళితే అన్నీ పరిష్కారమవుతాయని మీరు కూడా జ్యోతిష్యుల్లా సులభంగా చెప్పేశారు. చెన్నైకి వెళ్లేముందు మంత్రించిన తాయెత్తు మెడలో కట్టుకోండి అనే ఒక్క మాటను మాత్రమే చేర్చలేదు" అని పక్కకు తిరిగి ఒకసారి శివస్వామి వైపు చురచురచూసి, తర్వాత సూటిగా చూస్తూ డ్రైవింగ్ కొనసాగించాడు.

శివస్వామి తన సీట్లో ముడుచుకుని కూర్చున్నారు. ఇకపై హెడ్ ఆఫీస్‌లో

మీటింగ్‌లు ఉంటే తమ స్కూటరే తీసుకురావాలని నిర్ణయించుకున్నారు. ఇతనితోపాటు తిరిగి వెళ్లడం భరించలేనిదిగా ఉంది. వచ్చేటప్పుడు కూల్‌గా ఉన్న ఈ మనిషి వెళ్లేటప్పుడు నిప్పులా మారతాడని ఆయన ఊహించలేదు. తాను ఇచ్చిన సలహాలో ఏ తప్పు కనిపించలేదు. పైగా, తాను ముందుకొచ్చి ఇచ్చిన సలహా కాదు. ఎం.డి. తనను లేపి ప్రశ్నించడంతో చెప్పాల్సి వచ్చింది. ఆ సలహా కాకుండా ఇంకేమని చెప్పవచ్చో ఇప్పటికీ ఆయనకు స్ఫురించలేదు. ఇతను మాత్రం నిగనిగలాడే నిప్పురవ్వ అయ్యాడు. ఒక చిన్న విషయంపై రాగద్వేషాల దుమ్ము రేపుతూ, ధావల్‌గారు సరిగ్గా చెప్పినట్లు, బంతిని ఎడమ చేతినుంచి కుడి చేతికి, కుడి చేతి నుంచి ఎడమ చేతికి మారుస్తూ వుండేలా కనిపించే వీళ్లు ఆడే ఆటలు మనసులో ఆందోళన కలిగిస్తాయి. ఇకపై అతనితో రాకూడదు.

"అలా కాదు ప్రభూ" అని నచ్చజెపుతున్న ధోరణిలో, "కొన్నిసార్లు ఎగ్జిక్యూటివ్ మేనేజ్‌మెంట్ నుండి ఎవరైనా వెళ్లి స్వయంగా మాట్లాడితే, అది ఒక విధంగా రాసివ్వలేని హామీ ఇచ్చినట్టుగా ఉంటుంది. సూటిగా కళ్లలోకి చూస్తూ మాట్లాడితే కనిపించే నమ్మకం ఫోనులో దొరకదు" అన్నారు.

"మీరింకా మా బిజినెస్‌ను అర్థం చేసుకోవాలి శివస్వామీ" అన్నాడు కోపంగా.

శివస్వామి మాటలు కొనసాగించటానికి ప్రయత్నించలేదు. అది వ్యర్థమని తెలుసు. ఆయన మాట్లాడతాడని ఎదురుచూసి, మాట్లాడకపోయేసరికి ప్రభు కూడా మౌనం వహించాడు. ఆఫీస్ బిల్డింగ్‌లోకి ప్రవేశించిన తర్వాత కూడా, కారు దిగి లిఫ్ట్ ఎక్కి పైకి వెళుతున్నప్పుడూ, తమతమ గదులకు తిరిగినపుడూ మౌనంగా అడుగులు వేశారు.

దాదాపు సగం రోజు గడిచిపోయింది. అనూరాధ ఈయన రాకకోసమే ఎదురుచూస్తూ ఉంది. చాలా పనులు మిగిలిపోయాయి. ఆరున్నరకు అనురాధ ఇంటికి వెళ్లింది. శివస్వామి మరో అరగంట ఉన్నారు.

ఇంటికి వెళదామని, తమ గదిలోని లైట్ ఆఫ్ చేసి, గది తలుపులు ముందుకు లాగి, అడుగు ముందుకు వేయబోయారు. అప్పుడు ప్రభు తన గదిలోంచి బయటకు వచ్చాడు. "సార్, నేను ఒక్క నిమిషం మాట్లాడవచ్చా?"

అని అడిగాడు. లోపలికి వచ్చి లైట్ వేశారు. అతను లోపలికి వచ్చి తలుపు వేశాడు. "సార్, నేను కారులో మీతో అనుచితంగా ప్రవర్తించాను. మీ వయసును పట్టించుకోకుండా చైల్డిష్‌గా మాట్లాడాను. దయచేసి నన్ను క్షమించండి" అని కళ్లలోకి చూడకుండా మెల్లగా అన్నాడు.

శివస్వామి నవ్వుతూ, "అలా ఏమీ లేదు ప్రభు. మీరు ఆలోచించకండి" అన్నారు. అతనికి ఇంకేమి మాట్లాడాలో తోచలేదు. ఈయనకూ తెలియలేదు. తలుపు తెరిచి తన గది వైపు నడిచాడు. శివస్వామి మళ్లీ లైట్ ఆర్పి లిఫ్ట్ వైపు అడుగులు వేశారు. ఇంటికి చేరేసరికి ఎనిమిది గంటలు దాటవచ్చని ఆయన మనసు లెక్కలు వేస్తోంది.

❖

15

ఉదయం కొండెక్కి సాయంత్రం లోయలోకి దిగినట్లు, ప్రభు వినీతభావాన్ని, ఆక్రోశాన్ని రెండింటినీ ఒకే రోజున చూసి, మెట్రో స్టేషన్‌లో జనసముద్రాన్ని దాటి ఇంటికి వచ్చి గేటు తెరిచే సమయానికి ఇల్లు అంధకారంలో మునిగివుంది. కరెంటు పోయింది. కారు పార్క్ చేయగలిగే పోర్టికో స్థలంలో ఒంటరిగా స్కూటర్ నిలబడి ఉంది. లోపలికి వచ్చి డోర్ మూయగానే గుడ్డితనం కమ్ముకున్నట్టు చీకటి. ఒక కొవ్వొత్తిని వెతికి దానిని వెలిగించి మౌనంగా సోఫాలో కూర్చున్నారు. ఆయన నీడ కొవ్వొత్తి మసక వెలుతురులో ప్రక్కనున్న గోడమీద దైత్యాకారంలో కదులుతోంది. ఒళ్లంతా చెమట. విపరీతమైన ఆయాసం. మరో అయిదు నిమిషాల్లో లేచి చీకట్లోనే చన్నీటి స్నానం చేసి వచ్చారు. ఆకలిగా లేదు, అయినా దైనందిన చర్యలా వంటింటికి వచ్చారు. ఫ్రిడ్జి నుంచి దోసె పిండిని తీసి కిచెన్ కౌంటర్లో పెట్టారు. ఫ్రిడ్జ్ వెచ్చగా ఉండటం చూస్తే, కరెంట్ పోయి చాలాసేపు అయినట్టుంది. గ్యాస్‌స్టవ్ వెలుతురు వంటగదిని నింపింది. దోసె చేశారు. నంజుకోవటానికి వేరుశెనగ పొడి ఉంది. దోసె పుల్లగా ఉంది. నాలుగు ముక్కలు తినేలోపు వికారంగా అనిపించి వాంతికొచ్చినట్టయ్యింది. బాత్‌రూమ్‌కు పరిగెత్తారు. మధ్యాహ్నం కూడా భోజనం చేయలేదు. వాంతి చేసుకున్న తర్వాత కడుపులోని ఆరాటం కాస్త స్థిమితానికి వచ్చింది.

రేవతి కాల్ వచ్చింది. ఆమెతో పదినిమిషాలు మాట్లాడిన తర్వాత మనస్సుకు కాస్త ఉపశమనం కలిగింది. "పులియటానికి వచ్చినదాన్ని ఎందుకు తిన్నారు? అన్నం వండుకునివుంటే పెరుగుతోనైనా తినివుండొచ్చు" అంది. "ఇప్పుడైనా కుక్కర్ పెట్టి అన్నం చేసుకోండి. తొందరలోనే అయిపోతుంది" ఆమె ఒత్తిడి పెట్టింది. ఆయాసపడుతున్నానని చెప్పాడు. "మీ మాత్రలు వేసుకుంటున్నారా? షుగర్ టెస్ట్ చేసుకున్నారా?". శివస్వామి తడబడినప్పుడే ఆమెకు జవాబు దొరికింది. ఆమెకు అసంతృప్తికలిగింది. ఫోన్ పెట్టేసిన తర్వాత అతను గ్లూకోమీటర్ను వెతికి, కొవ్వొత్తి మసక వెలుతురులో ఒక చుక్క రక్తాన్ని తీసుకుని చక్కెర స్థాయిని తనిఖీ చేస్తే, చక్కెర ప్రమాణం పెరగటం కనిపించింది. అలసటకి కారణం అదే అనిపించింది. మాత్రలు వెతికి వేసుకున్నారు. లివింగ్ రూమ్ కిటికీ తెరలు జరిపినపుడు వీధి దీపాలు కనిపించాయి. వీధి తలుపు తెరిచి గేటు దగ్గర నిలబడి చూస్తే రోడ్డు పక్కనున్న ఇళ్లలో లైట్లు వెలుగుతున్నాయి. కొన్ని నిముషాలు అలాగే నిలబడిపోయారు. ఎడమ వైపునున్న ఖాళీ సైట్ మసకచీకటిలో గుంయ్‌మంటోంది. ఆ ఖాళీ సైట్‌లో ఇంతకు ముందొకసారి పాము కనిపించింది. దాదాపు మూడు అడుగుల పొడవు. గోధుమ రంగు. నాగుపామే అయివుండాలి. కంచె పొడవునా సరసరమని కదిలి తన బిలాన్ని చేరుకుంది. శివస్వామికి ఎలాంటి భయం కలగలేదు. బదులుగా, దాని మనోహరమైన కదలికకు, మెరిసే దాని శరీరానికి పరవశులయ్యేవారు.

కుడివైపు ఇంటి గేటుముందు ఆ ఇంటి యజమాని నిలబడి ఉన్నారు. ఉక్కపోతకు చొక్కా, బనియన్ లేకుండా ఒట్టి జంధ్యం ఉన్న ఛాతీతో, లావైన పొట్టను మోసుకుని, గేటుకు ఇంద్రధనస్సులా వాలి నిలుచునివున్నారు. రేవతి అతడ్ని భట్టుగారూ అని పిలుస్తుండటం వల్ల, ఈయన కూడా అలాగే పిలిచేవారు. "భట్టుగారూ, మీ ఇంట్లో కరెంటు ఉందని అనిపిస్తోంది. మా ఇంట్లో కరెంట్ పోయింది" అన్నారు. "ఏమంటున్నారు?" మళ్లీ బిగ్గరగా చెప్పిందే చెప్పారు. మెట్లపై కూర్చున్న భట్టుగారి ఇల్లాలు 'సంకేతి భాష'లో (సంకేతి బ్రాహ్మణులు మాట్లాడే భాష) భర్తకు ఏదో అరిచి చెప్పారు. భట్టుగారు దాన్ని కన్నడలోకి అనువదించారు. శివస్వామి నిల్చున్న చోట మెట్లపై కూర్చున్నవారు కనిపించటం లేదు. "మూడు నెలలుగా బిల్లు కట్టకపోవడంతో ఉదయం

బెస్కామ్ వాడు డిస్కనెక్ట్ చేశాడట. వాళ్లకు చెప్పేయండి అన్నాడట. ఎందుకు? బిల్లు కట్టడం మరిచిపోయారా?". శివస్వామి బిల్లు కట్టడం మరిచిపోయారు. మూర్ఖుడిలా మొహం పెట్టారు. రేవతి బిల్స్ కట్టేపని ఎప్పుడూ తనే చేసేది. ఆమె బయలుదేరే తొందరలో మర్చిపోయినట్లుంది. "ఇక ఉదయమే. తొమ్మిదిన్నరలోపు వెళ్లి కట్టేయండి" అన్నారు. సరే అన్నట్టు తలూపి లోపలికి పోబోతున్నారు. అప్పుడు భట్టుగారి భార్య మళ్లీ తన భర్తను సంకేతి భాషతో అడిగింది. ఆమె పతిదేవుడు కన్నడలోకి అనువదించి ఈయనను అడిగారు- "కుమార్తె డెలివరీ అయిందా?". "ఇంకా లేదు. ఇంకా మూడు నెలల సమయం ఉంది". అదే విధంగా మెట్ల మీద నుంచి గేటు వరకు మరో ప్రశ్న వచ్చింది. "మీరు కూడా అమెరికా వెళతారా?", "లేదు" అన్నారు. తర్వాతి ప్రశ్నలను ఎదుర్కోకుండానే లోపలికి వచ్చారు. ప్రశ్నలకు విసుగు వేయటం లేదు. పక్కింటివారి స్నేహాన్ని అతను చాలాకాలం నుంచీ కోరుకున్నారు. కానీ నిలబడటానికి కూడా సాధ్యం కానంతగా విపరీతంగా ఆయాసం కలుగుతోంది.

ఆ సమయంలో ఇక చేసేదేమీ లేదు. ఫ్యాన్ లేకుండా నిద్రపోవడం అసాధ్యంగా అనిపించింది. తీవ్రమైన తలనొప్పి కూడా మొదలైంది. గది మూలలో మసకగా వెలుగుతున్న ఓ కొవ్వొత్తి అర్ధరాత్రి సమయంలో పూర్తిగా కాలిపోయి చీకటికి లొంగిపోయింది. తెల్లవారుజామున మూడుకో నాలుగుకో నిద్రపట్టింది. అయితే ఎప్పటిలాగే ఆరు గంటలకు మెలకువ వచ్చింది. జ్వరంతో ఒళ్లు కాలిపోతోంది. లేవడానికి చేతకాక, పడుకోవడానికీ చేతకాక మంచం మీద దొర్లసాగారు. అరవై ఏళ్లకు పైగా రెండడుగులు అదనంగా నడిచిన శరీరం, ప్రపంచపు వేగానికి భయపడినట్టు ముడుచుకుని పడుకుంది. ఏడు గంటలకు రేవతి కాల్ వచ్చింది.

"ఆయాసం కలుగుతుంటే ఈరోజు ఆఫీసుకు వెళ్లకండి. ఇంట్లోనే విశ్రాంతి తీసుకోండి" అంది.

"పూర్తి చేయాల్సిన పనులు కొన్ని ఉన్నాయి..." అన్నారు.

రేవతి మండిపడింది. "కొత్తగా జాబ్‌లో చేరిన కుర్రవాళ్లలా కంగారు పడుతున్నారుకదా? మీకు ఆరోగ్యం బాలేదని చెబితే వారికి అర్థం కాలేదా? ఇంత ఒత్తిడికి గురయ్యేటట్లయితే ఉద్యోగం వదిలేయండి. ఈ వయసులో

ప్రయివేటు కంపెనీతో సహవాసం వద్దని నేను ఆ రోజే చెప్పాను" అని గట్టిగా చెప్పింది. "అలాగే మహాతల్లీ, ఈరోజు వెళ్లను, సెలవు తీసుకుంటాను" అని హామీ ఇచ్చిన తర్వాత ఆమె మౌనం వహించింది. ఆమె సంజన ఆరోగ్యం గురించి మాట్లాడుతుండగా, శివస్వామి ఫోన్ బ్యాటరీ పూర్తిగా డిశ్చార్జ్ అయింది.

ఆఫీస్‌కు రావడం లేదని ఫోన్ చేసి చెప్పడానికి కూడా సాధ్యం కాకుండా ఫోన్ ముఖం చాటేసింది. ఫోన్, ఛార్జర్ పట్టుకుని పక్కనే ఉన్న భట్టు ఇంటికి పరుగున వెళ్లి "పది నిమిషాలు ఛార్జ్ చేసియివ్వండి" అని బతిమిలాడారు. భట్టుగారు వారిని ఆయన్ను బలవంతంగా కూర్చోబెట్టుకుని కాఫీ ఇచ్చారు. "ముందు కరెంట్ ఆఫీసుకు వెళ్లి లైన్‌మ్యాన్‌ను తీసుకునిరండి" అన్నారు.

ఇంటికి తిరిగి వచ్చిన తర్వాత అనురాధకు ఫోన్ చేసి ఆఫీసుకి రావడం లేదని అందరికీ ఈమెయిల్ మెసేజ్ పంపమని చెప్పారు. "అలాగే సార్, దయచేసి మీ ఆరోగ్యం చూసుకోండి" అని ఆమె ఆందోళన వ్యక్తం చేసింది.

బెస్కామ్ ఆఫీసుకు వెళ్లి డబ్బులు కట్టి మళ్లీ కనెక్షన్ ఇవ్వమని వినతి పత్రం సమర్పించి వచ్చారు. ఒక డోలో మాత్ర మింగి టీ తాగి పడుకుంటే బాగా నిద్రపట్టింది. మెలకువ వచ్చి చూస్తే సీలింగ్ ఫ్యాన్ తిరుగుతోంది.

ఆ రోజు మధ్యాహ్నం వరకు మంచంలోనే ఉన్నారు. మబ్బు నిద్ర వదలటం లేదు. ఆ తర్వాత ఒకదాని తర్వాత ఒకటి కాల్స్ వచ్చాయి. ముందుగా ప్రభు ఫోన్ చేసి ఆయన ఆరోగ్యం గురించి అడిగి తెలుసుకున్నారు. 'పని గురించి ఏమీ ఆలోచించకండి, కావాలంటే ఇంకో రెండు రోజులు విశ్రాంతి తీసుకోండి' అని ఆసక్తి చూపారు. తర్వాత తేజు అమెరికా నుంచి ఫోన్ చేశాడు. అతను కంగారు పడ్డాడు. నీకు బాగోలేదని అమ్మ పొద్దున్నే చెప్పింది. ఆ తర్వాత ఎన్నిసార్లు ఫోన్ చేసినా నీ ఫోన్ ఔట్ ఆఫ్ రీచ్ అని వస్తోంది. కాన్ఫరెన్స్ కాల్ చేసి సంజుని కూడా చేర్చాడు. ఏమి తిన్నావని అడిగితే అబద్ధం చెప్పాల్సి వచ్చింది. ఆయనకు ఆకలి కలగటం లేదు. పిల్లలకు అబద్ధం చెప్పినందుకు, బలవంతంగా లేచి, అన్నం వండుకుని, బయటికి వెళ్లి నందిని బూత్ నుంచి పెరుగు తెచ్చుకుని కాస్త తిన్నారు. కొన్ని పనుల గురించి ఆయన సలహా తీసుకోవడానికి అనురాధ సాయంత్రం ఒకట్రెండు ఫోన్లు చేసింది. సావకాశంగా మాట్లాడటానికి కుదిరింది.

రాత్రి జ్వరం లేదు కానీ అలసటగా ఉంది. రేవతి ఫోన్ చేసి రేపు కూడా వెళ్లొద్దని చెప్పింది. శివస్వామి కూడా అలాగే చేశారు. రాత్రి బాగా నిద్రపట్టింది. మరుసటి రోజు కాస్త నీరసంగా ఉన్నప్పటికీ ఆరోగ్యంగా ఉన్నారు. మధ్యాహ్నానికి కడుపులో ఆకలి వేసింది. వండుకుని తిన్నారు. ఇంటి పనులు – నేల ఊడ్చడం, బట్టలు ఉతకడం, కిరాణా సామాను తెచ్చుకోవడం మొదలైన పనులను ముగించారు. సాయంత్రం ఇంటి టెరస్ మీదకి వెళ్లి కూర్చుంటే మనసు ప్రశాంతంగా ఉంది. అల్లమ వచనాల బ్రౌన్ పుస్తకాన్ని తెరిచి 'ప్రాణలింగి స్థలం'లోని ముఖ్యమైన వచనాలను చదువుకున్నారు. వచనాల పక్కన రాసుకున్న తాత్పర్యాలు కాల ప్రభావానికి మాసిపోతున్నాయి. 'కదళియ బనవ హొక్కు హొలబ తిళియదన్నక్క, బయల గాలి హిడిదు గట్టి మాడదన్నక్కబరిదె బహుదె శివజ్ఞాన?' –నీలి సిరాతో వ్రాసిన తాత్పర్యం– 'అరటి వనంలో ప్రవేశించిన తరువాత, మీరు బయటపడే మార్గం తెలుసుకోవాలి. మాయామోహాల సంసారంలో దూరిన తర్వాత బయటపడే మార్గాన్ని కూడా వెతుక్కోవాలి' అని తాత్పర్యాన్ని రాయిస్తున్నప్పుడు శంకరలింగదేవుల అర్ధనిమీలిత నేత్రాలు గుర్తుకు వచ్చాయి. అవే పంక్తులను మళ్లీ మళ్లీ చదువుకున్నారు. ఘాజియాబాద్ నుంచి బెంగుళూరు వచ్చే సమయంలో ఒకసారి వీలుచేసుకుని విజయపురానికి వెళ్లి జ్ఞానయోగాశ్రమంలో ఉన్న శ్రీ సిద్ధేశ్వర స్వామి సన్నిధిలో కొద్దిరోజులు గడపాలి. గురుముఖంగా వచనామృతాన్ని మనసులో పునర్ స్థాపించుకోవాలని అనుకున్నారు. కానీ వచ్చిన రోజు నుంచీ ఈ ఊరికి అలవాటు పడటంతోనే సరిపోయింది. ఆ తర్వాత కొత్త రూపాల్లో ఎదుర్కొన్న గృహ సమస్యలు తత్ఫలితంగా తిరిగి ఉద్యోగంలో చేరాల్సిన అవసరాలన్నీ వచ్చి తల మీద పడ్డాయి. విముఖుణ్ణి చేశాయి. ఉద్యోగంలో చేరకపోతే ఇప్పుడు ఒంటరిగా ఉన్న సమయం జ్ఞానయోగాశ్రమంలో నాలుగురోజులు గడపడానికి అనుకూలంగా ఉండేది. 'కదళియ బనవ హొక్కు మేలె హొరబరువ మార్గవన్నూ అరియబేకు' అనే పంక్తిని మూడుసార్లు మననం చేసుకున్నారు.

❖

16

అనారోగ్య కారణంగా రెండు రోజులు ఆఫీసుకు వెళ్లకపోవడం వల్ల కలిగిన అతి పెద్ద ప్రయోజనం ఏమిటంటే శివస్వామికి అనురాధ మరింత దగ్గరైంది. శివస్వామి లేని ఆ రెండు రోజులు ఆమె వీలైనంత స్వతంత్రంగా నిర్వహించింది. అవసరమైనప్పుడు శివస్వామికి ఫోన్‌చేసి ఆయన మార్గదర్శకత్వం తీసుకుంది. అవసరమైతే మునుపట్లా శ్యామలా మెనన్ లేదా హెడ్ ఆఫీస్ హెచ్‌ఆర్ టీమ్‌ని సంప్రదించి ఉండేది. కానీ ఆమె అలా చేయలేదు. ఆమె స్వభావరీత్యా మృదుస్వభావి. ఆమె ఉడిపికి చెందింది. శివస్వామి మేనేజరుగా వచ్చిన తర్వాత రెండు భద్రతలు గమనించింది. ఒకటి, ఆమెకు తన తండ్రి అంత వయస్సు ఉన్న, సమచిత్తం కలిగిన, హుందాగా ప్రవర్తించే బాస్ దొరికారు. ఆ వ్యక్తి కోప్పడటమే ఆమె చూడలేదు. రెండవది, ఇద్దరి వృత్తిలోనూ, జీవితానుభవంలో అత్యంత వ్యత్యాసమున్నప్పటికీ, ఏ భావాలనూ మనస్సులో పెట్టుకుని జటిలపరచకుండా పిల్లలకు పాఠాలు బోధించినట్లు ఆమెకు ఆయన ఉద్యోగంలో మార్గదర్శకం చేసేవారు.

మానవ వనరుల నిర్వహణలో డికిన్సన్ రోడ్ కార్యాలయం దాదాపు స్వతంత్రంగా మారింది. ఆశ్చర్యకరంగా, శ్యామల దేనికీ అడ్డుపడలేదు. శివస్వామి వచ్చిన తర్వాత ఆమె ఈ బ్రాంచ్ గురించి పెద్దగా పట్టించుకోలేదు. కంపెనీలోనే భారీదైన లాజిస్టిక్స్ డివిజన్ ఆమె శక్తినంతా పీల్చేస్తుండటం ఒక

కారణం కావచ్చు. ఆమెలోని ప్రారంభపు ఆక్రోశాలు ఏదో అనుమానంతో పుట్టాయి, ఎవరో ప్రేరేపించింది అనే తీరులో కరిగిపోయాయి. శివస్వామి మాత్రం తప్పనిసరిగా రోజు చివరలో ఆనాటి పని సారాంశాన్ని ఆమెకు పంపేవారు. శివస్వామి కంపెనీలో చేరి అప్పటికే మూడో నెల జరుగుతుండగా, నిజమో, అబద్ధమో కంపెనీలో వ్యాపించిన ఆమె చేసిన అర్జునుడి ప్రతిజ్ఞ 'అతన్ని పక్షం రోజుల్లో తరిమికొడతాను' అన్నది కూడా ఉద్యోగుల మనసుల్లోంచి మసకబారి మాయమైపోయింది. ఒక ఉన్నతస్థాయి మేనేజ్‌మెంట్ అధికారి, ఎన్నో దశాబ్దాల అనుభవం ఉన్నవారు, అది కూడా హెచ్‌ఆర్‌కు హెడ్ అయిన వ్యక్తి అలా తేలికగా మాట్లాడుతారా అనే సందేహం చాలా మందికి కలిగింది. అది నమ్మకాన్ని కోల్పోయి కెఫెటేరియాలోని సంభాషణల్లోనూ ఎక్కువ కాలం చెలామణిలో ఉండలేదు.

ఇప్పుడు బ్రాంచ్‌కు చెందిన వార్తలు హెడ్ ఆఫీస్‌కు చేరటంకన్నా హెడ్ ఆఫీస్ వార్తలే బ్రాంచ్ ఆఫీస్‌కు ఎక్కువగా చేరుతున్నాయి. అనురాధ స్నేహితురాలు హరిణి హెడ్ ఆఫీస్‌లో ఫైనాన్స్ డిపార్ట్‌మెంట్‌లో ఉండేది. నిజానికి ఆమే అనురాధను ఈ కంపెనీకి తీసుకొచ్చింది. ఇద్దరిదీ ఒకే ఊరు. హరిణి అనురాధ కంటే పెద్దది. అప్పటికే పెళ్లయి ఒక బిడ్డ ఉంది. ఆమెవి చురుకైన చెవులు. కాబట్టి కేంద్ర కార్యాలయంలోని అన్ని డివిజన్‌లలోని అనేక సూక్ష్మమైన సమాచారాలు ఆమె ద్వారా అనురాధకు చేరి, తర్వాత అనురాధ నుండి శివస్వామికి చేరేవి. చాలాసార్లు విన్నటువంటి విషయాలే పదేపదే వినవలసి రావటంంతో ఆసక్తిని కలిగించక అలాగే కరిగిపోయేవి. ఒకటి, అనురాధ వాగుడుకాయ కాబట్టి, ఆమె నుండి విషయాలు రహస్యంగా ఉండేవికావు. రెండు, పని కారణంగా ఆమె ఎక్కువ సమయం శివస్వామి గదిలోనే గడిపేది. ఆమె తన కోసం అక్కడ మరో టేబుల్ వేసుకుంది. కాబట్టి మాట్లాడే అవకాశాలు ఎప్పుడూ కలిసి వచ్చేవి.

ధావల్, ఆయన కుటుంబానికి సంబంధించిన అనేక వ్యక్తిగత వివరాలు ఈ అనధికారిక ఛానెల్ ద్వారా శివస్వామి చెవిన పడుతుండేవి. ప్రసిద్ధ రాజకీయ కుటుంబాల పోకడలు జనాలకు తెలుస్తున్నట్టు, ఆ కంపెనీలో చురుకైన చెవులు, తెలివితేటలున్న వాళ్లకు ధావల్ కుటుంబానికి సంబంధించిన సమస్త వివరాలు

తెలిసినట్టు అనిపించింది. తమ జీవితాలను నియంత్రించే ఉద్యోగం, ఒక కుటుంబ వ్యాపారపు అదుపులో ఉన్నప్పుడు ఉద్యోగులలో ఈ రకమైన ఉత్సుకత సహజమేమోనని శివస్వామి అనుకున్నారు. ప్రభుత్వ రంగ సంస్థ అయిన బిఇఎల్‌కూ, కుటుంబ ఆస్తిలా ఉన్న డిటి గ్రూప్‌కూ ఉద్యోగుల వైఖరిలో గణనీయమైన వ్యత్యాసాలు కనిపించాయి.

తండ్రీ కొడుకులు ఒకే ఇంట్లో లేరు. వారు కలిసి మాట్లాడుకోవటమే తక్కువ. కోడలు ధృతి వచ్చిన తర్వాత వారి మధ్య కందకం మరింత పెద్దదైంది. ధావల్‌గారి భార్య సుమతి బ్రతికి ఉన్నంత కాలం కనీసం బలవంతంగానైనా కుటుంబం కలిసి వుండేది. సుమతి నిష్క్రమించిన ఈ ఐదేళ్లలో ఒక్కటిగా పట్టివుంచేవారు లేకుండా విచ్ఛిన్నమైంది. ఈలోగా ధృతి కంపెనీలో అడుగు పెట్టడం, ధావల్ ఏదో ఒక నెపంతో దాన్ని తప్పించడం, ఇలా ప్రత్యక్షంగా, పరోక్షంగా ఆధిపత్యపు పోరు నడుస్తోంది. డిటి గ్రూప్‌కు ధృతి అధికారికంగా ఏమీ కాదు. ఒక ఇండిపెండెంట్ నాన్–పార్టిసిపేటింగ్ డైరెక్టర్ కూడా కాదు. అక్కడ ఆమె ఏ స్థానాన్ని పొందటానికి ధావల్ సహకరించేవారు కాదు. ధావల్‌కు కోడలి భయంకన్నా, కోడలి తండ్రి, వియ్యంకుల భయమే ఎక్కువగా ఉన్నట్లుంది. కేవలం ఒక చిన్న డివిజన్‌కు కాకుండా, మొత్తం డిటి గ్రూప్‌ను రవిరాజ్‌కు అప్పగించాలనే కోడలి కోరిక వెనుక రిమోట్ కంట్రోలర్‌గా ఆమె తండ్రి హస్తం ఉందని ఆయన నమ్మకం. వారు గుజరాత్‌లోని జామ్ నగర్లో డిటి గ్రూప్ కంటే నాలుగు రెట్లు పెద్ద వ్యాపారాన్ని నిర్వహిస్తున్నారు. వారికి నలుగురు కుమార్తెలు. నలుగురూ ధనికులైన వ్యాపారవేత్తలను వివాహం చేసుకున్నారు. మొదటి అమ్మాయి, మూడో అమ్మాయి గుజరాత్‌లో ఉండగా, రెండో అమ్మాయిని ముంబైకి ఇచ్చారు. నాలుగో అమ్మాయిని బెంగళూరుకు ఇచ్చారు. ఆఖరి కూతురైనందున ప్రేమతోనో లేదా దూరంగా దక్షిణానికి ఇచ్చామనే ఆలోచన వల్లనో తండ్రికి ఆమెపై ప్రత్యేక అభిమానం. అందుకు మరో కారణం కూడా ఉందట. నలుగురు కూతుళ్లలో ఈ చివరి కూతుర్నే 'చిన్న వ్యాపారానికి' ఇచ్చారట. తమదైన సొంత సామ్రాజ్యాన్ని నిర్మించుకుని వందల కోట్ల రూపాయల వ్యాపారం చేసే ధావల్‌గారిదే చిన్న వ్యాపారమైతే ఇతరుల పరిస్థితిని ఊహించడమూ శివస్వామికి కష్టమైంది. ఏ కారణాల

వల్లనో ధావల్‌కూ, వియ్యంకులకు ఎందుకో మొదటి నుంచి పొసగలేదు. ఒకసారి, హెడ్ ఆఫీస్ హాల్‌వేలో నిలబడి, విమల్ జైన్‌తో మాట్లాడుతూ, ధావల్ బిగ్గరగా నవ్వుతూ, "మన రవి అలా అన్నాడా? విమల్ నువ్వు మాట్లాడే బొమ్మల ఆట చూశావా? వెంట్రిలాక్విజం అంటారుకదా? ఆ కళ. బొమ్మ మాట్లాడినట్లు కనిపిస్తుంది, కానీ ఎవరో మాట్లాడుతారు. మా రవి మాట్లాడే బొమ్మ. ధృతి మాట్లాడివుంటుంది. లేదా ఆమె తండ్రి మాట్లాడివుంటాడు. ఆ శబ్దం మాత్రం అతనిది" అని ఆనటం సమీపంలోని క్యూబికల్లో కూర్చున్న ఒక వ్యక్తి విని, అది కంపెనీ మొత్తానికి జోక్‌లాగా వ్యాపింపజేశాడు.

ఆ కుటుంబ కథలో మరో కోణం కూడా ఉంది. అది ధావల్ కూతురు రశ్మి. ఆమె రవిరాజ్ కంటే ఐదేళ్లు పెద్దది. అక్కా తమ్ముళ్లు ఎన్నడూ కలిసిపోలేదు. రవి భార్య ధృతి రశ్మిని ద్వేషించేది. ఎనిమిదేళ్ల తేడా ఉన్నప్పటికీ, రశ్మి, ధృతిలది వైరుధ్యమైన ప్రవృతి. ధృతి గుజరాత్ వదిలి కర్ణాటకకు రాగా, రశ్మి కర్ణాటక వదిలి గుజరాత్ చేరింది. ధృతి పెద్ద కుటుంబాన్ని వదిలి చిన్న కుటుంబంలో చేరగా, రశ్మి చిన్న కుటుంబాన్ని వదిలి పెద్ద కుటుంబంలోకి వెళ్లింది. ఆమెను ఇచ్చిన ఇల్లు తక్కువ వంశం వారిది కాదు. ఆమెను అహ్మదాబాద్‌లోని ఒక ప్రతిష్ఠాత్మక కుటుంబానికి ధావల్ ఇచ్చారు. పెద్ద వజ్రాల వ్యాపారులు. అయితే జరిగిందే వేరు. ఆ కుటుంబంలోని నలుగురు కొడుకుల్లో రశ్మి భర్త చివరివాడు. అతని పేరు కిషన్. అతని తండ్రి మరణంతోపాటు, అతని అదృష్టమూ సమాధి చేరింది. ఆస్తి పంపకాలు కాగానే అన్నదమ్ములంతా కలిసి కుట్రచేసి పనికిమాలిన షాపులను అతనికి అంటగట్టారు. దాంతో అతని సంపాదన తగ్గిపోయింది. తక్కువ అంటే మిగతా సహోదరులతో పోలిస్తే తక్కువ తప్ప, ప్రపంచం దృష్టిలో కాదు. దాన్నే బాగా అభివృద్ధిపరిచివుంటే ఎలాంటి కొరతా లేకుండా అభివృద్ధిపరిచి వుండొచ్చు. కానీ అతను పట్టుదల కలిగిన మనిషి కాదు. ఇంట్లో ఆఖరివాడిగా బాధ్యతలు లేకుండా పెరిగాడు. లెక్కలేనన్ని వ్యాపారాల్లో తలదూర్చి సంపాదించింది పోగొట్టుకోవడమే కాకుండా అప్పుల పాలయ్యాడు. మూడు, నాలుగుసార్లు ధావల్‌గారే అతని అప్పులు తీర్చారు. ఇప్పుడు అతను కేవలం రెండు నగల దుకాణాలకు యజమాని మాత్రమే. అతని కుటుంబ లెక్కల్లో ఏమీలేనిది.

కిషన్ తండ్రి చనిపోవడం, ఇంట్లో అన్నదమ్ముల మధ్య ఆస్తి పంపకాలపై గొడవ జరిగినప్పుడు, రశ్మికి తన తండ్రి అహ్మదాబాద్‌లో కొన్ని నెలలు ఉండి తన భర్త వ్యాపారాన్ని ఒక సుస్థితికి తీసుకురావాలనే కోరిక ఉండేదట. కానీ అది ఎవరికీ నచ్చలేదు. కిషన్‌కు కూడా. అతను కుటుంబ వ్యాపారంలో తన మామగారిని చేర్చుకోవడానికి అంగీకరించలేదు. తర్వాత ఒకరోజు మనసు మార్చుకున్నాడు. ఆయన ఉండాలని కోరుకున్నాడు. అయితే ఆ సమయానికే ఆ అవకాశం దాటిపోయింది. ధావల్‌గారు సంకోచించారు. తమది కాని వ్యాపారంలో ఎలా భాగం వహించాలో ఆయనకు అర్థంకాలేదు. ధావల్‌గారు అనేక వ్యాపారాలు చూసి పెరిగినవారు కాదు. తన తండ్రి చీరల దుకాణం కాకుండా, తన జీవితమంతా తన స్వంత వ్యాపారంలోనే గడిపారు. రశ్మికి ఆయన సంకోచం అర్థం కాలేదు. తర్వాతి రోజుల్లో కిషన్ ప్రతి ఒక్క వైఫల్యపరిణామానికి తన తండ్రే మూలకారణం అన్నట్టుగా చూసింది, మాట్లాడింది. అందులోనూ ముఖ్యంగా తమ్ముడు రవిరాజ్ తన తండ్రి కంటే నాలుగు రెట్లు సంపన్నులైనవారి ఇంటి అమ్మాయిని వివాహం చేసుకోవడంతో, ఇంటికి వచ్చిన ఆమె తనను ప్రేమగా చూడకపోవడంతో రశ్మి మరింత ఖిన్నురాలై కుంగిపోయింది. బెంగళూరుకు రావటం తగ్గించుకుంది. ఆమెకు ఎనిమిదేళ్ల కుమారుడు ఉన్నాడు. కానీ ధావల్ కుటుంబీకులు మనవడిని చూసి చాలా ఏళ్లయింది. ఎంతగా ఎండిపోయినా, తల్లి సుమతి బతికి ఉన్నంత కాలం వారి మధ్య ప్రేమవాగు ప్రవహిస్తూనే ఉండేది. అది ఆమెతోనే మరణించింది.

ఇంతకుముందు, రశ్మి వివాహమైన కొత్తలో, కంపెనీకి సంబంధించిన ముఖ్యమైన నిర్ణయాలలో తన కుమార్తెను, అల్లుడిని చేర్చడానికి ధావల్‌గారు ప్రయత్నించాడు. రవిరాజ్ అప్పుడు కాలేజీలో చదువుకుంటున్న కుర్రవాడు. సంవత్సరానికి ఒకసారి జరిగే డిటి గ్రూప్ వార్షికోత్సవానికి రశ్మి, కిషన్‌లు వరుసగా మూడు సంవత్సరాలు హాజరయ్యారు. అప్పుడు కిషన్ పట్టుబట్టి మామగారి వ్యాపారంలో నిలబడివుంటే అతనూ అందులో భాగమై ఉండేవాడు. అయితే అతనికి తన కుటుంబ వ్యాపారంతో పోల్చితే ఇది చాలా చిన్నదని తిరస్కారం ఉండేది. కాబట్టి అతను చేరలేదు. తర్వాత ధృతి ప్రవేశించినపుడు రశ్మి-ధృతిల, రశ్మి-రవిల మధ్య జరిగిన కలహాలను చూస్తే ఆమె తిరిగి

గుజరాత్ వెళ్లి భర్త ఇంట్లో దూరంగా వుండటమే మంచిదని అనిపించింది.

"ఎవరు చెప్పారో, నేను మర్చిపోయాను అనురాధా! వెనుక ఎప్పుడో చదివాను. బహుశా శివరామ్ కారంత్‌గారు కావచ్చు. డబ్బు అన్నది ఉప్పు లాంటిది. తక్కువైతే వంట రుచిగా ఉండదు. ఎక్కువైతే వంట పాడైపోతుంది" అని నవ్వారు శివస్వామి.

అనురాధ నవ్వుతూ తన లంచ్ బాక్స్ మూతను నొక్కి, దాన్ని చిన్న సంచిలో నాజూకుగా తీసిపెట్టింది. ఆమె భోజనమూ కూడా నాజూకు. ఆమె మధ్యాహ్నం కేవలం ఒక చపాతీ మాత్రమే తెస్తుంది. శివస్వామి భోజనమూ అయిపోయింది. ఒకసారి ఆరోగ్యం చెడటంతో ఆయన ఇంటి నుండే క్యారియర్ తెచ్చుకుంటున్నారు.

"నిజమే సార్. కోట్లు సంపాదించడమూ వద్దు. కోట్ల సమస్యలను మోసుకోవడమూ వద్దు" అంది మహావేదాంతిలా, తన ఎదురుగా కూర్చున్న సీనియర్ సిటిజన్‌ను మెప్పిస్తాను అన్నట్టు.

శివస్వామి నవ్వారు. ఇద్దరూ కెఫెటేరియా నుండి లేచి తమ ఫ్లోర్ వైపు అడుగులు వేశారు. "నాకూ, మీకూ అలాగే అనిపిస్తుంది, అంతే. వాళ్లు కోటీశ్వరులు. వారికి అర్థంకాదు. కోట్లు సంపాదించటంతోపాటు కోట్లాది సమస్యలను మోసుకునే సామర్థ్యం తమకు ఉందని భావిస్తారు. ఉన్నా ఉండొచ్చేమో! ఏనుగుకు ఏనుగంత, చీమకు చీమంత" అన్నారు ఆశ్చర్యంతో. ఆ అమ్మాయికి ఎంత అర్థమైందో, మౌనంగా చిరునవ్వు నవ్వింది.

ఇంటికి వెళ్లడానికి సిద్ధమయ్యే సమయానికి ప్రభు ఎప్పటిలాగే ఈయన గదికి వచ్చాడు. ఆనాటి మీటింగ్‌లో నిర్ణయించినట్లే చెన్నై వెళ్లి పెరుమాళ్ సిమెంట్స్ మేనేజ్‌మెంట్‌ను కలిసి, మాట్లాడి వచ్చాడట. రాజశేఖరన్, అతని మేనేజ్‌మెంట్ టీమ్‌వారు ఎదుర్కొంటున్న సమస్యను పరిష్కరించడానికి ఇతను ఇచ్చిన ప్రణాళికను అంగీకరించారట. "మీరు అవగాహనతో చెప్పిన మాట సరైనదని అనిపిస్తోంది" అంటూ షేక్ హ్యాండ్ ఇచ్చాడు. "నేను వారితో జరిపిన మీటింగ్ వివరాలను మీకు పంపుతాను. హెడ్ ఆఫీస్‌కు తెలియజేయండి. ఎలావున్నా స్టేటస్ తెలియజేయమని మీకు చెప్పారుకదా?" అన్నాడు.

శివస్వామి సరే అన్నారు.

తర్వాత పదిహేను నిమిషాల్లో అతని నుండి ఒక సంక్షిప్త సారాంశపు ఈమెయిల్ వచ్చింది. శివస్వామి దాన్ని అనితకు ఫార్వర్డ్ చేసి, ధావల్‌గారికి తెలియజేయమని ఆమెను అభ్యర్థించారు. ఆయనే ఆ మెయిల్‌ను ధావల్‌గారికి పంపి ఉండొచ్చు. ఎందుకో సంకోచం కలిగింది.

17

మరుసటి రోజు మధ్యాహ్నం పన్నెండు గంటల వరకూ శివస్వామి తన పనిలో మునిగిపోయాడు. వచ్చే అరవై రోజుల్లోనే సాఫ్ట్‌వేర్ డివిజన్‌కు ఇరవై ఐదుమంది గ్రాడ్యుయేట్లను తీసుకోవాలని ప్రభు, రవిరాజ్ నుండి అభ్యర్థన రావడంతో, క్యాంపస్ సెలెక్షన్ కోసం బెంగళూరులోని ఏ ఏ కళాశాలలకు వెళ్లాలో సన్నాహాలు చేసుకుంటున్నారు. ఆ కాలేజీలను సంప్రదించాలి. ప్రభుతో కలిసి ఇంటర్వ్యూ ప్యానెల్‌ను ఏర్పాటు చేయాలి. ఇది అనురాధకు, తనకు సాధ్యం కాలేదు. కాబట్టి మరో ఇద్దరు సహాయకులను సమకూర్చాలని ప్రధాన కార్యాలయానికి లేఖ రాయాలి. ఆ పనులతోపాటు రోజువారీ పనులు కూడా పూర్తిచేయాలి. అనురాధ అతని గదిలోనే తన టేబుల్ దగ్గర కూర్చుంది.

శివస్వామి మొబైల్ మోగింది. ఏదో తెలియని నంబర్. "సార్, నేను బయటకు వెళ్లాలా?" అనురాధ అడిగింది.

"వద్దు, వద్దు. కూర్చో. ఏదో రాంగ్ నంబర్ అనిపిస్తుంది" అంటూ ఫోనెత్తి "హలో" అన్నారు.

"శివస్వామి. నేను ధావల్"

"ఓ... సార్! గుడ్ మార్నింగ్..."

"ఇప్పటికే మధ్యాహ్నం అయిందికదా శివస్వామి?"

"ఓహ్... గుడ్ ఆఫ్టర్‌నూన్ సర్..." అన్నారు తెల్లబోతూ.

ధావల్ నవ్వారు. "మీరు ఎలా ఉన్నారు?"

"నేను బాగున్నాను సార్. బ్రాంచ్ పనులు బాగా జరుగుతున్నాయి. మీరు ఎలా ఉన్నారు సార్?"

"ప్రస్తుతం బాగానే ఉన్నాను. నా మూడ్‌ను ఇంకా ఎవరూ పాడు చేయలేదు" అని నవ్వారు.

"చెప్పండి సార్. నా వల్ల ఏం జరగాలి" వినయంగా అడిగారు.

అనురాధ తన కంప్యూటర్లో మొహాన్ని దాచుకున్నప్పటికీ, ఆమె చెవులు ఇటువైపు ఉన్నాయని ఆయనకు తెలుసు. అయితే ఇప్పుడు ఆమెను బయటకు వెళ్లమని చెప్పడం సరికాదని అనిపించింది.

"మీరు నేరుగా నాకు నివేదిక పంపవుండవచ్చు" అన్నారు.

ఆ స్వరంలో ఆక్షేపణా ధ్వని వినిపించలేదు. విషయం తెలియజేయాలని చెప్పినట్టున్నారు.

"ఓహ్, అదా సార్, పెరుమాళ్ సిమెంట్స్‌దేకదా... మీరు పని ఒత్తిడిలో ఉంటారేమోనని అనితకు చెప్పాను" అన్నారు శివస్వామి.

"ఏమీ ఇబ్బంది లేదు. నెక్స్ టైమ్ నేరుగా నాకే పంపండి. అయినా నేను ఇమెయిల్ కంటే మాటల మనిషిని. నా మొబైల్ ఫోన్‌కు కాల్ చేయండి"

"సరే సార్."

"మీరు ఇక్కడికి వస్తే మనం కలిసి చర్చించుకోవచ్చు. ఈ రోజు మీ పని ఎలా ఉంది? మీరు మధ్యాహ్నం ఇక్కడకు రాగలరా? నేను ఉదయం నుండీ ఆఫీసులోనే ఉన్నాను.

"వస్తాను సార్. రెండు ముప్పైకి అక్కడ ఉండనా?" అడిగారు శివస్వామి.

"రండి" అని ధావల్ ఫోన్ పెట్టేశారు.

అనూరాధ తనేమీ విననేలేదన్నట్టు కంప్యూటర్‌లోంచి తల ఎత్తలేదు.

"అనురాధ, నేను మధ్యాహ్నం హెడ్ ఆఫీస్‌కు వెళ్తున్నాను. ఏదైనా అవసరమైతే నేరుగా మొబైల్‌కు కాల్ చేయండి. అక్కడి పనులు వుంటే లిస్ట్ చేసివ్వండి" అన్నారు. ఫ్రంట్ డెస్క్‌కు ఫోన్ చేసి, బ్రాంచ్ కారును మధ్యాహ్నానికి బుక్ చేసుకున్నారు. అక్కడికి వెళితే ఈరోజు తిరిగి రావడం కష్టమని గ్రహించి వెంటనే చేయాల్సిన తన పనులు ముగించారు. మధ్యాహ్నం హెడ్ ఆఫీస్‌కు

వెళ్తున్నట్లు ప్రభు, రవిరాజ్‌లకు మెసేజ్ చేశారు. ఒకటి నలభై అయిదుకు ఆఫీస్ డ్రైవర్ పరమేశం గదికి వచ్చి ఆయన్ను తీసుకెళ్లాడు. వద్దన్నా తన ల్యాప్‌టాప్ బ్యాగ్‌ను అతనే మోసుకున్నాడు.

పిలిచిన దానికంటే పదినిమిషాల ముందే హెడ్ ఆఫీసులో ఉన్నారు. నేరుగా ఎం.డి. కూర్చునే నాలుగో ఫ్లోర్‌కు వెళ్లారు. ముందుగా అనిత డెస్క్ వచ్చింది. ఆమె అత్యంత ఆత్మీయంగా పలకరించింది. "ఈరోజు ఉదయం నుంచి ఎం. డి. ఆఫీసులోనే వున్నారు. మీకోసం ఎదురుచూస్తూ మధ్యాహ్నం మీటింగ్‌లను వాయిదా వేశారు. కూర్చోండి, మీరు వచ్చారని వారికి తెలియజేస్తాను" అంది. ఆయన ఆమెడెస్క్ ఎదురుగా ఉన్న సోఫాలో కూర్చున్నారు. ఆమె ఇంటర్‌కామ్‌లో మాట్లాడగానే 'సెండ్ ఇన్' అనే ఆజ్ఞ వచ్చింది. శివస్వామి లోపలికి వెళ్లారు.

ధావల్ గదిమూలలో నిలబడి ఉన్నారు. చేతిలో ఫోను పట్టుకుని ఉండడం చూస్తే, అప్పుడే మాట్లాడటం ఆపినట్లుంది. తెల్లటి సఫారీలో ఉన్నారు. ఆయన తెల్లని గడ్డానికి, తల జుట్టుకు దుస్తుల రంగు పోటీనిస్తున్నట్టుగా ఉంది.

"శివస్వామీ, ఎలా ఉన్నారు?" అతను తన మామూలు కంఠంతో బిగ్గరగా అడిగారు.

ముదురు గోధుమ రంగు విశాలమైన టేబుల్ వెనుక వారి కుషన్ కుర్చీ, దాని వెనుక విశాలమైన ఆకాశం కనిపించే గాజు గోడ. ఎడమవైపు పుస్తకాల పెద్ద బుక్‌షెల్ఫ్. అవసరమైతే వందమంది సౌకర్యవంతంగా నిలబడేగలిగే విశాలమైన స్థలం. కుడి, ఎడమలకు బ్రౌన్ లెదర్ సోఫాలు. నేలపై మృదువైన అలంకారిక కాశ్మీరీ కార్పెట్. ఇంతటి వైభవపూరితమైన కార్యాలయాన్ని శివస్వామి ఇప్పటిదాకా చూడలేదు.

శివస్వామి ఒక విధమైన సంకోచంతోటే లోపలికి అడుగు పెట్టారు. 'కూర్చోండి' అని ధావల్ వారి టేబుల్ ముందున్న కుర్చీ చూపించి, తాను తన స్థానానికి వెళ్లి కూర్చున్నారు.

"శివస్వామి?"

"చెప్పండి సార్"

"నిన్న మీరు నా కలలోకి వచ్చారు. మనమిద్దరం ఎక్కడికో కలిసి ప్రయాణం చేస్తున్నాం. మనం రైల్లో కూర్చున్నాం" అని ధావల్ అన్నారు. "మీరు ఈ దుస్తులే ధరించినట్లున్నారు. నా కలలోంచి సూటిగా లేచి వచ్చినట్టు ఇక్కడికి వచ్చారు" అంటూ పెద్దగా నవ్వారు.

శివస్వామి కూడా తేలికపడ్డారు. "ఎక్కడికి వెళుతున్నాం సార్?"

"నాకు తెలియదు, శివస్వామి. వెళుతున్నది మాత్రమే చూశాను"

"మరి, వెళుతున్న ఊరు చేరుకున్నారా, సార్? ఏమైనా కలలో ప్రయాణం. ఖర్చు లేనిది"

"అవునుకదా?" ధావల్ పెద్దగా నవ్వారు. "అక్కడ కూడా నా పిసినారి బుద్ధి చూడండి. కలలోని ప్రయాణానికి డబ్బు అవసరం లేనప్పుడు విమానంలోనే వెళ్లివుండొచ్చుకదా?" అని మళ్లీ నవ్వారు.

శివస్వామి కూడా నవ్వి, మౌనంగా కూర్చున్నారు. తనని ఎందుకు పిలిపించారోనని ఆయన మనసు కారణాలను వెతుకుతోంది.

"అన్నట్టు, మా శ్యామల మీతో బాగానే వ్యవహరిస్తున్నదికదా? ఆమె కొంచెం అధిక ప్రసంగి" అన్నారు తన మందపాటి కళ్లద్దాలలోంచి సూటిగా చూస్తూ.

శివస్వామి చప్పున స్పృహలోకి వచ్చారు. పదాలను ఆయన సరిగ్గా కూర్చుకోవాలి. ఒక్క మాట హెచ్చుతగ్గులైనా, ఆమెను ఇక్కడికి పిలిపించి తన ముందు విచారించడానికి ఈయన సంకోచించరని శివస్వామికి తెలుసు. "అంతా బాగానే జరుగుతోందిసార్. ఏ సమస్యలేదు. అందరూ సహకరిస్తున్నారు" అన్నారు. ధావల్ మాట్లాడటానికి ముందే ఆఫీస్ బాయ్ లోపలికి వచ్చాడు.

"కాఫీ, టీ ఏం తీసుకురావాలి" అని అబ్బాయి అడిగాడు. షుగర్ లెస్ కాఫీ కావాలని శివస్వామి చెప్పారు. బాయ్ ధావల్ వైపు తిరిగి, "సార్, నేను మీకు ఎప్పటిలాగే టీ తీసుకురానా?" అన్నాడు. ధావల్, "వద్దు, నా కోసం కూడా కాఫీ తీసుకునిరా. అయితే ఇక్కడి వెండింగ్ మెషీన్ నుంచి కాదు. కృష్ణ భవన్ నుండి తీసుకుని రా. అక్కడ వేడి వేడి పకోడీ చేసివుంటే అది కూడా తీసుకునిరా" అన్నారు. బాయ్ తలూపి వెళ్లాడు.

ధావల్ ఏదో మర్చిపోయినట్లు లేచి తన కుర్చీ వెనకాల ఉన్న కిటికీ

వైపు గబగబా నడిచి, అంచున నిలబడి గ్లాస్ అవతల నుండి బయటికి తొంగి చూశారు. కళ్లద్దాలు తీసి జేబులో ఉన్న కర్చీఫ్‌తో తుడిచి, మళ్లీ కళ్లద్దాలు పెట్టుకుని చూశారు.

"శివస్వామి?"

"చెప్పండి, సార్."

"ఇక్కడికి రండి."

శివస్వామి వెళ్లి ధావల్ పక్కన నిలబడి కిటికీలోంచి చూశారు. కిటికీ పైభాగాన్ని దూదిలాంటి మబ్బులు, విశాలమైన ఆకాశం ఆక్రమించి ఉండగా, మధ్య భాగం నుండి దిగువనున్న రోడ్డు ఆక్రమించి ఉంది. ట్రాఫిక్ తక్కువగా ఉన్న రహదారి. రోడ్డు చివరన ఒక బస్‌స్టాప్ ఉంది.

"అక్కడ చూడండి, ఆ బస్‌స్టాప్‌ను చూడండి. నేను చాలా సేపటినుంచి చూస్తున్నాను. కచ్చితంగా ఒక గంట కన్నా ఎక్కువ సమయమే అయింది. ఆ ఇద్దరు అమ్మాయిలు బస్సు కోసం ఎదురు చూస్తున్నారు. తల్లీకూతుళ్లు కావచ్చు. తల్లికి ముప్పై, కూతురికి ఏడో ఎనిమిదో ఏళ్లు ఉండవచ్చు. బస్సు దొరకకపోతే ఏమిటి గతి? ఈరోజు ఏమైనా సిటీ బంద్ ఉందా?" అని అడిగారు.

శివస్వామి ఇప్పుడు కళ్లను తీక్షణం చేసి బస్‌స్టాప్ వైపు దృష్టిని మరల్చారు. ధావల్‌గారు తల్లిగా భావించిన చీర కట్టుకున్న మహిళ మౌనంగా కదలకుండా కూర్చుంది. చుడీదార్లో ఉన్న చిన్నపిల్ల అసహనంగా కాళ్లూ చేతులూ ఊపుతోంది. ఒక ఆటోరిక్షా డ్రైవరు వాళ్ల ముందు నుంచి వెళ్లినవాడు, స్పీడ్ తగ్గించి, తలను బయటపెట్టి వస్తారా అన్నట్టు అడిగాడు. ఆ చిన్నపిల్ల తల్లి ముఖం చూసింది. ఒక్క క్షణం ఆలోచించకుండా లేదన్నట్టు తలూపింది తల్లి. రిక్షా ముందుకు సాగింది.

"చూశారా... చూశారా..." అన్నారు ధావల్. "ఇలాంటి దృశ్యాలు చూస్తే నాకు ఏం చేయాలో తోచదు" అన్నారు నిరాశ నిండిన స్వరంతో.

"మనమేం చేయగలం సార్? ప్రపంచం ఈ విధమైన ద్వంద్వాలతోనే నిండిపోయింది" అన్నారు శివస్వామి. 'ముంబైలోని ముఖేశ్ అంబానీ ఇంటి చుట్టూ మురికివాడలు ఉన్నాయికదా అలా' అనే మాటలు నాలుక చివరకు వచ్చినా అది మరీ అసమంజసంగా ఉంటుందని మౌనం వహించారు. బస్‌స్టాప్

ఉన్న రోడ్డు పక్కన బతుకు స్లో మోషన్లో నడుస్తుంటే, ఇద్దరు సీనియర్ సిటిజన్లు నిలబడి ఆశ్చర్యంగా చూస్తున్న లాభాలతో ఉన్న కంపెనీకి చెందిన సంపన్నమైన నాల్గవ ఫ్లోర్ కార్యాలయం పక్కన, ఇంటర్నెట్ ఫుల్ స్పీడ్‌తో నడుస్తోంది. రెండూ భిన్న ప్రపంచాలు. వేరు వేరు ధృవాలు. మధ్యన యాభై అడుగుల దాటలేని సముద్రం.

ధావల్ ముఖంలో మారిన భావంతో తన సీటులో కూర్చున్నారు. ఇంటర్‌కామ్ ఫోన్ నొక్కి "అనితా, నిన్నటి పి అండ్ ఎల్ రిపోర్ట్ తెచ్చివ్వు. రెండు కాపీలు తీసుకునిరా" అన్నారు. "అన్ని డివిజన్లదా సార్?", "లేదు. రవి డివిజన్‌ది చాలు", "సార్, డాలర్లో ఉన్నదా? లేదా రూపాయల్లో ఉన్నదా?" "ఏదో ఒకటి" అని కోపంగా చెప్పి ఫోన్ పెట్టారు.

మరో నిమిషంలో ప్రాఫిట్ అండ్ లాస్ రిపోర్ట్ రెండు కాపీలతో అనిత లోపలికి వచ్చింది. ఆ కాపీలను ఇద్దరి ముందు పెట్టి మౌనంగా బయటికి నడిచింది. తలుపు తనంతట తానే మూసుకుంది.

"శివస్వామి, చివరి నుండి పైకి నాల్గవ వరుసను చూడండి" అని ముందుగానే చూసి గుర్తుపెట్టుకున్నట్లు చెప్పారు ధావల్. శివస్వామి చూశారు. నెట్ రెవెన్యూ, నెట్ ప్రాఫిట్ అనే రెండు కాలమ్‌లు ఉన్నాయి. ఇది నూట నలభై నాలుగు, యాభై రెండు పర్సెంట్ అని ముద్రించబడింది.

"సర్, ఈ విషయంలో మీరు నన్ను క్షమించాలి. నాకు పి అండ్ ఎల్, బ్యాలెన్స్ షీట్లను చదవటం రాదు. నా మునుపటి కంపెనీలో, అకౌంటెంట్లు ఈ విషయాలకు హెచ్‌ఆర్ డిపార్ట్‌మెంట్‌ను దగ్గరికి రానిచ్చేవారు కాదు. అందువల్ల నేను ఫైనాన్షియల్ టర్మ్‌లకు అలవాటుపడలేదు" అని పిచ్చి మొహం వేసుకుని అన్నారు.

ధావల్ పెద్దగా నవ్వారు."విచారించకండి. మీరు ఎనర్జీని కాపాడు కున్నారు. ఇవన్నీ నాలాంటి వ్యాపారవేత్తకు సరిపోతాయి. ఉదయం నుంచి సాయంత్రం వరకు ఈ రిపోర్టులు చూస్తూనే ఆయుష్షను అరగదీస్తున్నాం" అని మళ్లీ నవ్వుతూ, "సింపుల్‌గా చెప్తాను వినండి. సాఫ్ట్‌వేర్ డివిజన్ మొత్తం ఆదాయం నూట నలభై నాలుగు మిలియన్ డాలర్లు, ప్రాఫిట్ యాభై-రెండు శాతం. అంటే వచ్చే ఆదాయంలో సగానికి పైగా లాభం. మిగిలిన డివిజన్లు,

ఉదాహరణకు లాజిస్టిక్స్ విభాగాన్నే తీసుకుంటే, వచ్చే ఆదాయం దీనికి దగ్గరగా ఉన్నప్పటికీ, ప్రాఫిట్ మాత్రం పద్దెనిమిది శాతం దాటితే పండుగ చేసుకుంటారు. ఎందుకిలా ఉంది? ఇందుకేనా మన జనం సాఫ్ట్‌వేర్ కంపెనీ అంటే ఇష్టపడేది?" అని ఆశ్చర్యంగా తనను తాను ప్రశ్నించుకున్నట్లు అడిగారు.

శివస్వామికి ఇదంతా ఎలా తెలుస్తుంది? తనకు ఇవన్నీ అర్థంకావని మొదట్లోనే ఒప్పుకున్నాడు. అయినా, లేని ధైర్యం తెచ్చుకుని.. "పరిశ్రమలను సంఖ్యలతో పోల్చకూడదేమో?" అన్నారు.

ధావల్ కుతూహలంగా వంగి అతని ముఖంలోకి చూశారు. "మిగతా వాళ్లు చెప్పేదీ అదే. మీరూ అదే చెప్పారు. పోల్చకూడదంటే ఎలా? నాలుగు బిజినెస్ డివిజన్లు నాకేకదా రిపోర్ట్ చేస్తాయి? ఒకదాన్ని ఎలా ప్రత్యేకంగా ఉంచడం సాధ్యమవుతుంది? సరే, అది వదిలేయండి. నా ఉద్యోగ సమస్య. ఇది వినండి. ఇంకో యాభై కోట్లు పెట్టుబడి పెట్టడానికి సిద్ధంగా ఉండమని నా కుమార రత్నం అంటాడు. ఏ కారణంతో మళ్లీ అంత డబ్బును ఈ వ్యాపారంలో కుమ్మరించాలి?"

"సార్, కొత్త వ్యాపారాలలో డిమాండ్ ఉన్నప్పుడు, మీరు విస్తరించాలి కదా?"

"విస్తరించి ఏమి చేయాలి?"

"డివిజన్ ఆదాయం ఇంకా పెరుగుతుందికదాసార్. అంతేకాకుండా, ఇక్కడి సాఫ్ట్‌వేర్ కంపెనీలలో ఒక ముఖ్యమైన కంపెనీగా డిటి సాఫ్ట్‌వేర్ సొల్యూషన్స్ అవతరిస్తుంది. అది గొప్పదనమేకదా?"

"కాదు, కానే కాదు" అన్నారు ధావల్ గంభీరంగా తల ఊపుతూ. "మీరు చెప్పిన లాజిక్‌ను పట్టుకునే రవి ఒక చెవిలో, ప్రభు మరో చెవిలో 'ఈ విభజనను సెపరేట్ చేయండి' అంటూ లాబీ చేస్తున్నారు. వీళ్లిద్దరే కాదు శివస్వామీ, ఇంకా పెద్ద గుంపే వుంది. మన రవిలాంటి యువకులంతా ఆర్గానిక్ గ్రోత్ అని పదేపదే చెప్పటం విన్నారా? వాళ్లకు దాని నిజమైన అర్థం ఏమిటో తెలుసా అని నేను ఆశ్చర్యపోతాను. ఒక కణం రెండుగా, రెండు నాలుగుగా, నాలుగు ఎనిమిదిగా, ఎనిమిది పదహారుగా, ఇలాగే కొనసాగి వేల లక్షలు, దశలక్షల కోటి కోశాలై మాంసపు మజ్జలై ఎముకల పంజరమై

ఒక జీవి ఒక్క కోశం నుంచి పెద్ద ఆకృతిని పొందుతుందికదా? దీనికి సమయం వద్దా? బిడ్డ ఎదగడానికి మనం దానికి సమయం ఇవ్వమా? కోశావస్థలో ధ్యానం చేసినప్పుడే గొంగళి పురుగు సీతాకోక చిలుకగా మారుతుందికదా? రాత్రికి రాత్రే అంతా జరిగిపోతుందా? ఇది వారికి అవసరం లేదు. ఈ రోజు నాటిన విత్తనం రేపు మర్రిచెట్టుగా మారాలి. మళ్లీ నోరు తెరిచి అడగండి. గూగుల్, హెచ్ పి, అమెజాన్, ఇన్ఫోసిస్, టెస్లా, అని అంటూ ఉదాహరణలు ఇవ్వడానికి ప్రయత్నిస్తారు. ఒకదానిపై ఒక ముసుగు. వారి అసలు ముఖాలు నాకు కనిపించనే కనిపించవు. పక్వం కావటం అనేది ఉందికదా శివస్వామి? దానికి ఏ ప్రత్యామ్నాయం ఉంది? ఒక్కొక్క కెరటం బాదిబాది బండ నునుపు కావాలికదా? మీరూ-నేనూ ఒక్కొక్క సంవత్సరం అతిక్రమించి అరవైకి చేరుకున్నామే తప్ప, ముప్పై అయిదు వచ్చిన తర్వాత, ఇరవై అయిదేళ్లను మాయం చేసుకుని వచ్చామా?" అని పకపకా నవ్వారు.

ఆ సమయానికి కాఫీ, పకోడీలు నింపిన ప్లేట్లు లోపలికి వచ్చాయి. ఇద్దరు కుర్రవాళ్లు వచ్చి టేబుల్ మీద పెట్టి మౌనంగా బయటికి వెళ్లిపోయారు. కృష్ణభవన్ నుంచి ఎలా తెచ్చారోకానీ, అయితే ఇక్కడికి బరువైన పింగాణీ ప్లేట్లలో తీసుకొచ్చారు. "శివస్వామీ, తీసుకోండి" అంటూ ధావల్ ఎడమచేత్తో పకోడీని పట్టుకుని, కుడిచేత్తో దాన్ని విరిచి నోట పెట్టుకుని కళ్లు మూసుకుని పరవశత్వంతో ఆస్వాదించారు. "మీరు పది పకోడీ ప్లేట్లను పెట్టి, కృష్ణభవన్ పకోడి ఏదని అడిగితే, నేను గుర్తించకపోతే చెప్పండి" అంటూ నవ్వేశారు. శివస్వామి కూడా ఒక పకోడీ తీసుకుని ధావల్‌గారిలా కళ్లు మూసుకుని తిని ఆస్వాదించాలని చూశారు. రుచి బాగానే ఉంది. కానీ దేనితో ఎలా పోల్చాలో తెలియలేదు. పకోడీ పకోడీయే. కృష్ణభవన్ పకోడికి, శాంతిసాగర్ పకోడికి ఏమిటి వ్యత్యాసమంటే ఏం చెప్పగలం?

ఆరంభంలో మనకు తెలిసిన ప్రతి రుచి వెనుకా ఓ కథ ఉంటుందని చెబుతారు. కథ తెలిసిన వారికే దాని రుచి, లోతు తెలుస్తాయి. ఈ కృష్ణ భవన్ లేదూ, నా కంపెనీకి సరిగ్గా అదే వయసు. దాని యజమాని కృష్ణభట్ట... అతను ఎక్కడివాడో ఊహించగలరా? ఇంకెక్కడివాడు స్వామీ, ఉడిపివాడు...కేవలం గరిటె పట్టుకుని బెంగుళూరు వచ్చేశాడు. నాకు మంచి

స్నేహితుడు. అతని గురించి ఏకవచనంలో మాట్లాడుతున్నాను, ఎందుకంటే నేను అతని ఏకైక స్నేహితుడిని. అతను నన్ను వెంబడించాడో, నేనూ ఫాలో అయ్యానో తెలియదు, సాధారణంగా చిక్కపేటలో ఉన్న వ్యక్తి అక్కడి నుంచి వెళ్లిపోయి ఇక్కడికి వచ్చి అక్కడ చేస్తున్న వ్యాపారాన్నే ప్రారంభించాడు. ఇప్పుడు అతని చిన్న కొడుకు గోవింద హొటల్ నిర్వహిస్తున్నాడు. నాలా కాకుండా కృష్ణుడు కొడుకుకే వదిలేశాడు. అయినా ఎప్పుడైనా చాలా అరుదుగా వెళ్లి కూర్చుంటాడు. శివస్వామీ, మీరు తప్పక చూడాలి. ఒక అద్భుతమైన దృశ్యం. ఇతను వెళితే గోవింద ఆ క్షణమే గల్లాపెట్టె వదిలి వంటగదికి ఎలా పరుగెడుతాడో! ఎంతలా అంటే, 'వాడికి సగం చిల్లర ఇచ్చావుకదా, పూర్తిగా ఇచ్చి వెళ్లు' అని ఇతనే గట్టిగా చెప్పాలి. అలా– పూర్వజన్మ సుకృతం అంటే అది.

కానీ నిజంగా నన్ను ఆశ్చర్యపరిచింది వాళ్లు చేసే పకోడీ. కృష్ణుడి కాలంలో చేసిన దానికీ ఇప్పుడు గోవిందుడు చేస్తున్నదానికి అణువంత కూడా తేడా లేదు. మేనేజ్ మెంట్ మారిందని నాలాంటి కస్టమర్లకు తెలియనేకూడదు. కంపెనీని అప్పగించడం అంటే అదే కదా? అదొక్కటే కాదు. యాభై ఏళ్ల క్రితం కృష్ణుడు ఇక్కడికి వచ్చి ఇది నా హొటల్ అంటూ ఎంత స్థలాన్ని మార్క్ చేసుకున్నాడో, నేటికీ అది కొంచెం కూడా తగ్గలేదు. కాస్త కూడా పెరగలేదు. మిగిల్చుకోవడమంటే అదే కదా శివస్వామి?" అన్నారు. ధావల్ ముందరి ప్లేట్ నిండా ఉన్న పకోడీలు వేగంగా ఖాళీ అవుతున్నాయి. శివస్వామి ముందున్న ప్లేటు అలాగే ఉంది. పకోడీలు తినకుండానే 'రుచికి కూడా కథ కావాలి' అన్న ధావల్ మాటలను శివస్వామి నెమరువేసుకుంటున్నారు.

"దాన్నే లెగసి అంటామేమో?" శివస్వామి అన్నారు.

"నిజంగా నిజం. అదే లెగసి. నా విషయంలోనూ నేనూ దాన్నే అడుగుతున్నాను. అది తప్పా శివస్వామీ? పకోడీల కన్సిస్టెన్సీలో కృష్ణుడి జీవితం సార్థకమైనట్లే, నేను స్థాపించి పెంచిన ఈ సంస్థతో నా జీవితాన్నీ సార్థకం చేయమని వేడుకుంటున్నాను. కృష్ణుడు ఏమి మంత్రం వేశాడో, అతనికి సాధ్యమైంది. కానీ నా సందేశం ఇక్కడ ఎవరికీ చేరనేలేదు. మన మాటలను వినాలని ఎవరికీ అనిపించకపోతే ఏం చేయాలి, శివస్వామీ? మన పరిపక్వత

ఎవరికీ అక్కర్లేదా? వయస్సు పక్వమైనట్టల్లా మన జీవితానుభవం కవ్వంలా మనలో దిగినట్టల్లా, ఏది విషమో, ఏది అమృతమో మనకు స్పష్టంగా తెలుస్తుంది. వస్తువును పైకి ఎలా అలంకరించినా, ఎక్స్‌రేలా అంతర్భాగంలోకి వెళ్లి తన నిజ స్వరూపాన్ని తెలుసుకునే శక్తి వచ్చివుంటుంది. మీరు బేటోవన్ గురించి విన్నారా? బేటోహన్, బేట్ హెూవన్, బేథోవెన్... ఒక్కోచోట ఒక్కో విధంగా అతన్ని పిలుస్తారుకదా... పాశ్చాత్య సంగీతంలో అతనికి పెద్ద పేరు. అయితే పాపం, చూడండి, తన ప్రధాన రచనలను రాసే సమయానికి పూర్తిగా చెవిటివాడు అయ్యాడట. ఒక సంగీత విద్వాంసుడు అలా పూర్తిగా చెవిటివాడైతే అతని పరిస్థితిని ఊహించుకోండి. కానీ అతను అలా భావించలేదట. ఒక మ్యూజికల్ కంపోజిషన్‌కు అంతర్గత ప్రపంచంలోని సంగీతమే చాలు. చెవులు ఎందకు అన్నాడట. అలా మనలోని లోకం పక్వమైనట్టల్లా అంతర్గతలోకమే సరిపోతుంది. పూర్తిగా పక్వమైన ఫలాలను మాత్రమే ప్రపంచానికి ఇస్తాం. నేను మాట్లాడేదంతా నా అంతరంగంలోని మాటలే.

అయితే సమస్య చూడండి. బయటి ప్రపంచం మనకు తగినట్టు సిద్ధంగా ఉండదు. నా మాటలు స్వీకరించి, అంతరంగంలోకి దిగేంతటి మెచ్యూరిటీ బయటి చెవులకు వచ్చివుండదు. మాటలు చేరవలసిన చోటికి చేరకుండా వ్యర్థమవుతాయి. ఎవరిదీ తప్పుకాదు. యాభై ఏళ్ల క్రితం మా నాన్న ఇలా మాట్లాడివుంటే నాకూ అర్థమయ్యేది కాదేమో. మిత్రుడు కృష్ణభట్టు గోవిందకు అప్పగించినట్లుగా నా తండ్రీ తన చీరల దుకాణాన్ని నాకు అప్పగిస్తే ఏం చేసేవాడినో? అయినా... మనసులో గుచ్చుకుంటోంది. ఇంత కట్టిన తర్వాత, నేను కట్టింది కేవలం భవనం కాదు, నా వారసత్వం అని ఇతరులను ఎలా ఒప్పించగలను?

ధావల్ తన అలవాటు ప్రకారం కుర్చీలోంచి లేచి నడుము పట్టుకుని నిలబడ్డాడు. తలుపుల వరకు వెళ్లి, మెల్లగా నడుస్తూ వెనక్కొచ్చి మళ్లీ కిటికీ దగ్గర నిలబడి బయటకు తొంగి చూశారు. “ఆ ఆడవాళ్లు లేరు. వాళ్లకు బస్ దొరికింది” అంటూ వికసించిన ముఖంతో చప్పట్లు కొట్టారు.

“సార్, నేను ఒకట్రెండు మాటలు చెబితే మీకు విసుగు కలగదుకదా?” అని వినయంగా అడిగారు శివస్వామి.

ధావల్ వచ్చి శివస్వామి పక్కనున్న కుర్చీలో కూర్చున్నారు. శివస్వామికి ఇంటర్వ్యూ రోజున చూసిన ధావల్‌గారి ప్రవర్తన గుర్తుకొచ్చింది. ధావల్ శివస్వామి భుజం మీద చెయ్యి వేసి అన్నాడు. "శివస్వామీ, నా దగ్గర ఇన్ని ఫార్మాలిటీస్ పెట్టుకోకండి. సార్ అని పిలవనక్కర్లేదు. దయచేసి ఒక స్నేహితుడిలా మాట్లాడండి. మీ స్నేహం కోసమే మీరు నా కంపెనీలో చేరాలని కోరుకున్నాను. సిమెంట్ కంపెనీ, మట్టి మరొకటి... మిగతావన్నీ నాకు మిమ్మల్ని కలవడానికి కారణాలు మాత్రమే" అని నవ్వారు.

"సార్, నేను మీలా కంపెనీ నడిపినవాడిని కాదు. నా కెరీర్ మొత్తాన్ని ఒక ప్రభుత్వ కంపెనీలోనే అరగదీసి రిటైర్ అయినవాడిని. అక్కడ కూడా ఎంతవరకు వారి వ్యవహారాల్లో పాలుపంచుకోవడానికి శక్తి, అవకాశాలు ఉండేవో ఆ దేవుడికే తెలుసు. బెంగళూరులోని ప్రధాన కార్యాలయంలో ఎవరో నిర్ణయాలు తీసుకునేవారు. మేము బ్రాంచ్‌లో వాటిని అమలు చేస్తుండేవాళ్లం. కాబట్టి నా వృత్తిపరమైన అనుభవం మిమ్మల్ని అర్థం చేసుకోవడానికి నాకు సహాయం చేయగలదు. ఇక మిగిలింది నా మొత్తం జీవితానుభవం మాత్రమే. పేదరికాన్ని, కష్టాలు కార్పణ్యాలను అనుభవించివాడిని. వాటి ఆధారంగా మాత్రమే జవాబు చెప్పగలను. అయితే అది మీకు ఎంతగా ఉపయోగపడుతుందో మీరే కనుక్కోవాలి" అన్నారు.

"చెప్పండి, శివస్వామి. మీ గురించి ఇదంతా తెలిసే నేను మీ స్నేహాన్ని కోరుకున్నాను, అవునా? నాలాంటి మరో బిజినెస్‌మెన్‌తో పంచుకోవలసి వస్తే, మీతో కన్నడలో మాట్లాడకుండా ఒక గుజరాతీని పట్టుకొచ్చి అతని భాషలో మాట్లాడేవాడిని" అని పకపకా నవ్వారు. మళ్లీ–

"స్నేహితుడిలా మాట్లాడండి. మీ స్నేహాన్ని కోరుకుంటున్నాను" అని ధావల్ నొక్కి చెబుతుండగా, ఇది ఎలాంటి స్నేహం అని శివస్వామికి ఆశ్చర్యం కలిగింది. అసమ స్నేహం– అన్‌ఈక్వల్ ఫ్రెండ్‌షిప్ అని పిలవచ్చునేమో?

'సార్, మీరు ఇప్పుడు చెప్పిందేకదా మనం జనరేషన్ గ్యాప్ అని అంటున్నాం? తండ్రి చెప్పేది కొడుకుకు నచ్చదు, కొడుకు చేసేది తండ్రికి సమంజసంగా కనిపించదు. అత్తాకోడళ్ల గొడవ ఇదే విధమైనదే, అవునా? కోడలు తన వంటగది లెగసిని నాశనం చేస్తున్నట్లుగా అత్తగారికి

అనిపిస్తుందికదా, అలానేకదా?" అన్నారు.

"ఇదంతా నా భ్రమనా? నా కళ్లకు కమ్మిన చీకటి అంటారా?"

శివస్వామి కంగారుపడ్డారు. ఏమని సమాధానం చెప్పాలో తోచలేదు. రెండు చేతులను వెడల్పుగా చాపినా పట్టుకోలేనంత లావుగా ఉబ్బిన బెలూన్‌ను కనీకనిపించనంతటి సూది మొనతో 'ఢాం' అనిపించారు.

"బహుశా కాకపోవచ్చు. కానీ కొన్ని భ్రమలు నిజంలాంటి మెరుపును కలిగి ఉంటాయి. వాటిపట్ల జాగ్రత్తగా ఉండాలని మాత్రమే చెప్పాను సార్" అన్నారు.

ధావల్ ఏమీ మాట్లాడకుండా మౌనంగా కూర్చున్నారు. శివస్వామి కూడా మౌనంగా కూర్చున్నారు. శివస్వామికి ఇంకేమి చెప్పినా పరిస్థితి మరింత దిగజారుతుందేమో అనిపించింది. ఆయన మాటలు ధావల్ మీద ఎలాంటి ప్రభావం చూపాయో తెలియలేదు. ధావల్ కుర్చీ ఒక పిడిమీద మోచేతిని ఆనించి, తన ఎడమ ముంజేతిని చెంపపై ఆనించి చింతాక్రాంతులై కూర్చున్నారు. తర్వాత ఎన్నో నిమిషాలు వాళ్లిద్దరూ మాట్లాడలేదు. శివస్వామికి కూర్చున్న చోటుకి ఎదురుగా ఉన్న కిటికీలో విశాలమైన నీలి ఆకాశం కనిపించింది. అక్కడక్కడ తెల్లటి మబ్బులు ఉన్నా, అవి వర్షం లేదా చీకటి కమ్మిన మబ్బులు కావు.

"శివస్వామీ?"

"చెప్పండి, సార్."

"ఇది మీకు జరగలేదా?"

"ఏది సార్?"

"అదే, పిల్లలు పెద్దయ్యాక నా లెగసి ముగిసిపోతోంది అన్న భావన..."

శివస్వామికి దిక్కు తోచకుండాపోయింది. ఆయన మాట్లాడేలోపే ధావల్, "శివస్వామీ, ఒక పనిచేద్దాం. రేపు మళ్లీ కలుద్దాం. నా మాటల గురించి నేను చాలా కాలంగా ఆలోచించాను. మిమ్మల్ని ఒక ప్రశ్న అడిగి ఈ క్షణంలోనే జవాబు చెప్పమనడం తప్పు. మీరూ ఒక రోజు సమయం తీసుకోండి. ఇక, మీరు లేవదీసిన ప్రశ్న నాదెందుకు భ్రమ కాకూడదు?–ఆ కోణంలో నేనూ ఆలోచిస్తాను. అలా చేయొచ్చుకదా?" అన్నారు. శివస్వామి సరేనంటూ తల

ఊపి అనిత ఇచ్చిన రిపోర్ట్‌ను తన నోట్‌బుక్‌లో పెట్టుకుని లేచి నిలుచున్నారు. ధావల్ కూడా లేచి నిలుచున్నారు.

శివస్వామి, “సార్, రేపు ఎన్ని గంటలకు కలుద్దాం?” అతను అడిగాడు.

ధావల్ ఒక్కక్షణం ఆలోచించి, “రేపు మీ ఆఫీసుకి వస్తాను” అన్నారు.

“సార్, నాకు రావడానికి ఇబ్బంది లేదు. మీరు ఏ సమయానికి రమ్మంటారో అదే సమయానికి ఇక్కడే ఉంటాను” అన్నారు శివస్వామి. ఒక రకంగా చెప్పాలంటే, వారు ధావల్ సమాచారాన్ని కేంద్ర కార్యాలయానికే పరిమితం చేయవలసివుంది. ఆ విషయాలు అక్కడ బ్రాంచ్‌లో వ్యాపించి, అవి పొందే వివిధ ఆకారాల అవసరం లేదు.

“లేదు, నేనే వస్తాను. డికన్సన్ రోడ్ ఆఫీసుకు వచ్చి చాలా రోజులైంది. పక్కనే ఉన్న భవనంలో ఒక స్నేహితుడిని కలవాల్సి ఉంది” అన్నారు. “సరే సార్” అని శివస్వామి తలుపు వైపు అడుగులు వేశారు. ఏ సమయానికి వస్తారని అడగడానికి సంకోచం కలిగింది. అనిత అడిగే అలాంటి ప్రశ్నలు ఆయన్ను ఎంతగా ఇబ్బంది పెడతాయో తెలుసు. రేపు అనితని అడిగి టైము తెలుసుకుంటే సరిపోతుందని అనుకున్నారు.

తలుపు దగ్గరకు చేరటానికి ముందే ధావల్ మళ్లీ పిలిచాడు.

“శివస్వామి, చూడండి, నేనెంతటి మతిమరుపు మనిషినో? మిమ్మల్ని ఎందుకు పిలిపించానో ఆ విషయమే మాట్లాడలేదు” అన్నారు.

ఇంకేం విషయమని శివస్వామి ఆశ్చర్యంతో నిలబడ్డారు.

“మీరు రాత్రి ఎనిమిది, తొమ్మిది వరకు ఆఫీసులోనే ఉంటారని విన్నాను. వద్దు, మీ ఆరోగ్యాన్ని పాడు చేసుకోకండి.”

“ఎప్పుడో ఒకరోజు సార్. రోజూ కాదు. ఆలోచించకండి” అని, “అయినా మీకెలా తెలిసింది?” అని అడిగారు ఆశ్చర్యంగా.

“ఈ వ్యవహారాల్లో గూఢచారులను తప్పకుండా నియమించుకోవాలి... ఇష్టం ఉన్నా లేకపోయినా..” అని నవ్వారు. మళ్లీ–

“ఒకవేళ పని ఎక్కువగా ఉంటే ఇక్కడి నుండి ఒక మేనేజర్ని మీ అసిస్టెంట్‌గా డిప్యూట్ చేస్తాను” అన్నారు.

“అదేం లేదు సర్. పని సులభంగానే ఉంది” అన్నారు శివస్వామి

సంకోచంతో.

"మిమ్మల్ని అడిగితే అలాగే చెబుతారు. మీరు బయలుదేరండి. నేనే ఆ విషయం నిర్ణయిస్తాను" అని నవ్వారు. ఇది ఎక్కడికి దారి తీస్తుందోనని శివస్వామికి అనిపించినా, నవ్వుతూ ధావల్‌గారికి నమస్కరించి బయటికి నడిచారు.

❖

18

శివస్వామి సంకోచిస్తూనే శ్యామల గదిలోకి ప్రవేశించారు. వెనుకటి మీటింగ్‌లో ఆమెకు కలిగిన అవమానం, వ్యతిరేకతల నడుమ కూడా, ధావల్ తనను ఆహ్వానించి, తన పరంగా నిలబడటం ఒక ఫిర్యాదులా అనిపించి ఆమె తన మీద మళ్లీ నిప్పులు చెరగవచ్చని భయపడ్డారు. కానీ ఆమె తనకు మేనేజర్ అయినందువల్ల హెడ్ ఆఫీస్‌కి వచ్చినప్పుడు, కనీసం మర్యాద పూర్వకంగానైనా కలవాల్సిన అవసరం ఉంది. ధావల్‌తో తాను చర్చించిన పనులకు సంబంధించినవి తప్ప ఇతర ఏ విషయాలూ పొరబాటున కూడా నోరెత్తకూడదని గదిలోకి ప్రవేశించడానికి ముందే నిర్ణయించుకున్నారు.

కానీ అతని అంచనాలకు భిన్నంగా శ్యామల నవ్వుతూ ఆహ్వానించింది. అత్యంత ఆసక్తితో ఆయన ఆరోగ్యంపై ఆరా తీసింది. "మీ అమ్మాయికి మగపిల్లవాడా, ఆడపిల్లనా శివస్వామీ?" అని నవ్వుతూ అడిగింది.

"లేదు, ఆమెకి ఇంకా కాన్పు కాలేదు" అన్నారు

"స్కానింగ్ చేసేటప్పుడు అమెరికాలో ముందే చెబుతారంటకదా?"

"ఆ విషయం నాకు తెలియనే తెలియదు" శివస్వామి ఆశ్చర్యపోతూ అన్నారు. శ్యామల నవ్వింది. ఆమె ఆహ్లాదకరమైన మూడ్ శివస్వామికి ధైర్యమిచ్చింది. బ్రాంచ్ కార్యకలాపాలను సమగ్రంగా నివేదించారు. ప్రతిరోజూ ఇంటికి వెళ్లే ముందు, శివస్వామి ఆమెకు ఈమెయిల్ పంపుతుండటం వల్ల

బ్రాంచ్‌కు సంబంధించిన ఏ విషయమూ ఆమెకు కొత్త కాదు. కేవలం సాకు కోసం ఒకటి రెండు ప్రశ్నలు అడిగింది. ఈయన ఊరకే సాకు కోసం ఆమె సూచనలు అన్నట్లు రాసుకున్నారు. శ్యామల ఇంటర్‌కామ్ నొక్కి ఆఫీస్ బాయ్‌ను పిలిచింది. "నేను ఇప్పుడే కాఫీ తాగాను. రాత్రి ఎక్కువగా కాఫీ తాగితే నిద్రపట్టదు" అని శివస్వామి సున్నితంగా తిరస్కరించారు. బయటి నుంచి రెండు యాపిల్ జ్యూస్‌లు తీసుకురమ్మని ఆమె బాయ్‌ను పంపింది.

ఎం.డి.ని కలిసి వస్తున్నట్టు ఆమెకు తెలిసివుంటుందని, దాన్ని గోప్యంగా ఉంచితే ఇబ్బంది అవుతుందని తెలిసిన శివస్వామి ఎం.డి. కార్యాలయం నుంచి రమ్మని కబురు వచ్చిందని తెలిపారు. పెరుమాళ్ సిమెంట్స్ స్టేటస్‌పై చర్చించటం కోసమని అన్నారు. తను అనవసరంగా ఎం.డి.ని సందర్శించలేదని, సందర్శనకు ఇంకే కారణమూ లేదని ఆమెకు తెలియజేయాలి.

శ్యామల ఆశ్చర్యంగా ఆయన వైపు చూస్తోంది. ఇంతసేపు పెరుమాళ్ సిమెంట్స్ గురించే మాట్లాడుతున్నారా అనే ప్రశ్న ఆమె మొహంలో స్పష్టంగా కనిపించినా ఆమె అడగలేదు.

"ఓహ్! దట్స్ గుడ్. కొన్నిసార్లు ఎదుట కూర్చొని మాట్లాడటం ఈమెయిల్ పంపడం కంటే ఎక్కువ కన్విన్సింగ్‌గా వుంటుంది. మంచిపని చేశారు. ఇలాగే హెడ్ ఆఫీస్‌కు వస్తూ ఉండండి" అంది.

పనులకు సంబంధించిన విషయాలను వదిలి, ఇతర విషయాల గురించీ మాట్లాడారు. ఈ ముఖాముఖి శివస్వామికి ఆశ్చర్యాన్ని కలిగించేటంత ఆహ్లాదకరంగా సాగింది. అదే సమయానికి జ్యూస్ కూడా వచ్చి తాగటం జరిగింది. "ఇది కూడా కృష్ణ భవన్ నుంచేనా?" అని శివస్వామి విస్మయంతో అడిగారు. అలా అడిగిన తర్వాత అడగకుండా ఉండాల్సిందని అనిపించింది. దాని వల్ల ఎం.డి.తో వ్యక్తిగతంగా మాట్లాడినట్లు హింట్ ఇచ్చినట్టవుతుంది. ఆమె బిగ్గరగా నవ్వింది. "ఆయన అక్కడి నుంచి కాఫీ, పకోడీలు తెప్పించారు కదా?" అని ఆమె కళ్లు చిన్నగా చేసి ఆయనవైపు చూసింది. శివస్వామి కూడా నవ్వారు. వెళ్లడానికి లేచి నిలబడ్డారు. శ్యామల కరచాలనం చేసింది.

"శివస్వామీ, ధృతి మిమ్మల్ని ఒక్కసారి కలవాలని అనుకుంటున్నారు" అంది శ్యామల.

"ఎవరు?"

"ధృతి. ఎం.డి.గారి కోడలు"

"మీరు ఎప్పుడు రమ్మంటే అప్పుడు నేను ఇక్కడ ఉంటాను. మీటింగ్ దేనికోసం శ్యామల? బ్రాంచ్ గురించి నేనేదైనా ప్రెజెంటేషన్ రెడీ చేసుకోవాలా?" అని అడిగారు.

"ఊరకనే...బ్రాంచ్, ఇతర విషయాలు..." శ్యామల మాటలు వెతుక్కుంటోంది. "ప్రెజెంటేషన్‌లాంటిది ఏమీ లేదు. ఏమీ రెడీ చేసుకోవలసిన అవసరం లేదు. ఆమె రకరకాల విషయాలను చర్చించవచ్చు. మీరు ఈరోజు వచ్చినట్లు వీలుచేసుకుని హాఫ్ డే రావలసి ఉంటుంది. ఆ మీటింగ్‌లో నేనూ ఉంటాను" అంది.

శివస్వామి సరేనన్నట్లు తల ఊపి బయలుదేరారు.

"మీరు ఎలా వెళుతున్నారు?"

"నేను బస్సులో వెళతాను" అన్నారు.

"అయ్యో, ఇబ్బంది కలగవచ్చు. కంపెనీ కారు ఉందేమో ఎంక్వైరీ చేస్తాను" అంటూ ఇంటర్కామ్ ఫోన్ ఎత్తింది.

"వద్దొద్దు" అని శివస్వామి స్థిరంగా చెప్పారు. "నేను తిరిగి ఆఫీసుకు వెళ్లడం లేదు, ఇంటికి వెళ్తున్నాను. బస్సులోనే వెళతాను. అదే నాకు అనుకూలంగా ఉంటుంది" అంటూ ఆగకుండా బయటకు వచ్చారు. ఆయన తన గది దాటి, కుడివైపుకు తిరిగి లిఫ్ట్ దగ్గరికి వెళ్లేవరకు శ్యామల కూర్చున్న చోటునుంచే ఆయన్ను చూస్తూవుంది.

శివస్వామికి బిఎంటిసి బస్సు దొరికింది, కానీ అడుగు పెట్టలేనంతగా ప్రయాణికులతో బస్సు నిండిపోయింది. కర్కశమైన శబ్దం చేస్తూ ఒక పక్కకి ఒరిగిపోయినట్టు బస్సు కదులుతోంది. సుమారు అరగంట నిలబడి ఐదారు స్టాపులు దాటిన తర్వాత ఈయన తొడకు తగిలేటంత దగ్గరగా కూర్చున్న సీటులోని వ్యక్తి దిగాడు. అప్పుడు ఈయనకు కూర్చోవడానికి చోటు దొరికింది. ఈయన ఇంకో సెకను ఆలస్యం చేసినా ఎవడో ఒకడు ఈయన మీదికి ఎక్కి ఆ స్థలాన్ని ఆక్రమించుకునేవాడు.

కూర్చొని కాస్త రిలాక్స్ అయ్యాక ఆయన మనసులో ధావల్‌తో జరిగిన

సంభాషణ పునరావృతమైంది. చెప్పలేని బాధతో ఉయ్యాలలోని బిడ్డ ఏడ్చి ఏడ్చి సొమ్మసిల్లిపోయినట్లు ఏదో అనామక భావంవల్ల, దుఃఖంవల్ల ఏదేదో మాట్లాడుతున్నారని అనిపించింది. ఎలాంటి సమస్య ఆయనది? ఆయనే చెప్పుకున్నట్లు, తాను స్థాపించి అభివృద్ధిపరిచిన కంపెనీ పట్ల ఉన్న మాతృభావపు ఆందోళననా? అనురాధ, తదితరులు మాట్లాడుతున్నట్లుగా కుటుంబ సమస్యనా? ఈ వయస్సులోని చిత్తచాంచల్యమా?

మనిషి నిజాయితీగా మాట్లాడుతున్నాడు, కానీ ఉన్నదే బందీఖానాలో. బయటి ప్రపంచమే కనిపించటం లేదు. తను ఏ విధంగా ఆయనకు సహాయం చేయగలడు? ఆయన సమస్యను ఎవరు పరిష్కరించగలరు? ఒక కార్పొరేట్ కంపెనీ లోతుల్లో, అన్నిటికంటే ఎక్కువగా, చివరికి డబ్బు కంటే ఎక్కువగా, సంబంధాలు పనిచేస్తాయి. కంపెనీలు సంబంధాలపైనే నడుస్తాయి. ముఖ్యంగా ఈ కంపెనీలో కూడా అలాగే జరుగుతోంది. ఇది తండ్రి, కొడుకు, కోడలు నిర్వహించే కుటుంబ సంస్థ. అదనంగా, కూతురు, అల్లుడు, వియ్యంకులతో కూడిన ఎక్స్‌టెండెడ్ ఫ్యామిలీ తలదూర్చుతోంది. ప్రీతమ్ జైన్, విమల్ జైన్, అశోక్ మెహతా–ఇలా ఉన్నవారూ లేనివారూ అందరూ ఒక బలగమే. వ్యాపార అధిపతులందరూ రక్తసంబంధీకులు లేదా స్నేహితులు. ఒకే భాష మాట్లాడగలరు. ఎవరు ఎవరిని కోరుకుంటున్నారో, ఎవరిని తిరస్కరిస్తున్నారో దేవుడికే తెలుసు. ఇక్కడ డబ్బు కోసం గొడవలు జరగవు, బదులుగా సంబంధాల కోసం గొడవలు జరుగుతాయి. సంబంధం లేనివారు, బయటివారు వారి మధ్య ఏమి చేయగలరు? తామంతా కేవలం నీళ్లు మాత్రమే, వాళ్లది రక్తం. రక్తం రక్తంతో చేరి ప్రవహించాలని కోరుకుంటుంది, నీటితో కాదు. బ్లడ్ ఈజ్ థిక్కర్ ధ్యాన్ వాటర్. వీళ్ల మధ్య శ్యామల, ప్రభు, తనలాంటి కొందరు ఏమి సాధించగలరు? జోకర్లలా తిరుగుతున్నామని శివస్వామికి అనిపించింది. ఈ కుటుంబపు పరిమితమైన రణదుందుభి మోతలో బయటివారి గుసగుసలు ఎవరి చెవిలోనైనా ఎలా దూరుతాయి?

ఆ మాటలన్నీ ఎలాగైనా పాడైపోనీ, అయితే ఆ పెద్దాయనకు తన వల్ల కలిగే ఓదార్పు ఏమిటనే ప్రశ్న శివస్వామిని చిక్కుముడిలా వేధించింది. ఆయన ఎక్కిన ఏ పర్వతాన్నీ తాను ఎక్కలేదు, ఆయన దిగిన ఏ లోయలోనూ

తాను దిగలేదు. బస్సులో పక్క సీటులో కూర్చున్న ఒక అపరిచితుడు వంగి ఏదో ఒక విచిత్ర సమస్యను గుసగుసగా చెప్పి 'దీన్ని పరిష్కరించండి' అని అడిగిన తీరులో అసంబద్ధంగా ఇది తనను కలగలుపుకుందని అనిపించింది. ఎవరెవరి అంతరంగం వాళ్లకు మాత్రమే తెలిసివుంటుంది. ఎవరెవరి చీకట్లకు వాళ్లే వెలుగును కనుక్కోవాలి. ఎవరెవరి మనసులోని క్లేశపు మంచును ఎవరికి వారే శుభ్రం చేసుకోవాలి.

"కాస్త పక్కకు జరగండి. దిగాలి" అని పక్క సీటు వ్యక్తి దాదాపు ఈయనను తోసేసరికి శివస్వామి తన ఆలోచనల్లోంచి వాస్తవలోకానికి వచ్చారు. బస్సు బనశంకరి బస్స్టాప్ చేరుకుంది.

19

సంజన పుట్టిన రోజు సందర్భంగా ఆమెకు ఫోన్ చేసి విష్ చేయడం శివస్వామి మరిచిపోయారు. రేవతి ఈయనకు జ్ఞాపకం చేయకుండా ఉండటమే ఆశ్చర్యం. ఇంట్లోని సిగ్నల్ ప్రాబ్లం వల్లనో ఏమో వాట్సాప్ కాల్స్ తరచుగా డిస్కనెక్ట్ కావడంతో మాటలకు కంటిన్యూటి ఉండదు. మాట్లాడాలని అనుకున్నది కాల్ కట్ అయితే మర్చిపోతారు. తేజు ఫోన్ చేసి, జ్ఞాపకం చేసి, "నాన్నా, ఇప్పుడే ఫోన్ చెయ్. క్యాలిఫోర్నియాలో ఇంకా రాత్రి ఎనిమిదిన్నరే. రోజు పూర్తిలేదు" అన్నాడు. ఎలా మరిచిపోయానా అని శివస్వామికి బాధ కలిగింది. నిజానికి, అందులో ఆశ్చర్యం లేదు. ఆయన ఎన్నడూ ఈ విషయాలన్నీ మనసులో గుర్తుపెట్టుకున్నవారు కాదు. రేవతే అతని క్యాలెండర్. ఇప్పుడు అది తప్పింది.

ఫోన్ చేసి, "ఆలస్యమైంది పుట్టీ. ఏమీ అనుకోకు" అని బతిమిలాడారు. "ఫర్వాలేదు నాన్న. ఇంకా రోజు పూర్తికాలేదు" అని చిన్నపిల్లలా నవ్వింది. తండ్రి మీద కోపం తెచ్చుకునే కూతురే కాదు. ఆమె తన భర్త, తల్లితో కలిసి పుట్టినరోజు కారణంగా మెక్సికన్ రెస్టోరెంట్లో భోజనం చేస్తోంది. నేపథ్యంలో పియానోలో పాశ్చాత్య సంగీతం వినిపిస్తోంది. తండ్రి ఆరోగ్యం గురించి, దినచర్య గురించి అడిగింది. తన ఆరోగ్యం బాగుందని తెలిపింది.

"అక్కడ స్కానింగ్ చేస్తున్నప్పుడు పుట్టబోయే పిల్ల ఆడబిడ్డనా, మగబిడ్డనా

అని ముందుగానే చెబుతారంట. అవునా పుట్టీ?" అని శ్యామల అడిగిన ప్రశ్నను కూతురిని అడిగారు.

"అవును నాన్నా. కానీ, చెప్పవద్దని మనం రిక్వెస్ట్ చేసుకోవచ్చు. మనం కోరితేనే చెబుతారు. అరుణ్, నేను బిడ్డ జెండర్ ముందుగానే తెలుసుకోకూడదని నిర్ణయించుకున్నాం" అని ఆమె చెప్పింది.

ఫోను పెట్టేసి సోఫాలో ఊరకే కూర్చున్న తర్వాత కూడా సంజన ముఖం మనసులో మెదులుతూవుంది. కూతుర్ని ఆయన ఎప్పుడూ 'పుట్టీ' అని పిలిచేవారు. ఘాజియాబాద్లో ఉన్నప్పుడు క్వార్టర్స్ ఇంట్లో చివరలో అనుభవించిన ఘోర విషాదం తర్వాత సూర్యనగర్ అద్దె ఇంటికి వచ్చారు. అద్దె ఇంటికి వచ్చిన తర్వాత కోలుకునే రోజుల్లో పుట్టి పన్నెండవ తరగతి చదువుతుండేది. సాయంత్రం 7 నుంచి 8 గంటల మధ్య సూర్యనగర్లో విద్యుత్ సరఫరా నిలిచిపోయింది. అదే సమయంలో రేవతికి టైలరింగ్ క్లాస్ ఉండేది. ఆమెను క్లాసుకు వదిలి ముగ్గురూ దగ్గర్లోని కొండపై ఉన్న హనుమాన్ మందిరానికి వెళ్లేవారు. మరమరాలు, వేరుశెనగలు, బిస్కెట్లు, మామిడికాయలు ఇలా ఏదో ఒకటి తింటూ పైమెట్లమీద కూర్చునేవారు. ముప్పావు గంట తర్వాత కిందకు దిగి రేవతిని తీసుకుని ఇంటికి వెళ్లేవారు. తేజు వస్తే వచ్చేవాడు. లేకపోతే ఇంట్లో కూర్చుని కొవ్వొత్తి వెలుతురులో చదువుకునేవాడు. అప్పుడప్పుడు ఆ వేళలో తన స్నేహితులతో కలిసి తిరగడానికి వెళ్లేవాడు. తండ్రీకూతుళ్లు మాత్రం తప్పకుండా కొండెక్కి మెట్ల మీద కూర్చునేవారు. ఆ రోజుల్లోనే వాళ్లు ఒకరికొకరు ఆప్తులయ్యారు.

ఆమె చిప్పలో ముడుచుకునే తాబేలులాంటి అమ్మాయి. లేనేలేదన్నట్లుండే స్నేహితులు. పైగా దుర్ఘటన నుంచి తేరుకునే రోజులవి. తల్లితో మాట్లాడినట్లే ఏ మాత్రం సంకోచం లేకుండా తండ్రితో మాట్లాడేది. ఆ రోజుల్లో శివస్వామి, రేవతి తమ కూతురిని అలా భుజాల మీద మోసుకునిపోకుంటే ఆమె ఇంకెంత బాధ పడివుండేదో? పెద్ద చెట్టు తన పునాదిలోని మొక్కను తుఫాను నుండి రక్షించినట్లు వారిద్దరూ తమ కుమార్తెను కాపాడుకున్నారు. "పిల్లల వల్ల నీ లెగసి ముగిసిపోతుందని ఎప్పుడూ భయపడలేదా?" అని ధావల్ విచిత్రంగా అడిగేసరికి శివస్వామి మనసు పుట్టితో హనుమాన్ కొండపై కూర్చునివుంది.

లెగసి ముగిసిపోలేదు, అది సృష్టించబడింది.

ఇదంతా తలుచుకుంటూ సోఫాలో కూర్చున్న శివస్వామి తదుపరి పనుల కోసం లేచారు. ఆ రోజు శనివారం. ఆ రోజు సందీప్ కామత్ నేతృత్వంలో అపార్ట్‌మెంట్ యజమానుల బృందం మళ్లీ లాయర్ రవీంద్రనాథ్‌ను కలవాలి. మొన్నటి మీటింగ్ వల్ల బుద్ధి వచ్చినట్లుగా ఈసారి కోణనకుంటె క్రాస్ దగ్గర నందన పార్టీ హాల్లో ఏర్పాట్లు చేసుకున్నారు. దాదాపు వంద మంది కూర్చునే హాలు అని సందీప్ మెసేజ్ పెట్టాడు. సర్క్యులేట్ అవుతున్న మెసేజ్‌లను చూస్తే ఈసారి బాగానే ఏర్పాట్లు చేసినట్లు అనిపించింది. గ్రూప్‌లో అప్పటికే డెబ్బై రెండు మంది ఓనర్‌లు సభ్యులుగా చేరినందువల్ల ఏర్పాట్లు చేయాల్సి వచ్చింది. అయితే ఫేజ్ ఒన్‌కు సంబంధించని, ఫేస్ టూకు డబ్బులు కట్టిన ఇంటి యజమానూలూ వాళ్లల్లో ఉన్నారు. గుంపు పెరిగింది. ఎ పి లఖాని బిల్డర్లపై ఒత్తిడి తీసుకురావడంలో ఒక సిగ్నిఫికెంట్ మాస్ సృష్టించబడిందనేటటువంటి సందేశాలను కూడా చూశారు.

ఇంకో గంటలో బయలుదేరాలి. షేవ్ చేసుకోవడానికి, మధ్యగది కిటికీ తెరను జరిపి, ఊచలకు చేతి అద్దాన్ని తగిలించారు. పక్కనున్న ఖాళీ స్థలంలో, నలుగురు టీనేజ్ కుర్రవాళ్లు కర్రలు పట్టుకుని ఏదో వెతుకుతున్నారు. ఒకడు సైజు రాయి పట్టుకుని ఉన్నాడు. శివస్వామి వారివైపు ఆసక్తిగా చూశారు. "ఇక్కడ, ఇక్కడ!" ఒకడు అరిచాడు. ముగ్గురూ అటువైపు పరుగెత్తారు. అప్పుడు శివస్వామికి పాము కనిపించింది. అనూప్ గార్డెనియా పెద్ద గోడ, ఖాళీ సైట్ మధ్యనున్న పొదల మధ్య కదులుతోంది. ఇది మొదటిసారి కాదు, చాలాసార్లు వారు ఆ పామును అక్కడ చూశారు. షేవ్ చేయడానికి కిటికీ దగ్గర నిలబడే సమయంలోనే, ఉదయకాలపు లేత ఎండకు ఒళ్లు కాచుకుంటూ మెరిసే శరీరంతో మెల్లగా కదులుతూ తన బిలం చేరుకుంటుంది. బాలుర ఉనికిని గమనించినట్లు పాము గబగబ కదిలి గబుక్కున తలదూర్చి బిలంలో దూరటానికి తిరిగింది. మరుక్షణం అది బిలంలో చేరుకుంటుందనే సమయంలో సైజురాయిని పట్టుకున్న కుర్రవాడు రాయిని ఎత్తి దానిమీద వేశాడు.

శివస్వామి స్తంభించిపోయి నిలబడిన చోటి నుంచే అరిచారు. "వద్దు" అని అరిచారో లేదా కేవలం కర్కశంగా శబ్దంచేశారో ఆయనకే అర్థం కాలేదు.

రాయి పాము తలకు తగిలింది. అదే సమయంలో కర్రలుపట్టుకున్న కుర్రవాళ్లూ గిలగిలా తన్నుకుంటున్న పాము శరీరాన్ని ఆవేశంతో బాదారు. అది నిశ్చలమైంది. శివస్వామి కంగారుపడ్డారు. "ఏం చేశారయ్యా మీరూ!" అని బాధతో అరిచారు. కుర్రవాళ్లు ఇప్పుడు ఈయనున్న కిటికీ వైపు చూశారు. "పెద్ద స్నేక్ అంకుల్. చాలారోజులుగా తప్పించుకుంటోంది" అని విజయ గర్వంతో ఒకడు అన్నాడు. "అదిచావకుండా ఉండాల్సింది" అన్నారు. పామును చంపకుండా ఇంకేం చేయాలి అన్నట్లు ఆశ్చర్యంగా ఈయన వైపు చూశారు కుర్రవాళ్లు.

శివస్వామి మనసు కలత చెందింది. షేవ్ చేసుకోలేదు. మౌనంగా సోఫాలో కూర్చుండిపోయారు. ఉదయం తేజు కాల్ రాకముందే ఉప్మా చేయడం కోసం అన్నీ సిద్ధం చేసుకున్నారు. కానీ ఇప్పుడు చేసుకోవాలని అనిపించలేదు. స్నానం చేసి బయటకు వచ్చారు.

క్రింద రెస్టోరెంట్, పైన పార్టీ హాల్. శివస్వామి అక్కడికి వచ్చేసరికి చిన్న హాలు జనంతో కిక్కిరిసిపోయింది. సందీప్ కామత్ రాసినట్టు అది వంద మంది కూర్చునే హాలు కాదు. దాదాపు యాభై మంది కూర్చోవచ్చు, యాభై మంది నిలబడవచ్చు. గ్రూప్‌లో డెబ్బై రెండు మంది ఓనర్‌లు ఉంటే, వారి వెంబడి వచ్చిన వారిని కూడా లెక్కిస్తే, సులభంగా నూటా ఇరవై ఐదు మంది కంటే ఎక్కువగా వుంటారు. చివరికి శివస్వామికి గోడకు ఆనుకుని నిలబడగలిగారు. ఈసారి ఒక వేదికను ఏర్పాటుచేసి మూడు కుర్చీలు వేశారు. అయితే అక్కడ ఒక్కరే కూర్చున్నారు. కూర్చున్న వ్యక్తి నల్లకోటు వేసుకుని వచ్చాడు. శివస్వామికి ఇంతకుముందు అడిగాస్ హోటల్లో కలిశాడు కాబట్టి అతన్ని లాయర్ రవీంద్రనాథ్‌గా గుర్తించడం కష్టం కాలేదు. అక్కడ శివస్వామికి కలిగిన ఇబ్బంది ఏమిటంటే, అంతగా ఎత్తులేని ఆయనకు ముందు నిల్చున్నవారి తల, వీపు తప్ప మరేమీ కనిపించటం లేదు. అందువల్ల, వంగి, తొంగి, మునివేళ్లపై నిలుచుని, అప్పుడప్పుడూ స్థలాలను మారుస్తూ, వేదికపై ఉన్న వ్యక్తులను చూడవలసి వచ్చింది.

సందీప్ కామత్ వేదికపైకి వచ్చి మైక్ పట్టుకుని ప్రారంభోపన్యాసం చేశాడు. హాలు సైజుకి మైక్ అవసరం లేకపోయినా అక్కడి ప్రజల

కోలాహలానికి మాత్రం అది అవసరం. ఈ సందీప్ కామతే వాట్సాప్ గ్రూప్లో అడ్మినిస్ట్రేటర్‌గా ఎక్కువగా మెసేజులు పంపుతుండటం వల్ల అక్కడ చేరిన జనాలకు బాగా పరిచితుడయ్యాడు. అతని వయస్సు ముప్పై ఐదు లేదా నలభై ఉండొచ్చు. అతని మాటతీరులోనూ, ముఖకవళికల్లోనూ అతను సిటిలో పెరిగిన కుర్రవాడని ఎవరైనా ఊహించవచ్చు. తన ప్రసంగాన్ని చాలా లాంఛనంగా ప్రారంభించారు. అతను ఎక్కువగా ఇంగ్లీషులో, కొన్నిసార్లు కన్నడలో బలవంతంగా మాట్లాడాడు. మీటింగ్ మొత్తం ఉద్దేశ్యాన్ని, సారాంశంగా చెప్పాడు.

మనలో చాలామంది పూర్తిగా డబ్బు కట్టారు. కానీ ఇల్లు మన స్వాధీనం కావటం లేదు. ఏమి చేయాలి? ఎ పి లఖాని బిల్డర్స్ దృష్టి అనూప్ గార్డేనియాలోని ఫేజ్ ఒన్ ఇళ్లను హ్యాండ్ ఓవర్ చేయడంలో లేదు. ఫేజ్ టూ పూర్తి చేయాలనే తొందరలో ఉన్నట్లు కనిపిస్తోంది. మళ్లీ, ఇక్కడ ఉన్న ఓనర్ల గుంపులో ఫేజ్ టూకు డబ్బులు కట్టిన ఓనర్లూ ఉన్నారు. మీ ఇళ్లు ఆలస్యం కావాలని మేము ఫేజ్ ఒన్ ఓనర్లం కచ్చితంగా కోరుకోవటం లేదు. ఎవరూ తప్పుగా అర్థం చేసుకోకూడదు. అది ఫేజ్ ఒన్ కానీ, ఫేజ్ టూ కానీ మనమందరం ఒకటే. అనూప్ గార్డేనియా విస్తృత కమ్యూనిటీకి చెందినవాళ్లం. కానీ మేము ఫేజ్ ఒన్ వాళ్లం డబ్బు కట్టి ఐదారేళ్ల పైనే గడిచాయి. ఫేజ్ ఒన్ ఓనర్లకు ఏమి జరుగుతుందో భవిష్యత్తులో ఫేజ్ టూ ఓనర్లకు ఖచ్చితంగా అదే జరిగే అవకాశం ఉండటం వల్ల మీరందరు విశాలమైన మనస్సుతో సహకరించాలని కోరుతున్నాను.

ఒక విషయాన్ని గమనించాలి. ఈ నగరంలోని చాలా మంది బిల్డర్ల మనఃస్థితి ఇలాగే ఉంటుందని అనిపిస్తుంది. ఒక్కసారి డబ్బు వసూలు చేసి, మనల్ని ఒక బాధ్యతకు కట్టివేసిన తర్వాత, వారికి మన నుండి ఇక లాభం లేదనిపించి, తదుపరి లాభం వైపుకు పరిగెడుతారు. అనూప్ గార్డెనియాలో మనకు జరుగుతున్నది అదే. ఫేజ్ టూకి కూడా అదే జరుగుతుందని ఇప్పుడే చెప్పొచ్చు. ఎందుకంటే అది పూర్తయ్యే సమయానికి, ఆ ఇళ్లను హ్యాండ్ ఓవర్ చేయడం కన్నా ఎయిర్ పోర్ట్ రోడ్లోని వారి కొత్త ప్రాజెక్ట్‌కు ఎక్కువ డబ్బులు సేకరించడం ప్రారంభమవుతుంది. దాంతో వారి దృష్టి ఆ ప్రాజెక్ట్ వైపు వెళు

తుంది. అయితే, వారు మనం చెప్పే ఏ మాటనూ ఒప్పుకోరు.

ఇప్పుడు మన పేజ్ ఒన్ సమస్యనే తీసుకోండి. వాళ్లతో మాట్లాడితే ఏం చెబుతున్నారు? మీకు ఎప్పుడు కావాలంటే అప్పుడు వచ్చి రిజిస్ట్రేషన్ చేసుకుని మీ ఇళ్లను స్వాధీనం చేసుకోండి అంటున్నారు. కానీ మన చివరి వాయిదాను చెల్లించడమే కాకుండా ఎనిమిది లక్షల రూపాయలను అదనంగా చెల్లించాలి. చెల్లించామే అనుకోండి. కానీ ఇప్పటికీ బెస్కామ్, బిడ్ల్యూఎస్ఎస్బి కనెక్షన్ లేదు. బిబిఎంపి కార్పొరేషన్ ఇంకా ఆక్యుపెన్సీ సర్టిఫికేట్ ఇవ్వలేదు. వీళ్లు ఇంతకు ముందు బిబిఎంపికి సమర్పించిన ప్లానుకూ, ఇప్పుడు నిర్మించిన ప్లానుకూ తేడా ఉంది. నిర్మించేటప్పుడు రెండు పెంట్ హౌస్‌లూ కట్టారు. బేస్‌మెంట్‌లో ఒక షాప్ వచ్చింది. షాప్ వల్ల మనకు ఉపకారం కావచ్చునేమో, కానీ పెంట్ హౌస్‌ల వల్ల బిల్డర్‌కు మాత్రమే లాభం. వారి లాభం కోసం మనం అదనంగా డబ్బును కుమ్మరించాలి. పైగా మనతో ఒక విధమైన నిర్లక్ష్యంతో వ్యవహరిస్తున్నారు. మన ప్రశ్నలకు జవాబులివ్వడం లేదు, మన ఫోన్‌కాల్స్ తీసుకోవటం లేదు. 'మీపై ఎందుకు చర్యలు తీసుకోకూడదు' అని లాయర్ ద్వారా రాయించిన లేఖకు జవాబు లేదు. ఇలా ఉన్నప్పుడు మన తదుపరి చర్య ఏమిటి?

మనలో చాలా మంది మన జీవితకాలంలో చేసిన పొదుపు సొమ్మును, పదవీ విరమణ తర్వాత వచ్చిన సొమ్మును వెచ్చించి ఇక్కడ ఇల్లు కొనుక్కున్నాం. ఇది నిజంగా కలవరపెట్టే పరిస్థితి. కాబట్టి ఈరోజు మనతో అనుభవజ్ఞుడైన లాయర్ రవీంద్రనాథ్ వున్నారు. సౌత్ బెంగుళూరు మొత్తానికి ప్రసిద్ధి చెందిన లాయర్. రియల్ ఎస్టేట్‌కు సంబంధించిన చట్టాలతో నలభై ఏళ్ల అనుభవం ఉంది. ఆయనతో మాట్లాడదాం. ఆయన మనకు ఎలాంటి సలహాలు, సూచనలు ఇస్తారో విందాం. తర్వాత చర్చించి ఏకాభిప్రాయానికి వద్దాం. ఈరోజే అన్నీ ముగించడం మంచిది" – అంటూ సుదీర్ఘ ప్రసంగం చేశాడు.

బహుశా, సందీప్ కామత్ ఇంత మందిని ఉద్దేశించి మాట్లాడినట్లు అనిపించలేదు. అందుకే కొంచెం భయంగా, పదాల కోసం వెతుకుతున్నట్లుగా, నోరు జారి ఇంకేదైనా మాట్లాడేస్తానేమో అనే గాభరాపడ్డట్టు మాట్లాడాడు. "కొనుగోలు చేసిన మనలో దాదాపు అందరూ చెబుతున్నట్లు సాఫ్ట్‌వేర్

ప్రొఫెషనల్స్ ఉన్నాం. నాకు తెలిసినంతవరకు లాయర్లు ఎవరూ లేరు. దాంతో రవీంద్రనాథ్‌గారిని బయటినుంచి పిలవాల్సి వచ్చింది. లాయర్‌గారూ, చూడండి, మేమంతా లాయర్లం కాదు కాబట్టి సత్యవంతులం" అని జోక్ వేసి నవ్వాడు. లాయర్ మౌనంగా చిరునవ్వు నవ్వారు. ఇంకెవరూ నవ్వలేదు.

సభను లాయర్ కొనసాగించమన్నట్టు మైకును రవీంద్రనాథ్‌కు ఇచ్చి వేదిక నుంచి దిగబోయాడు. 'మీరూ ఇక్కడే కూర్చోండి' అంటూ పక్కనే ఉన్న కుర్చీని చూపించి సైగచేశారు లాయర్. అతను అక్కడే కూర్చున్నాడు. రవీంద్రనాథ్ మైకు తీసుకుని వేలితో ఒక్కసారి కొట్టి పరీక్షించి ఇక మాట్లాడటానికి సిద్ధమయ్యారు. ఇలాంటి ఎన్నో కేసులను నిర్వహించిన విశ్వాసం అతని ప్రవర్తనలో కనిపిస్తోంది. తనకు నమ్మకం ఉందన్నారు. ఎదురుగా టేబుల్ మీద పెట్టిన వాటర్ బాటిల్ లోంచి గుక్క నీళ్లు తాగి మాట్లాడటానికి సిద్ధమయ్యారు.

అప్పుడు రెండో వరుసలో కూర్చున్న ఒక వ్యక్తి లేచి నిలబడి, "గౌరవనీయమైన లాయర్ సార్, మాట్లాడే ముందు ఒకటి రెండు మాటలు మాట్లాడటానికి నాకు అవకాశం ఇవ్వండి" అని వినయంగా అడిగారు. ఆయన స్వరం ఒకే స్థాయిలో నియంత్రిక ధ్వని అయినప్పటికీ లాయర్ మాటల కోసం మొత్తం హాలు నిశ్శబ్దంగా ఎదురుచూస్తుండటంతో ఆయన మాటలు అందరికీ వినిపించాయి. ఈయన ఎవరు అన్నట్టు లాయర్ సందీప్ కామత్ వైపు చూశారు. సందీప్ కంగారుపడ్డాడు. మాట్లాడేందుకు అనుమతి అడిగిన వ్యక్తిని ఉద్దేశించి, "నేను ఇప్పటికే రవీంద్ర సార్‌కు మన సమస్యను వివరంగా చెప్పాను. వారు తమ అభిప్రాయాలను వెల్లడించిన తర్వాత ప్రశ్నోత్తరాల సమయంలో మీ ప్రశ్నలు అడగవచ్చుకదా?" అన్నాడు.

"లేదు లేదు. నాది ప్రశ్న కాదు. మీరు విపులంగా వివరించిన మన ప్రస్తుత సమస్యకు మరో రెండు పాయింట్లను చేర్చాల్సివుంది. మన అతిథులు వారు మాట్లాడే ముందు ఆ పాయింట్లను వినాల్సిన అవసరం ఉంది. ఎందుకంటే వాటి ఆధారంగా లాయర్‌గారి అనేక అభిప్రాయాలు మారవచ్చు" అని ఆయన అన్నారు.

సందీప్ లాయర్ ముఖం చూశాడు. ఆయన ఒకసారి వాచీ వైపు చూసి, అతని వైపు చూసి అవకాశం ఇవ్వండన్నట్టు సైగ చేశారు. ఆ వ్యక్తి

మెల్లగా వేదికపైకి వెళ్లాడు. సందీప్ కామత్, "మీ మాటలు క్లుప్తంగా ఉండాలి. లాయర్‌గారికి సమయం కేటాయిద్దాం" అంటూ ఒక విధమైన అసంతృప్తితోనే ఆ వ్యక్తికి మైక్ ఇచ్చాడు.

వేదికపైకి వచ్చిన వ్యక్తి యాభై ఏళ్లు దాటినట్టు కనిపించారు. లావుగా ఉన్నారు. కొట్టొచ్చినట్టు కనిపించే పొట్ట ఉంది. లేత నలుపు ఛాయ, తలపై వెంట్రుకలు దాదాపు రాలిపోయాయి. పక్కల ఉన్న జుట్టు దాదాపు తెల్లబడ్డాయి. "అందరికీ నమస్కారం. నా పేరు అల్లూరి వెంకటగిరిరావు. స్నేహితులంతా వెంకట్ అని పిలుస్తారు. మీరూ నన్ను అలాగే పిలవవచ్చు. నేను జిఎస్ఐటి ఇంజనీరింగ్ కాలేజ్‌లో మెకానికల్ ఇంజనీరింగ్ ప్రొఫెసర్‌ను. ఇక్కడ గుమిగూడిన చాలా మందిలా నేనూ ఫేజ్ ఒన్ ఫ్లాట్ ఓనర్‌ను. అతని ధ్వని అదుపులోనే ఉంది. గంభీర్యం, ఆత్మవిశ్వాసం ప్రొఫెసర్‌కు తగినట్లుగా ఉన్నాయి.

"ఈరోజు వీలుచేసుకుని వచ్చిన ప్రఖ్యాత న్యాయవాది శ్రీ రవీంద్రనాథ్‌గారికి నేను ముందుగా కృతజ్ఞతలు తెలియజేయాలి. అయితే వారు మన సమస్యను పరిష్కరించే దిశలో మాట్లాడే ముందు ఇటీవల ఏర్పడిన పరిణామాలను నేను మీతోనూ, వారితోనూ పంచుకోవాలనుకుంటున్నాను. ఇటీవల అన్నప్పుడు ఈ ఉదయం కూడా అందులో ఉంది. అందువల్ల ఇది ముఖ్యమని నేను భావిస్తున్నాను. నా అధికప్రసంగానికి క్షమాపణలు కోరుతున్నాను" అంటూ లాయర్ వైపు తిరిగి తలవంచుకున్నారు. ఆయన నాటకీయతకు లాయర్ రవీంద్రనాథ్ చిరునవ్వుతో, "పర్వాలేదు చెప్పండి. తొందరగా చెప్పండి" అన్నారు.

"ఆలస్యం చేయకుండా సూటిగా విషయానికి వచ్చేస్తాను. నిన్న మేము మా అనూప్ గార్డెనియా ప్రాజెక్ట్ ఓనర్స్ అసోసియేషన్ రిజిస్ట్రేషన్ కోసం దరఖాస్తు ఇచ్చి వచ్చాం. ఇది ఫేజ్ ఒన్, ఫేజ్ టూ రెండింటికీ వర్తిస్తుంది. రిజిస్ట్రేషన్ ఆఫీస్‌కు మేము ఏ ఏ డాక్యుమెంట్లు ఇచ్చామంటే..." అని ఒక్కక్షణం ఆగి, "ఉన్నికృష్ణన్, ఆ ఫైల్ ఇస్తారా?" అని తాము కొద్ది నిమిషాల క్రితం కూర్చున్న స్థలం వైపు చూస్తూ అడిగారు. ఆయన ఆదేశం కోసం ఎదురు చూస్తున్నట్లుగా ఒక వ్యక్తి దాదాపు పరుగెడుతున్నట్టు వచ్చి ఒక ఆకుపచ్చరంగు

ఫైలు ఆయనకు ఇచ్చి, అక్కడ నిలబడకుండా పెద్దపెద్ద అంగలు వేస్తూ తన స్థానానికి తిరిగి వెళ్లాడు.

"చూడండి. ఇదే అప్లికేషన్ కాపీ. మెమోరాండం ఆఫ్ అసోసియేషన్ కూడా ఇదే. సభ్యుల జాబితాలో మేము ఫేజ్ ఒన్ ఇళ్ల ఓనర్లందరినీ, ఫేజ్ టూలో మాతో టచ్‌లో ఉన్న చాలామంది పేర్లను చేర్చాం. ఇదే తుది జాబితా కాదు. మీరందరూ ఈ మీటింగ్ నుండి నిష్క్రమించే ముందు, మీ పేరు ఇందులో ఉందో లేదో చూసుకోండి, ఉంటే పేరు స్పెల్లింగ్, చిరునామా, ఫోన్ నంబర్ అన్ని సరిగ్గా ఉన్నాయా అని పరిశీలించి, ఏవైనా మార్పులు అవసరమైతే మాకు తెలియజేయవచ్చు. రిజిస్ట్రార్ కార్యాలయంలో అప్లికేషన్ ఇవ్వడానికి కనీసం ఏడుగురు సభ్యుల సంతకాలు ఉండాలి. మేము ఎనిమిదిమంది ఓనర్లం కలిసి ఈ పని చేశాం. సంతకాలు చేసిన వారందరూ నన్ను అసోసియేషన్ అధ్యక్షుడిగా ఎన్నుకున్నారు. నేను ఇలా మాట్లాడినందుకు ఎవరూ ఆందోళన చెందాల్సిన పనిలేదు. కేవలం రిజిస్ట్రేషన్ కార్యాలయంలో అప్లికేషన్ ఇవ్వడానికే ఈ ఏర్పాటు చేసుకున్నాం. తర్వాత, మీరందరూ కలిసి మన జనరల్ బాడీ మీటింగ్‌లో అధ్యక్షుడిని, ఎగ్జిక్యూటివ్ కమిటీని మళ్లీ ఎన్నుకోవచ్చు. నేనయినా కావచ్చు, ఇంకెవరైనా కావచ్చు. డెమోక్రటిక్ ప్రాసెస్‌ను అనుసరించవచ్చు".

ఇది ఎటువైపు దారి తీస్తుందో ఎవరికీ అంతుబట్టలేదు. కానీ దాని మూలం అర్థమైనట్టు లాయర్ తన కళ్లు చిన్నగా చేసి, "ఎక్స్‌క్యూస్ మి, మిస్టర్..." అని ఆగినపుడు, అల్లూరి వెంకటగిరిరావు అటువైపు తిరిగి, "వెంకట్, సార్" అన్నారు.

"ఆ ఁ..మిస్టర్ వెంకట్" అని ఏదో చెప్పాలని ప్రయత్నించగా, వెంకట్ వెంటనే అతని దగ్గరకు వెళ్లి, మైకును అతని ముందు పట్టుకుని, అత్యంత వినయంగా నిలబడి, "చెప్పండి సార్. ఏదో అడిగారు" అన్నారు.

"మిస్టర్ వెంకట్. మీకు బిల్డర్ నుండి డీడ్ ఆఫ్ డిక్లరేషన్ దొరకాలి. అప్పుడే ఓనర్స్ అసోసియేషన్‌ను రిజిస్టర్ చేసుకోవడానికి సాధ్యం" అని చెప్పారు.

"ఇచ్చారుకదా, సార్" అంటూ వెంకట్ చిరు సంతోషాన్ని ప్రదర్శిస్తూ, మైకును నేలపై పెట్టి, ఫైలు నుంచి ఒక కాయితాన్ని తీసి లాయర్ చేతికి ఇచ్చి మళ్లీ మైకు తీసుకున్నారు. లాయర్ రవీంద్రనాథ్ తన నల్ల కోటు జేబులోంచి

రీడింగ్ గ్లాసెస్ తీసి మౌనంగా కాయితం చదివారు. సభలో నిశ్శబ్దం నెలకొంది. తర్వాత లాయర్ తల పైకెత్తి, "అయితే మీరు ఇతర సభ్యులకూ తెలియజేసి ఉండాల్సిందికదా?" అని పక్కనే కూర్చున్న సందీప్ కామత్ వైపు చూశాడు. అతను కూడా, ఇతర సభికుల్లా ఏమీ అర్థంకాక మౌనంగా కూర్చున్నాడు.

"నిన్న అందరి అడ్రస్‌లకు నోట్ రాశాం సార్. ఈరోజు కొందరికి చేరవచ్చు" అన్నారు వెంకట్.

"రిజిస్ట్రేషను చెల్లుబాటు కావడానికి ఇరవై ఒక్క రోజుల్లో సభ్యులందరిని మీటింగ్‌కు పిలవాలికదా?" అని లాయర్ పట్టువదలకుండా అన్నారు.

"అదే సార్, మేము నిన్న పోస్ట్ చేసిన లెటర్‌లో రాసింది. ఎనిమిది మంది సభ్యులతో కూడిన కోర్ కమిటీ సమావేశమై ఏ రోజు సమావేశాన్ని నిర్వహించాలో ఇప్పటికే నిర్ణయించడం జరిగింది. అదే ఈ మీటింగ్‌లో చెప్పడానికే నేను మైకు తీసుకున్నాను" అని ఆయనతో మాటలు చాలన్నట్టు సభికుల వైపు తిరిగి, తన సుస్థిరమైన, గంభీర కంఠంతో మాట్లాడారు.

"మా గ్రూపులో చాలా మంది అనుభవజ్ఞులున్నారు. ఉత్సాహవంతులు ఉన్నారు. ఔత్సాహికులకు మన సందీప్ కామత్‌గారే సాక్షి. బహుశా ఇప్పటికి మీ అందరికి తెలిసివుండొచ్చు. మనం బిల్డర్ పై చర్యలు తీసుకోవాలనుకున్నా అది ఓనర్స్ అసోసియేషన్ ముద్రతో వెళితే దానికి విలువ ఉంటుంది. దానికి ఓ స్వరం ఏర్పడుతుంది. కాబట్టి నేను మిమ్మల్ని కోరేది, అభ్యర్థించేది ఏమిటంటే మా అసోసియేషన్ జనరల్ బాడీ మీటింగ్ జరగనివ్వండి. సరిగ్గా, ఈ రోజు నుంచి ఇరవై ఒకటవ రోజున పెట్టుకున్నాం. ఈ రోజులాగా శనివారమే వస్తుంది. అందువల్ల అందరికీ అనుకూలం. ఆ రోజుకు వెనుకటి వారాల్లో కొన్ని పండుగలు రావటం వల్ల అనుకూలంగా ఉండదు. మనం మన జిబి మీటింగ్‌లో ఏమి చర్చిస్తామో, ఒక రిజిస్టర్డ్ అసోసియేషన్‌గా ఏమి నిర్ణయిస్తామో దాని ప్రకారం నడుచుకుందాం"

ఈరోజు జరిగిన అనధికారిక సభలో, ఇప్పుడు చర్చించిన దానికన్నా ఎక్కువగా చర్చించడం సరికాదని నా అభిప్రాయం. అలాగని ఈ సభ నిర్వాహకులు కలత చెందకూడదు. మీరు ఈ సభను ఏర్పాటు చేసినందవల్లనే మనం ఒకరినొకరం పరిచయమయ్యాం. ఈ విషయాలన్నీ తెలియజేయటానికి

సాధ్యమైంది. భవిష్యత్తులో ఒకే చోట నివసించేవాళ్లం. సహృదయతతో కలిసి ఉందాం. మనం జిబి మీటింగ్‌లో చర్చించినపుడు లాయర్‌తో ముందుకు వెళ్లాలని నిర్ణయమైతే, ఈ రోజు మనకు పరిచయమైన శ్రీ రవీంద్రనాథ్ కాకుండా మన పాలిట ఎవరున్నారు? వారికంటే బాగా తెలిసినవారు ఇంకెవరు దొరుకుతారు?" అని లాయర్ వైపు తిరిగి రెండు చేతులు జోడించారు.

లాయర్ అయోమయంలో పడ్డారు. ఆయన్ను మరింతగా గందరగోళానికి గురిచేసేలా వెంకట్ ఏడుగురిని వేదికపైకి పిలిచి ప్రస్తుత కార్యవర్గంగా పరిచయం చేశారు. లాయర్ ముఖకవళికలు అయోమయం నుంచి కాస్త అసహనానికి మారిపోయింది. నైపుణ్యం కలిగిన న్యాయవాది కావడంతో ఆయన అసహనాన్ని కప్పిపుచ్చుకుని, "అలాగేకానీ. మీలోనే కొంత గందరగోళం వున్నట్లుంది. నన్ను తీసుకొచ్చింది ఎవరో, ఇక్కడ మాట్లాడుతున్నవారు ఎవరో. వాటన్నింటినీ మీరే పరిష్కరించుకోవచ్చు, అవసరమైతే నన్ను ఎప్పుడైనా సంప్రదించవచ్చు" అంటూ లేచి నిలబడ్డారు. ఆయన వృత్తిధర్మాన్ని కాపాడుకోవడానికి లేచి నిలబడవలసి వచ్చింది. అల్లూరి వెంకటగిరిరావు నాటకీయంగా వీపు వంచి లాయర్‌కు చేతిని ఇస్తూ, "అన్యథా భావించకండి. ఏదో కంగారులో మేము ఈ రోజు మీ సమయాన్ని వృథా చేశాం. ఇది కామత్‌గారి తప్పు కాదు, ఆయన మాలో ఉత్సాహవంతులైన యువకులు. సార్, మీరు మరోలా భావించకపోతే మా అసోషియేషన్ నుంచి ఒక చిన్న గిఫ్ట్" అంటూ అప్పటికే సిద్ధం చేసుకొచ్చిన ఒక కవరు లాయర్ చేతికి అందజేసి, "వెయ్యి రూపాయలున్నాయి. ఇది పరిచయమైన సంతోషానికి మాత్రమే. దయచేసి దీన్ని ఫీజుగా భావించకూడదు, అది ముందురి రోజుల్లో..." అని వినయంగా నవ్వారు. లాయర్ కవరు తీసుకున్నారు. "సార్, ఎలా వచ్చారు? మేమెవరైనా మిమ్మల్ని ఇంటి దగ్గర డ్రాప్ చేయాలా?" అని వెంకట్ అడిగారు. "వద్దు. నేను నా కారులో వచ్చాను" అంటూ లాయర్ రవీంద్రనాథ్ కవరు జేబులో పెట్టుకుని బయటికి నడిచారు.

సభికులు సినిమా చూస్తున్నట్లుగా కూర్చున్నారు. శివస్వామి తన దృష్టికి అడ్డొచ్చినప్పుడల్లా, అప్పుడప్పుడు తన స్థలం మారుస్తూ, అటువైపు, ఇటువైపు దూరిపోతూ, వేదికను ఓ కంట చూస్తూ, సాధ్యమైనంత వరకూ

వింటూ, పరిస్థితిని అర్థం చేసుకోవడానికి ప్రయత్నిస్తున్నారు. ఎవ్వరూ మాట్లాడకపోవటం చూసి మిగిలిన వాళ్లు కూడా మాట్లాడలేదు. అప్పటిదాకా వాట్సాప్ గ్రూప్ లీడర్లా ఉన్న సందీప్ కామత్ వీడియో గేమ్ వీరాధివీరుడిలా నిజజీవితంలో తన అస్తిత్వాన్ని పోగొట్టుకుని, మబ్బుపట్టినవాడిలా వేదిక నుంచి కిందికి దిగాలో, ఘనీభవించినవాడిలా అక్కడే కూర్చోవాలో, నిర్ణయించలేనట్టు మూర్ఖుడిలా కూర్చున్నాడు.

అల్లూరి వెంకటగిరిరావు పక్కనే ఫైలు పట్టుకుని నిలబడివున్న ఉన్నికృష్ణన్ మైక్ తీసుకుని, “నేను ఉన్నికృష్ణన్. నేను టిసిఎస్‌లో సీనియర్ మేనేజర్ని. పేరు ప్రకారం నేను మలయాళీని అయినప్పటికీ, నేను పక్కా బెంగుళూరు వాణ్ణి. నేను ఇక్కడ ఇస్రో లేఔట్‌లో పెరిగాను” అని కన్నడలో పరిచయం చేసుకుని, “మన సభ్యుల జాబితా మూడు కాపీలు తీసుకుని వచ్చాం. కాబట్టి ఇప్పుడు ఇక్కడ మూడు కౌంటర్లు ఏర్పాటు చేస్తాం. ఓనర్లు దయచేసి మూడు వరుసల్లో నిలబడి, మీ వివరాలు సరిగ్గా ఉన్నాయో లేదో తనిఖీ చేయండి. సరిగ్గా లేకపోతే అక్కడే రాయండి. మేము అన్నిటినీ కన్సాలిడేట్ చేస్తాం. అలాగే, మీ చిరునామాలకు జనరల్ బాడీ సమావేశానికి ఆహ్వానాన్ని పంపాం. ఇప్పుడే వివరాలు చూడాలనుకునే వారికోసం మేము దాని కాపీలను తెచ్చి పెట్టాం” అని అతను చెప్పాడు.

మరుసటి క్షణంలో పార్టీహాలు సన్నివేశమే మారిపోయింది. గది ఎడమకు, కుడికి, మధ్యలో మూడు వరుసలు ఏర్పడ్డాయి. శివస్వామి కూడా ఒకవైపు నిలబడ్డారు. నిలుచున్న పదిహేను నిమిషాల్లో వారి వంతు వచ్చింది. ఆయన ఊహించినట్లే, అతని చిరునామా ఘాజియాబాద్‌లోని అద్దె ఇంటిది. దాన్ని కొట్టివేసి, పక్కనున్న కాలమ్‌లో బెంగళూరులోని అద్దె ఇంటి చిరునామా రాశారు. మరో కాగితంపై అందరి సంతకాలు తీసుకుంటున్నారు. శివస్వామి పేపర్ చేతిలో పట్టుకుని, “ఏమిటిది?” అని అడిగారు. రీడింగ్ గ్లాసెస్ లేక అక్షరాలు మసగ్గా ఉన్నాయి. “అసోసియేషన్ బైలాస్‌కి మీ సమ్మతి అది సార్,” అన్నాడు అసోసియేషన్ సప్తఋషుల్లో ఒకడు. దేవస్థానం క్యూలో నిలబడి ఒకరి నుంచి తీర్థం, మరొకరి నుంచి అక్షతలు, ఇంకొకరి నుంచి ప్రసాదం తీసుకుని భక్తిగా బయటికి వెళ్లేలా క్యూలో ఉన్నవారు అడ్రస్ చూసి జిబి

మీటింగ్ కాపీ తీసుకుని, బైలాపై సంతకం చేసి ముందుకు వెళుతున్నారు. ఎవరూ ఏమీ ప్రశ్నించినట్లు కనిపించలేదు. శివస్వామి కూడా సంతకం చేసి ముందుకు నడిచారు.

కాస్త అయోమయంగా తలుపు దగ్గర నిలబడ్డారు. ఇల్లు కొనే విధానమే ఆయనకు కొత్తది కాబట్టి, వస్తున్నప్పుడూ ఏం జరగబోతుందో అనే ఆలోచన ఉండలేదు. ఇప్పుడు ఏం జరిగిందో అది పూర్తిగా అవగాహనకు రాలేదు. ఈరోజు తన వయసులో ఉన్న నలుగురిని పరిచయం చేసుకోవాలనే ఉద్దేశ్యం మనస్సులో పెట్టుకుని వచ్చారు. చాలా మంది ముప్పై నుంచి నలభైల వయసులో ఉన్నవారే కనిపిస్తున్నప్పటికీ, చుట్టూ చూస్తే అక్కడక్కడ అంతకన్నా ఎక్కువ వయస్సువారూ ఉన్నారు. ఎవరిని పలకరించాలి? సంకోచం వేధించింది. స్వతహాగా వెళ్లి మాట్లాడే చలాకీతనం వారికి ఎన్నడూ అబ్బలేదు. వచ్చినవాళ్లలో ఈయనలా ఒంటరిగా వచ్చినవారు తక్కువే.

ఇంటి కారణంగా స్నేహితుడైనది కుమార గౌడ ఒక్కడే. ఎందుకో ఈరోజు అతను కనిపించలేదు. ఆ చిన్న హాలులో కిక్కిరిసిన జనం కోలాహలం నుంచి బయటపడితే చాలనిపించింది. వెళ్లే ముందు ఘాజియాబాద్‌లో ఉన్న తన స్నేహితుడు హరికృష్ణ భట్ అడ్రస్‌నూ తాను పరిశీలించి సహాయం చేయవచ్చని అనిపించి అతనికి ఫోన్ చేశారు. అతను తన క్వార్టర్స్ అడ్రస్ చెప్పాడు. గార్డెనియా ఉత్తరాలు తనకు చేరుతున్నందున అడ్రస్ కరెక్ట్ అయివుండాలని అన్నాడు. "అయితే ఇది అనూప్ గార్డెనియా అసోసియేషన్ వారు చేస్తున్నది, అనూప్ గార్డేనియావారు కాదు" అని శివస్వామి అన్నారు. "కానీ అంతమంది అడ్రస్‌లు, ఫోన్ నంబర్లు అన్నీ రాసుకొచ్చారంటే బిల్డర్‌కాక ఇంకెవరు ఇచ్చివుంటారు?" అన్నాడు. శివస్వామికి నిజమేనని అనిపించింది. ఇంత చిన్న విషయం తమ దృష్టికి రాలేదుకదా అనుకుని, మళ్లీ లైన్లో నిలబడి హరికృష్ణ భట్ అడ్రస్ పరిశీలించారు. అతను చెప్పినట్లే ఉంది. ఇక చేసేదేమీలేక ఇంటికి వెళ్లేందుకు డోర్ వైపు అడుగులు వేశారు.

అప్పుడు ఎవరో అతని వీపు మీద మృదువుగా తట్టి "శివస్వామి సార్" అని పిలిచారు. తిరిగితే కుమార గౌడ నిలబడి ఉన్నాడు. అతనితో పాటు మరో యువకుడు నిలబడి ఉన్నాడు.

"మీ కోసమే వెతుకుతున్నాను" శివస్వామి ఆత్మీయంగా నవ్వుతూ అన్నారు.

"సార్, ఇతను నా స్నేహితుడు సుధీంద్ర. నా సహోద్యోగి కూడా. మీ ఫ్లాట్ ఉన్న ఫ్లోర్‌లోనే అతని ఫ్లాట్ ఉంది" అని కుమార గౌడ తన పక్కనున్న వ్యక్తిని పరిచయం చేశాడు. సుధీంద్ర నవ్వుతూ స్నేహంగా చేయి చాపాడు. "మీలాంటి పెద్దలు దగ్గరగా ఉన్నారంటే సంతోషం కలుగుతుంది" అన్నాడు. మాటలు వినపడనంతగా ఆ చిన్న హాలులో కోలాహలం ఉంది. "కాఫీకి వెళ్దామా? కింద ఉంది" అన్నాడు కుమార్. ముగ్గురూ మెట్లు దిగి దర్శిని హోటల్‌కు వెళ్లారు. కాఫీ తీసుకుని దూరంగా టేబుల్ దగ్గర నిలుచున్నారు.

"కుమార్, నీకు ఏమనిపించింది? మన సమస్య పరిష్కరించబడిందా లేదా మరింత క్లిష్టమైందా?" అని నవ్వుతూ అడిగారు.

"ఎక్కడ పరిష్కరించారు సార్..." అన్నాడు కుమార గౌడ్.

"ఎందుకు?"

"సార్, ఆ అల్లూరి వెంకట్‌ను, అతని వెంట ఏడెనిమిది మంది ఏజెంట్లను పంపింది ఎవరో తెలుసా? ఎ.పి. లఖానినే. అనూప్ గార్డెనియా ఓనర్స్ అసోసియేషన్‌ను రిజిస్టర్ చేయించారు. దానికి అవసరమైన కాగితాలను హడావుడిగా సమర్పించారు. వ్యతిరేకిస్తున్న మమ్మల్ని పెడరెక్కలు విరిచికట్టి ఎత్తుకునిపోయి తమ దారికి తెచ్చుకున్నారు. ఆ లాయర్‌ను ఎలా తరిమికొట్టారో చూడండి" అన్నాడు.

సుధీంద్ర నవ్వుతూ, "కుమార్, ఆ లాయర్ తగినవాడు కాదు. కవర్ అందుకోగానే జేబులో పెట్టుకుని అప్పుడే లేచి వెళ్లిపోయాడు. అతనే నిలబడి మరో రెండు ప్రశ్నలు వేసి సందీప్ కామత్‌కు మద్దతుగా నిలిచివుంటే మరో నలుగురు ఆయనకు మద్దతుగా నిలిచేవారేమో. ఇప్పుడేం జరిగిందో చూడండి. అతన్ని పిలిచి పెద్ద లాయర్ అని పొగిడి సందీప్ మూర్ఖుడయ్యాడు" అన్నాడు.

"లేదు సుధీ. నువ్వొకటి గమనించాలి. ఆ అల్లూరి గ్యాంగ్ లేదనే అనుకుందాం. అప్పుడు ఈ లాయర్ ఏం చేసేవాడో తెలుసా? ఈ పోరాటానికి ముందుగా మీ అసోసియేషన్‌ను రిజిష్టర్ చేసుకోవాలని అనేవాడు. అయితే ఆ పనికి బిల్డర్ సహకరిస్తున్నాడా? లేదు. అతనికి వ్యతిరేకంగా ఉన్న అసోసియేషన్‌కు అతను ఎందుకు సహకరిస్తాడు? అది మరొక పోరాటమయ్యేది. లాయర్

ద్వారా నోటీసు ఇప్పించటం మొదలైనవి, మరో ఆరునెలల గొడవగా జరిగివుండేది. ఇప్పుడు చూడండి, బిల్డర్ తెరచాటున ఉండి, తనకు కావలసినవారి ద్వారా అసోసియేషన్ ఏర్పాటు చేసి మనందరిని తన ఆధీనంలోకి తీసుకున్నాడు. లాయర్ చేయాలనుకున్నది బిల్డర్ చేసేశాడు. అందువల్ల లాయర్ జేబులు నింపుకుని వెళ్లటం తప్ప ఏమీ చేయలేదు. తెలివైన లాయర్ అతను. వెంటనే పరిస్థితి అర్థం చేసుకున్నాడు" అన్నాడు కుమార్.

"ఇదిగో వినండి" శివస్వామి అన్నారు. "వాళ్లు, వీళ్లు అంటూ మనం విపరీతంగా బుర్ర పాడుచేసుకున్నాం. ఎవరైతే మనకేమిటి? సందీప్ కామత్ కానీ, అల్లూరి వెంకట్ కానీ. సమస్య పరిష్కరింపబడితే చాలుకదా? ఇతనే పరిష్కరిస్తే పరిష్కరించనివ్వండి".

సుధీంద్ర చిన్నగా నవ్వుతూ, "అదెక్కడ పరిష్కరింపబడుతుంది సార్. పరిష్కరించవచ్చేమో కానీ మనకు అనుకూలంగా కాదు. చూడండి, మరో మూడు వారాల్లో జనరల్ బాడీ మీటింగ్ పెట్టారుకదా, ఆ రోజు ఏమవుతుంది? ఈరోజు వేదికపై వున్నవారే అధ్యక్షులు, ఉపాధ్యక్షులు, సెక్రటరీ, ట్రెజరర్‌లుగా అయివుంటారు. అయివుంటారు ఏమిటి? ఇప్పటికే అయిపోయివుంటారు. వారికి మద్దతుగా అనూప్ గార్డెనియా బిల్డరే స్వయంగా నిలుచునివుంటాడు. ఇక వీళ్లెందుకు బిల్డర్‌కు వ్యతిరేకంగా కోర్టుకు వెళ్లాలనే తీర్మానాన్ని ప్రతిపాదిస్తారు? చివరికి మనం డబ్బు చెల్లిస్తాం. బిల్డర్ తన అనుకూలానికి తగినట్టే ఎప్పటికో ఇంటి సమస్యలను పరిష్కరించి తాళం చెవి ఇవ్వటం జరుగుతుంది. అన్ని విధాలా విజయం బిల్డర్లదే" అన్నారు.

ఈ కోణాలన్నీ శివస్వామికి కొత్తవి. బుర్రలోకి ఎంత ఎక్కాయో? ఎంత ఆవిరి అయిపోయాయో? బుర్ర మాత్రం వేడెక్కింది. "అదికాదయ్యా, ఇల్లు మన చేతికి అందటం ఆలస్యమైతే, మనకు కలిగే ఇబ్బందులు, కిరాయి నష్టం మొదలైనవి ఆ ఏడెనిమిది మందికి కలుగుతుంది కదా? అలాంటప్పుడు లఖానికి ఎందుకు సహకరిస్తున్నారు?" అని అడిగారు.

కుర్రవాళ్లిద్దరూ శివస్వామి వైపు జాలిగా చూశారు.

కుమార గౌడ కాఫీ ముగించి చేతులు కడుక్కునే సాకుతో లేచి వెళ్లాడు. సుధీంద్ర చిన్నగా నవ్వుతూనే శివస్వామితో అన్నాడు– "అన్ని అడ్జస్ట్‌మెంట్లు

సార్. మనకు అర్థమయ్యేవికాదు. ఈ బిల్డర్లది ఇదొక డర్టీ ట్రిక్. ఇల్లు అమ్మేటపుడు తమ వైపునున్న ఏడెనిమిది మంది ఏజెంట్లకు అమ్ముతారు. తర్వాత సమస్యలు వచ్చినపుడు–ఇప్పుడు చూడండి, ఎనిమిది లక్షలు ఎక్కువ కట్టమనడం, బిబిఎంపి అప్రూవల్ వచ్చే వరకు ఎదురుచూడటం మొదలైనవి, అప్పుడు ఈ ఏడెనిమిది మంది ఏజెంట్లు బిల్డర్‌కు మద్దతుగా నిలబడి, మిగిలినవారు గ్రూప్‌గా ఏర్పడకుండా అడ్డుకుంటారు. కొనుగోలుదారులందరూ కలిసి కోర్టుకు వెళ్లకుండా చేస్తారు. వారి సహాయానికి బదులుగా బిల్డర్ వారికి ఎనిమిది లక్షలు చెల్లించడంలో మినహాయింపును ఇవ్వవచ్చు. తమకు తెలియదు. అయితే ఇది ఇక్కడ బెంగుళూరు రియల్ ఎస్టేట్ వ్యాపారంలో కామన్ ట్రిక్ సార్. ఇండ్లను కొనుగోలు చేసిన యజమానులు ఒక్క గ్రూపుగా ఏర్పడకుండా విచ్ఛిన్నం చేయడంలోనే బిల్డర్ విజయం దాగివుంది" అన్నాడు.

ముగ్గురూ అక్కడి నుంచి బయలుదేరినపుడు మధ్యాహ్నం ఒకటిన్నర అయింది. ఉదయం నుంచి శివస్వామి ఏమీ తినలేదు. ఇంటికి వెళ్లి ఏదైనా వండుకుందామని నిర్ణయించుకున్నారు. ఎలా ఉన్నప్పటికీ ఉదయం ఉప్మాకు అన్ని సన్నాహాలు చేసుకున్నారు.

ఇంటికి వచ్చి గేటు తీస్తుండగా పక్కనున్న సైటులో ఉదయం కనిపించిన కుర్రవాళ్లు నిలబడి ఉన్నారు. ఇప్పుడు వారు తెల్లటి పంచె కట్టుకుని, భుజాల మీద టవల్ వేసుకుని వచ్చారు. శివస్వామి దగ్గరగా వెళ్లారు. పాము అంతిమక్రియలు జరుగుతున్నాయి. జుట్టు వదిలిన, ఒళ్లంతా విభూతి పూసుకున్న ఒక బాలుడు ఎంతో ఉత్సాహంగా పూజ చేయిస్తున్నాడు. అతను ఆ పామును చంపిన అబ్బాయిల కంటే వయసులో పెద్దవాడిగా కనిపించలేదు. తన గొంతును మించి మంత్రం చెబుతున్నాడు. దగ్గరికి వెళ్లి చూశారు. అనూప్ గార్డెనియా నిర్మాణపు పనులకు సంబంధించిన చెత్తాచెదరం నుంచి ఏరుకుని తెచ్చిన నాలుగు విరిగిన రిపీసు పట్టీలను సేకరించి, కట్టెపుల్లలను, మిగులు తగులును కుప్పపోసి దానిమీద చనిపోయిన పామును ఉంచి, పసుపు కుంకుమ అక్షతలు వేసి, క్షీరాభిషేక పూజ జరుగుతోంది. పక్కనే ఒక కుండ. ప్లాస్టిక్ కవర్లో ఎర్రటి మంకెన పూలు. అదే కంచెలోంచి పామును లాగి వుండాలి. పాము తల పూర్తిగా నలిగిపోయింది. దేహం ముక్కలైంది.

ఈయనను గుర్తించిన ఒక కుర్రవాడు ఈయన వైపు చూస్తూ తగ్గుస్వరంతో, "మనం చంపిన పాము నాగుపామట. అంకుల్, ప్రాపర్ క్రిమేషన్ చేయకపోతే రివెంజ్ తీసుకుంటాయట" అన్నాడు. ఆయన పాము ఛిద్రమైన శరీరాన్ని మళ్లీ చూశారు. సులభ మరణం దొరికే అదృష్టం లేని, మంత్రాన్ని వినటానికి చెవులులేని ఆ పాము ప్రతీకారానికి కాదు, అది బూడిదగా పంచభూతాలలో కలిసిపోవడానికి కాచుకుని పడుకుంది.

బాలపూజారికి ఈయన అక్కడికి వెళ్లి నిలుచోవటం ఇష్టంగా లేదు. మాట్లాడిన కుర్రాడు "పూజచేస్తున్నప్పుడు ఏమిటామాటలు" గొప్ప పురోహితుడిలా దబాయించాడు.

❖

20

కంపెనీ పనికి సోమవారం ప్రత్యేకమైన రోజు. ఇది డిటి సాఫ్ట్‌వేర్‌కే కాదు ప్రపంచానికంతా అన్వయిస్తుంది. మేనేజర్లు వీక్లీ ప్లానింగ్‌లో మునిగిపోతారు. ఫైనాన్స్, పర్చేసింగ్, సేల్స్, మార్కెటింగ్, హెచ్‌ఆర్ మొదలైన టీములు గత వారం, ప్రస్తుత వారం భవిష్యత్తు గురించి కేజీల కొద్దీ రిపోర్ట్‌లను సిద్ధం చేసి, గౌరీ పండుగ రోజున ఆడవాళ్లు ముత్తయిదువలకు చేటలలో వాయనం ఇచ్చినట్లు మేనేజ్‌మెంట్ ఉన్నతాధికారులందరికి సమానంగా గౌరవంగా పంచుతారు. ఆ రిపోర్ట్‌లు మేనేజ్‌మెంట్ మీటింగ్‌లలో యజ్ఞ ద్రవ్యాలుగా కాలి ఘాటైన పొగగా కమ్ముకుని వేరు వేరు వ్యక్తులలో భిన్నమైన పరిణామాలను కలిగిస్తాయి. ఆ విషయం వేరు. కంపెనీలో చేరేవారు సోమవారం రోజునే జాయిన్ అవుతారు, రాజీనామా చేసేవారూ సోమవారమే చేస్తారు. పనిచేయాలన్న ఉత్సాహం సోమవారంనాడు ఉత్తుంగ స్థాయి ఉంటుంది, తర్వాత అది క్రమంగా క్షీణిస్తూ శుక్రవారం వచ్చే సమయానికి లోయలో స్థిరపడుతుంది, ఆ విషయం వేరు.

శివస్వామి తన ఆఫీసుగదిలో చాలా బిజీగా ఉన్నారు. తలుపు తట్టిన చప్పుడు వినిపించింది. ఆ సమయానికే అనూరాధ పదిసార్లు వచ్చి వెళ్లినందువల్ల, ప్రతిసారీ వచ్చేటప్పుడు తలుపు తడుతూ వచ్చినందువల్ల, ఆమె అని అనుకుని కంప్యూటర్లోంచి తల పైకెత్తకుండా ఎడమచేత్తో లోపలికి రమ్మని సైగ చేశాడు.

"గుడ్ మార్నింగ్, శివస్వామీ" ధావల్ గొంతు వినిపించింది.

శివస్వామి ఉలిక్కిపడి లేచి నిలబడ్డారు. "అయ్యో, మీరా సార్? నేను అనురాధ అనుకున్నాను" అని నివ్వెరబోతూ అన్నారు.

"శివస్వామి, ఇప్పుడు నేను అనురాధగా మారే అదృష్టం ఎక్కడుంది?" అని ధావల్ పెద్దగా నవ్వారు. దాని అర్థమేమిటో శివస్వామికి తెలియలేదు. అయినా, ఆయన వెర్రిగా నవ్వారు. పొద్దున్నే అనితకు ఫోన్ చేసి, ఎం.డి. మన ఆఫీస్‌కు ఎన్ని గంటలకు వస్తారని అడిగారు. ఆమె, ఇంకా తెలియదని, తర్వాత ఫోన్ చేసి తెలియజేస్తానని చెప్పింది. ఇప్పుడు చూస్తే ఆయనే ఎదురుగా ఉన్నారు. ఇప్పుడు గుర్తొచ్చింది, ఫోన్‌ను సైలెంట్ మోడ్‌లో పెట్టేసి పని చేసుకుంటున్నారు. ఆమె కాల్ వచ్చినా వచ్చివుండొచ్చు.

"రండి సార్. కూర్చోండి" అంటూ లేచొచ్చి తన టేబుల్ ముందరి కుర్చీని లాగారు.

ధావల్ ఏదో ఆలోచిస్తూ నిలబడ్డారు. నల్లరంగు ప్యాంటు, లేత పసుపు రంగు చొక్కా ధరించారు. హెయిర్ కట్, గడ్డం ట్రిమ్ చేయించుకుని గత వారం కంటే ఫ్రెష్‌గా కనిపించారు. ముఖంలో పల్చటి చిరునవ్వు. లోపలికి రాకుండా తలుపు పట్టుకుని నిలబడి ఏదో ఆలోచిస్తున్నారు.

"శివస్వామి?"

"చెప్పండి, సార్."

"ఒక పని చేద్దాం. మనమిద్దరమూ కలిసి భోజనానికి వెళదాం. ఇంటి నుంచి బాక్స్ తెచ్చుకోలేదుకదా? తర్వాత మీ శ్రీమతి మీ దుమ్ము దులుపుతారు" అని నవ్వారు.

"లేదు సార్, తీసుకురాలేదు. నా భార్య కూతురి కాన్పుకు అమెరికా వెళ్లింది" అన్నారు శివస్వామి నవ్వుతూ.

"అవునుకదా... మీరే చెప్పారు..." అన్నారు. లోపలికి వచ్చి కూర్చోలేదు. తలుపు పట్టుకునే నిల్చున్నారు. శివస్వామికి ఆయన లోపలికి వచ్చి కూర్చుంటే మేలనిపించింది. లేకుంటే ఆయన బిగ్గరగా మాట్లాడే మాటలు ఫ్లోర్ మొత్తం వినిపిస్తాయి.

ధావల్ ఒక్కసారి వాచీ చూసుకుని, "నేను రవి, ప్రభులతో పదినిమిషాలు

గడుపుతాను. పక్కనే ఉన్న బిల్డింగ్‌లోని ఇన్ఫినిటీ ఫైనాన్స్‌లో ఒక స్నేహితుడిని కలవాలి. గుజరాతీ కమ్యూనిటీకి చెందినవాడు. ఈరోజు కలుస్తానని చెప్పాను. అతనితో కాసేపు గడిపిన తర్వాత మళ్లీ ఇక్కడికి వస్తాను. అప్పుడు భోజనానికి వెళదాం. మీకు ఎలాంటి ఆహారం ఇష్టం?"

శివస్వామికి ఏం చెప్పాలో తోచలేదు. బయటి తిళ్లు ఎక్కువగా తిన్నవారు కాదు. ఈమధ్య ఒంటరిగా ఉండటంతో తప్పనిసరిగా బయటకు వెళ్లినా 'శాంతిసాగర్'లో ప్లేట్ మీల్స్ తప్ప ఇంకేమీ తినలేదు. ఘాజియాబాద్‌లో పిల్లల పుట్టినరోజుకు బయటకు వెళ్లటం ఉండేది. అయినా అవన్నీ పరోటా, నాన్, కుల్ఫా, ఫ్రైడ్ రైస్, పలావ్ వంటి సాధారణ ఉత్తర భారతీయ వంటలతో అతని కుటుంబం తృప్తి చెందేది. వారి ఇంటి దగ్గర అలాంటి రకరకాల రెస్టోరెంట్లు లేవు. మెక్సికన్, ఇటాలియన్, థాయ్, వియత్నామీస్ మొదలైన అనేక దేశాల వైవిధ్యం బెంగళూరులో కనిపించినట్టు అక్కడ లేదు. అయినా తెలుసుకునే స్వభావం ఈయనకు లేదు. ట్రైన్ ఎక్కి నోయిడాకో, ఢిల్లీకో భోజనం కోసం వెళ్లే సంసారం వారిది కాదు.

"ఎలాంటిదైనా పరవాలేదు" అయోమయంగా అన్నారు.

"అలాగే, ఎక్కడైనా మంచి చోట టేబుల్ రిజర్వ్ చేయమని అనితకి చెప్తాను" అని తలుపు వేసుకుని వెళ్లిపోయారు. శివస్వామి ఊహించినట్లుగానే వారి మాటలు మొత్తం ఫ్లోర్లను చేరాయి. ప్రభు తన ఆఫీస్‌గది నుంచి ఇటువైపు కళ్లు, చెవులు పెట్టాడని శివస్వామి చూడకుండానే ఊహించుకోగలరు.

శివస్వామి మళ్లీ తన పనులలో మునిగిపోయారు. ఒకట్రెండు సార్లు అనూరాధ మెరుపు కళ్లతో కుతూహలంతో వచ్చి వెళ్లింది. నిజానికి ఆ ఆఫీసులో కొంతమంది ఎం.డి. పేరు విన్నారే తప్ప చూడలేదు. ధావల్ ఈ ఆఫీస్‌కు వచ్చేవారే కాదు, ఇక్కడ పనిచేసే చాలామందికి కేంద్ర కార్యాలయంతో ఎలాంటి పరిచయం అవసరం లేదు. అలాంటప్పుడు ఆయన వచ్చి తలుపు దగ్గర నిలబడి అంతసేపు నవ్వుతూ మాట్లాడటం, ఆపై తనతో భోజనానికి రమ్మని శివస్వామిని పిలవటం- ఇదంతా ఒక విధంగా ఉత్తేజకరమైన వార్తలయ్యాయి. వయసు, పొజిషన్ గ్యాప్ కారణంగా ఆఫీసు సహోద్యోగులు నేరుగా శివస్వామిని అడగలేరు. వారందరికీ అనురాధతో చనువు. కానీ ఆమెకు ఏమి

తెలుసు? ఆమె శివస్వామిని ఏదో అడగాలని ప్రయత్నించింది. కానీ అడగలేక పోయింది. శివస్వామి కూడా స్వయంగా ఏమీ చెప్పలేదు. 'శివస్వామిగారు ఎం.డి.కి పాత పరిచయం ఉంది' అనే వదంతికి ఇప్పుడు ముఖ్యమైన సాక్ష్యం ఒకటి దొరికింది.

మధ్యాహ్నం అచ్చుమైన తెల్లటి ఆడి ఎ-ఫోర్ కారు వెనుక సీట్లో ధావల్ పక్కనే శివస్వామి కూర్చున్నారు. లగ్జరీ కారు మృదువుగా తేలిపోతున్నట్లు కదులుతోంది. డ్రైవర్ చంద్రేగౌడ కారును జాగ్రత్తగా నడుపుతున్నాడు. కేవలం ఐదు నిమిషాలు ప్రయాణం మాత్రమే. కారు ఎం.జి. రోడ్ నుండి చర్చి స్ట్రీట్ వైపు తిరిగి, ఎర్రటి ఇటుక గోడల కొకొనట్ గ్రో అనే కేరళ స్టయిల్ రెస్టోరెంట్ ముందు ఆగింది.

రెస్టారెంట్లోని గార్డెన్ భాగంలో కూర్చున్నారు. టేబుల్ మధ్యలోంచి కొబ్బరిచెట్టు ఆకారంలో పైకి లేచిన గొడుగు పట్టిన నీడ కింద ఇద్దరూ కూర్చున్నారు.

"ముందుగా రెండు కింగ్ ఫిషర్ ప్రీమియమ్ ఇవ్వండి" అని ధావల్ ఆర్డర్ చేశారు. తర్వాత శివస్వామి వైపు తిరిగి, "మీకు బీరు పరవాలేదా?" అని అడిగారు.

"సార్... నేను మళ్లీ పనిలోకి వెళ్లాలి.." అని సంకోచంగా అన్నారు శివస్వామి.

"వదిలేయండి శివస్వామి. మీరు తిరిగి వెళ్లేలోపు జీర్ణమైపోయి వుంటుంది" అని నవ్వారు. "తిరిగి వెళ్లాక ఈరోజు ఎవరినీ ఫైర్ చేయకండి" అంటూ పెద్దగా పకపకా నవ్వారు. శివస్వామి కూడా నవ్వారు.

"ఇక్కడికి వచ్చి బీరు తాగకపోతే ప్రీతమ్ ఆత్మ నన్ను శపిస్తుంది. ఇది అతనికి ఇష్టమైన స్థలం. చాలా సార్లు వచ్చాం. అప్పట్లో ఈ డికన్సన్ రోడ్ ఆఫీస్ లేదు. భోజనం కోసమే దూరం నుంచి వచ్చేవాళ్లం. నేను అతనితో చివరిసారిగా వచ్చినపుడు నాకు దాదాపు మీ వయస్సే ఉంటుంది శివస్వామి. మళ్లీ ఇప్పుడే ఇక్కడికి వస్తున్నాను" అన్నారు.

ధావల్ మెల్లగా లేచి నిలబడి, బాత్ రూమ్‌కు వెళ్లొస్తానని చెప్పి వెళ్లారు. శివస్వామి చుట్టూ చూశారు. కూర్చున్న జనం, మాట్లాడే భాష, అన్నీ

అపరిచితంగా కనిపించాయి. ఆయన కోలార్‌లో కాలేజీలో చదువుతున్నప్పుడు, అరుదుగా ఒక్కోసారి బెంగుళూరులో తిరగాలనే స్నేహితులతో కలిసి వచ్చేవారు. పొద్దున్నే వచ్చి సినిమా చూసి, రెస్టారెంట్‌లో భోంచేసి, ఊరు చుట్టేసి సాయంత్రం బస్ ఎక్కి తిరుగు ప్రయాణమయ్యేవారు. అప్పుడు చూసిన ఎం.జి. రోడ్డు, బ్రిగేడ్ రోడ్డు, కమర్షియల్ స్ట్రీటు, చర్చి స్ట్రీటు అన్నీ ఇప్పుడు పూర్తిగా మారిపోయాయి. విదేశాలలో తమ ఉనికికి ప్రాతినిధ్యం వహించే రాయబారుల్లా స్థానికతకు భిన్నంగా వున్నాయి.

ధావల్ చేయి తుడుచుకుంటూ తిరిగొచ్చారు. ఆయన టేబుల్ దగ్గరికి రావటం కోసమే ఎదురుచూస్తున్న ఆకుపచ్చ చొక్కా వేసుకుని, తెల్లటి పంచె కట్టుకున్న ఒక కుర్రాడు బీరు సీసాలు తెచ్చి మూత తెరిచి గ్లాసులకు వంచాడు. అతని వెనకాలే మరొకడు ప్లేటులోని అరటి ఆకులో, తెల్లటి 'అప్పం', రకరకాల చట్నీలు, పసుపు రంగు సాంబర్, అన్నిటినీ నీట్‌గా సర్ది, వెనక్కు జరిగి చేతులు కట్టుకుని నిలబడ్డాడు.

ఇద్దరూ గ్లాసులు తాకించి చల్లటి బీరు తాగి కింద పెట్టారు. శివస్వామి ఎప్పుడూ కేరళ 'అప్పం' తినకపోవడంతో ప్రత్యేకంగా అనిపించింది.

"శివస్వామీ?"

"చెప్పండి, సర్."

"గతవారం మనం మాట్లాడుకున్న విషయం గురించి నేను దీర్ఘంగా ఆలోచించాను. అందుకే మీతో చర్చించాలని మునివేళ్లపై నిలబడ్డాను. మొన్న మీ ఇంటికి రావాలని అనుకున్నాను" అని నవ్వారు.

శివస్వామి కంగారుగా మనస్సులోనే అయ్యో అనుకున్నారు. శనివారం జరిగిన అనూప్ గార్డెనియా మీటింగ్, పాము మరణం, దాని దహన సంస్కారం మొదలైనవాటి మధ్య ఇదొక్కటి తక్కువ అనుకున్నారు.

"ఎందుకు స్వామి? ఇతను వచ్చి ఎక్కడ ఇంట్లో కూర్చుంటాడోనని గాభరా పడ్డారా?"

"లేదు సార్. కచ్చితంగా రండి. మా ఇంటివాళ్లు తిరిగి వచ్చాక నేనే మిమ్మల్ని ఆహ్వానిస్తాను. మీరు మొన్న రావటానికి బయలుదేరానని చెప్పారుకదా, అయితే మీరు రాకపోవడమే మంచిదైంది. నేను మీకు ఫ్లాట్ కొన్న నా గోడు

కథ చెప్పానుకదా, దాని ఓనర్స్ అసోసియేషన్ మీటింగ్ ఉండింది. అక్కడే నా సమయమంతా గడిచిపోయింది" అన్నారు.

ఇంత చెప్పే స్థాయికి వారి మధ్య ఆత్మీయత ఏర్పడింది.

"అవును కదా? మీరు మీ ఇంటి కథను ఇంతకు ముందు చెప్పారు. అది ఎక్కడిదాకా వచ్చింది శివస్వామి?"

శివస్వామి అప్పటి వరకు జరిగిన కథను చాలా క్లుప్తంగా చెప్పారు.

"అయ్యో. ఇది మీకు ముగింపులేని కథ అయిందికదా" అని బాధపడి, మరుక్షణమే, "ఒక విధంగా నాకు సంతోషమే. ఆ సమస్య ఉన్నంత వరకు, మీరు నాకు దొరుకుతుంటారు" అని నవ్వారు.

శివస్వామి కూడా నవ్వారు.

"అన్నట్టు, మీ బిల్డర్ ఎవరు?"

"ఎ పి లఖాని"

ధావల్ నవ్వి అన్నారు- "మీ గ్రహచారం ఇలా ఉందేమి స్వామీ? పోయి పోయి గుజరాతీ వ్యాపారుల చేతుల్లో చిక్కుకుంటున్నారుకదా!"

శివస్వామి కూడా నవ్వుతూ మాటలు మార్చడానికి "సార్, మనం గతవారం మాట్లాడుకున్న విషయం ఆలోచించానని అన్నారు" అన్నారు.

ధావల్ గంభీరమయ్యారు. చేతిలోని గ్లాసు టేబుల్ మీద పెట్టి, "ఆ...నా ఆలోచన... పోయిన వారం మీరు ఇది కుటుంబ గొడవ అన్నారు" అని ఒక్క క్షణం ఆగి శివస్వామి వైపు చూశారు. శివస్వామి వెంటనే తడబడ్డారు "నా ఉద్దేశం అదికాదు సార్..."

"లేదు. మీరు వాస్తవమే చెప్పారు. నేను ఏమీ చెప్పకుండానే మీరు నా కుటుంబ కష్టాలను సరిగ్గానే ఊహించారు. నా మాటలు పూర్తిగా వినండి... ఈ బంధుత్వం అన్నది ఎంత విచిత్రమో చూడండి. 'మనం' అని ప్రారంభమవుతుంది, కానీ 'నేను' అనటంలో ముగుస్తుంది. ఇది ఎంత 'ఐరనీ' చూడండి శివస్వామి. బలగాన్ని పెంచాలనే పిల్లలను కంటాం. ఆ పిల్లలకు తోడును తీసుకొచ్చి బలగాన్ని రెట్టింపు చేసుకుంటాం. నా బలగంలో ఇప్పుడు కేవలం కొడుకు, కూతురే కాదు, కోడలు, అల్లుడి కుటుంబాలూ చేరుకుంటాయి. బయటి బలగం పెరిగే కొద్దీ లోపలి బలగం తగ్గిపోతుంది. చివరికి నేను

మాత్రమే మిగిలి వుంటాను. ఐదేళ్ల క్రితం సుమతి బతికున్నప్పుడు మేము అంటే కనీసం నేను–ఆమె అని అనుకోవచ్చు. ఇప్పుడు నాలోని 'మేము'లో కేవలం నేనొక్కడినే ఉన్నాను. అదీ పోయి మనమూ అని అరిచినపుడు ఒక చిన్న ప్రతిధ్వని కూడా రాకుండా ఆ శబ్దం అలాగే గాలిలో కరిగిపోతే నేను దెయ్యాన్నో, పిశాచాన్నో అయ్యానని అర్థం. ఇక ఆ రోజులూ దగ్గరలోనే ఉన్నాయి" అని నవ్వారు.

"నిజమే సార్. అదొక వృత్తం. ఒంటరిగా ప్రారంభించి ఒంటరిగానే వీడ్కోలు పలుకుతాయి"

"మీకు కూడానా?"

"ఇది అందరికీ జరుగుతుంది సార్. పిల్లల పట్ల పొసెసివ్‌నెస్ పెంచుకుని ఉంటాంకదా, దాని పరిణామం ఇది. వాళ్లు పెరిగి ఎగిరిపోవాల్సిందే. పోనే పోతారు. భౌతికంగానూ, మానసికంగానూ. అప్పుడంతా ఈ బాధను అనుభవించక తప్పదు. మీరూ కూతురి పెళ్లి చేశారు, నేనూ కూతురి పెళ్లిచేశాను. ఎదిగిన కూతురు భర్త ఇంటికి వెళ్లటానికి సిద్ధమైనపుడు, మనం అనుభవించింది ఇదే కదా సార్! నా ఇద్దరు పిల్లలూ ఇప్పుడు నాకు దూరంగా ఉన్నారు. కానీ దగ్గర–దూరం అన్నది ముఖ్యం కాదు. వాళ్లు దూరమైనా, దగ్గరగా ఉన్నా అంతే. దగ్గరగా ఉన్నా అంతే. వాళ్లు మన పరిధి నుంచి అవతలికి వెళ్లాల్సిందే. మనం దీన్ని అనుభవించాల్సిందే" అన్నారు శివస్వామి.

"నేను ఇంకా కులాన్ని పాడుచేసుకున్నాను, శివస్వామి" అన్నారు. కూర్చోలేక నడుము పట్టుకుని లేచి నిలబడ్డారు. ఆయన నిలబడటం చూసి కుర్రవాడు పరుగున వచ్చి ఎదురుగా నిలబడ్డాడు. అతను వచ్చినందుకే అన్నట్లు, "రెండు ప్లేట్లు మష్రూమ్ పెప్పర్ ఫ్రై తీసుకునిరా" అన్నారు. టేబుల్ మీద అప్పంలు అలాగే నిండుగా వేచి ఉన్నాయి. శివస్వామి తన పళ్లెంలోంచి నాలుగు మురుకులు తిన్నారు తప్ప, ధావల్ ముట్టుకోలేదు. ఇంకేమో చెప్పారుకదా, ఒక ప్లేటు తెస్తే చాలదా అని శివస్వామి ఆలోచించారు. ఇంత గొప్ప మనిషికి ఒక ప్లేటు తెప్పించి పంచుకుందామని చెప్పడానికి సిగ్గువేసింది.

ధావల్ నిలుచునే మాట్లాడారు. "నేను ఇంకో సమస్య సృష్టించుకున్నాను, శివస్వామి. అది తీవ్రమైన స్వార్థం. ఎవరూ దాన్ని క్షమించరు. నేను నా

పిల్లలను ప్రేమించిన దాని కంటే ఎక్కువగా కంపెనీని ప్రేమించాను. పిల్లలు, భార్య, నాన్న, అమ్మ, అందరికన్నా ఎక్కువగా కంపెనీని ప్రేమించాను. పిల్లలను పెంచడం కంటే కంపెనీని అభివృద్ధిపరచడంలోనే సుఖమనిపించింది.

నేను ఈ సమస్య గురించి మాట్లాడినప్పుడల్లా, ప్రీతమ్ పాల్ గొగేన్ అనే గత శతాబ్దపు ఓ చిత్రకారుడి కథను చాలాసార్లు చెప్పాడు. ప్రీతమ్‌కు కంపెనీ పిచ్చితోపాటు అప్పుడప్పుడు చదివే పిచ్చీ కూడా ఉండేది. నాకు ఎన్నో కథలు చెప్పాడు. ఆ చిత్రకారుడు మొదట స్టాక్ బ్రోకర్‌గా కుటుంబాన్ని పోషించుకుంటున్నవాడు, ఎక్కడి నుంచి పెయింటింగ్ పిచ్చి పట్టించుకున్నాడో, చివరికి భార్యాబిడ్డలను అందరినీ వదిలి ఓ దీవికి వెళ్లి స్థిరపడి పెయింటింగ్ చేస్తూ ఉండిపోయాడట. అత్యంత ప్రసిద్ధుడయ్యాడట. కానీ చనిపోయేవరకు అతను మళ్లీ తన కుటుంబాన్ని చూడలేకపోయాడట. నాదీ అదే కథ. ప్రీతమ్‌ది కూడా అదే కథ. ఆ చిత్రకారుడిలా మేము ఎక్కడికీ పారిపోలేదు. అయితే ఆ ఒంటరితనాన్ని ఇక్కడే సృష్టించుకున్నాం. మీరు ఇప్పుడు చెప్పారు కదా, దగ్గరలో ఉన్నప్పటికీ అంతే, దూరంగా ఉన్నప్పటికీ పరిణామం ఒకేలా ఉంటుందని, అలాగే జరిగింది. పిల్లలు పక్క గదిలో ఉన్నప్పటికీ, వెయ్యి మైళ్ల దూరమై పోయారు. దాన్ని ఎలా పరిష్కరించుకోవాలో నాకూ తెలియలేదు, వారికీ తెలియలేదు.

వాళ్లకు ఎలా తెలుస్తుంది శివస్వామి? వాళ్లింకా చిన్నవాళ్లు. నేను నా ప్రపంచం నుండి బయటికి రావలసింది. అది జరగలేదు. నేను నా వ్యాపారానికి ఎంతగా అతుక్కుపోయానో, వాళ్లు నా నుండి అంతగా దూరమయ్యారు. ఇప్పుడు నా కథ చూడండి. మొదట నా పిల్లలు నా పరిధిని దాటిపోయారు, ఇప్పుడు కంపెనీని ఇవ్వమని అడుగుతున్నారు. 'దీని కోసమే' అని జీవించడానికి ఇంక నాకేమి మిగులుతుంది?"

శివస్వామి తమ గ్లాస్‌ను కింద పెట్టి ధావల్ వైపు చూశారు. ఇలా కూడా జీవితం గడపడం సాధ్యమేనా అని ఆశ్చర్యపోయారు. స్థాపించిన కారణంగా వదులుకోలేని భావన. సంసారంలోనూ జరిగేది ఇదే. కానీ ఈ మనిషి ఆ లోతులో పూర్తిగా మునిగిపోయాడు. మునిగే చావడాన్ని కోరుకుంటున్నాడు.

"ఇచ్చేయండి సార్." శివస్వామి అన్నారు. ధావల్ ఈయన వైపే చూస్తూ మళ్లీ ఎదురుగా కూర్చున్నారు.

"ఇచ్చేయండి సార్. ఇక దీన్ని పట్టివుంచడం మీకు సాధ్యం కాదు. అల్లమ ప్రభు వచనం ఒకటుంది. 'జీవం లేని శవాన్ని పట్టుకుని లాగుతారయ్యా, ప్రతి లేని ప్రతికి ప్రతిని చేస్తారయ్యా, శిరస్సే లేని మొండానికి మంత్రాక్షతలు పెడతారయ్యా గుహేశ్వరా'. ఇచ్చేయండి. మీ పాలిట ఇది శిరస్సును పోగొట్టుకున్న మొండెం. అతిగా అలంకరించాలనుకోకండి. అది వ్యర్థం. చివరికి మీకు అసహ్యం వేస్తుంది. ఇచ్చేయండి."

"శివస్వామీ, ఆ పద్యాన్ని మళ్లీ చెప్పండి"

శివస్వామి చెప్పారు.

"ఎవరిదని చెప్పారు?"

"అల్లమ ప్రభువు వచనం"

"నాకు బసవన్న తెలుసు. అల్లమ ప్రభువు గురించి వినలేదు"

"బసవన్న సమకాలీనుడు"

"జీవం లేని శవాన్ని పట్టిలాగడం అర్థమైంది. తదుపరి పంక్తి అర్థం కాలేదు.

"ప్రతి లేని ప్రతికి ప్రతిని చేస్తారయ్యా, ఏది పోల్చడానికి అసాధ్యమో దాన్ని పోల్చడానికి చూస్తాం. అల్లమప్రభుకు అది పరమాత్ముడు. పరమాత్ముడు సాటిలేనివాడు. కానీ మీకు అది ఉపమానమవుతుంది. మీరు పిల్లలను, కంపెనీని పోల్చడంలో, జీవాన్ని నిర్జీవంతో పోలుస్తున్నారు. కపోలం కపోలమే, శిల శిలనే. శిలాకపోలానికి ముద్దుపెట్టలేం. ఇది వద్దు సార్"

"అయ్యో రామా! నా జీవితమంతా అందులోనే గడిపానుకదా, శివస్వామి. ఇప్పుడు అలా అంటున్నారుకదా? ఎంత కఠినులయ్యా మీరు" అని ధావల్ గడ్డానికి చేయి ఆన్చి, మోచేతిని టేబుల్‌పై పెట్టి కూర్చున్నారు. కళ్లజోడు ముక్కు మీద అదో విధంగా కూర్చునివుంది. ఆయన మాటల్లోని బాధ కూడా ఆయన ముఖంలో కనిపిస్తోంది.

ఇంకా మాట్లాడిన కొద్దీ అయోమయంలో పడినట్టేనని శివస్వామికి అర్థమైంది. 'బాత్ రూంకి వెళ్లివస్తాను సార్' అంటూ లేచారు. నిజానికి

తొందరలేదు. కానీ అక్కడ నుండి లేవాల్సివుంది. ఎన్నో సంవత్సరాల తర్వాత త్రాగిన బీరు ఆహ్లాదకరంగా ఉంది. మధ్యాహ్నం ఎండకు చల్లదనాన్ని ఇచ్చింది. టాయ్లెట్‌కు వెళ్లి వచ్చినవారు వెళ్లేవారు అక్కడక్కడే తిరిగారు. ఓ పెద్ద టేబుల్ దగ్గర పదిహేను ఇరవై మంది కూర్చుని కబుర్లు చెప్పుకుంటూ భోంచేస్తున్నారు. ఒకే కంపెనీకి చెందినవారు కావచ్చు. మిగిలిన టేబుల్ల వద్ద చిన్న బృందాలలో వ్యక్తులు. జతగా వచ్చిన స్త్రీ, పురుషులు, చిన్న పిల్లలను కూర్చోబెట్టుకున్న చిన్న సంసారాలు, అక్కడక్కడ తమలాగే ఒకరు, ఇద్దరు, ముగ్గురు జతగా వచ్చిన పురుషులు, స్త్రీలు. కేరళపద్ధతిలో పంచె కట్టి, పచ్చని చొక్కాలు ధరించిన రెస్టారెంట్లోని కుర్రవాళ్లు హడావుడిగా టేబుల్ నుండి టేబుల్‌కు తిరుగుతున్నారు.

తిరిగి టేబుల్ దగ్గరికి వెళితే, ధావల్‌గారు, ఈయన వెళ్లే ముందు ఎలా కూర్చున్నారో అలాగే కూర్చునివున్నారు. కళ్లజోడు ఏ క్షణంలోనైనా ముక్కు మీది నుంచి జారి కింద పడిపోయేలా ఉంది. శివస్వామికి 'అయ్యో' అనిపించింది. మొరటు స్పర్శకు పూలరేకులు అలిగి ముడుచుకుంటున్నట్లుగా, శివస్వామి మాటలకు, ఆయన అంతరంగంలోంచి మాట్లాడిన అల్లమ ప్రభు కఠోరతకు ధావల్ నలిగిపోయారు. సూది నేరుగా గుండెలో గుచ్చుకుంది. కనిపించకుండా దాక్కున్న వయసు ఇప్పుడే మర్మాన్ని గ్రహించి ఇదే క్షణం అన్నట్టు ముఖంలోకి ప్రవేశించి పూర్తిగా ఆక్రమించుకుంది. మోసుకున్నవాడికి ఇప్పుడు భారం తెలిసివచ్చింది. ఎన్నడో గడిచిపోయిన జీవితం ఇప్పుడు లేచొచ్చి ఆయన్ను పీడించసాగింది.

"శివస్వామీ?"

"చెప్పండి, సార్."

"నేను ఈ కంపెనీ కోసం సర్వస్వం ధారపోశానుకదా! అదంతా వృథా అంటున్నారా?" అని అడిగారు.

"అయ్యో సార్. నేనెక్కడ అలా చెప్పాను?" కంగారుగా అన్నారు శివస్వామి.

"ఉచ్చ పోయడానికి ముందొక విధంగా, ఉచ్చ పోసిన తర్వాత ఇంకొక విధంగా మాట్లాడుతున్నారు, శివస్వామీ"

శివస్వామి బిగ్గరగా నవ్వారు. ధావల్ మాత్రం ఆ మాటలు సీరియస్‌గా

చెప్పారు.

"సార్, పిల్లల్నీ, కంపెనీని పోల్చవద్దని మాత్రమే చెప్పాను. మీరు జీవించిన విధానం తప్పని చెప్పలేదు. అలా చెప్పడానికి మేమెవరం సార్? మరి అది తప్పవటానికి ఎలా సాధ్యం? ఆ రోజుకు ఆ రోజు రీతిలో జీవించి వుంటాం. మన ప్రజ్ఞ చెప్పినట్టు వినివుంటాం. మన ప్రజ్ఞకు కంటిన్యూటీ అనేదే లేదు. అది క్షణానికి జీవిస్తుంది, ఆ క్షణపు ఉత్పన్నమైవుంటుంది. దానికి సమగ్రతను మనం ఆపాదిస్తాం, అంతే. ఇలా ఇలా జీవించాలని కథను అల్లుతాం. వాటినే లోకరీతి అన్నట్లు మాట్లాడుతాం. అర్ధరాత్రి లేచి ఇల్లు విడిచి వెళ్లిపోయిన బుద్ధభగవానుడు తన భార్యాబిడ్డలను త్యజించలేదా? మీరు చెప్పిన ఆ పెయింటర్ కథలా? భార్యాపిల్లలతో కూడిన స్వసంసారంకన్నా ప్రపంచానికి బోధించటమే నీకు ముఖ్యమా అని అడిగితే అతను ఏమి చెప్పేవాడో? లేచి వెళ్లటానికి ముందు అదంతా ఆలోచిస్తూ కేజీల తూకం వేస్తూ కూర్చున్నాడని నాకు అనిపించదు అదీగాక, ప్రపంచానికి బోధించడం భార్యాపిల్లలను ప్రేమించడం కంటే గొప్పదా లేక తక్కువదా అని ఎవరు నిర్ణయిస్తారు? ఎవరూ కాదు. ఆ క్షణానికి అదే పరమార్థం అనిపించింది. లేచి వెళ్లిపోయాడు. మీకు జీవితంలో ఒక కంపెనీని స్థాపించి, అభివృద్ధి పరచడమే సార్థకత అని అనిపించివుంటే, దాని గురించి ఇప్పుడు ఎందుకు విచారిస్తున్నారు? మీరు దాని కోసం విచారించాల్సిన అవసరం లేదు. అలాగే లెగసి, వర్క్ ఎథిక్, బ్రాండ్ నేమ్ అంటూ..." శివస్వామి కొంచెం తడబడ్డారు.

"బుల్‌షిట్ మాట్లాడుతూ..." ధావల్ వదిలేసిన స్థలాన్ని భర్తీ చేశారు.

శివస్వామి నవ్వారు. "ఆ విషయం నేను చెప్పలేదు, గుర్తుంచుకోండి సార్, మీరే చెప్పారు. వాటన్నింటినీ చెబుతూ, మీరు స్థాపించి, అభివృద్ధిపరిచి నందుకు జస్టిఫికేషన్ కూడా ఇవ్వాల్సిన అవసరం లేదు. జీవితకాల అనుభవాన్ని ఇలా చివరికి పదాల రూపంలో పట్టుకుని ఆడిట్ చేయలేం. పెంచారు. దానికి కావలసిన దారిపట్టారు. ఫలాన్ని తిన్నారు. దాని కోసం కోరిన త్యాగం చేశారు. నడిచేందుకు వీలుగా దారి పెరిగింది. జీవిత సూత్రం ఇంతే. అవే కర్మఫలాలు. ఏ దారిలో వెళ్లినా అది ఇక్కడికే వచ్చి ఆగుతుంది. కేవలం వాస్తవమైన దారి, కేవలం మిథ్యదారి అని లేనేలేదు. ఒక్కో దారి ఫలాఫలాలు

వేర్వేరుగా ఉంటాయి, కానీ ఒక నాణేన్ని వేయిసార్లు పైకి విసిరితే, హెడ్, టేల్ దాదాపు సమానమైనట్టు లాభం పొందటం, నష్టపోవటం చివరలో సమానంగా ఉంటాయి. కంపెనీ బ్యాలెన్స్ షీట్‌ను జీర్ణించుకున్న మీకు నేను ఈ మాటలు చెప్పాలా? ఇది మీకు ఒక్కరికే కాదు, ప్రతి మనిషికీ జరిగేటటువంటిది. కొన్నిటిని మనం పొందుతాం కొన్నిటిని పోగొట్టుకుంటాం. ఇప్పుడు ఈ వయసులో, పొందినదానికి, వీపు చరుచుకోవడానికీ అర్థంలేదు. పోగొట్టుకున్న దాని కోసం చింతించడం వల్ల అర్థం లేదు. వదిలేయండి" అన్నారు.

ధావల్‌కు కాస్త సంతృప్తి కలిగినట్లు అనిపించింది. తిరిగి ఈ ప్రపంచానికి వచ్చారు. శివస్వామి మాటలు విననట్టు ఇద్దరికీ మరో బీర్ ఆర్డర్ చేశారు. అందులో సగం మాత్రమే శివస్వామి తాగారు. భోజనం వచ్చింది. మలబార్ పరాటా, ఆవియల్, చెట్టినాడు మసాలా, కేరళ దంపుడు బియ్యం అన్నం, సాంబార్, గడ్డ పెరుగు ఉన్నాయి. అప్పం తిని, బీర్‌తాగి పొట్ట నింపుకున్న ఇద్దరు వృద్ధులు భోజనం తిన్నామనిపించి, తెప్పించుకున్న ఆహారాన్ని టేబుల్ మీద వదిలేసి లేచారు.

తిరిగి వచ్చేటపుడు కాతీహాలో ఇద్దరూ మౌనంగా ఉన్నారు.

ఇద్దరూ ఒకే విషయం ఆలోచిస్తున్నారో, వేరు వేరు ఆలోచిస్తున్నారో మొత్తానికి తలను కొలిమి చేసుకున్నారు.

కారు ఎం.జి. రోడ్ నుంచి డికన్సన్ రోడ్‌లో తిరిగేటప్పుడు ఏదో గుర్తుచేసుకున్నవారిలా ధావల్ శివస్వామి వైపు తిరిగారు.

"శివస్వామీ?"

"చెప్పండి సార్."

"మీరు ఏ దారిలో వెళుతున్నారు? మీకు ఏమి లభించింది? మీరు ఏమి పోగొట్టున్నారు?"

శివస్వామి నవ్వారు. "ఆ మాటలకు మనమిద్దరం ఇంకో రెండు బీర్లు తాగాలి సార్"

"నేను సిద్ధం"

"మరోసారి కలిసినపుడు చెప్తాను సార్. నాది రాజమార్గం కాదు. పక్కా రాళ్లు, ముళ్లతో కూడిన దారి. కూతురి జీవితంలో ఒక క్రూరమైన

సంఘటన జరిగి, నన్ను తీవ్రంగా గాయపరిచింది. అంతేకాకుండా జీవితం పట్ల నా ఆలోచనలు ఎన్నిటినో మార్చింది. ఎప్పుడైనా నెమ్మదిగా చెప్తాను". అని చెప్పినవారు చెప్పకూడని విషయాన్ని నోరుజారి బయటపెట్టినట్లు శివస్వామి మౌనం వహించారు. ఆశ్చర్యపోయిన ధావల్ కూడా ఆయన చెప్పబోయే విషయం కోసం ఎదురుచూస్తూ మౌనంగా కూర్చున్నారు. కానీ శివస్వామి మాట్లాడలేదు.

ఆఫీస్ ముందు కారు ఆగింది.

ధావల్ అలాగే కూర్చున్నారు.

శివస్వామి దిగారు.

ధావల్ కరచాలనం చేసి, "ఈ వారంలోనే మళ్లీ కలుద్దాం. వీలు చేసుకోండి, ప్లీజ్" అన్నారు.

శివస్వామి ఏమీ మాట్లాడలేదు.

"శివస్వామీ, ఇంటికి వెళ్లండి. పరవాలేదు. ఇప్పటికే నాలుగు గంటలైంది. స్కూటర్లో వెళ్లవద్దు. ఆఫీస్ కారులో వెళ్లండి."

అలాగేనని శివస్వామి తల ఊపి ఆఫీసు గేటు లోపలికి అడుగు పెట్టారు. ధావల్ కారు ముందుకు కదిలింది.

బీర్ తాగిన మత్తు దిగినప్పటికీ శివస్వామి సంకోచంతో అడుగులు వేశారు. లిఫ్ట్లో మనుషులు ఉండొచ్చని, బీర్ వాసన వారికి తెలియవచ్చని మెట్లు ఎక్కి తన ఫ్లోర్కు వచ్చారు. రవిరాజ్ గది తలుపు ముందు అతను, ప్రభు నిలబడి మాట్లాడుకుంటున్నారు.

శివస్వామి వాళ్లిద్దరి వైపు చూసి చిన్నగా నవ్వి తన గది వైపు అడుగులు వేశారు.

"శివస్వామి సార్ పార్టీ ముగించుకుని వచ్చారు" అని ప్రభు ఆయనకు వినిపించేలా చెప్పి మనోహరంగా నవ్వాడు. శివస్వామి కూడా జవాబుగా తిరిగి నవ్వారు. రవిరాజ్ కూడా నవ్వుతున్నాడు. అలా హాయిగా నవ్వే అతన్ని ఆయన మొదటిసారి చూశారు. ఆ క్షణానికి అతని పట్ల జాలితో కూడిన ఆత్మీయత మెదిలింది. నవ్వుతున్న అతని ముఖం అమాయకంగా కనిపించి ఓదార్పునిచ్చింది. అతనికి ఏదో చెప్పాలని మనస్సు తపించింది. కానీ ఏమి

చెప్పాలో స్ఫురించలేదు. ఎందుకో, ఏ కారణానికో కూతురు సంజన మళ్లీ గుర్తొచ్చింది. నెమ్మదిగా తన గది వైపు అడుగులు వేశారు.

చేయవలసిన పనులు చాలా ఉన్నాయి.

అవన్నీ పూర్తయ్యేసరికి సాయంత్రం ఏడున్నర అయింది.

మెట్రో ఎక్కి ఇంటికి వచ్చారు.

❖

21

రేవతినుంచి ఫోన్ వచ్చినపుడు శివస్వామి భోజనం ముగించి గిన్నెలు కడుక్కుంటున్నారు. రాత్రి పది గంటలైంది. రేవతి కంగారు పడింది. సంజుకు తెల్లవారుజామున బ్లీడింగ్ అయిందట. కడుపు నొప్పి కనిపించిందట. డెలివరీకి ఇంకా ఒక నెల సమయం ఉంది. అరుణ్ వెంటనే హాస్పిటల్‌కు ఫోన్ చేసి ఆమెను తీసుకుని వెళ్లాడట. రేవతి వెక్కివెక్కి ఏడ్చింది. శివస్వామి గాభరాపడ్డారు. "ఏమిటి, చాలా బ్లీడింగ్ అయిందా?" అని అడిగారు. "మరీ అంత కాదు. కేవలం స్పాటింగ్ మాత్రమే. తను మాత్రం చాలా భయపడిపోయింది" అంది. "అయ్యో దేవుడా" అని శివస్వామి బాధను వ్యక్తం చేశారు. ఇద్దరూ ఏం మాట్లాడాలో తెలియక ఒక్క క్షణం మౌనంగా ఉండిపోయారు.

"నువ్వు కూడా హాస్పిటల్‌కి వెళ్లివుండాలి. తనకు సహాయంగా ఉండేదానివి" అని అన్నారు.

"అరుణ్ వద్దన్నాడు" అంది.

"ఎందుకో సంజు కూడా అంతగా అడగలేదు"

కూతురి భయంతో కూడిన ముఖం మనసును ఆక్రమించుకుంది. "ధైర్యంగా ఉండు. ఆందోళన పడకు. అంతా సవ్యంగానే జరుగుతుంది" అని భార్యకు ధైర్యం చెబుతున్నప్పటికీ తానే కంటతడి పెట్టారు. "వాళ్లు హాస్పిటల్ నుంచి తిరిగిరాగానే నాకు ఫోన్‌చెయ్. ఎంతసేపయినా పరవాలేదు.

ఎదురుచూస్తుంటాను” అన్నారు.

“సాయంత్రం దేవుడికి దీపం వెలిగించారా?” రేవతి అడిగింది. శివస్వామి ఏమీ మాట్లాడలేదు. ఉదయం దీపం వెలిగించి పూజలు చేసి వెళ్లిపోయేవారు. సాయంత్రం లేదు.

“ధర్మస్థలానికి అయిదువందల రూపాయలు ముడుపు తీసిపెట్టండి” అంది.

ఫోన్ పెట్టేసి చాలాసేపు మౌనంగా సోఫాలో కూర్చున్నారు. మనస్సంతా ఆందోళనతో వున్న కూతురి చిత్రమే ఆక్రమించుకుంది. ఆ అమ్మాయి జీవితంలో జరిగిన సంఘటనలు గుర్తొస్తే ఒళ్ళు వణికిపోతుంది. ఈ మధ్యనే కాస్త ప్రశాంతంగా ఉంది.

ఆయన లైట్లు ఆఫ్ చేసి తమ మంచం మీద కూర్చున్నారు. రేవతి చెప్పినట్లు దేవుడి దగ్గర దీపం వెలిగిద్దామని లివింగ్ రూమ్‌కు వచ్చి లైట్ వేశారు. దేవుడి గది తలుపు దగ్గర నిలబడ్డారు. చాలా ఏళ్ల తర్వాత ఆ రోజు తాగి రావటం- దేవుడి గదిలోకి వెళ్లకుండా కాళ్లు ఆపాయి. స్నానం చేసి రావడానికి బాత్‌రూమ్‌కు వెళ్లారు. వేడినీళ్లు పెట్టుకోవాలని అనిపంచలేదు. చల్లటి నీళ్లతో స్నానం చేశారు. నేతిదీపం వెలిగించి మొక్కుకుని ఐదువందల నోటును దేవుడి పక్కన పెట్టి ధ్యానానికి కూర్చున్నారు. కేవలం కూర్చున్నారు. ఎంతసేపు కూర్చున్నా అతని మనసు శాంతించలేదు. క్షణక్షణానికీ ఆందోళన పెరిగిందే తప్ప తగ్గలేదు. తిరిగి బెడ్ రూమ్‌కు వచ్చి రేవతికి స్వయంగా ఫోన్ చేశారు. అప్పటికే అర్ధరాత్రి సమయమైంది.

“తిరిగొచ్చారా?”

“లేదు” అంది.

“నువ్వే అరుణ్‌కు ఫోన్ చెయ్” అన్నారు.

రేవతి ఇంటి ల్యాండ్‌లైన్ ఫోన్ నుండి అరుణ్ మొబైల్‌కు ఫోన్ చేసింది. అయితే అతను జవాబు ఇవ్వలేదు. “అయ్యో దేవుడా” అన్నారు శివస్వామి.

రేవతే అతన్ని ఓదార్చింది. “కొంచమే స్పాటింగ్ కనిపించింది. మరీ గాభరా పడకండి. ఎనిమిదవ నెల. డెలివరీ అయినా కావచ్చు. జాగ్రత్తగా చూసుకోవాలి, అంతే. ఇక్కడ వారికి దేనికీ లోటులేదు. ఆలోచించకండి.

నాకు తెలుసు, ఇది డెలివరీ నొప్పులు కావు. ఇంకొన్ని రోజులు ఆగాలి” అంది.

“నువ్వేమి చేస్తున్నావు?” అని అడిగారు.

“ఏమీ చేయడానికి తోచటం లేదు. కూరగాయలు తరుక్కోవాలి. వంటపని మొదలుపెట్టాలి. స్తోత్రాలు చెప్పుకుంటూ ఊరకే కూర్చున్నాను. తేజుతో మాట్లాడాలని అనుకున్నాను. కానీ వాడు క్లాసులో ఉంటాడు. వాడినెందుకు కంగారు పెట్టాలని మౌనంగా ఉన్నాను?” ఆమె అంది.

“వద్దు, వద్దు” అన్నారు. ఎంత టైం అయినా, వాళ్లు తిరిగి వచ్చిన తర్వాత ఫోన్ చేయమని చెప్పి ఫోన్ పెట్టారు.

రేవతిలాగే తానూ స్తోత్రాలను చెప్పుకోవాలనిపించింది. దేవుని గదిలోంచి శివాష్టోత్తర పుస్తకం తెచ్చి సోఫాలో కూర్చుని స్తోత్రాలు చెప్పుకున్నారు. ఆ తర్వాత తన బ్రౌన్ పుస్తకం నుండి ఇరవై వచనాలను చదివారు. తర్వాత లైట్లు ఆర్పి పడుకున్నారు. మొబైల్ ఫోన్ దిండు పక్కనే పెట్టుకున్నారు. నిద్రపట్టే అవకాశమే లేకపోయింది. తల పగిలిపోతోంది. దేవుని గదిలోని నేతి దీపం వెలుతురు బెడ్‌రూమ్ వరకూ వస్తోంది. ఆ మసక వెలుతురులో, మంచం ఎదురుగా ఉన్న గోడకు వేలాడదీసిన ఫోటోలు కనిపించాయి. శివస్వామి, రేవతి కుర్చీల్లో కూర్చున్నారు. వారి వెనుక అరుణ్, అతని పక్కన సంజు, ఆమె పక్కన తేజు నిలబడి వున్నారు. సంజు తన ఎడమ చేతిని కూర్చున్న ఈయన ఎడమ భుజంమీద పెట్టింది. తేజు, సాధారణంగా ఫోటో కోసం నిలబడుతున్నట్లు, సీరియస్‌గా, కాస్త కుతూహలం నిండిన కళ్లతో చూస్తున్నాడు. సంజు పెళ్లి రోజున తీసిన ఫోటో అది. దాని పక్కనే అక్కాతమ్ముళ్ల ఫోటో. అమాయకమైన ముఖాలు. సంజు పియుసి చదువుతున్న అమ్మాయి. తేజు హైస్కూల్ చదువుతున్న అబ్బాయి. బిఇఎల్ క్వార్టర్స్ ఇంటి మెట్ల ముందు నిలబడి ఉన్నారు. ఇద్దరూ ప్యాంట్లు, షర్టులు ధరించారు. శివస్వామి లేచి ఆ ఫోటో ముందు నిలబడ్డారు. ఆమె చిరునవ్వు ఎంత అందంగా ఉండేది. శివస్వామి కళ్లలో నీళ్లు తిరిగాయి.

రాత్రి ఒంటి గంటకు మళ్లీ కాల్ చేద్దామని ఫోన్ తీశాడు. పదేపదే చేస్తే రేవతిని మరింత గాభరా పెట్టినట్టు అవుతుందని నియంత్రించుకున్నారు. ఏం చేసినా మనసులోని ఆందోళన తగ్గలేదు. కూర్చోలేక, నిద్రపోనూలేక

ఇల్లంతా ముప్పావు గంట తిరిగారు. బెడ్ రూమ్-లివింగ్ రూమ్-వంటగది; వంటగది-లివింగ్ రూమ్-బెడ్ రూమ్. చేతిలో మొబైల్ పట్టుకునే ఉన్నారు.

మొబైల్ ఫోన్ మ్రోగినపుడు రెండు గంటలైంది. "వచ్చేసారా?" అన్నారు ఆందోళనగా.

"ఇప్పుడే వచ్చారు" అంది రేవతి. "ఆమె ఆరోగ్యంగా ఉంది. ఆందోళన చెందవలసిన అవసరం లేదు. అల్ట్రాసౌండ్ స్కానింగ్ చేశారట. బిడ్డ ఆరోగ్యంగా ఉన్నాడట. కంగారు పడకండి, తరచుగా స్పాటింగ్ కనిపిస్తే, అప్పుడు రమ్మని అన్నారట. ఎక్కువ స్ట్రెయిన్ కాకుండా చూసుకోండని అన్నారట."

"పుట్టికి ఫోన్ ఇవ్వు" అన్నారు.

మరుసటి క్షణం ఆమె మాట్లాడింది.

"నాన్నా! నువ్వింకా ఎందుకు మేలుకొనివున్నావు? పడుకో. నేను ఆరోగ్యంగా ఉన్నాను" అని కసిరింది. ఆమె కసురుతున్న స్వరం ఆయనకు ఇష్టంగా అనిపించింది.

ఫోన్ పెట్టేసిన తర్వాత తల ఎంతగా పగిలిపోతోందో అర్థమైంది. ఉదయం ఆఫీస్‌కు వెళ్లడం అసాధ్యం అనిపించింది. 'ఈరోజు ఆఫీసుకు రావడం లేదు' అని మెయిల్ రాసి సెండ్ బటన్ నొక్కాలని అనుకున్నప్పుడు మనసు సంకోచించింది. ఈ విధంగా ఆరోగ్య కారణాలతో పదేపదే సెలవు తీసుకుంటే ఆఫీస్‌లో ఏమనుకుంటారో? తాను హెచ్‌ఆర్ మేనేజర్ అయినప్పటికీ, ఇంకా ప్రొబేషన్లో ఉన్నందున ఉద్యోగ నిబంధనలు తనకూ వర్తిస్తాయి. అంతకన్నా ఎక్కువగా, పబ్లిక్ సెక్టార్‌లో రిటైరైన వ్యక్తిని తీసుకుంటే వారి ప్రవర్తన ఇలాగే ఉంటుందనే ఉదాసీన భావన మేనేజ్‌మెంట్ వారికి రాకూడదుకదా? అరవై ఏళ్లు పైబడినవారిని నియమించుకున్నందుకు కంపెనీ పశ్చాత్తాపపడ కూడదుకదా? ఈమెయిల్ పంపకుండా డిస్కార్డ్ చేసి పడుకున్నారు. తెల్లవారుజామున ఐదుకో, ఆరుగంటలకో నిద్ర పట్టింది. న్యూస్ పేపర్ బాయ్ నెలవారీ పేమెంట్ కోసం ఎనిమిది గంటలకు నాలుగుసార్లు బెల్ కొట్టి లేపాడు.

❖

22

"ఆయన ప్రాబ్లెమ్ ఏంటో తెలుసా శివస్వామి సార్..." ప్రభు సిగరెట్ బూడిదను రాల్చి, పొగను మరోసారి దీర్ఘంగా పీల్చి, ఈయన నిలుచున్న వైపు రాకుండా ముఖం తిప్పి ఆ పొగను జాగ్రత్తగా వదిలాడు. విడుదలై అలల నడక పొందిన పొగ చుట్టలు చుట్టుకుని పైకి సాగి ఆకాశంలో విలీనమైంది. ఇద్దరూ ఆఫీసు టెర్రస్ గార్డెన్‌లో నిలబడివున్నారు. వారి చుట్టూ ఒకేలా కనిపించే వరుస కుండీలలో ఒకే మట్టానికి కత్తిరించిన మొక్కలలో, ఒకే రంగులో వికసించిన పువ్వులు, ప్రార్థన కోసం యూనిఫాంలో నిల్చున్న ఒకే వయస్సు పిల్లల్లా కనిపిస్తున్నాయి.

ప్రభు మాటలు కొనసాగించాడు. "మా ఎం.డి.గారి సమస్య ఏమిటంటే, ఆయన దారులన్నీ ఏకముఖంగా భూతకాలం వైపుకు దారితీస్తాయి. భవిష్యత్తు విషయం వదిలేయండి. ఆయన వర్తమానంలోనూ లేరు. ఇది ఏ సైకాలజీనో తెలియదు సార్. ఆయన వయసులో నేను అలాగే మారుతానేమో? ఒక విధమైన ఫిక్సెడ్ ఒపినియన్‌కు కట్టుబడి ఉంటారు. ఒక విధమైన ఆటిట్యూడ్ కూడా. 'ఇఫ్ ఇట్ ఈజ్ ఓల్డ్ ఇట్ ఈజ్ గుడ్' అనే అభిప్రాయం వారిది. ఆయన సాఫ్ట్‌వేర్ పరిశ్రమను అర్థం చేసుకోలేరు. ఎందుకంటే సాఫ్ట్‌వేర్ అంటే వర్తమానం. అయితే ఈయన దానికి వెన్ను చూపిస్తూ నిలబడతారు. శనగ గుగ్గిళ్లు తింటే జీర్ణం కాదని వృద్ధులు ఇలా దూరంగా ఉంటారుకదా, అలాగే

ఇది. వాళ్ల సమస్య ఏమిటంటే, తమకు జీర్ణం కాకపోతే ఇతరులకూ జీర్ణం కాదనే అభిప్రాయాన్ని లోలోపల ఏర్పరుచుకుని ఉంటారు" అంటూ పెద్దగా నవ్వాడు. శివస్వామి కూడా నవ్వారు. అతను వృద్ధులూ అన్నప్పుడు అందులో తనను చేర్చాడో, వదిలేశాడో అర్థం కాలేదు.

"కేవలం వెనుకటి దారిని మాత్రమే చూడకూడదు. అది నిజం. కానీ మనం తొక్కుకుంటూ వచ్చిన దారిని చూడకుండా కేవలం సూటిగా చూస్తామంటే అదికూడా మనల్ని తప్పుదారి పట్టిస్తుంది, అవునా ప్రభూ?" శివస్వామి అన్నారు. రెచ్చగొడుతున్నారా అన్నట్లు ప్రభు ఓరకంట చూశాడు. శివస్వామి అతని చూపులను గమనించనట్లు తన చైనా కప్పులోని టీ తాగుతున్నారు.

"ఎం.డి. మా గురించి అలా అనుకుంటున్నారా?"

"లేదు. ఇది నా అభిప్రాయం. ఈ డివిజన్‌కు మీరేం చేస్తున్నారో అది, అంటే ఆ వ్యక్తి అనేక దశాబ్దాల కిందటే స్థాపించి అభివృద్ధిపరిచే కార్యాన్ని చేశారు, అవునా? ఒట్టి చేతులతో కంపెనీని నిర్మించారు. నేను మీ మాటలను అంగీకరిస్తాను, సాఫ్ట్‌వేర్, లాజిస్టిక్స్ వ్యాపారాలు భిన్నమైనవి. అయితే రూపొందించే కార్యం ఒకటేకదా ప్రభూ?" అన్నారు. ఈ అయిదు నెలల్లో అతనితో మాట్లాడుతున్నప్పుడు అతన్ని ఎలా నియంత్రించాలో నేర్చుకున్నారు. మంచి అబ్బాయి, తెలివైనవాడు, అయితే తొందర ఎక్కువ.

ప్రభు ఇంకో సిగరెట్ వెలిగించాడు.

"పూర్తిగా ఒప్పుకున్నాంకదా శివస్వామి? ఆయన్ను ఏ రోజు అనాదరణతో చూశాం? ఈ రోజూ కంపెనీలో ఆయన మాట కాకుండా ఇంకెవరి మాట చెల్లుతుంది? కానీ తను స్థాపించాడనే ఏకైక కారణంగా ఈ విధమైన పొసెసివ్ వ్యక్తిత్వాన్ని పెంచుకుని, తాను పెట్టిన అడుగు మాత్రమే దారి, మిగతావారు అనుసరించడానికి మాత్రమే తగినవారనే మనోవైఖరిని ఏర్పరుచుకుంటే కంపెనీ భవిష్యత్తు ఏమిటి? సంస్థను నిర్మించి, పెంచారన్నది నిజం. కానీ ఇప్పుడు అది కాలానికి తగ్గట్టుగా ఏదైనా కోరితే ఈయన దానికి అవకాశం ఇవ్వాలికదా? పండుటాకు నేపథ్యానికి జరిగితేనే కదా, చిగురాకుకూ వేదికపై అవకాశం దొరికేది? సారీ, ఆయన మీకు ఇప్పుడు ఆత్మీయులే కావచ్చు. మీ ఇద్దరి స్నేహాన్ని మేమందరం గమనించాం. నా మాటలు మీ ద్వారా వారికి చేరవచ్చు.

నాకు దాని గురించి భయం లేదు. మీరు చేరవేస్తారో లేదో కానీ ఈ మాత్రం చెప్పదలిచాను" అన్నాడు.

ఈ అయిదు నెలల్లో చెప్పలేక, అనుభవించలేక చెదిరిపోతున్న మాటలు ఇప్పుడు లెన్స్‌లోంచి దాటి ఒకే బిందువును కాల్చే తీక్షణమైన కిరణాలుగా వచ్చాయి. కాల్చటమే ఉద్దేశ్యమైతే కాల్చే తీరాలనే భావానికి వచ్చి చేరినట్టుంది. అంత చెప్పిన తర్వాత కళ్లల్లోకి సూటిగా చూడలేకపోయాడు. సిగరెట్ సగం ఉండగానే యాష్ ట్రేలో దాన్ని నలిపి శివస్వామి నుంచి దూరంగా వెళు తున్నవాడిలా వేసి గోడ అంచువరకు వెళ్లి ప్యారాపెట్ రాడ్‌కు చేయి ఆనించి నిలుచున్నాడు.

టీ కప్పు టేబుల్ మీద పెట్టి శివస్వామి కూడా నెమ్మదిగా వెళ్లి అతని పక్కన నిలుచున్నారు.

అక్కడి నుంచి ఎం.జి. రోడ్డు అద్భుతంగా కనిపించింది.

సూదిమొన ఊనటానికి కూడా స్థలం లేనట్లుగా వాహనాలు వరుసగా నిలుచున్నాయి.

రోడ్డుకు తోరణాలు కట్టినట్లు మెట్రో బ్రిడ్జి కనిపిస్తోంది.

"వెయిట్ చేయాలి ప్రభూ. పండుటాకు ఒకటి ఇంకా చెట్టుమీద నుంచి రాలిపడలేదంటే అది ఏదో తనదైన కర్తవ్యాన్ని నిర్వహిస్తోందని అర్థం. అది ఏమి చేస్తుందో చుట్టూ ఉన్న పచ్చని ఆకులకు తెలియకపోవచ్చు, చెట్టుకూ తెలియకపోవచ్చు, అంతెందుకు? స్వయంగా పండుటాకుకే తెలియకపోవచ్చు. అలాగని వ్యర్థంగా చెట్టుతో ఉండిపోయిందని భావించకూడదు. దాని ముసలితనపు లోగిలిలో అనవసరంగా జీవం ప్రవహించదు, అది ఏదో ఒక ఉద్దేశ్యంతోనే ప్రవహిస్తుంటుంది. ఏదో ఒక ఈనెలో చెట్టుతోటి ప్రేమ బంధం ఇంకా పచ్చిగానే ఉంటుంది. అన్నిటికీ సమయం వస్తుంది. ప్రకృతిలో ప్రతిదీ టైమ్ కంట్రోల్డ్. మనకు మనమే నిర్మించుకున్న కార్పొరేట్ కంపెనీలతో సహా సమస్తమూ ఆ నియమాల సరిహద్దుల్లోకి చేరిపోతాయి. సమయం కోసం ఎదురుచూడటం మాత్రమే మనం చేయవలసిన పని. సమయంలోని తర్కం మనకు అర్థంకాదు ప్రభూ. ఓపికగా నిరీక్షించడమే పరిపక్వతకు మార్గం. నా మాటలు కేవలం మీ దగ్గర మాత్రమే ఉండవు, ఇతరులకు కూడా చేరుతాయని

నాకు తెలుసు. మనం చేరుకున్న ఈ దశలో, ఆ రహస్యాలకు విలువలేదు. కాబట్టి, మీరు, మీ స్నేహితులను కలగలుపుకుని చెబుతున్నాను. పరిపక్వతకు నిరీక్షణ ఒక్కటే మార్గం" అన్నారు.

ప్రభు ఆయన వైపు చూడలేదు.

❖

23

ప్రభుతో మాట్లాడిన ఒక్క రోజులోనే, వారందరూ ఒకే గ్రూపుకు చెందినవారని నిరూపించడానికి అన్నట్టు శ్యామల నుండి కాల్ వచ్చింది. "ఎలా ఉన్నారు శివస్వామీ? మీ ఆరోగ్యం బాగుందికదా?" అంటూ కుశల ప్రశ్నలు వేసి ఆరా తీస్తున్నప్పుడు ఈ విషయాలన్నీ మనస్సులో తిరుగుతుండగా కాల్ అసలు ఉద్దేశం కోసం శివస్వామి ఎదురుచూడసాగారు.

"చూడండి శివస్వామీ, ధృతి మిమ్మల్ని కలవాలనుకుంటున్నారని చెప్పానుకదా. అందుకే ఫోన్ చేశాను" అంది. "ఎప్పుడు వచ్చి కలవాలి?" అని శివస్వామి టైం చూసుకున్నారు. రెండున్నర. ఈ మధ్య రోజుల్లో హెడ్ ఆఫీస్ నుండి ఈ విధమైన కోరికలు హఠాత్తుగా ఆయన మధ్యాహ్న సమయాన్ని తినేస్తుండటం వల్ల అరగంట ముందుగానే కార్యాలయానికి వచ్చి ముఖ్యమైన, వెంటనే చేయవలసిన పనులను ఉదయం వేళల్లోనే పూర్తిచేయటం అలవాటు చేసుకున్నారు.

"శ్యామల, రేపు రానా?"

"వద్దు. దయచేసి వీలుచేసుకుని ఈరోజు రండి. మీరు ఇప్పుడు బయలుదేరితే మూడు గంటలకంతా ఇక్కడ ఉండవచ్చు. ధృతి ఈరోజు ఖాళీగా ఉన్నారు" అంది. వాళ్లే అన్ని నిర్ణయాలు తీసుకున్నారు. ఒక సమావేశాన్ని నిర్ణయించారు. తాను ఈ క్షణమే బయలుదేరాలి. "సరే బయలుదేరుతాను'

అని జవాబివ్వటం తప్ప ఇంకేమీ చెప్పే అవకాశం లేదు.

"మిమ్మల్ని తీసుకుని రావాలని రతన్‌కు చెప్పాను. అతను కింద వెయిట్ చేస్తున్నాడు" అంది శ్యామల. రవిరాజ్ డ్రైవర్ రతన్. అది కూడా ప్లాన్ చేయబడింది. "ఇక ఈరోజు ఎం.డి.గారు ఆఫీసులో ఉన్నట్టులేరు. వారి పని ఏదైనా ఉంటే చెప్పండి, నేనే పూర్తి చేస్తాను. ఈ రోజు వీలు చేసుకోండి" అన్నారు. ఆ మాటల అర్థం మీరు వస్తున్నట్టు ధావల్‌గారికి చెప్పకండి అన్నది గ్రహించటానికి శివస్వామికి కష్టం కాలేదు. మామగారు ఆఫీసులో లేని సమయం చూసుకుని, కోడలు తనను కలవాలనుకుంటోంది. 'సరే' అని ఫోన్ పెట్టి, అనురాధ, సుధాకర్‌లను పిలిచి మిగిలిన పనుల గురించి క్లుప్తంగా చర్చించి బయలుదేరారు. సుధాకర్ హెడ్ ఆఫీస్ నుండి, ఈ బ్రాంచ్ ఆఫీసుకు, ఈయనకు రిపోర్ట్ చేయడానికి నిన్నటి నుంచి వస్తున్న ఒక అసిస్టెంట్ మేనేజర్. అనురాధ కంటే నాలుగైదు సంవత్సరాలు సీనియర్. ఒక మేనేజర్‌ను హెడ్ క్వార్టర్స్ నుండి పంపించి మీ పని భారాన్ని కాస్త తగ్గిస్తానని ధావల్ తమంతట తామే ఇచ్చిన మాట నిలబెట్టుకున్నారు.

మామగారికి తెలియకుండా తనను కలవాలనుకుంటే ఈ బ్రాంచి ఆఫీసుకు వచ్చి తన ఎదురుగా కూర్చోవడమే ఆమెకు అనుకూలంగా ఉంటుందికదా? ఆమె ఎప్పుడైనా, ఏ గంటలోనైనా వచ్చి, ఎటువంటి సూచన ఇవ్వకుండా 'మీతో మాట్లాడాలి' అని తనను తన కుర్చీలోనే కట్టివేసి వుండొచ్చు. ఈ బ్రాంచ్ రవిరాజ్ సామ్రాజ్యం. కానీ ఆమె అలా చేయకుండా అక్కడికి తనను పిలిపించుకుంటోంది. లిఫ్ట్‌లో ఉండగా శివస్వామి మనసు ఆలోచిస్తోంది. ఈ కంపెనీలో చేరినప్పటి నుండి, ఈ 'యజమానుల ఈగో' ఆయనకు మనిషి ప్రవర్తనలోని కొత్తకొత్త రూపాలను చూపించింది. వెనుకటి ప్రభుత్వ కంపెనీలో అది అధికారం, అందులో ఈగో, 'నీదంతా నిజానికీ నీదికాదు నాది' అనే ఈగో. ఆమె కంపెనీలో ఎటువంటి పదవిలోనూ లేరు. అధికారికంగా దేనిలోనూ పాల్గొనరు, పాల్గొనటానికీ లేదు, కానీ కంపెనీని పూర్తిగా తన నియంత్రణలో పెట్టుకోవడానికి ఎం.డి.తో పోటీపడుతోంది. చేతులు కనిపించకుండా పాచికలు విసురుతోంది. వయసు దాటిన మామగారు, వయస్సులో ఉన్న కోడలు ఒకే మాయకు రెండు రూపాలుగా కనిపించారు.

ఒకే నాణేనికి రెండు వైపులు.

బహుశా పిలిపించుకోవడంలో ఇంకొక పాయింట్ ఉంది. ఆమె బ్రాంచ్ ఆఫీస్‌లో కలిస్తే, ఆమె కేవలం బ్రాంచ్ ఆఫీస్‌కు మాత్రమే రాణి అవుతుంది, అయితే హెడ్ ఆఫీస్‌కు పిలిపించుకుంటే ఆమె మొత్తం డిటి గ్రూపుకు సామ్రాజ్ఞి అవుతుంది. ధావల్ నుంచి ధృతికి కంపెనీ పోయినా, దీని పేరు డిటి గ్రూప్‌కే మిగిలిపోతుందికదా. అదేకదా, కుటుంబ వ్యవహారమంటే అనిపించి ఒక మృదువైన చిరునవ్వు ఆయన పెదవులపై విరిసింది.

కన్నడ రాని రతన్ హిందీలో మాట్లాడుతూ శివస్వామిని హెడ్ ఆఫీస్ దగ్గర వదిలినప్పుడు మూడు గంటలు దాటి ఐదు నిమిషాలైంది. గుజరాత్‌లో పుట్టి బెంగుళూరులో పెరిగిన తండ్రికి డ్రైవర్ మండ్యవాడైతే, బెంగళూరులోనే పుట్టి బెంగళూరులోనే పెరిగిన కొడుకుకు డ్రైవర్ గుజరాతీవాడు. కొద్దిరోజుల క్రితం అనూరాధ చెప్పిన విషయం శివస్వామికి గుర్తొచ్చింది. ధృతి కోడలుగా వచ్చిన తర్వాత వంటకు, సహాయానికి, అన్నింటికీ జామ్‌నగర్ నుంచి పనివాళ్లను పిలిపిస్తోంది. అందులో రవిరాజ్ డ్రైవర్ కూడా ఒకడు కావచ్చు.

ఆఫీసు గేటులోకి కారు ప్రవేశించే సమయానికి శ్యామల నుండి కాల్ వచ్చింది. మొదటి ఫ్లోర్‌లోని కాన్ఫరెన్స్ రూమ్‌లో ఉన్నాం,అక్కడికే వచ్చేయమని. మొదటి ఫ్లోర్‌లోనే శ్యామల కూర్చుంటుంది. 4వ ఫ్లోర్‌లో ఎం.డి. ఆఫీస్. ధావల్ కారు ఎప్పుడూ పార్క్ చేస్తున్న ప్రదేశంలో లేదు. శ్యామల చెప్పినట్టు ఈరోజు ఆయన ఆఫీసుకి రాలేదు. 4వ ఫ్లోర్‌లోకి వెళ్లకండి అనే అర్థం వచ్చే మెసేజ్ చూస్తే అనితకూ ఈ సమావేశం తెలియకూడదు అనేలా ఉంది.

మందమైన కాంతిగల కాన్ఫరెన్స్ రూమ్‌లోకి శివస్వామి ప్రవేశించినపుడు చతురస్రాకారంలో ఉన్న ఇరవై సీట్ల టేబుల్ ఎదురెదురుగా శ్యామల, ధృతి కూర్చుని మాట్లాడుతున్నారు. తలుపు చప్పుడు కాగానే ఇద్దరూ ఆయన వైపు తిరిగి ఆత్మీయంగా నవ్వి స్వాగతం పలికారు. శ్యామల ఆకుపచ్చని చీరలో ఉ ంది. అచ్చమైన కేరళ శైలిలో జుట్టును అల్లుకోకుండా వదిలేసుకుంది. ధృతి లేత నీలం రంగు జీన్స్, గులాబీ రంగు కుర్తా ధరించింది. సన్నటి శరీర నిర్మాణం ఆమెది. రవిరాజ్‌కు సరిజోడు అనిపించేలా పొడుగైన మనిషి. ఐదు నెలల క్రితం కంపెనీలో చేరిన రోజు ఆమెను కలవడం తప్ప, మళ్లీ ఈరోజే

ఆమెను చూస్తున్నందున శివస్వామి దాదాపు ఆమె ముఖాన్ని మర్చిపోయారు. శివస్వామి దగ్గరికి రాగానే ఇద్దరూ లేచి నిలబడి కరచాలనం చేశారు. శ్యామల నవ్వుతూ వుంది. ఇద్దరూ కలిసే శివస్వామి ఆగమనానికి ఒక ఆత్మీయ సన్నివేశాన్ని సృష్టించారు.

ధృతి వేగంగా, అనర్గళంగా ఇంగ్లీష్ మాట్లాడుతోంది. ఆమె మాటల్లో, హావభావాల్లో మెట్రో సిటీలో పెరిగినట్టు తెలుస్తోంది. ఆమె మాట్లాడేటప్పుడు ఎదుటి వ్యక్తినుంచి దూసుకునిపోయేలాంటి లేజర్ దృష్టిని అలవరుచుకుంది.

"మీ కుటుంబం ఎలా ఉంది, మిస్టర్ స్వామీ? అందరూ అమెరికాలో ఉన్నారని, మీరు ఒక్కరే ఇక్కడ ఉన్నారని విన్నాను. కుటుంబాన్ని వదిలివుండటం మీకు చాలా కష్టంగా ఉండాలికదా?" అని అంది.

శివస్వామి తన పిల్లల గురించి చెప్పారు. భార్య కూతురి కాన్పుకు అమెరికా వెళ్లినట్లు చెప్పారు. తాను ఎందుకు వెళ్లకుండా ఉండిపోయాడో చెప్పడానికి ప్రయత్నించలేదు. ఆమె తన మోచేతిని టేబుల్‌పై ఉంచి, ఎడమ చేతిని తన చెంపకు అదిమి వుంచి, ఆయన వైపే సూటిగా చూస్తూ వింటోంది.

విషయానికి వస్తున్నట్టు ఆమె, "మా మామగారికి మీరంటే చాలా ఇష్టం మిస్టర్ స్వామీ" అని అంది. పర్సనల్‌గా మాట్లాడటానికి సందర్భం సృష్టించడానికే ఎం.డి.అని పిలవకుండా మామగారని అన్నారేమోనని ఆలోచించారు. పైగా, ఆమెకు కంపెనీలో ఏ అఫిషియల్ టైటిల్ లేకపోవడం వల్ల ఆమె ఎం.డి.అనకుండా మామగారని పిలవడమే మరింత సముచితం అనిపించింది.

"అది వయసుకు అనుగుణంగా ఏర్పడే స్నేహం" అన్నారు శివస్వామి.

"అది కూడా ఒక కారణం కావచ్చు. కానీ అదొక్కటే అని చెప్పలేను. మీరు వారికంటే చిన్నవారుకదా?" ఆమె నవ్వింది.

"అవును" శివస్వామి కూడా నవ్వారు.

"అయినా, నేను వారి చుట్టుపక్కల ఉన్నవారిలో మీ అందరికంటే పెద్దవాడినికదా? కాబట్టి ఆయన ఒక్కొక్కసారి నాతో మాట్లాడాలనుకుంటారు"

"ఇది చాలా సంతోషకరమైన విషయం మిస్టర్ స్వామీ. అసోసియేషన్ అన్నది ఎంత అద్భుతమో చూడండి. మా మామగారు నిజంగా ఒంటరితనంతో

బాధపడుతున్న మనిషి. మా తండ్రిలా కాదు. మీరు మా నాన్నను చూడాలి. ఆయన మెలకువగా ఉన్న ఏ సమయంలోనైనా కనీసం పదిమంది ఆయన చుట్టూ ఉంటారు. ఆయనకూడా దాన్ని మనస్ఫూర్తిగా కోరుకుంటారు. బాల్యంలో పిల్లలమైన మాకు ఆయనతో ఒంటరి సమయాన్ని గడపడమే పెద్ద సవాలుగా ఉండేది. అది ఇప్పటికీ ఉంది. కానీ ఈయన అలా కాదు. ఈ విషయంలో రవి నాకంటే అదృష్టవంతుడు. మొదటి నుంచీ మా మామగారి సర్కిల్ చాలా చిన్నది. అది తనంతట తానే ఏర్పడింది కాదు. ఆలోచించి జాగ్రత్తగా తానే నిర్మించుకున్నది. ఇప్పుడు మిమ్మల్ని ఎంపిక చేసుకున్నారుకదా! అలా. ఆయన జీవితంలో ప్రీతమ్ జైన్ సర్వస్వమయ్యారు. అఫ్‌కోర్స్, ఇంట్లో మా అత్తగారు.

నాకు ఏమనిపిస్తుందో తెలుసా, మిస్టర్ స్వామీ? మరణాలను, వ్యక్తుల అతిశయాలను ఇలా పోల్చకూడదని తెలుసు. అయినా మా అత్తగారి మరణంకన్నా ప్రీతమ్ మరణం మామగారిని ఎక్కువగా బాధించింది. నాలాంటి వాళ్లకు దాని జవాబు సులభంగా స్ఫురిస్తుంది. ఇద్దరు మనుషులు నలభై ఏళ్ల కాలం ఆఫీసులో రోజుకు కనీసం పదిహేను గంటలు కలిసివుంటే, వారు ప్రాణస్నేహితులు కాకుండా ఇంకేమవుతారు? కొన్ని రోజులు రాత్రంతా ఆఫీసులోనే గడిపి ఉదయాన్నే స్నానానికి ఇంటికి వెళ్లేవారట. ఈ కంపెనీలో వారిద్దరి గురించి మీరూ ఇప్పటికే చాలా కథలు వినివుంటారు. వాళ్ల స్నేహం గురించి నన్ను కాదు రవిని అడగాలి, ఎన్నో కథలు చెబుతాడు. ఇద్దరూ తాగడానికి కూర్చుంటే రాత్రంతా తాగుతుండేవారట. కొన్ని సమయాల్లో ఇద్దరూ అందరి ముందు గొడవ పడేవారు. అది కూడా ఎలా అనుకున్నారు? చిన్నపిల్లల్లా గొడవ కోసం ఎదురుచూసేలా. నాగరిక ప్రపంచంలో వాడకూడని మాటలతో తిట్టుకునేవారట. అయితే మరుసటి గంటలో అలా పోట్లాడింది తామే కాదన్నట్టు కలిసిపోయేవారట. నాకు మా మామయ్యగారంటే నిజంగా అసూయగా ఉంది. మిస్టర్ స్వామీ, స్నేహం అంటే అలా వుండాలికదా? హృదయానికి దగ్గరకాని వందమంది స్నేహితులు ఉండటం కంటే ఈ విధమైన ప్రాణ స్నేహితుడు లేదా స్నేహితురాలు ఒకరుంటే చాలుకదా? ఎన్నో జన్మల పుణ్యం కాదా? ఆడ, మగ తమ అవసరాల కోసం జత కడతారు. ఒకరిపై ఒకరు ఆధారపడి జీవిస్తారు. అది వేరే విషయం. అయితే స్నేహం ఉందికదా,

అందులోనూ ఇలాంటిస్నేహం, మరీ అరుదైనది. అలాంటి స్నేహితుడు మరణించిన తర్వాత మా మామగారి మీద కలిగిన మానసిక పరిణామాన్ని ఎవరైనా ఊహించవచ్చు" అని చెప్పింది.

శివస్వామి ఆసక్తిగా వింటున్నారు. ధావల్, ప్రీతమ్‌లు మంచి స్నేహితులు అనే మాట సాధారణమన్నట్టు కంపెనీలో వినిపించే మాట. కానీ దాని లోతును చెప్పింది మాత్రం ఈమెనే. కంపెనీలో వాళ్లిద్దరు తిట్టుకుంటూ పోట్లాడుతున్న ప్రసంగాలే వినోదానికి సరిపోయాయి. ప్రీతమ్ ఈ లోకాన్ని విడిచి ఇప్పటికే పదేళ్లు గడిచిపోయినా ఆయన మాటలే అతిశయంగా ప్రచారంలో ఉన్నాయి. కంపెనీ పాత ఉద్యోగుల నుండి కొత్త ఉద్యోగులకు ఆ విషయాలు బదిలీ అవుతూ తమ ఉనికిని కాపాడుకున్నాయి. కంపెనీలో ఎవరో ఒకరు తప్పు చేయటం, మరొకరు ధావల్‌లాగానో, ప్రీతమ్‌లాగానో బిగ్గరగా హిందీలో డైలాగ్ చెప్పడం కంపెనీలో మామూలైపోయింది. అయితే ఇక్కడ ఈమె, కంపెనీకి నిజంగా బయటి వ్యక్తి, వాళ్లిద్దరి స్నేహానికి వేరే అర్థాన్ని ఇచ్చింది. పైగా, నియంత్రణ కోల్పోని స్వరంలో ఆమె వివరించే తీరు, భావోద్వేగాలను ఆరోహణలోనూ అవరోహణలోను పెంచే, తగ్గించే తీరు ఎంత పరిణామాన్ని కలిగించిందంటే శివస్వామి, శ్యామల మంత్రముగ్ధులైనట్టు ఆమె మాటలే వినసాగారు. "నిజంగానే అరుదైనదే" అన్నాడు శివస్వామి.

ధృతి నవ్వుతూ "ఈ అతి స్నేహం వల్ల కలిగే అనర్థాలు కూడా వినండి" అంది. అదే సమయంలో ఎవరో కాన్ఫరెన్స్ రూమ్ తలుపు తట్టారు. శ్యామలకు రిపోర్టు చేసే మేనేజర్ అభయ్ చంద్ వచ్చాడు. ఏదో అడగాలని శ్యామలను ఒక్క నిమిషం బయటికి పిలిచాడు. శ్యామల లేచి నిలబడగానే, ధృతి "శ్యామలా, పరవాలేదు. నువ్వు వెళ్లవచ్చు. మళ్లీ ఇక్కడికి రావాల్సిన అవసరం లేదు. మా సమావేశం ముగిసిన తర్వాత శివస్వామి స్వయంగా మీ డెస్క్ దగ్గరికి వస్తారు" అంది. శ్యామల బయటకు వెళ్లింది. ఇది కూడా ప్లాన్ చేసిందేమోనని శివస్వామి మనసు అనుమానించింది.

శ్యామల బయటికి వెళ్లగానే కాన్ఫరెన్స్ రూమ్ తలుపు తనంతట తానే మూసుకుంది. ధృతి మాటలు కొనసాగించింది.

"మా పారిశ్రామికవేత్తల కుటుంబాలకు సంబంధించిన కొన్ని సమస్యలు

బయటి ప్రపంచానికి విచిత్రంగా కనిపిస్తాయి. అది ఎలాగో నా అవగాహన స్థాయిలో వివరిస్తాను. వినండి. మనం మన కుటుంబాన్ని, పిల్లలను ప్రేమిస్తాంకదా, శివస్వామీ, ఆ ప్రేమ ఎలా పుడుతుంది? ఒకే రక్తాన్ని పంచుకున్నంత మాత్రాన ప్రేమ పుడుతుందా లేదా చాలా సంవత్సరాల సహజీవనం వల్ల ప్రేమ పుడుతుందా? సహజీవనం కాకపోతే ఒకే రక్తమైతే ఏమిటి, దాని విలువ ఏమిటి? గ్రీకు పురాణాలలో ఈడిపస్ కథ ఉందికదా! తల్లిదండ్రులు ఎవరో తెలియకుండా, వారికి దూరంగా పెరిగిన ఈడిపస్ తన తండ్రిని చంపి తల్లిని పెళ్లి చేసుకుంటాడు. ఇది ఎంత విషాదమో చూడండి.

ప్రేమ, సహజీవనం వల్ల కుటుంబ పునాది పటిష్ఠమైనప్పుడు, దాని మీద ఏది నిర్మించినా చివరివరకూ అది నిలబడుతుంది, అవునా? అలాంటి కుటుంబంలో పెరిగే పిల్లలు దగ్గరగా ఉన్నా, దూరంగా ఉన్నా అనుబంధాన్ని తప్పకుండా కాపాడుకుంటారు? నేను మూర్ఖురాలిని. నాకంటే చాలా పెద్దవారైన మీకు ఈ మాటలు చెబుతున్నాను. మిమ్మల్ని చూస్తే, మీ మాటలు వింటే మీరు పిల్లలను ఎంత బాగా పెంచారో తెలుస్తుంది. మీ పిల్లలు ఎంతో దూరంలోని అమెరికాలో ఉన్నప్పటికీ మీ కోసం తపిస్తున్నారు. నేను చెబుతున్నది నిజమేకదా మిస్టర్ స్వామీ?"

"నిజమే" అని శివస్వామి అంగీకరించారు.

"ఒక సంసారానికి అంతే కావాలికదా. సహజీవనం లేదంటే, భార్యాపిల్లలను వదిలేసి కుటుంబం నుండి పారిపోయిన వారని కాదు, సంసారంలోనే ఉండి కనిపించకుండా పోయినవారు. మా వ్యాపార కుటుంబాల్లో ఒక చెడు కాన్సెప్ట్ ఉంది. సంసారంతో క్వాంటిటీ టైమ్ గడపటం కంటే క్వాలిటీ టైమ్ గడపాలి. ఈ కాన్సెప్ట్ పశ్చిమం నుండి వచ్చింది. కానీ మన మగవాళ్లు దాన్ని చాలా చక్కగా తమకు ఇష్టం వచ్చినట్టు మలుచుకున్నారు. వారి ప్రకారం, పిల్లలతో ఐదుగంటలు గడపవలసిన అవసరం లేదు, ఐదునిమిషాలు గడిపితే చాలు. అయితే అది 'క్వాలిటీ టైమ్ కావాలి' అని. ఏది శ్రేష్ఠమో, ఏది హీనమో తెలుసుకోవడానికి రెండూ తెలిసివుండాకదా? పిల్లలతో సమయం గడిపితే కదా ఏది తగినదో, ఏది కాదో తెలుస్తుంది. భూమి నుంచి టన్ను మట్టిని పైకి తెస్తేనేకదా, ఐదు గ్రాముల బంగారాన్ని వేరుపరచగలం.

పిల్లలతో రెండు గంటలు కూర్చుని కార్టూన్ నెట్వర్క్ ఛానెల్లో సినిమా చూడటం ముఖ్యమా లేదా హెచ్‌డి ప్లేయర్‌తోపాటు, సరికొత్త డిస్నీ మూవీకి సంబంధించిన సిడిని అమెరికా నుండి తెప్పించి బహుమతిగా ఇవ్వటం ముఖ్యమా అని అడగండి. మా యజమానులందరూ బహుమతి ఆప్షన్ ఎంచుకోకపోతే అప్పుడు చెప్పండి. ఇది మా కుటుంబాల ట్రాజెడి, మిస్టర్ స్వామి. కుటుంబాన్ని నిర్మించడానికి, ప్రేమ పునాదిని వేయడానికీ చాలా సమయం అవసరం. మా మగవాళ్లకు అది లేదు. డబ్బుతో ప్రతిదీ కొనవచ్చు, కానీ సమయాన్ని కాదు. ఇన్‌ఫ్యాక్ట్ సమయాన్ని కబళించి డబ్బు పెరుగుతుంది" అని విషాద స్వరంతో చెప్పి, ఆమె మౌనం వహించింది.

ఈ ఉపోద్ఘాతంతో ఆమె ఏం చెప్పబోతోందో శివస్వామి ఊహించలేక పోయారు. ఏదో పెద్ద కథను మధ్యభాగం నుండి చెప్పినట్లు అది ఆద్యాంతాలు లేకుండా అసంపూర్ణంగా ఉంది. కానీ ఆమె మాటల్లో బాధ దాగివుంది. అవి కేవలం మాటలు కావని, అనుభవించి హృదయం లోతుల్లోంచి వస్తున్న మాటలేనని స్పష్టమైంది. ఆయన చెవులు అప్పగించి కూర్చున్నారు. ధావల్ కోసం శివస్వామి చేస్తున్నది అదే కాబట్టి, పనిలో కొనసాగింపు భాగంగా ధావల్‌గారి కోడలు మాటలనూ అదే శ్రద్ధతో వినసాగారు.

ధృతి తన మృదువైన కంఠంతో తన మాటలు కొనసాగించింది. "ప్రేమ అన్నది మొలకెత్తి, మొలకగా, మొక్కగా, చెట్టుగా పెరిగి, దాని వేళ్లను లోతుగా దింపి, చాలా కాలానికి ఎలా సురక్షితంగా మారుతుందో, అదే విధంగా, అసహనం లేదా అసంతృప్తి మిగిలిపోతే, అవి కూడా పెరిగి, విస్తారంగా వేళ్లను నేలలోతుల్లోకి దింపుతాయి. అవి కూడా జీవితాంతం ఉండిపోతాయి. రోజు రోజుకూ చిన్నగాయం పెద్దవ్రణంగా మారి వేధిస్తుంది. అనుభవించడం కష్టం, మిస్టర్ స్వామీ, నిజంగా కష్టం. ఒకరిచేత తిరస్కారానికి గురికావటం చాలా కష్టం. అదీ మీరు అతని సంతానమే అయివుంటే... తండ్రిని పూర్తిగా కంపెనీ, స్నేహితుడు కబళిస్తే, పిల్లలు తండ్రి వుండీ అనాథలవుతారు. రవి పరిస్థితిని ఇంతకంటే భిన్నంగా వర్ణించలేను" అని ఒక్క క్షణం తన భావోద్వేగాలను అదుపులో పెట్టుకోవడానికి మౌనం వహించింది. శివస్వామి ముఖం కూడా పాలిపోయింది. మాటలు ఈ విధంగా ఉద్వేగానికి

లోనైనప్పుడు శ్యామల లేకుండా తానొక్కడే ఉండడం ఒక రకంగా నిశ్చింతను, మరో విధంగా సంకోచాన్ని కలిగించింది. వెనకొకసారి పరిచయపు చిన్న సమావేశం తప్ప... మొదటిది అనగలిగే ఈ సమావేశంలో ఈమె ఎన్నో రోజుల ఆత్మీయమైన పరిచయస్థురాలే అన్నట్టుగా మాట్లాడుతోంది.

"మిస్టర్ స్వామీ, కుటుంబంలో ఉంటూనే ప్రేమ వృత్తం నుంచి ఆవల ఉండిపోవడం ఎంతటి బాధ అన్నది అనుభవించి తెలుసుకోవాలి. నేను చెప్పినది మీరు అర్థమైందని భావిస్తున్నాను. ఇంతకన్నా విప్పి చెప్పడం కష్టం. ఇది మొత్తం కుటుంబాన్ని బయటపెట్టినట్లవుతుంది. కూతురు కావాలంటే అలా చేయగలదు, ఆమెకు ఆ మినహాయింపు ఉంటుంది. కానీ కోడలికి సాధ్యంకాదు" అని పేలవంగా నవ్వింది.

శివస్వామి మనసు ఒకేసారి రెండు దిక్కులకి పరిగెత్తుతోంది. మొదటిది, ఈ క్షణంలో ఈమె తన మనసులోని మాటను చెప్పినప్పుడు – లేదా అలా మాట్లాడుతున్నానని తనను ఒప్పించేటప్పుడు – దానికి ఓదార్పు మాటలతో స్పందించకపోతే సమంజసం కాదు, అది నాగరికత కాదు. అయితే ఇక్కడ జాగ్రత్త అవసరం. ఇది పూర్తిగా ఒక కుటుంబానికి సంబంధించిన విషయం. ఏ సంసారాలలో ప్రలాపాలు ఉండవు? ఇది అరుదైనదా? కోరికకు చనిపోయింది కోటి! ప్రలోభానికి చనిపోయింది కోటి! అదే విధంగా, ప్రతి వ్యక్తి కూడా కాలానుగుణంగా మారిపోతాడు. పుట్టినప్పుడు నాటిన విత్తనం చనిపోయే వరకు ఉంటుందనలేం. ప్రతివ్యక్తి పుడుతూనే మరణిస్తాడు, మరణిస్తూనే పుడతాడు. ఎప్పటికప్పుడు తనను తాను సృష్టించుకుంటూనే ఉంటాడు. అలాగే కుటుంబం కూడా. ఒక తండ్రి తన పిల్లలపై ప్రేమ చూపలేదనే కారణంగా ఈరోజు ఆయనను శిక్షించటానికి ప్రయత్నించటం జరగకూడదు. గతంలో చేసిన తప్పుకు ప్రాయశ్చిత్తంగా ఆయన ప్రాణం కంటే ఎక్కువగా ఇష్టపడే కంపెనీని కోరడం. ఆ వ్యక్తి లోకవ్యవహారంలా కంపెనీని అప్పగించి నేపథ్యంలోకి తప్పుకోవాలి, అది నిజం. అయితే తప్పొప్పులకు కాదు. కంపెనీ ఆయన స్థాపించి అభివృద్ధి పరిచిన ఆస్తి. కళ్లు మసకబారేవరకూ దాన్ని చూస్తూ కూర్చునే అధికారం ఆయనకు ఉంది. అలా చేయడానికి ఆయనకు ఏ జామ్‌నగర్ స్త్రీ అంగీకారం అవసరం లేదు. పుట్టించినంత మాత్రాన తండ్రి తనదంతా

కొడుకుకు బదిలీ చేయవలసిన అవసరం లేదు. అయితే, ఈమెకు ఈ తాత్త్విక జిజ్ఞాస అవసరం లేదు. ఆమెకు జవాబు కాదు, తాజా పరిష్కారం కావాలి.

“తండ్రి ప్రేమ ఒకేలా ఉండదు ధృతి” అన్నారు శివస్వామి. ‘దానికి ప్రత్యేకమైన ఆకారం లేదా పరిమాణం లేదు. కొందరు వ్యక్తపరుస్తారు. మరికొందరు దానిని సుప్తంగా ఉంచుకుంటారు. మౌనంగా ఉండే తండ్రులు, కోపిష్టి తండ్రులు, ఉరిమే తండ్రులు, ఆర్భాటపు తండ్రులు, మొండి తండ్రులు, పిరికి తండ్రులు- అనేక రకాల తండ్రులు ఉంటారు. అన్ని రకాలుగా దొరుకుతారు. కానీ మనస్సు లోతులో, ఫలకేంద్రంలో విత్తనం ఉన్నట్లు, ప్రేమ తప్పకుండా ఉంటుంది. ఏదో ఒక ప్రలోభానికి ఎక్కువో తక్కువో దాదాపు అందరూ లొంగుతారు. లోపం లేని వారిని చూపించండి. చూద్దాం. ఒకరికి కంపెనీ అయితే, ఇంకొకరికి ఇంకొకటి. తాగుబోతు తండ్రులు లేరా? వర్క్‌హాలిక్ తండ్రులు అరుదా? వారి బలహీనత వల్ల కుటుంబం కష్టాలుపడినా ఆయన ఏనాడూ ప్రేమించలేదని చెప్పడం అమానుషం” అన్నారు.

చెప్పినది పదునుగా ఉంది. ఆయన ఆశించిన స్థాయిలో ఆమె దానికి స్పందించలేదు. బదులుగా ఆమె తన సన్నటి పొడవైన వేళ్లతో టేబుల్ మీదున్న కూలింగ్ గ్లాస్‌ను తిప్పుతోంది. తర్వాత ఏదో గుర్తొచ్చినట్లు పదివేళ్లనూ మొత్తంగా దగ్గరగా చేర్చి గోళ్ల రంగును పరిశీలించింది. ఈయన వైపు చూడకుండా, “ఆయన కంపెనీని ప్రేమిస్తారా లేదా కంపెనీని ప్రేమిస్తున్నాననే తమ గుణాన్నే ప్రేమిస్తున్నారో దేవుడికే తెలుసు. ప్రేమకు నిజమైన అర్థం పక్షపాతం. మనం ఒకదాన్ని ఎక్కువగా ప్రేమించబోయి, మరొకదానిపట్ల పక్షపాతం చూపివుంటాం. కావాలంటే ఆలోచించండి” అంది. ఇప్పుడు తల పైకెత్తి, ఎడమ ముంజేతిని చెంపకు ఆనించి, మోచేతిని టేబుల్‌పై మోపి, వంగి ఆయన వైపు చూస్తూ, “మిస్టర్ స్వామి, మీరు పిల్లలకు ఎలాంటి తండ్రి? నేను మరీ పర్సనల్‌గా అడుగుతున్నాను. కేవలం కుతూహలం కోసమే. ఏమీ అనుకోకండి” అని అడిగింది.

శివస్వామి నివ్వెరపోయారు. ఇదే ప్రశ్న ధావల్ నుంచి వచ్చింది. వేరు వేరు దిక్కుల నుంచి వచ్చిన రెండు రేఖలు ఒకే బిందువులో మామా కోడళ్లు మాట్లాడుకున్నవారిలా శివస్వామి ఎదుట ఒకే ప్రశ్నతో నిలబడ్డారు.

పాచికలాటలో ఒకే రంగు పావులు ఒకే ఇంట్లో కూర్చుని తమ నడక కోసం ఎదురుచూస్తున్నట్లు మామ-కోడలు ఒకే వైపున కూర్చుని శివస్వామి కోసం ఎదురుచూస్తున్నారు. యజమానులు అయినందువల్ల ఇద్దరికీ, అడగకుండానే తమ కథ చెప్పటానికీ, ఎలాంటి అవకాశం ఇవ్వకుండా ఉద్యోగి కథను చెప్పించుకోవటానికీ అధికారం స్వతహాగా వచ్చివుంటుంది. ధావల్ నుండి ప్రశ్న వచ్చిన రోజున సంభాషణ ముగిసింది, కానీ అదిప్పుడు ప్రారంభమైంది. కొకొనట్ గ్రూ-అనే కేరళశైలి రెస్టారెంట్‌లో మొదలైన సంభాషణకు కొనసాగింపులా శివస్వామి-ధృతి మాట్లాడుతూ కూర్చున్నారు.

"దానికి నేను కాదు, నా పిల్లలు సమాధానం చెబితే బాగుంటుంది" అని నవ్వారు. అతను తెలివిగా తప్పించుకునే జవాబుకు ఆమె కూడా నవ్వింది. అయినా పట్టువదలని దానిలా "మీ అభిప్రాయంలో మీరు ఏ విధమైన తండ్రి, చెప్పండి" అంది.

శివస్వామి తన కళ్లజోడు తీసి, కర్చీఫ్‌తో తుడిచి, మళ్లీ పెట్టుకుంటూ అన్నారు- "ధృతి, ఒక్క వాక్యంలో చెప్పాలంటే నా పిల్లలలో నన్ను నేను చూసుకున్నాను. ఒక తండ్రిగా పెరిగాను. నేను నా పిల్లలను ఎంతగా తీర్చిదిద్దానో, వాళ్లూ నన్ను అంతగానే తీర్చిదిద్దారు. ఇప్పుడు ఎదిగిన పిల్లలు నాకు ఆత్మీయ స్నేహితులయ్యారు. మా నలుగురితో కూడిన కుటుంబమే మాకు చిన్నవిశ్వమైంది. అంతర్గత విశ్వం. బయటిప్రపంచం మనల్ని హింసించినప్పుడు వెళ్లి దాక్కోవడానికి ఉన్న సురక్షితమైన ప్రదేశం. మాకు మాత్రమే ఆర్డర్ ఇచ్చి కుట్టించిన దోమతెర. దోమతెర సంసారం"

"దోమతెర సంసారం! చక్కటి కల్పన" అంది ధృతి.

"అది నా కూతురి మాట" అని శివస్వామి నవ్వారు. "సంజన ఐదారేళ్ల చిన్నపిల్లగా ఉన్నప్పుడు, దోమతెర కడితే చాలా సంతోషంతో, ఉత్సాహంతో పరుపుమీద గంతులు వేసేది. 'ఇది నా ఇల్లు! ఇది నా ఇల్లు!' అంటూ దోమతెర చుట్టూ పరుపు మీద మోకాళ్లతో దూకేది. 'ఎవరూ లోపలికి రావద్దు. ఇది నా ఇల్లు' అని అరిచేది. నాన్నకూడా వద్దు, అమ్మకూడా వద్దు, చివరికి తమ్ముడు కూడా లోపలికి రాకూడదు. అటు తర్వాత కొద్దిరోజులకు తమ్ముడిని లోపలికి పిలుచుకోవడం ప్రారంభించింది. అప్పుడు తేజకు మూడేళ్లు. పిల్లలిద్దరూ దోమతెర

లోపల పరుపు చుట్టూ గంతులువేసేవారు. అటు తర్వాత కొద్దిరోజులకు రేవతికి, నాకు లోపల ప్రవేశించడానికి అనుమతి దొరికింది. మేమిద్దరం పక్కమీద మధ్యలో కూర్చోవాలి. వాళ్లిద్దరూ చుట్టూ తిరుగుతూ కేకలు వేసి నృత్యం చేయాలి. అలా లిటరల్లీ దోమతెర లోపల మొదలైన విశ్వమది" అని నవ్వారు.

"నాకు నిజంగా అసూయ కలుగుతోంది మిస్టర్ స్వామీ. ఎలాంటి విశ్వం, అదెలాంటి మెటాఫర్. ఎ న్యూ మెటాఫర్ కెన్ క్రియేట్ ఎ న్యూ మీనింగ్ ఫర్ లైఫ్. అద్భుతం!" అంది. ఆమె భావపారవశ్యం కళ్లల్లో కనిపించింది. "దోమతెర ఉండడానికి, దోమతెర లేకపోవడానికి మధ్య ఉన్న తేడా ఇప్పుడు నాకు తెలుస్తోంది. మేమూ దోమతెర ప్రపంచాన్ని సృష్టించుకోవడానికి ప్రయత్నిస్తాం. అయితే మా సమస్య ఏమిటో తెలుసా? ఊరిలోని వస్తువులన్నిటినీ, ఊరిలోని మనుషులందరినీ లోపల చేర్చుకుని దోమతెర ఉండడానికి, దోమతెర లేకపోవడానికి వ్యత్యాసం లేకుండా చేస్తాం. నా బాల్యంలో కేవలం నాన్న, అమ్మ, అక్కలతోకూర్చొని భోంచేయటమే గుర్తులేదు. తండ్రి స్నేహితులో, బంధువులో తప్పకుండా ఉండేవారు. కేవలం వ్యవహారపు మాటలే. పురుషులు, మహిళలు, పిల్లలు, వృద్ధులు అందరూ వ్యాపారం గురించి మాట్లాడేవారే.

అక్కడ నుండి ఇక్కడికి వచ్చాను చూడండి. ఇది మరో రకానిది. ఇక్కడ మాటలే లేవు. దాంతోపాటు జనం అందుబాటులో ఉండరు. ఉదయం ఎనిమిదికి ఇంటి నుంచి బయలుదేరితే రాత్రి పదికి తిరిగివస్తారు. ఆఖరికి మా నాన్నగారు వ్యాపారం గురించి మాట్లాడుకుంటూ అయినా కనిపించేవారు. ఇంటిని– ఆఫీసును ఒక్కటి చేశారు. ఇక్కడ అది కూడా లేదు. దోమతెరే లేదు, ఇక వ్యక్తిగత విశ్వమెక్కడ" అంది విషాదంగా.

"అలా అనుకోవడం తప్పు" అన్నారు శివస్వామి. "మీరు అనుకున్నట్టు ఏ విశ్వమూ శూన్యంగా ఉండదు. దోమతెరల ప్రపంచం నా కుటుంబానికి ఒక రూపకం అయినట్లుగా, ఇంకేదో మీకూ అవుతుంది. ప్రతిసంసారం తనదైన అర్థాన్ని కనుక్కుని ఉంటుంది. రెండు మెటాఫర్‌లను పోల్చి తప్పు చేస్తున్నారు" అన్నారు. కేవలం లాజిక్ కోసం ఈమెతో ఏదేదో మాట్లాడినా శివస్వామికి మనస్సులో అవగాహన ఉంది. అంటుకోవడం, వేరుపడటం సంసారపు పుట్టుకతో వచ్చిన గుణం. దేవుడు కొన్ని కుటుంబాలకు జిగురు పూసి పంపివుంటాడు.

అవి సంతోషమో, దుఖమో, ఇష్టమో, అయిష్టమో తప్పకుండా అంటుకుంటాయి. కావాలన్నా, వద్దన్నా అవి అతుక్కుపోవాల్సిందే. అంటుకోవడం వాటి కర్మ. కొన్నింటికి జిగురు పూయకుండా పంపివుంటాడు. అవి ఎంత ప్రయత్నించినా అంటుకోవు. సంసారాలు అతుక్కుపోయినప్పుడే ఒకదానిలో ఒకటి కలసిపోతాయి, కరిగిపోతాయి.

"అలా అంటున్నారా?"

"అవును అలాగే. శరీరంలో రక్తం ప్రవహిస్తుంది అంటే ఏ జీవితమూ శుష్కంగా ఉండదు"

చివరికి, సుదీర్ఘ సమావేశానికి ముగింపు పలుకుతున్నట్లు, శివస్వామి "ధృతీ, మీరు నన్ను పిలిపించడంలోని నిజమైన ఉద్దేశ్యం ఏమిటి?" అన్నారు. అయిదు గంటలైంది. ఇది ఒక విచిత్రమైన పరిస్థితి. ఇంటికి వెళ్లడానికి తొందర, కానీ బ్రాంచ్ ఆఫీస్‌కు వెళ్లడానికి ఆలస్యం అవుతుంది. ఈమె వెళ్లనిస్తే, హెడ్ ఆఫీస్‌కు సంబంధించిన కొన్ని పనులైనా ముగించి, ఇంటికి వెళ్లొచ్చు. ఎంతసేపు అవసరంగా ప్రపంచం చుట్టివచ్చే మాటలు మాట్లాడటం?

"ఆఁ ఉపోద్ఘాతం ఎక్కువైంది, ఇప్పుడు అసలు విషయానికి వస్తాను. నేను ఇప్పుడు ఏమేమి మాట్లాడానో, మా మామగారి స్నేహితుడి మరణానంతరం తాను అనుభవిస్తున్న ఒంటరితనం, కుటుంబ కష్టాలు అన్నీ ఒక స్థాయిలోని వ్యక్తికి, కుటుంబ స్థాయికి పరిమితమైనవి. కానీ మనది ప్రైవేట్ కంపెనీ. తెలిసో తెలియకో ఒక యజమాని సమస్య సంస్థ సమస్యగా మారుతుంది. ఒక కంపెనీ ఇంత పెద్దగా అభివృద్ధి చెందిన తర్వాత, ఒక పబ్లిక్ లిమిటెడ్ కంపెనీగా అవతరించే అన్ని లక్షణాలుండి కేవలం సహేతుకమైన సమయం కోసం వేచివున్నప్పుడు, మన వ్యక్తిగత సుఖసంతోషాలు, నమ్మకాలు -అపనమ్మకాలు వ్యాపారం మీద ప్రభావం కలిగించకూడదు, అవునా? అది కంపెనీకి మనమే ద్రోహం చేసినట్టు అవుతుంది.

మా మామగారి మనసులో ఒక భూతాకారపు అనుమానం దూరింది. తాను లేకపోతే కంపెనీ మునిగిపోతుందని. మీరు ఈ వాస్తవాన్ని ఈ పాటికే గమనించివుండాలి. కంపెనీ సంబంధిత బిజినెస్ హెడ్‌లు సమర్థవంతంగా నిర్వహిస్తారు. విమల్, అశోక్, రవిలు కంపెనీని బాగా నడుపుతున్నారు. ప్రతి

ఏడు వృద్ధి చెందుతున్న కంపెనీ ఆదాయం, లాభాల గణాంకాలే అందుకు నిదర్శనం. ఈ ఐదేళ్లలో కంపెనీ ఉద్యోగుల సంఖ్య కూడా యాభై శాతం పెరిగింది. మీరు దీన్ని మీ హెచ్ఆర్ రికార్డుల్లో గమనించి ఉండొచ్చు. మా మామగారు ఎం.డి.గా కూర్చున్నారు, కానీ నిజానికి ఆయనకు ఈ నాటి కంపెనీ కనిపించటం లేదు. కంపెనీకి చెందిన అనేక వ్యవహారాలు చాలావరకు ఆయన అనుభవానికి బయటే నిర్వహింపబడుతున్నాయి. ఆయన దాన్ని అర్థం చేసుకోలేక పోతున్నారు. ఇతరులు గౌరవంతో దాన్ని వారిపై మోపటంలేదు.

ఒక ఉదాహరణ చూడండి. ఈ రోజు శ్యామల నాతో అదే విషయం గురించి మాట్లాడి, మీకు తెలియజేయాలా వద్దా అని అడుగుతోంది. చెన్నైలోని ఒక కంపెనీలో మన ప్రోడక్ట్ విషయంగా సమస్య ఏర్పడిందటకదా? మా మామగారు రవి, ప్రభు ఇద్దరినీ చెన్నైకి వెళ్లిరమ్మని మామగారు చెప్పారట. వాళ్లిద్దరూ సరేనన్నారు. కానీ నిజానికి వెళ్లలేదు. ఇక్కడి నుంచే సమస్యను పరిష్కరించారు. ఆయనను బాధపెట్టడం ఇష్టంలేక వెళ్లివచ్చామని అబద్ధం చెప్పారు. ఇది ఉల్లంఘన కాదు, అది నడుచుకోవలసిన తీరు. ఆయన కోసం ఎదురుచూడకుండానే కంపెనీ తన పాటికి తాను చేసుకుపోతుందనడానికి నిదర్శనం.

ఎలాంటి మొహమాటం లేకుండా నా మనస్సులో ఏముందో సూటిగా చెబుతాను. నిజంగా ఇప్పుడు జరగాల్సింది మా మామగారి రిటైర్మెంట్. కంపెనీ కంటే ఎక్కువగా అది ఆయనకు ప్రశాంతతనిస్తుంది. అనేక బంధాల నుండి విముక్తుణ్ణి చేస్తుంది. కానీ ఆయన విషయంలో అది కష్టం. ఆయన గురించి మీకు తెలుసు. కంపెనీయే తన ఊపిరి అని, దాని నుంచి తప్పుకుంటే ఎలా బతుకుతానో అనే భయం ఆయనలో బలంగా నాటుకుపోయింది.

మిస్టర్ స్వామీ, మీ అనుభవం, స్నేహం వారి మనస్సుకు ఏదో ఒక విధంగా కొంత శాంతిని కలిగించి, వారికి ఒక మార్గం చూపాలని నేను మిమ్మల్ని అభ్యర్థిస్తున్నాను. నివృత్తులై వెనుక వరుసలో కూర్చోవడం అంటే ఓడిపోయి వెనుక జరిగినట్టుకాదు. ఓడిపోయి వెనుకకు జరగటానికి, స్వచ్ఛందంగా నివృత్తులవటానికి ఆకాశానికీ భూమికీ మధ్య ఉన్నంత వ్యత్యాసం ఉందని ఆయనకు అవగాహన కలిగించాల్సిన అవసరం ఉంది. దీనిలోని

మిగిలిన సూక్ష్మాలను నేను మీకు చెప్పటం మూర్ఖత్వం అవుతుంది.

ఈ పనికి మీకన్నా తగినవారు వెతికినా దొరకరు. మీరు పదవీ విరమణ చేసి మీ వ్యక్తిగత కారణాల వల్ల మళ్లీ ఉద్యోగంలో చేరారని నాకు తెలుసు. ఆ కారణంగా వృత్తి, నివృత్తికి మధ్యనున్న సూక్ష్మబేధాలు మీకు తెలిసినట్లుగా మాకెవరికీ తెలియదు. అంతేకాకుండా, జీవితం పట్ల ఒక పరిణతి చెందిన ఫిలసాఫికల్ దృష్టిని కలిగినవారు మీరు. అది గమనించడానికే నేను మీతో ఇంతసేపు మాట్లాడాను. ఇది ఇంటర్వ్యూ కాదు. దయచేసి ఏమీ అనుకోకండి. ఇంకో కారణం కూడా ఉంది. మేము కుటుంబ సభ్యులం ఏమి మాట్లాడినా వారికి అదొక వ్యూహంగా అనిపిస్తుంది. మా కుటుంబంలో ఆయనతో ఈ విషయాల గురించి చర్చించగలిగే వయసు, అనుభవం, పరిణతి ఉన్నది మా నాన్నకు మాత్రమే. అయితే వాళ్లిద్దరి రిలేషన్ షిప్...వదిలేయండి, మీకు చెప్పాలంటే అది ఇంకో గంట కథ అవుతుంది. కాబట్టి నేను మిమ్మల్ని వేడుకుంటున్నాను. అది కంపెనీ దృష్టితోనైనా సరే, స్నేహితుడి దృష్టికోణం నుంచి చూసినా సరే, మీరు వారికి సహాయం చేయాలి. అలా చేయడం ద్వారా, మీరు మీ స్నేహితుడికి మాత్రమే కాకుండా, నాకూ, రవికీ, మొత్తం కంపెనీకి సహాయం చేస్తున్నారు. ఇక, మీరు దూషించినా సిగ్గు వదిలేసి ఒక విషయం చెబుతాను. మీరు నాకు సహాయం చేస్తే, తిరిగి మీకు సహాయం చేయడం నా బాధ్యత. మా మామగారు కూడా పదవీ విరమణ చేయాలి. తన తదుపరి జీవితాన్ని ప్రశాంతంగా గడపాలి, దయచేసి అలా చేయండి" అని చేతులు జోడించింది.

❖

24

తేజు బిగ్గరగా నవ్వాడు. అతని నవ్వు సముద్రాలు దాటి బెంగుళూరు చేరి ఫోన్ ద్వారా శివస్వామి చెవులోకి ప్రవేశించి ఆయన్నూ నవ్వేలా చేసింది. ధృతితో జరిగిన సంభాషణ గురించి ఆయన తేజుకు చెప్పాడు, "నువ్వు నాకు సహాయం చేస్తే, మరలా నేను నీకు సహాయం చేస్తాను"–అని ఆమె మాటలను పూర్తి చేయటానికి ముందు చెప్పిన విషయం తప్ప. ఆ విషయాన్ని తేజుకి చెప్పడానికి చాలా మొహమాటంగా అనిపించింది.

"మీ పని బాగుంది నాన్న. రిటైర్డ్ అయిన మిమ్మల్ని ఎవరైతే ఉద్యోగంలోకి తీసుకున్నారో ఆయన్ను నువ్వు రిటైర్డ్ చేయాలని చెప్పు"

"ఒక విధంగా అలాగే; ఇరువైపుల నుంచీ అంచనాలు అలాగే ఉన్నట్టున్నాయి" అని నవ్వుతూ చెప్పారు. తేజస్‌కు డిటి గ్రూప్ ఆఫ కంపెనీస్ అన్నది తానే పనిచేసినంత పరిచయమైంది. శివస్వామి అన్ని విషయాలు చెప్పుకున్నారు. తేజస్ కూడా తన కాలేజీ, హాస్టల్, స్నేహితులు ఇలా అన్ని విషయాలు తండ్రికి తన సమవయస్కులన్నట్టు చెప్పుకునేవాడు.

"చూడూ, స్పష్టంగా చెప్పకపోయినప్పటికీ, వారందరి మనస్సుల్లో, నేను ప్రీతమ్ జైన్ స్థానాన్ని భర్తీ చేయాలని ఉంది. ఆ వ్యక్తి ఎవరో నాకు తెలియదు, అతను చనిపోయి ఇప్పటికే పదేళ్లయింది. ఆయన ధావల్ మనోలోకంలో ఏ గుంతలు పూడ్చేశాడో, ఏ కొండలను లేపాడో దేవుడికే తెలుసు. ఒక మనిషి

ఎప్పుడూ చూడని మరొకడి స్థానానికి బదిలీకావడం సాధ్యమా? ప్రపంచమంతటా వెతికితే, చూడటానికి ఒకే రూపంలో ఉన్నవారు దొరకవచ్చు, కానీ మాట్లాడే ఏకరూపులు దొరుకుతారా? నన్ను వదిలేయ్, ఆ చనిపోయిన మనిషే మళ్లీ లేచొచ్చినా, అతను లేనప్పుడు ఏర్పడిన పదేళ్ల ఖాళీని పూరించలేడు. నాకేమి అనిపిస్తుందో తెలుసా? నన్ను ఆ చనిపోయిన వ్యక్తి నీడలో చూసినంతగా వారందరికీ నిరాశ ఎదురుచూస్తోంది. ఇది భ్రమ కాక ఇంకేమీ కాదు" అని ఆయన అన్నారు.

"ఈ ఉద్యోగం మానేసే సమయానికి నువ్వు మంచి నటుడివి అవుతావు. ఏదైనా టీవీ సీరియల్లో చేరవచ్చు" అని తేజస్ నవ్వి, "నాన్నా, నాకు నిజానికీ ఆ పెద్దాయన మీద జాలి వేస్తోంది. ఆ మనిషి తీవ్రమైన అభద్రతా భావంతో బాధపడుతున్నారు. మీరు మాత్రమే తన సమస్యను పరిష్కరించలేరని ఆయనకూ తెలుసు. మీరే చెప్పినట్లు, బయటివారెవరూ ఆయనకు పరిష్కారం చూపలేరు. మీకు భారం అనిపించక, మీకు ఇష్టమైతే ఆయనకు సహాయం చేయండి."

శివస్వామి నవ్వారు.

"ఇప్పుడు నువ్వు ఆయన కోడలు మాదిరి మాట్లాడుతున్నావు. అందరూ సహాయం చేయండి సహాయం చేయండని చేతులు జోడించేవారే తప్ప, ఎలా సహాయం చేయవచ్చో చెప్పేవారు లేరు" అని అన్నారు.

"నువ్వు ముందే చెప్పావుకదా నాన్నా. ఆయన కోరుకునేది కేవలం మీరు మౌనంగా వినాలని. ఆ మాత్రమే చెయ్" అన్నాడు తేజు. అది సరైనదని అనిపించింది. 'సరే' అన్నారు. "అమ్మతోపాటు నువ్వు ఇక్కడికి వచ్చివుంటే ఎలాంటి ఇబ్బందులు ఉండేవి కావు" అన్నాడు. మౌనంగా నవ్వి ఫోన్ పెట్టేశారు.

మనసు నిండా తేజు ఆక్రమించాడు. అతను ఈయనతో కాల్ ముగించి తన కాలేజీ భవనంలోకి వెళుతుండవచ్చు. ఆయన ఊహలో బ్రిటీష్ లైబ్రరిలాంటి బిల్డింగ్ నుంచి బయటికి వచ్చి తన లావాటి కళ్లద్దాలను, కనుబొమల మధ్య ఒత్తుకుంటూ ఒక కాలును బిల్డింగ్ గోడకు అదిమిపెట్టి మాట్లాడే టీ-షర్టు, జీన్స్ ప్యాంట్ కుర్రవాడి చిత్రం రూపుదిద్దుకుంది. మాట్లాడేటప్పుడు పదేపదే కళ్లద్దాలను ఒత్తుకునే అలవాటు వాడికి. అతను ఏడెనిమిదేళ్ల కుర్రాడిగా ఉన్నప్పటి నుంచీ కళ్లద్దాలు ధరించడం ప్రారంభించాడు.

అతను ఎప్పుడూ తెలివైన కుర్రవాడే. మితభాషి. సంకోచ స్వభావి. రెండో మూడో తరగతిలో ఉన్నప్పుడు బోర్డు మీద రాసినదాన్ని సరిగ్గా కాపీ చేసుకోక ఏదేదో రాసుకుని వచ్చినపుడే వాడికి దృష్టిదోషం ఉండొచ్చని రేవతి అనుమానించింది. అయితే పాఠశాలకు వార్షిక ఆరోగ్యపరీక్షల నిమిత్తం వచ్చిన ఉత్తరప్రదేశ్ రాష్ట్ర ప్రభుత్వ వైద్యుడు, ఏం పరీక్ష చేశారో కానీ కంటి చూపుతో సహా అంతా బాగానే ఉందని రిపోర్ట్ ఇచ్చి, పాఠశాల వారు దాన్ని ఇంటికి పంపించడంతో అతన్ని కంటిపరీక్షకు వీళ్లు తీసుకెళ్లలేదు. నాకు బాగా కనిపించడం లేదని ఆ కుర్రవాడూ చెప్పుకోలేదు. ఒకసారి అతని పి.ఇ. స్పోర్ట్స్ ఉపాధ్యాయుడు శివస్వామి కార్యాలయంలో కలిశాడు. ఆయన భార్య బిఇఎల్‌లో ఉద్యోగం చేస్తుండడంతో, అప్పుడప్పుడు ఏవో కారణాలతో బిఇఎల్ కార్యాలయానికి వచ్చిన వారిని స్వయంగా శివస్వామి గుర్తించి పలకరించారు. "మీ తేజస్ అన్నింట్లో తెలివైనవాడు. అయితే వాడికి కంటి సమస్య ఉన్నట్లుంది, ఎక్కడో బంతి ఉంటుంది, వీడు ఎక్కడో బ్యాట్ ఊపుతాడు. ఐ-హ్యాండ్ కోఆర్డినేషన్ సమస్య ఉన్నట్లుంది. మంచి డాక్టర్‌కు చూపించండి" అన్నారు. వెంటనే డాక్టర్‌కు చూపించినప్పుడు వాడికి దృష్టిదోషం ఉందని తెలిసింది. ఆ తర్వాత ఏడాదికేడాదికి దృష్టిదోషం పెరిగి మందపాటి కళ్లద్దాలు వాడికి శాశ్వతంగా వచ్చాయి.

వాడికి కళ్లద్దాలు కొనిచ్చిన రోజులను తలుచుకుంటే శివస్వామికి నవ్వొస్తుంది. ఇంకా ముద్దుముద్దుగా మాట్లాడుతున్న లేత కుర్రవాడు కళ్లద్దాలు పెట్టుకోనని చాలా మొండితనం చేశాడు. స్ట్రాబెర్రీ ఐస్‌క్రీమ్, డైరీ మిల్క్ చాక్లెట్, కామిక్ బుక్స్ ఇంకా ఏవేవో లంచంగా ఇచ్చినా అంగీకరించలేదు. "కావాలంటే నువ్వే పెట్టుకో" అన్నాడు. చివరికి, వాడ్ని ఒప్పించడానికి, రేవతి, సంజన ఒకొక్క జత సాదా గాజు, చవకైన ప్లాస్టిక్ ఫ్రేమ్ కళ్లద్దాలను కొనుక్కుని ఇంట్లో ఉన్నప్పుడు వాడి ముందు అందరూ పెట్టుకుని, కళ్లద్దాలు ధరించడం ఒక ఆటగా చేసిన తర్వాత వాడు అలవాటు చేసుకున్నాడు. బీరువాలోని ఒక ప్లాస్టిక్ డబ్బాలో ఆ నకిలీ కళ్లద్దాలు, విరిగిన తేజు రెండు ఒరిజినల్ కళ్లద్దాలు ఇప్పటికీ వాళ్లింట్లో ఉన్నాయి.

❖

25

రాత్రి పన్నెండు గంటలు దాటినా అనూప్ గార్డెనియావాళ్లు పని ఆపకుండా ఇబ్బంది పెట్టారు. పొద్దున్నే స్నానం చేసి అల్పాహారం చేసి ఆఫీసుకి బయలుదేరుతుండగా, అప్పుడే గేటు శబ్దమైంది. ఎవరో గేటు గొళ్లెం పట్టుకుని మూడుసార్లు కొట్టారు. శివస్వామి తలుపు తీస్తే, గేటు దగ్గర పక్కింటి సంకేతీ భట్టుగారు నిలుచోని వున్నారు. ఎప్పుడూ బనీనులో ఉండేవారు నీలి జుబ్బా ధరించారు. ఎక్కడికో వెళుతున్నట్టు తెల్లటి ధోవతి కట్టుకున్నారు.

"మీ పేరు మర్చిపోయాను"

"శివస్వామి"

"శివస్వామిగారూ, నేనెందుకు వచ్చానంటే, వీధివాళ్లంతా కలిసి ఒకచోట చేరి, వెనుక రోడ్డులో ఉన్న అపార్ట్‌మెంట్ బిల్డర్ మీద కేసు పెట్టాలని నిర్ణయించుకున్నాం. రాత్రి పన్నెండు గంటలైనా పనులు ఆపటంలేదు. మనం ఎలా నిద్రపోవాలో చెప్పండి. నా కొడుకు, కోడలు ఇద్దరూ ఉదయాన్నే పనికి వెళ్లాలి. ఇంట్లో ఎవరికీ నిద్రలేదు. గతంలో నాలుగుసార్లు వీధివాళ్లంతా కలిసి బిల్డింగ్ మేనేజర్‌ను కలిసి మాట్లాడాం. ఆయన వినే మనిషికాదు. ఓనర్ నార్త్ ఇండియన్ అట. ముంబైలో ఉంటాడట. ఇక్కడ మన నిద్రను పాడుచేసి, అక్కడ కూల్‌గా ఉన్నాడు. ఒకటి కాదు, రెండు కాదు. ఆరేళ్లు గడిచాయి. పూర్తయ్యేలా కనిపించటం లేదు. ఇక్కడ మేనేజర్‌ను దబాయిస్తే, అతను 'అలాగే

రేపటి నుంచి ఏడుగంటలకల్లా పని పూర్తిచేస్తామని' అంటాడు. చెప్పటం వరకే. కానీ చెప్పినట్టు చేయడు. పాడుముండా కొడుకులు. మన మాటలు వినే మనుషులు కాదు, పోలీసులే అవసరం. అందుకే గోపాలరావు ఉన్నాడుకదా, ఈ ఖాళీ సైటు తర్వాత రెండో ఇల్లు. మీరు కొత్తవాళ్లు, మీకు ఆయన పరిచయం అయ్యారో, లేదో తెలియదు. తండ్రీకొడుకులు ఇద్దరూ హైకోర్టులో లాయర్లు. పోలీసులకు ఫిర్యాదు రాశారు. వెళ్లి సంతకాలు చేసివద్దాం రండి. పాపం, మీరు ఉద్యోగానికి వెళ్లేవారు. నిద్రనే లేకపోతే మీకు ఎంత ఇబ్బంది కలుగు తుందో? దొంగ వెధవలు, రాత్రేకాదు, పగలుకూడా పనిచేయకుండా చేద్దాం రండి" అన్నారు. ఈయన రానే వస్తారన్నట్లు గేటు నుంచి రెండడుగులు వెనక్కి జరిగి బయలుదేరడానికి ఉద్యుక్తులయ్యారు.

శివస్వామికి పీకులాటలా అనిపించింది. ఈ అపార్ట్‌మెంట్‌వారి మీద ఎన్ని రకాలుగా కోర్టుకు వెళ్లాలి? తమకు తెలిసినంతవరకు తామొక్కరు తప్ప, ఈ వీధిలోని కుటుంబాలన్నీ సొంత ఇంట్లోనే ఉంటున్నాయి. ఇంటి వెనుక భాగంలో ఉన్న నలుగురు మనుషుల ఎత్తున్న కాంపౌండ్ వాల్ తప్ప వాళ్లకు అనూప్ గార్డెనియా అపార్ట్‌మెంట్‌కూ ఎలాంటి సంబంధం లేదు. నిర్మాణ పనులు రాత్రి వేళల్లోనే కాకుండా, పగటిపూట కూడా ఆగిపోతే వారికెలాంటి ఇబ్బంది లేదు. ఇంకా ప్రశాంతంగా వుంటుంది. కానీ తమ పరిస్థితి అలాకాదు. ఇంటిని త్వరగా అందజేయాలని ఒకవైపు సంతకం చేసొచ్చి, మరోవైపు ఫేజ్ టూ పనులు ఆపమని సంతకం పెడితే తాను మహామూర్ఖుడుకాడా? ఇది ఎలాంటి డైలమాకు దారితీస్తుందో అర్థంకాలేదు.

"ఆఫీసులో అర్జంట్ మీటింగ్ ఉంది. ఇప్పటికే ఆలస్యమైంది. సాయంత్రానికి కలుస్తాను" అన్నారు సంకోచంతో.

"ఇక్కడే పక్కిల్లే. సంతకం చేసి రావడానికి ఎంత సేపు! ఒక్క నిమిషం"

"లేదు. నిజంగా టైం లేదు" అన్నారు శివస్వామి.

ఆయన గేటు వేసేసి వెళ్లిపోయారు. గేటు వేసిన తీరులోనే ఆయన అసహనం వ్యక్తమవుతోంది. శివస్వామికి తన పరిస్థితిలో అంతకన్నా ఇంకేమి చెప్పాలో తెలియలేదు. తాము అక్కడ అద్దెకు ఎందుకు వచ్చారో రేవతి-భట్టుగారి భార్యకు చెప్పి వుండవచ్చునని అనుకున్నారు. ఇప్పుడు అలా కనిపించడం

లేదు. వారికి తెలిసినట్టు లేదు. రేవతికి ఫోన్ చేసి అడిగారు. వాళ్లకు చెప్పినట్లు గుర్తు లేదని చెప్పింది. సంతకం చేయడానికి వెళ్లకండి, ఇప్పటికే అక్కడ జరిగిన గందరగోళాలే చాలంది. ఫోన్ పెట్టేయడానికి ముందు, "వీలు చేసుకుని ధర్మస్థలకు వెళ్లిరండి. ఆ రోజు కట్టి పెట్టిన ముడుపును అప్పగించాలి. మరో రెండు వారాల్లో ఎప్పుడైనా డెలివరి కావచ్చు. ఆలోపు వెళ్లిరండి" అని చెప్పింది. సరేనన్నాడు. ధర్మస్థల మంజునాథుడు ఆమె నమ్మినదేవుడు. వాళ్లు ఘాజియాబాద్ నుండి కర్ణాటకకు వచ్చినప్పుడంతా వీలు చేసుకుని ధర్మస్థలకు వెళ్లివచ్చేవారు. బెంగళూరుకు వచ్చి నివాసమున్న తర్వాత వెళ్లడానికి కుదరలేదు.

ఆ సాయంత్రం కావాలనే రాత్రి పది గంటలు దాటిన తర్వాత చాలా నెమ్మదిగా ఇంటికి వచ్చారు. బయటే భోజనం చేసి వచ్చారు. గేటు తీసే సమయంలో కూడా శబ్దం రాకుండా జాగ్రత్తగా దొంగలా అడుగులు వేస్తూ ఇంట్లోకి చేరుకున్నారు.

మరుసటిరోజు శనివారం. ఉదయం టీతాగుతూ పేపర్ చదువుతుండగా బెల్ మోగింది. భట్టు కావచ్చని ఊహించుకుంటే గుండె గుభేల్‌మంది. 'ఇప్పుడు వెళ్దాం రండి' అంటే ఏం చెప్పాలి? తలుపు తీయడంలో ఆలస్యం చేసినందుకు మళ్లీ బెల్ మోగింది. సగం తాగిన టీ గ్లాస్‌ను టేబుల్ మీద పెట్టి లేచి వెళ్లి తలుపు తీశారు. ఎదురుగా కుమార గౌడ, వనిత నిలబడి వున్నారు. ఆయనను చూసి చిరునవ్వు నవ్వారు.

శివస్వామి ఇద్దరినీ ఆత్మీయంగా లోపలికి ఆహ్వానించి, సోఫాలో చెల్లాచెదురుగా పడివున్న బట్టలు, పుస్తకాలు, పాత న్యూస్ పేపర్లను జరిపి, చోటు కల్పించి, కూర్చోమని చెప్పి, లోపలికి వెళ్లి చొక్కా వేసుకుని వచ్చారు.

"మేము తెల్లవారుజామునే వచ్చాం. ఏమనుకోకండి. మేము ఈ రోజు అపార్ట్‌మెంట్ ఖాళీ చేస్తున్నాం. అందువల్లనే మీతో ఒక మాట చెప్పి వెళదామని వచ్చాం" అంది వనిత.

"అయ్యో. మీరు ఇక్కడ మా తరఫున ఉన్నారు. మీరు ఒక లింక్‌గా ఉన్నారనుకున్నాను. ఇప్పుడు అదీ విడిపోయిందికదా?" అని శివస్వామి బాధగా అన్నారు.

కుమార్ విషాదంగా నవ్వాడు. వనిత, "ఏం చేయాలి అంకుల్. అంతా

బాగుంటుందని వచ్చాం. ఇక ఇక్కడ ఉండడం అసాధ్యం అనిపించింది. మా ఇద్దరి గురించి కాదు, మా అమ్మాయిని కూడా హింసిస్తున్నాం" అంది.

"మీరు ఎక్కడికి వెళుతున్నారు?"

"చిక్కలసంద్రకు సార్" అన్నాడు కుమార్.

"మరీ దూరంగా లేదులే. మనం కలుస్తుండవచ్చు" అని శివస్వామే వారిని స్వయంగా ఓదార్చారు.

"మీలా ఇక్కడే ఇల్లు వెతుకుదామనుకున్నాం. కానీ సరైన ఇల్లు దొరకలేదు" అని కుమార్ చెప్పాడు.

"ఇక్కడ దొరకకపోవడమే మంచిదైంది" అన్నారు శివస్వామి. తనకు వచ్చిన కొత్త సమస్యను వారికి చెప్పుకోవాలని అనిపించింది. రాత్రి చెవులను బ్రద్దలు కొడుతున్న శబ్దాల గురించి చెప్పి, ఇప్పుడు ఇరుగుపొరుగువారు పోలీస్ కేస్ పెట్టడానికి తమనూ సంతకం చేయమని అడిగిన విషయాన్ని తెలిపారు.

కుమార్ నవ్వాడు. "ఇదేమి సార్, ఈ బిల్డర్ మిమ్మల్ని ఎన్ని రకాలుగా వేధిస్తున్నాడు? దగ్గరగా ఉన్నా, దూరంగా ఉన్నా వదలడుకదా" అన్నాడు.

శివస్వామి కూడా విషాదంగా నవ్వారు.

భార్యాభర్తలు వ్యతిరేక అభిప్రాయాలను వ్యక్తం చేశారు.

"సార్, అలా సంతకం పెడితే, అది కాన్ఫ్లిక్ట్ ఆఫ్ ఇంటరెస్ట్ అవుతుంది. ఓ వైపు తొందరగా ఇల్లు ఇవ్వండని సంతకం చేసి, మరో వైపు పని ఆపమని సంతకం చేస్తున్నారు. ఇబ్బందుల్లో పడతారు" అన్నాడు కుమార్.

భర్త మాటలకు వనిత అభ్యంతరం చెప్పింది. "అలా అంటే ఎలా? ఈ బిల్డర్ ఇల్లు పూర్తిచేసేవరకు మనం నిద్ర చెడగొట్టుకుందామా? పగటిపూట పని చేయాలి. వాళ్లు ఇక్కడ పని ప్రారంభించడమే సాయంత్రం. పగటిపూట వివిధ ప్రాజెక్టులలో పనులు చేయించుకుని పనివాళ్లను సాయంత్రం ఇక్కడకు తీసుకువస్తారు. మనకు ఇబ్బంది కలిగింది కొంచెమా?" అని అడిగింది.

కుమార్ కూడా కొంచెం కోపంగానే "అది ఇబ్బంది కలగలేదని నేను అనడం లేదు. శివస్వామిసార్ రెండు చోట్లా సంతకాలు చేస్తే ఆయనకు చిక్కుల్లో పడతారని. అంతే" అన్నాడు.

భార్యాభర్తలు తమలో తాము ఒకరికొకరు వ్యతిరేకంగా చర్చించు

కుంటున్న సమయంలో శివస్వామి టీ చేయడానికి వంటగదిలోకి వెళ్లారు. ఎదురుగా టీ, బిస్కెట్లు వాళ్ల ముందు పెట్టి, తానూ టీ తాగుతూ కూర్చున్నప్పుడు కూడా వారిద్దరూ అదే వాగ్వాదంలో ఉన్నారు. మాట మార్చడానికి శివస్వామి "రేపు కొత్త అసోసియేషన్ వాళ్లు పిలిచిన జనరల్ బాడీ మీటింగ్ వుందికదా, మీరు రావటంలేదా?" అని కుమార్‌ను అడిగారు.

"లేదుసార్. ఈరోజు ఇల్లు మారుతుండటం వల్ల రేపు తీరిక ఉండటం డౌటే. ఏం జరిగిందో మీ ద్వారా, నా స్నేహితుడు సుధీ నుంచి అడిగి తెలుసుకుంటాను" అన్నాడు.

అక్కడి నుంచి బయలుదేరే సమయానికి కుమార్ దంపతులు భావోద్వేగానికి గురయ్యారు. 'మీలాంటి పెద్దలు మాకు పరిచయం కావటం మా అదృష్టం" అని శివస్వామి వద్దంటున్నప్పటికీ, కాళ్లకు నమస్కరించారు. గేటు దాటుతుండగా వనిత "అంకుల్ మీరు కూడా అమెరికాకు వెళ్లిరండి. ఇక ఈ ఇంటి విషయం కోసం ఇక్కడ ఉండిపోకండి. ప్రస్తుతానికి అది తేల్చలేనిది. అక్కడికి వెళితే కనీసం మనవడినైనా ఎత్తుకున్నట్టు ఉంటుంది" అంది. ఆమె మాటలకు అడ్డుపడుతూ, "వెళ్లాలని అనుకోగానే వెళ్లటానికి అదేమైనా బెంగుళూరు-మైసూర్ అంత దగ్గరనా?" అని విమర్శించాడు. శివస్వామి మౌనంగా నవ్వుతూ గేటు వేసుకున్నారు.

మరుసటి రోజు జరిగిన జనరల్ బాడీ మీటింగ్ అనుకున్నట్లుగానే జరిగింది. ఈసారి సందీప్ కామత్ బృందం ఎనిమిది పదిమందిని చేర్చుకుని కొంచెం క్రమపద్ధతిలో వచ్చింది. ఇరువర్గాలు ఒకరినొకరు తిట్టుకునే స్థాయిలో గొడవ జరిగింది.అ ల్లూరి వెంకట్ కమిటీకి అనూప్ గార్డేనియావాళ్లు సహకరిస్తున్న రహస్యాన్ని బట్టబయలు చేస్తూ కొందరు దాఖలాలు తెచ్చి సభ ముందు పెట్టారు. "అందులో తప్పేముంది? అతను మా బిల్డర్. అతన్ని ఎందుకు వ్యతిరేకం చేసుకోవాలని అనుకుంటున్నారు?" వెంకట్ మారు ప్రశ్న వేశారు. "నేను బిల్డర్ నుండి డిస్కౌంట్ ఇప్పిస్తాను. ఒక్కొక్కరికి ఇరవై ఐదు వేలు వరకు తగ్గించవచ్చు" అన్నాడు. ఆయన మాట్లాడిన తర్వాత నలుగురైదుగురు మాట్లాడారు. మొదటివాడు ఇరవై ఐదువేలు డిస్కౌంట్‌కు ఒప్పుకుందామని అన్నాడు. వెంకట్ గ్రూపుకు చెందినవాడు. రెండవవాడు,

అదంతా మోసం. కోర్టుకు వెళదాం అన్నాడు. అతను సందీప్ కామత్‌కు చెందినవాడు. ఇరవై ఐదువేలు చాలా తక్కువ, కనీసం రెండు లక్షలైన తగ్గించండని మూడోవాడు అన్నాడు. నాల్గవవాడు షాపుల వల్ల ఉపయోగం ఉంది, దాని డబ్బులు కడదాం, కానీ పెంట్ హౌస్‌లు బిల్డర్ సమస్య. మనం వాటికి ఒక్క పైసా కూడా చెల్లించకూడదు. వాళ్లు అడుగుతున్న ఎనిమిది లక్షల్లో, షాపుకు ఎంతో, పెంట్ హౌస్‌లకు ఎంతో వివరంగా చెప్పండి అన్నాడు. దీంతో మీటింగ్ గందరగోళంగా మారింది. సందీప్ కామత్ మాట్లాడుతూ, "ఈ కమిటీ న్యాయసమ్మతమైనది కాదు. రిజిస్ట్రార్ కార్యాలయానికి వెళ్లి రద్దు చేయిద్దాం" అన్నాడు. కానీ వెంకట్ గ్రూపు అప్పుడే ఎన్నికలు నిర్వహించి స్వల్ప వ్యతిరేకత ఉన్నప్పటికీ మెజారిటీ సాధించింది.

బెస్కామ్ నుంచి కరెంటు, బిడబ్ల్యూఎస్ఎస్‌బి నుంచి నీళ్లు, బిబిఎంపి నుంచి చెత్త నిర్వహణ, ఇవన్నీ ఎప్పుడు పరిష్కరిస్తారని అడిగారు. దానికి ఎవరి దగ్గరా సమాధానం లేదు. వెంకట్ సావకాశంగా మాట్లాడి వచ్చే మీటింగుల్లో వాటికి పరిష్కారం వెతుకుదామని అన్నాడు. మనం బిల్డర్‌తో నెగోషియేట్ చేసి డబ్బులు చెల్లించిన తర్వాత ఆ సమస్యలు వాటంతటవే పరిష్కారం కావచ్చని అన్నారు. "అప్పటికీ పరిష్కారం కాకపోతే?" అని ఎవరో అన్నారు. దానికి ప్రొఫెసర్ వెంకట్ మాట్లాడుతూ 'జీవించే వారు ఆశావాదులై ఉండాలన్నారు.

❖

26

ధావల్‌గారి ఇంట్లో వాళ్లిద్దరు కలుసుకున్న రోజు సోమవారం. ఉదయాన్నే ఆఫీసుకు వచ్చి అవసరమైన, అత్యవసరమైన పనులు ముగించుకుని మధ్యాహ్నం మీటింగ్‌లో కూర్చున్నప్పుడు శివస్వామికి ధావల్‌గారిని కలవాలని అనిపించింది. కొత్తగా (బ్రాంచ్ ఆఫీసులో చేరిన సుధాకర్ ఏదో (ప్రెజెంటేషన్ ఇస్తున్నాడు.

అకస్మాత్తుగా అలా అనిపించింది. నిజంగా స్నేహం పెరిగి అతని లోపలి మనసు సమావేశాన్ని కోరుకుందో లేదా ఒక బాట్స్‌మన్ బౌలర్ నుండి తదుపరి బంతిని ఎదురుచూసినట్లు ఇది రుచి తగిలిన మాటలగొలుసు ముందరి నడకనో ఆయనకు అర్థంకాలేదు. మొత్తానికి ధావల్‌ను కలవాలనే కోరిక కలిగింది. కాన్ఫరెన్స్ రూమ్ నుండి బయటకు వచ్చి తానే అనితకి ఫోన్ చేశారు.

"ఆయన ఆఫీసుకి రాలేదు సార్" అంది.

"ఈరోజు వస్తారా?"

"తెలీదు. ఏదైనా సందేశం అందించాలా?"

"ఏమీ లేదులే" అని ఫోన్ పెట్టి కాన్ఫరెన్స్ రూమ్‌కు తిరిగి వచ్చారు. ఇది జరిగిన ఇరవై నిమిషాల్లో అనిత నుంచి కాల్ వచ్చింది. "సార్, ఎం.డి. ఇంట్లోనే ఉన్నారు. అక్కడికి రావడానికి కుదురుతుందా అని అడుగుతున్నారు"

అని ఆమె అంది.

'కుదురుతుంది' అని అన్నారు. 'మీరు మీకు అనుకూలమైన సమయంలో ఎప్పుడైనా రావచ్చుట' అని చెప్పి ఫోన్ పెట్టేసింది. మనం అచానక్ అన్నది నిజానికి అచానక్ అయివుండదు అనడానికి సాక్షిగా ఆ రోజు ఆయన మెట్రోలో రాకుండా స్కూటర్ తెచ్చారు. అలాగే సెలవు తీసుకున్నా పర్వాలేదు. ఈ వారంలో ధర్మస్థలానికి వెళ్లిరావాలని అనుకున్నది, ఈ వారంలో మూడు రోజులు తాను ఉండనని సంబంధిత ఆఫీసువారికి స్వయంగా తెలియజేయాలని అనుకోవటం లోలోపల పనిచేసి వుండొచ్చు.

ముందుగా హెడ్ ఆఫీస్‌కు వెళ్లారు. కొన్ని పనులు ఉన్నాయి. వాటిని ముగించుకుని నాలుగో ఫ్లోర్‌కు వెళ్లి అనితని కలిసి, ధావల్ ఇంటి అడ్రస్ అడిగారు. అడ్రస్ చెప్పకుండా చంద్రేగౌడ్‌కు ఫోన్ చేసి కారు తెప్పించింది. ఆఫీసు వెనుక భాగమే ఇల్లు. ఆఫీస్ ముఖ ద్వారం ఎదుటి రోడ్ దాటి ఎడమకు వెళ్లినా, కుడి వైపునకు వెళ్లినా పక్కరోడ్డులో ఉన్న ఎత్తయినా ఆఫీస్ నేమ్ బోర్డును చూస్తూ అడుగులు వేస్తే, డిటి ప్యారడైజ్ కనిపిస్తుంది. కేవలం రెండు నిమిషాల నడక. అయినప్పటికీ తెల్లటి ఆడి కారు వచ్చి ఆగింది. మరుసటి క్షణం బంగ్లా ముందు ఉంది. ధావల్‌గారి జీవితంలో ఆఫీసు-కుటుంబం కలిసిపోయి ఐతిహ్యం అనిపించేలా అతని ఇల్లు- కార్యాలయం ఒకదాని ఆనుకుని నిలబడి పరస్పర ప్రభావాన్ని కాపాడుకున్నాయి.

ఇది నిజంగా ఒక అద్భుతమైన బంగ్లా. నాలుగో ఐదో ఫ్లోర్‌లు ఉన్నటువంటిది. ప్రవేశించటం అటుండనీ, ఇప్పటిదాకా శివస్వామి అలాంటి బంగ్లాను ఇంత దగ్గరి నుంచి చూడలేదు. కార్ ఇంటి పోర్టికోలో నిలబడగానే ఒక పరిచారిక ముందుగా నమస్కరించి ఎవరా అన్నట్టు చూసింది. డ్రైవర్ చంద్రు వెంటనే, "కల్పనా మేడమ్, అయ్యగారే ఈయనను రమ్మని చెప్పారు. రవి సార్ ఆఫీసుకు చెందినవారు" అన్నాడు. ఆమె ఈయనకు స్వాగతం పలికి గెస్ట్‌రూమ్‌లో కూర్చోబెట్టింది. "సార్, తాగటానికి ఏం తీసుకుంటారు?" అని అడిగింది. 'నీళ్లివ్వండి' అన్నారు. ఒక కుర్రాడు బిసిలరి బాటిల్, ఒక గాజు గ్లాసు ఆయన ముందు పెట్టాడు. శివస్వామి నీళ్లు తాగి గ్లాసును కింద పెట్టేలోపు లోపలికి రమ్మని కబురు వచ్చింది.

మొదటి ఫ్లోర్‌లోని ఒక విశాలమైన గదిలో ధావల్ కూర్చునివున్నారు. తెల్లటి పైజామా, వదులుగా ఉన్న తెల్లటి కాటన్ షర్ట్ ధరించారు. ఆయన చేతిలో పుస్తకం ఉంది. అది ఆయన ఇంట్లోని ఆఫీస్‌గది అని స్పష్టమైంది. అక్కడక్కడా టేబుళ్లు, సోఫా సెట్లు చూస్తే ఇరవైమంది హాయిగా కూర్చుని మీటింగ్ పెట్టుకోవచ్చు. ధావల్ ఈజీ చైర్లో కూర్చునివున్నారు. "రండి శివస్వామీ" అంటూ ఆప్యాయంగా పిలిచి ఎదురుగా ఉన్న సోఫావైపు చూపించారు. "మీరే కలవాలని అనుకోవడం చాలా సంతోషాన్ని కలిగించింది. ఇప్పటివరకు మీకు ఫోన్ చేసి పిలిచేటప్పుడు ఒక విధమైన సంకోచం కలిగేది. నేను అనవసరంగా ఈయన్ను వేధిస్తున్నానేమోనని అనిపించేది. ఈ రోజు అలా లేదు. పుణ్యకోటే వ్యాఘ్రాన్ని వెతుక్కుంటూ వచ్చింది" నవ్వుతూ అన్నారు.

శివస్వామి మౌనంగా నవ్వారు. ఒక్కసారి గదంతా కలయచూశారు. ఈ ఒక్క గది తమ అనూప్ గార్డెనియా ఫ్లాట్ మొత్తం వైశాల్యం కంటే రెండింతలు ఉంది. ఇంత పెద్దబంగ్లాలో ఈ మనిషి ఒంటరిగా ఉన్నాడా? ఆయన చూపులను గమనించి ఆయన మనస్సును గ్రహించినట్టు ధావల్ అన్నారు–

"శివస్వామీ, మొత్తం ఇంట్లో నేనొక్కడినే. దూరంగా ఉండటమే సుఖమని కొడుకు, కోడలు వేరుగాపోయి మూడేళ్లయింది. అయ్యప్ప, చంద్రేగౌడ్, కల్పన, గిరిజమ్మ, సెక్యూరిటీ గార్డులు – వాళ్ల పేర్లే నన్ను కన్‌ఫ్యూజ్ చేస్తాయి, మొదలైన సహాయకులు ఈ ఇంటిని చూసుకుంటూ, ముసలివాడు బతికి ఉన్నాడా లేదా చనిపోయాడా అని అప్పుడప్పుడు చూడకపోతే, నా ఊపిరి ఆగిపోయి ఈ పడక్కుర్చీలో అలాగే నిర్జీవమైపోయినా ఎవరికీ తెలియదు. ఎప్పుడు తెలుస్తుందంటే, సాయంత్రం ఆఫీస్‌కు చెందిన హెవీ వాల్యూ చెక్కులు, ఇన్‌వాయ్స్‌లు, కాంట్రాక్ట్‌లు మొదలైన వాటిపై సంతకం చేయించుకోవడానికి వస్తాడే అకౌంట్స్ డిపార్ట్‌మెంట్ వ్యక్తి... అతని పేరు ఏమిటి... అనంత నారాయణన్, అప్పుడు తెలుస్తుంది. అంతే. రావటం వ్యర్థమైందికదా, కనీసం సంతకం చేసి చనిపోయివుంటే ఈ ముసలివాడికి ఏమయ్యేదని దుఃఖించేవాడు" అని పకపకా నవ్వారు.

శివస్వామి నవ్వలేదు. అయ్యో అనిపించింది.

పెద్ద పెద్ద గాజు లోటాల్లో షర్బత్ వచ్చింది. మధ్య వయస్సు దాటిన

ఒక స్త్రీ వచ్చి, టేబుల్ మీద లోటాలు పెట్టింది. "గిరిజమ్మా, శివస్వామి డయాబిటిక్. మీరు నాకు వేసినంత పంచదారే వేసివుంటారు, నాకు తెలుసు. అయితే తక్కువ వేసుకుని రండి" అన్నారు ధావల్. 'తెచ్చారుకదా, పరవాలేదు' అని చెప్పే ప్రయత్నం చేశారు శివస్వామి. షుగర్ తక్కు వేసివుంటే పెంచవచ్చు, కానీ ఎక్కువ వేసివుంటే ఎలా తగ్గించగలరు? ధావల్ ఆజ్ఞ ముందే ఈయన మాటలేమిటి అన్నట్టు ఆ స్త్రీ ఈయన వైపు ఖాతరు చేయకుండా లోటాను లోపలికి తీసుకెళ్లి, కొద్ది నిమిషాల్లో డైల్యూట్ చేసిన షర్బత్‌ను తెచ్చి ఆయన ముందు పెట్టింది.

"ఈ గదిలో వద్దు. ఇది ఆఫీస్‌కు చెందింది. కేవలం ఆఫీసు మాటలే వస్తాయి. గార్డెన్‌లోకి వెళదాం, రండి" అని తీసుకుని వెళ్లారు. ఇంటర్వ్యూలోనూ ఇలాగే జరగడంతో శివస్వామికి ఆశ్చర్యం కలగలేదు. షర్బత్ లోటా పట్టుకుని, ఆయనను అనుసరించారు.

ధావల్‌గారి వెనుకే నడుస్తూంటే శివస్వామికి ఇంటిగురించి ఒక అంచనా వచ్చింది. ఇది అరఎకరమో లేదా అంతకంటే ఎక్కువ భూమిని ఆక్రమించుకుందా? ప్రతిచోటా నునుపైన పాలరాళ్లు. ఏనుగు నడిచి వెళ్లేటంత పెద్ద తలుపులు. ప్రతి గది దాటేటప్పుడు పెద్దపెద్ద కిటికీలు, సగం తెరిచిన తెల్లటి కర్టెన్లు. ఎటుచూసినా విశాలమైన స్థలం, వెలుతురు. ధృతి చెప్పిన మాటలు శివస్వామికి గుర్తొచ్చాయి. "మేము కూడా దోమతెర సంసారాన్నే నిర్మించుకోవడానికి పూనుకుంటాం. చివరికి అంతా కలిసి అదొక పట్టుకోలేని ప్రపంచంగా మారుతుంది." ఇంత పెద్ద బంగ్లాలో అంత ఎత్తులో పైకప్పు ఉన్నప్పుడు పైకప్పు సగానికి వేలాడదీసిన దీపాలు ఉండి, ఇంత కాంతితో మిలమిలా మెరిసిపోతున్నప్పుడు, మనిషి గోప్యత ఎక్కడ వుంటుంది? అంతరంగంలో దాక్కుంటుందా? వెలుతురు కొరత వల్ల ఎలా కొన్ని రోగాలు కనిపిస్తాయో, యథేచ్ఛమైన వెలుతురు వల్ల కూడా రోగాలు రావచ్చని శివస్వామికి అనిపించింది. కొన్ని గాయాలు చీకట్లో మానుతాయి, వెలుతురుకు వ్రణాలు అవుతాయి.

అస్తిత్వానికి ఇల్లు కావాలి. కానీ విచిత్రంగా, అస్తిత్వానికీ, ఇంటికీ విలోమ సంబంధం ఉంది. ఇల్లు పెద్దదైనకొద్దీ అస్తిత్వం కుంగిపోతుంది.

అంత పెద్ద బంగ్లాలో అస్తిత్వాన్ని కుదించుకుని చీమలా సంచరించడం మరొక విధంగా శిలాకపోలాన్ని చుంబించినట్లని శివస్వామికి అనిపించింది. అదీ ఎలాటి కపోలం! కొండంత ఎత్తయినది. సూర్యకాంతికి అద్దంలా తళతళమని మెరిసేటటువంటిది. పెదవుల మెత్తని ఒత్తిడిని, ఊపిరి తేమను, ఒక్క అణువంత కూడా లోపలికి దిగనివ్వనిది. ముద్దుపెట్టేవాడి దుఃఖపు కన్నీళ్లలోని ఉప్పు బుగ్గలపైకి జారి ఘనీభవించినప్పటికీ సంవేదనపు దురదను తుడుచుకోగలిగేది. తుడుచుకోలేనిది. ఆ శిలాకపోలపు వేడికి పెదవులు పగిలి చర్మం చిట్లి రక్తం కారుతుంది. ఒక చీకటిగుహ చాలు జీవసృష్టికి. అయితే ఇది దానికి వ్యతిరేకార్థం. మరుగు లేని బహిరంగ ఆకాశం.

బిఇఎల్ క్వార్టర్స్ ఇంట్లో, పరుగెత్తుకొచ్చి జంప్ చెస్తే, చేతికి అందేటంత ఎత్తులో అక్కడక్కడ ఇంటిచూరు వాలుపై తెనెటీగలు గూడు కట్టుకుంటాయి. లక్షగదులులను నిర్మించుకుని తీయటి మకరందాన్ని నింపుతాయి. కేవలం ఒకటి కాదు, ఒకసారి నాలుగు తేనెతుట్టలు చక్కగా ఒకదాని పక్కన ఒకటి ఉద్భవించాయి. అది తేజు పుట్టిన సంవత్సరం. తేనేతుట్ట పక్కనే పచ్చటి పాచి. అది మిగిలివున్న స్థలంలో చూరు మీద సృష్టించబడిన అమెజాన్ అడవిలా కనిపిస్తుంది. రెండు వర్షాలు కురిస్తే మళ్లీ దట్టమైన పచ్చదనం కనిపిస్తుంది. ఇక్కడేమి ఉంది? ఈ జారిపోయే అచ్చమైన తెల్లని పాలరాయిపై ఒక్క కీటకమైనా ఎలా తిరగుతుంది? శివస్వామికి ధావల్ కొన్ని మజిలీలు ఉన్న అందమైన జైలులో బంధించబడిన ఒంటరి ఖైదీలా కనిపించారు. క్రిమికీటకాలూ సంచరించని జైలు.

విశాలమైన పచ్చని పచ్చిక మధ్య ఒక కాలుదారి. ఒక ఫౌంటెన్, దోసిట్లోంచి నీళ్ళు జారవిడుస్తున్న ఒక పాలరాతి సుందరి. కాలుదారి ఇరువైపులా తాటి చెట్లు. చుట్టూ పూలమొక్కలు. పూల వ్యాపారం చేసే ఇంటినుంచి వచ్చిన శివస్వామికి పరిచితమైన గులాబీ, మల్లె, చామంతి, సంపెంగ, డేలియా మొదలైన పువ్వులతోపాటు అనేక రకాల అపరిచితమైన పువ్వులు కనిపించాయి. కాలుదారి సమతుల్యతను సాధించినట్లు ఇరువైపులా ఒకే రకమైన మొక్కలు ఉన్నాయి.

చతురస్రాకారపు రాతి బల్లకు ఎదురెదురుగా కూర్చున్నప్పుడు శివస్వామి ప్రశ్నను అణచుకోలేక అడిగారు, "అంత పెద్ద బంగ్లాలో ఒంటరిగా ఎలా

ఉన్నారు సార్?"

ధవల్ నవ్వారు. "మేము ఈ ఇంటికి వచ్చి పదహారేళ్లయింది శివస్వామి. దీని పక్కనున్నదే ప్రీతమ్, ఔషిల ఇల్లు. ఈ రెండిళ్లకు అతనే కారకుడు. అప్పటికే ఆఫీస్ బిల్డింగ్ కొని ఐదారేళ్లు అయింది. ఆఫీస్ వెనుక భాగంలో ఉన్న మూడు పాత బంగ్లాలు ఎక్కువ ధరకు కొని, కూల్చి, నేలమట్టం చేసి, రెండు బంగ్లాలు కట్టాం. దయచేసి కూల్చివేయకండి, ఈ ఇంట్లో మాకు సంబంధించిన అనేక సజీవమైన జ్ఞాపకాలు ఉన్నాయని అమ్మకందారులలో ఒకరు పట్టుబట్టారు. పండు ముసలిదంపతులు వారు. పాపం, ఏ అవసరం కోసం అమ్మారో? ఇంకో ఐదేళ్లయినా ఆగండి, మేము బతికుండగా వద్దని బతిమిలాడారు. ప్రీతమ్ అంగీకరించే మనిషేనా? డబ్బులు చేతికి వచ్చి ఇల్లు పరులసొత్తు అయిన తర్వాత కొన్నవాళ్లు ఇల్లు కట్టుకుంటారో, కూల్చుకుంటారో అని బుర్రపాడుచేసుకోకుడదని ఆ వయోవృద్ధుల ముందు నేనూ, అతనూ నవ్వాం. అయితే తర్వాత నగరత్‌పేట్‌లోని ఇంటి విషయంలో అదే అనుభవం నాకు ఎదురైనప్పుడు వారి బాధ అర్థమైంది.

మేము ఇద్దరమూ ఒకే రోజున మా ఇళ్లల్లో గృహప్రవేశం చేశాం. ఆ తర్వాత జరిగింది చూడండి. ఔషి కొత్త ఇంట్లో రెండేళ్లుకూడా బతకలేదు. ప్రీతమ్ ఐదేళ్లు జీవించాడు. సుమతి పదేళ్లు జీవించింది. నేను బేతాళుడిలా రెండిళ్లకు, ఆఫీసుకు రాత్రీపగలూ కాపలా కాస్తున్నాను" అని నవ్వారు.

షర్బత్ ఇచ్చిన మహిళనే ప్లేట్లు, నీళ్లు తెచ్చి పెట్టింది. తర్వాత ఒక ట్రే నిండా తినుబండారాలు తెచ్చి పెట్టింది. వాటిలో శివస్వామి మసాలపురి, కచోరీలను మాత్రమే గుర్తించారు.

"మీ శ్రీమతికి ఈ ఇల్లు నచ్చిందా?" అని శివస్వామి ప్రశ్నించారు.

"సుమతి ఎక్కడ ఇష్టపడింది, శివస్వామి? ఆమెకు మేము నగరత్ పేటలోని ఇంటిని వదిలి రావడమే ఇష్టం లేదు. మేము ముప్పై ఏళ్లు నివసించిన ఇల్లు అది. కేవలం నాలుగు గదులు. నాకు సుమతికి ఒకటి, పిల్లలిద్దరికీ ఒక్కొక్కటి, నా తల్లికి ఒకటి. సుమతి నిద్రపోయిన తర్వాత, నేను మధ్యగదిలో నా వ్యాపారపు పనులు చేసుకునేవాడిని. ఆ ఇంటికి వెళ్లే సమయానికి మా నాన్న చనిపోయారు. ఆ ఇంట్లో మా అమ్మ పదకొండేళ్లు బతికింది. చిక్కపేటలోని

నాలుగిళ్ల లోగిలిలో జీవించిన ఆమెకు, నగరత్ పేటలోని మా ఇల్లు విశాలమైన రాజభవనంలా కనిపించేది. ఆమె ఆఖరి రోజుల్లో సంతోషంగా ఉండింది. నా వ్యాపారం అప్పుడప్పుడే అభివృద్ధి చెందుతోంది. అయినా ఆ ఇంటిని కొనడానికి ఎంత కష్టపడ్డాడో తెలుసా? సుమతి తానే వెతికి ఎంచుకున్న ఇల్లది. ఆ ఇంటిని విడిచి వెళ్లేటప్పుడు ఆమె కార్చిన కన్నీళ్లను ఎలా మర్చిపోగలను శివస్వామి?

నేను ఆ ఇంటిని వదిలి ఈ ఇంటికి మారినప్పుడు కేవలం నేనొక్కడినే కాదు, మొత్తం సంసారమే ఆఫీసు పాలైంది. నా వియ్యంకులు ఉన్నారు కదా, అదే రవి మామగారు, ఆఫీస్-ఇల్లు ఒకటే అన్నట్టు జీవిస్తారట. అయితే అది ఇక్కడ నా కుటుంబానికి బాహ్యామైంది. ఆ మంటలకు ఆకర్షింపబడిన సీతాకోకచిలుక ఎగురుతూ ఎగురుతూ దగ్గరి దగ్గరికి వెళ్లి గబుక్కున దూకుతుందికదా, అలాగైంది. అన్నింటినీ దహించింది. ఇంటిని కూల్చి ఆఫీసును కట్టాం. సుమతి వెళ్లిపోయింది. రవి దూరమయ్యాడు. అతను వేరే ఇంటికి మారాడు. కూతురు రశ్మి రావటమే మానేసింది. సంసారం, వ్యాపారం కలిసిపోయినపుడు, ఎవరు దగ్గరవుతారో, ఎవరు దూరమవుతారో అర్థంకాదు. నగరత్ పేటలోని ఆ ఇల్లు ఇంకా నా ఆధీనంలోనే ఉంది. ఒక్కోసారి అక్కడికి వెళ్లి నా బెడ్‌రూమ్‌లో పడుకుంటే మనసుకు ఎంత హాయిగా వుంటుందో తెలుసా, శివస్వామి?".

అక్కడున్న ఓ రాజకీయ నాయకుడు ఆ ఇంటిని తనకు అమ్మమని నన్ను ఎంత వేధించాడో తెలుసా? షాపింగ్ మాల్ కట్టడానికి చుట్టుపక్కల స్థలాలన్నీ కొన్నాడు. నేను అస్సలు అమ్మనని చెప్పాను. నేను అలా అనగానే అతడు తన బెదిరింపులు మొదలు పెట్టాడు. ఒక పర్యాయం ఎమ్మెల్యేగా కూడా ఉన్నాడట. నన్ను భయపెట్టడానికి ఒకసారి అతను రౌడీలను పంపి రాత్రిపూట ఆ ఇంటి తలుపులు పగలగొట్టించాడు. నేను ప్రైవేట్ సెక్యూరిటీని నియమించుకున్నాను. అన్ని వైపులా సిసిటివి కెమెరాలు ఏర్పాటు చేశారు. పోలీస్ కమిషనర్‌కు నేరుగా ఫిర్యాదు చేశాను. అటుతర్వాత నా జోలికి రాలేదు. ఇక్కడేదో జరగబోతోందంటూ ఆ ఖాళీ ఇంటికి ఇన్ని రక్షణలు ఏర్పాటు చేశాను. ఏమైనా కానీ, ఈ జన్మలో ఆ ఇంటిని అమ్మలేను" అన్నారు.

శివస్వామికి ఇదెలాంటి ప్రపంచం అనిపించింది. బుద్ధి భ్రమణమనే మాయా జ్వాలలో కాలిపోయిన భ్రమరం. ఈ స్థలం పూర్వపు యజమానులను దహించినట్లే కాలమనే జ్వాలాగ్ని ధావల్‌ను కూడా దహిస్తుంది. ఒక చెట్టును కాల్చిన తర్వాత, అడవి మంటలు అనివార్యంగా తదుపరి చెట్టుకు వ్యాపిస్తాయి. ఈయనే పడతారో లేదా అదే ఆక్రమించుకుంటుందో, మొత్తానికి అంతిమ విజయం కార్చిచ్చుదే.

"పక్కనే ఉన్న విమల్ జైన్ ఇంట్లో ఎంతమంది ఉన్నారు?" అని శివస్వామి ప్రశ్నించారు.

"అదింకా చిన్న కుటుంబం. విమల్‌కు ఒక్కతే కూతురు. ప్రీతమ్‌కు వీడొక్కడే కొడుకు. ఇదే విషయాన్ని జౌషి ఇల్లు కట్టేటప్పుడు చెప్పేది, శివస్వామి. అయితే వినేవారు ఎవరూ లేరు. గృహప్రవేశం రోజు ఉదయం జరిగిన సంభాషణ ఉల్లాసంగా సాగింది. మేము నలుగురం - నేను, సుమతి, ప్రీతమ్, జౌషి - ఇలాగే ఒక టేబుల్ చుట్టూ కూర్చుని చాయ్ తాగుతూ కబుర్లు చెప్పుకుంటున్నాం. ఇదే విషయం వచ్చింది. ఇంత పెద్ద ఇల్లు కట్టుకుని, ఒకవేళ పిల్లలు దూరంగా వెళితే ఏమిటి గతి అని. ఆందోళన అంతా ఆడవాళ్లకే. ప్రీతమ్ ఏమన్నాడో తెలుసా? "నేనూ, ధావూ చనిపోయిన తర్వాత కూడా భేతాళులమై ఈ ఇళ్లల్లోనే నివసిస్తూ, పెట్టిన పెట్టుబడికి రిటర్న్ ఆన్ ఇన్‌వెస్ట్‌మెంట్ తీసుకుంటాం" అని పకపకా నవ్వాడు. నేనూ నవ్వాను. సుమతి, జౌషిలు అతన్ని తిట్టారు. 'శు భకార్యక్రమం రోజున ఇలా అశుభం మాటలు ఎందుకు మాట్లాడుతున్నావని' అతన్ని తిట్టారు. ఆడవాళ్లు తిట్టారని ఆపేవాడా అతను? మేమిద్దరం బేతాళులమై ఎలా ఉంటామో అనే డైలాగ్‌ను కొనసాగించాడు-

ధావూ తన ఇంటి నుండి పిలుస్తాడు.

'ప్రీత్, ఎక్కడ ఉన్నావు?'

"ఏ.సి.కంప్రెసర్ పై కూర్చోని ముడ్డిని చల్లబరుచు కుంటున్నాను. నువ్వు?" అని నేను అంటాను

నేను షాండిలియర్‌కు ఉరి వేసుకున్నాను. ఆహ్లాదంగా ఉంది

షాండిలియర్‌లోని బల్బులన్నీ వెలుగుతున్నాయా? ఎలా?

లేదు, ఎర్రటి బల్బులే పోయాయి.

'నేను మాణిక్ చంద్ మోసగాడని, అతని దగ్గర షాండిలియర్ కొనవద్దని నేను ఆరోజే చెప్పాను. నువ్వు విన్నావా? నేను చిక్కపేటలో ఉన్నప్పుడు వాడి చెల్లెలికి లైన్ కొట్టేవాడిని అనే ఒకే ఒక కారణంతో అతని దగ్గరే కొని తెచ్చావు. ఇప్పుడు అనుభవించు'

ఎవ్వరైనా దూషించనీ, దూషించకపోనీ, అతని మాటలతీరే అలా. చివరికి పకపకా నవ్వటం. అయితే ఆ మహిళలు చెప్పింది నిజమైంది. గత నెలలో నా పుట్టినరోజుకు శుభాకాంక్షలు చెప్పి, స్వీట్ చేయడానికి వచ్చిన మాధురి, "అంకుల్, కేవలం మన ముగ్గురికి ఈ ఇల్లు చాలా పెద్దది. కొంచెం చిన్న ఇంటికి మారితే ఎలా ఉంటుందని ఆలోచిస్తున్నాం" అంది. రవి, ధృతి వేరుగా, దూరంగా వెళ్లిపోయిన తర్వాత విమల్, మాధురిల బుర్రలకూ దూరంగా వెళ్లాలనే వైరస్ సోకినట్టు కనిపిస్తోంది. ప్రీతమ్‌ను బేతాళుడిగా ఊహించుకున్న రోజులు సమీపించాయని అనిపిస్తోంది" అని పకపకా నవ్వారు. బిగ్గరగా నవ్విన ఆ నవ్వు –నవ్వుగా వెలువడినా అందులో బాధ కలగలిసివుంది.

శివస్వామి రెండు అసాధ్యమైన బంగ్లాలను, వాటి కిటికీల నుండి పరస్పరం చూసుకుంటూ, మాట్లాడుకునే రెండు భూతాలను ఊహించుకున్నారు. శివస్వామి ప్రీతమ్ జైన్‌ను చూడలేదు కాబట్టి, అతను ఆ భూతానికి ఏ రూపం ఇచ్చినా అది సరిపోతుంది. కాగితంపై పెన్సిల్‌తో గీసిన చిత్రం భూతంలా, ఖచ్చితమైన ఆకృతి లేనిది. కానీ మరో కిటికీలో ధావల్ మాత్రం భేతాళుడిలా కనిపించలేదు, తెల్లటి పైజామాలో తెల్లటి గడ్డంతో ఉన్న పొడవాటి వృద్ధుడుగానే ఉండిపోయారు.

"టిఫిన్ చేయండి. శివస్వామి. గిరిజమ్మ సాబుదాన కిచడీని చాలా బాగా చేస్తుంది. దీన్ని తినండి." అంటూ కిచడీని ప్లేట్‌లోకి వడ్డించి శివస్వామి ముందుకు జరిపారు. "ఆమె కుందాపురకు చెందినది. పాపం, నాకు ఇష్టమని గుజరాతీ వంటకాలను నేర్చుకుని చేస్తుంది. నిజానికి నాకు గుజరాతీ వంటకం కన్నా ఇదే ఇష్టం. నేను అలాగేకదా, శివస్వామి? కన్నడ– గుజరాతీ కిచడీ?" అని ఆయన నవ్వారు.

❖

27

"శివస్వామి?"

"చెప్పండి, సార్."

"వెనుక ఎప్పుడో మాట్లాడుకుంటున్నప్పుడు మీ కూతురి విషయంలో ఏదో దుర్ఘటన జరిగిందని అన్నారుకదా ఏమిటది?" ధావల్ తన లావాటి కళ్లద్దాల్లోంచి చూస్తూ శివస్వామిని అడిగారు.

శివస్వామికి ఆ ఘటనను ఎలా చెప్పాలో తోచలేదు. మనసు క్షోభపడి మాట్లాడే క్రియకు ఆటంకం కలిగిస్తుంది. ఇప్పటి వరకూ జరిగిన ఆ దుర్ఘటనను ఎవరితోనూ పంచుకోలేదు. తమ కుటుంబంలోని నలుగురి మధ్య రహస్యమది. ఆ నలుగురు కూడా తమలో తాము సాఫీగా మాట్లాడుకోలేరు. సంజన అరుణ్‌కు చెప్పిందో లేదో తెలియదు. అరుణ్‌కు చెప్పాలావద్దా అనే నిర్ణయాన్ని మిగతావారు మాట్లాడకుండా సూచనప్రాయంగా ఆమెకే వదిలేశారు.

ఘటన జరిగి పదేళ్లు గడిచి ఉండాలి. సంజన అప్పుడింకా కాలేజీలో చేరిన అమ్మాయి. ఎన్ని సంవత్సరాలు, రోజులు గడిచాయో అని లెక్కించడానికి ప్రయత్నిస్తే, మనసు కేవలం అక్కడితో ఆగక, ఘటనకు ముందు వెనుకా తిరుగుతుండటంతో శివస్వామి వీలైనంతవరకు ఆ ఆలోచనలను మనస్సు ముందుకు తెచ్చుకోరు.

వారు తెచ్చుకోవటానికి ఇష్టపడకపోతే ఏమిటి? ఒకదాని తర్వాత

ఒకటి అలల్లా బాదే ప్రశ్నలు, జ్ఞాపకాలు ఎవరి ఆదేశంతో వస్తాయి? ఇలా ఎన్నో ప్రశ్నలు కొన్ని వేలసార్లు ఆ కుటుంబాన్ని వేధించాయి. ఎన్నో జ్ఞాపకాలు ఆ రోజుతో ముడివేసుకుని వాళ్లందరి నిద్రను చెడగొట్టాయి.

ఘాజియాబాద్ నుండి బెంగుళూరు వెళ్లే రోజుల్లో పాత మిత్రుడు మాధవన్ సెండ్ ఆఫ్ పార్టీకి పిలిచాడని శివస్వామి, రేవతిలు తాము ఉన్న సూర్యనగర్ నుండి బిఇఎల్ క్వార్టర్స్‌కు సిటీ బస్సులో ప్రయాణం చేసినప్పుడు, అప్పుడు ఏన్నో ఏళ్ల క్రితం సంజన ఎక్కిన బస్సే ఎక్కారు. సంజన వెళ్లిన బస్సులోనే వెళ్లారు. అదే స్టాప్. అక్కడ దిగిన తర్వాత కాలుదారిలో క్వార్టర్స్ ఇళ్ల వైపు అడుగులు వేస్తుండగా కనిపించిన దృశ్యం మునుపటి కంటే భిన్నంగా ఉంది. ఇప్పుడు వీధి దీపాలు ఉన్నాయి. చీకటి మైదానం ఉన్న స్థలంలో, వరుసగా గుడిసెలు ఉన్నాయి. ఆ గుడిసెల ముందు కొందరు కబుర్లు చెప్పుకుంటూ కూర్చున్నారు. స్త్రీలు రొట్టెలు కాల్చుతున్నారు. సమయం రాత్రి ఎనిమిది గంటలు. ఆ రోజు సమయమూ అదే. రాత్రి ఎనిమిది గంటలు. అయితే ఆ రెండు ఎనిమిది గంటల మధ్య ఎంత వ్యత్యాసం! ఆ కాలుదారిని దాటుతుండగా ఇద్దరి మనస్సులు ముడుచుకుని పోయాయి. నోట మాటలు రాకుండాపోయాయి. కానీ రేవతి మాత్రం దాదాపు వినీవినపించనట్లు, “ఈ వీధిలైట్లలో కనీసం ఒక్క లైటైనా ఆ రోజు వుండివుంటే?” అని నిట్టూర్పు వదలటం శివస్వామి చెవుల్లో గింగురుమంటూ ఉంది. అప్పుడు అక్కడ ఉన్నది కేవలం బయలుప్రదేశం. కటిక చీకటి బయలు.

ఆ రోజు సంజన ఏలాగోలా, ట్యుటోరియల్ సెంటర్ నుండి బయలుదేరే ముందు లేదా బస్సు ఎక్కే ముందు అమ్మకు ఫోన్ చేసి, ఈ రోజు నీతు, కరణ్ తోడుగా లేరని, నాన్నను బస్‌స్టాప్‌కు రమ్మని అమ్మకు చెప్పివుంటే? అంతకు మునుపు ఆమె చాలా సార్లు అలా చేసింది, కానీ ఆ రోజు అలా చేయలేదు.

కాలేజీ ముగించుకుని అక్కడే దగ్గరలోని ట్యుటోరియల్ సెంటర్‌కు వెళ్లి సాయంత్రం ఏడుగంటల పైన తిరిగివస్తున్న ఆమెకు రోజూ కలిసి వస్తున్న అనురాగ్ సింగ్‌గారి కూతురు నీతూ, పరేష్ కుమార్ కొడుకు కరణ్ ఆ రోజు తోడుగా ఉండరని మరొకరి ద్వారా తమకు తెలిసివుంటే బాగుండేదని శివస్వామి వ్యథ చెందేవారు. పరేష్, అనురాగ్ ఇద్దరూ ఆఫీసులో శివస్వామికి పరిచితులు,

కానీ వేర్వేరు డిపార్ట్‌మెంట్లకు చెందినవారు. చాలా రోజులు లంచ్ బ్రేక్‌లో క్యాంటీన్‌లో కలిసేవాళ్లు. పరేష్ కుమార్ ఆర్మీలో ఉండి వచ్చారు. ఆయన తీరే వేరు. ఆయన క్యాంటీన్లో ఉంటే అందరికీ తెలిసిపోతుంది. ఆ రోజు ఆయన లేడన్న సంగతి శివస్వామికి తెలియదు. ఆయన గమనించనేలేదు. ఆయన సోదరుడి కుమారుడి వివాహానికి కుటుంబ సమేతంగా ఊరు వెళ్లారట. అందువల్ల ఆ రోజు ఆయన కుమారుడు కరణ్ సంజనకు తోడుగా రాలేదు. నీతూకి ఇన్ఫెక్షన్‌తో ఆమె కడుపునొప్పి, విరేచనాలతో అలసిపోయి పడుకుందట. దాంతో ఆమె కూడా ఆ రోజు కాలేజీకి వెళ్లలేదు. ఇదంతా తర్వాత తెలిసింది. అంతా జరిగినపోయిన తర్వాత ముందుగానే తెలిస్తే బాగుండుననిపిస్తుంది. ఏవైతే ప్రతిరోజూ దృష్టికి వచ్చి లేదా రాకుండా అంత ముఖ్యం కాదన్నట్టు జారిపోతాయో అవన్నీ జరిగిన తర్వాత వచ్చి తమ చేతి గోళ్లతో హృదయాన్ని నొక్కుతాయి. చీమ అని అనుకున్నది చిరుత అయివుంటుంది.

అవన్నీ అటుండనీ. ఆందోళన నిండిన స్వరంతో రేవతి వంటింటి నుంచే "ఏడునలభై అయిదు అయినా సంజు ఇంకా రాలేదు?" అని అంటున్నప్పుడు శివస్వామి ఏం చేస్తున్నారు? మధ్యగదిలో ట్యూబ్ లైట్ కింద కూర్చుని బ్యాంకు అడిగిన కేవైసీ ఫారం నింపుతున్నారు. దానిని సమర్పించడానికి మరుసటి రోజే చివరి రోజు. రేవతి మొదటిసారి అరిచినప్పుడు గమనించనట్టు ఫారం నింపుతూనే కూర్చున్నారు. బస్సు ఐదు, పది నిమిషాలు ఆలస్యంగా రావడం మామూలే. అంతేకాదు ఆమెతోపాటు ఇద్దరు ఉంటారనే ధైర్యం. "వెళ్లిరండి" అని రెండోసారి గట్టిగా అరవటంతో ఆలస్యం చేయలేదు. పాడు కేవైసి ఫారం నింపడం ఆపి ముందే వెళ్లివుంటే కనీసం ఆ ఐదు నిమిషాల క్రూరత్వాన్నయినా ఆపివుండొచ్చు. అది జరగలేదు. ఆ ఐదునిమిషాల ఆలస్యానికి శివస్వామి తనను తాను ఎలా క్షమించుకోగలరు?

టార్చ్ పట్టుకుని బయలుదేరినపుడూ ఏమీ అనిపించలేదు. రోజూ కంటే చీకటి ఎక్కువగా ఉందని మొదట్లో గమనించలేదు. తర్వాత గమనించారు. పూరిస్తున్న కేవైసి ఫారం తలలో ఉందే తప్ప, మరో క్షణంలో ఏమి చూస్తాడోననే ఎలాంటి ఆలోచనలు లేవు. ఏదో ప్రమాదం ఉంది, తొందరగా పరిగెత్తమని మనసు చెప్పనేలేదు. ఎడమ కంటి రెప్ప వాలనే లేదు. సావధానంగా నడిచాడు.

మొదట కనిపించింది చెల్లాచెదురుగా ఉన్న పుస్తకాల సంచి. ఆమెదేనా? వెంటనే ఏదో ఆలోచన వచ్చి గుండె వేగంగా కొట్టుకొసాగింది. తర్వాత కనిపించింది టార్చ్‌లైట్‌కు భయపడి ఎండిన ఆకులపై శబ్దం చేస్తూ పరుగెడుతున్న చీకటి రూపపు విచ్ఛిన్నమైన నీడలు. నాలుగో ఐదో ఆరో... దేవుడా, అంకెలు ఉండటం దీన్ని లెక్కపెట్టడానికా? "ఎవరో వస్తున్నారు, పరుగెత్తండి" అని కీచుకంఠం నుండి వచ్చిన కేక. ఎటువైపు నుంచి వచ్చిన మాటలో నేటికీ తెలియదు. ఆ శబ్దాలు, నీడలు ఈజన్మలో శివస్వామి చెవులను, కళ్లను వదలవు. మరణించి, నశించి, కుళ్లిపోయిన తర్వాతే ఆయనకు వాటి నుంచి విముక్తి.

తల దిమ్మెక్కి, కాళ్లుచేతులు అదిరి ఆవేశంతో కేకలు పెడుతూ టార్చి కదిలిస్తూ ఆగి గాలిమర కింద నిల్చున్నప్పుడు చూసిన దృశ్యం... ఆమె నోటికి వేసిన ప్లాస్టర్ టేపును లాగుతున్నప్పుడు దానివల్ల ఆమెకు నొప్పే లేదన్నట్టు ఒళ్లంతా రక్తమయం. చేతులు చాపి ఆమెను గుండెలకు హత్తుకుని, ఎత్తుకుని ఇంటికి తీసుకొచ్చారు. పట్టుకున్న టార్చ్ చెట్టుకింద పడిపోయింది. అలాగే చీకట్లోనే నడిచారు. సంజన అరస్పృహలో ఉంది. ఆ రోజు శరీరానికి అంటిన రక్తం ఇప్పటికీ పోలేదు. అంతేకాదు, ఎప్పటికీ పోదు. అందువల్లనే ధావల్ ఆ ప్రశ్న అడిగినపుడు శివస్వామి చూపులు అతని ఛాతీని, ముంజేతిని చూశాయి. పుట్టి ఒంట్లోని రక్తం ఈ పదేళ్లలో ఒక్క చుక్క కూడా ఇంకిపోకుండా మళ్లీ అలాగే కనిపించింది.

గాయపడి, స్తంభించిపోయింది అమ్మాయి మాత్రమే కాదు, మొత్తం కుటుంబం. ఆమె శరీరంలోని గాయాలు మానడానికి, ఆమె కళ్లలో కాంతి తిరిగి రావడానికి మూడు నెలలు పట్టింది. అయితే చైతన్యానికి అయిన గాయం? దీపం, నూనెలో ఏది చెడిపోయినా జ్యోతి ఆరిపోతుంది. అదే విధంగా, శరీరం, మనస్సు, ఆత్మ అనే త్రిభుజంలో ఏది కుంచించుకుపోయినా, మిగిలిన రెండూ కుంచించుకుపోతాయి. చైతన్యం క్షీణిస్తుంది. "నూనె బత్తి, ప్రణతె కూడి జ్యోతియ బెళగయ్యా. అస్థిమాంస దేహప్రాణ నిఃప్రాణవాయితయ్యా" శివస్వామి, రేవతిలు తర్వాతి రోజులన్నీ వారి కూతురిలో నూనె-వత్తి-ప్రమిదలను జోడించడంలోనే గడిపారు.

కూతురిని ఇంటికి తీసుకొచ్చారు, అంతే, వెంటనే కుప్పకూలిపోయారు.

ఆ రోజు మిగిలిన భారమంతా మోసింది రేవతి. వెంటనే కావాల్సినవన్నీ చేసింది. పరిచయమున్న డాక్టర్ చేత చెప్పించి, నోయిడాలోని ఒక నర్సింగ్ హోమ్‌లో చికిత్స చేయించారు. రాత్రీపగలూ కూతురి పక్కనే కూర్చుని, చివరకు సంరక్షించిందీ ఆమెనే.

వెనుకెప్పుడో ఇలాగే మాట్లాడుతున్నప్పుడు ధావల్ ఒక పదబంధాన్ని వాడారు. డార్క్ అవర్ విజ్డమ్. "శివస్వామీ, మీ డార్క్ అవర్ విజ్డమ్ సంసారం నుండి వచ్చినట్లుంది. నాది కంపెనీ నుంచి. నిజానికి ప్రీతమ్ నుంచి వచ్చింది. ప్రారంభంలో, ఎన్నో రోజులు నేనూ, అతనూ కంపెనీ ఎక్కడ చేజారిపోతుందో నని నలిగిపోయాం. అలాగే జరిగింది. కంపెనీ ప్రారంభించి ఎనిమిదో పదేళ్లలో అయింది. అది అప్పట్లో ఇంతగా అభివృద్ధి చెందలేదు. అప్పుడు దుబాయికి చెందిన ఓ కంపెనీ మా కంపెనీని కబళించడానికి ప్రయత్నించింది. చేయకూడనివన్నీ చేసింది. నేనైతే ఆత్మవిశ్వాసం కోల్పోయి వణికిపోయాను. ప్రీతమ్‌ది మొండి ధైర్యం. ఆ ధైర్యమే కంపెనీని కాపాడింది. ఆరు నెలలుగా ఆ సమస్యతో బాధపడుతూ గడిపాం. అదే మమ్మల్ని కలిపింది. అప్పుడు మేము ధైర్యవంతులమయ్యాం. తర్వాత ఇంకెవరినీ మా జోలికి రానివ్వలేదు.

"డార్క్ అవర్ విజ్డమ్. ఈ టర్మ్ బాగుంది సర్. నేను వినలేదు. మీరు చెప్పినట్లు నేను ఫ్యామిలి పర్సన్‌ను. నా భార్య నుండి వచ్చింది" అని శివస్వామి ఆ రోజు అనుకోకుండా చెప్పారు.

ధావల్ ఆశ్చర్యంగా మొహంలోకి చూశారు. కానీ శివస్వామి మాత్రం ఆ చర్చను కొనసాగించలేదు. ఎందుకంటే, అది చెప్పాలంటే కథ మొత్తం చెప్పాల్సిందే. హాలాహలాన్ని మనస్సుపైకి తెచ్చుకోవాలి. అది ఆ సమయంలోనే కాదు. ఏ సమయంలోనూ ఆయనకు సాధ్యంకానిపని. ఛాతీలో ఛేదించేటటువంటిది. బయటి గాయాన్ని బయటివారికి చూపించవచ్చు, అయితే దృష్టికి ఏర్పడిన గాయాన్ని చూపించగలమా?

శివస్వామి సమాధానం కోసం ధావల్ ఎదురు చూస్తున్నారు. గిరిజమ్మ రెండు పింగాణీ కప్పుల్లో టీ తెచ్చిపెట్టి వెళ్లిపోయింది.

"సార్, అది చెప్పలేను" అన్నారు శివస్వామి నిస్సహాయంగా.

"వద్దులేండి" అని ధావల్ కూర్చున్న చోటి నుంచే చేయి చాపి టేబుల

మీద చాపిన శివస్వామి చేతిని పట్టుకుని నొక్కారు. కొన్ని చెప్పకుండానే అర్థమవుతాయి. అవి శబ్దాల సహాయం లేకుండా నేరుగా హృదయంలోకి ప్రవేశిస్తాయి. శివస్వామి దుఃఖాన్ని అర్థం చేసుకోవడానికి పదేళ్ల క్రితం జరిగిన ఆ భయంకరమైన సంఘటన ధావల్ వినాల్సిన అవసరం లేదు.

ఆ తర్వాత శివస్వామి ఎక్కువసేపు కూర్చోలేకపోయారు. అప్పుడు ఆయన ఉన్న మానసిక స్థితిలో ఇంకేమీ మాట్లాడటానికి సాధ్యం కాలేదు. ఇద్దరూ చాలాసేపు నిశ్శబ్దంగా కూర్చున్నారు. చివరగా, నిశ్శబ్దాన్ని విచ్ఛిన్నం చేయడానికి, ధావల్ బలహీనమైన స్వరంతో, "శివస్వామీ, నన్ను క్షమించు. మీ మనస్సును నొప్పించాను" అన్నారు.

"పర్వాలేదు సార్. అది మీ తప్పు కాదు" అన్నారు శివస్వామి.

తలుపుల దగ్గరకు వచ్చినపుడు తన సెలవు విషయం చెప్పలేదని గుర్తొచ్చింది. నిజానికి వచ్చిందే దానికి. ఈ వారంలో మూడు రోజులు ఉండనని చెప్పగానే ఒక్క క్షణం కూడా ఆలస్యం చేయకుండా 'ఫర్వాలేదని' ధావల్ భుజం తట్టారు. శివస్వామి స్వయంగా "ధర్మస్థలానికి వెళ్తున్నాను సార్. అమ్మాయి కాన్పు సుఖంగా జరగాలని నా భార్య మొక్కుకుంది" అని నవ్వుతూ చెప్పారు. "అలాగే, వెళ్లి రండి" అన్నారు ధావల్. ఆయన మనసును ఏదో వేధించినట్టుంది.

"శివస్వామీ, మీరు ధర్మస్థలం అనగానే నా మనసులో ఏదో పాత సంఘటన గుర్తుకొచ్చింది. గంగాధర్, నాణి అనే ఇద్దరు అన్నదమ్ములు చిక్కపేట సర్కిల్ సమీపంలో హార్డ్‌వేర్ దుకాణాన్ని నిర్వహించేవారు. మైసూరు వైపు నుండి వచ్చి రైతుజనం. ఇద్దరూ మంచివాళ్లే. సఖ్యంగా ఉండేవారు. ఎన్నో సంవత్సరాలు బాగానే వ్యాపారం చేశారు. తర్వాత, ప్రపంచంలోని ప్రతి ఒక్కరికి ఏమి జరుగుతుందో వారికీ అదే జరిగింది. అన్నదమ్ముల మధ్య ఆస్తి పంపకాల విషయంలో గొడవ జరిగింది. పోరు తారాస్థాయికి చేరింది. అన్న గంగాధర్ "నీకు చూపిన ఆస్తి మాత్రమే మన మొత్తం ఆస్తి. నేను ఇంకేమీ దాచుకోలేదు" అని పదేపదే చెబుతూనే ఉన్నాడు. కానీ తమ్ముడు నాణి నమ్మలేదు. చివరికి తమ్ముడు అన్నయ్యను సవాల్ చేశాడు. "మంజునాథస్వామి ఎదుట ప్రమాణం చేస్తావా?" అన్నాడు. అన్న ఒప్పుకున్నాడు. ఇద్దరూ ధర్మస్థలానికి వెళ్లారు. అది

జరిగిన మూడు నెలల్లోనే గంగాధర్ పెద్ద కొడుకు విషం తాగి ఆత్మహత్యకు చేసుకున్నాడు. ఇరవై ఐదు సంవత్సరాల వయస్సు. పోలీసులు తెలిపిన వివరాల ప్రకారం... అతను ఎవరో అమ్మాయితో గొడవ పెట్టుకున్నాడట. అయితే మన చుట్టుపక్కల అలాగే భావిస్తారా? దేవుని ముందు తప్పుడు ప్రమాణం చేసి కొడుకును పోగొట్టుకున్నాడని మాట్లాడుకున్నారు" అని తేలిగ్గా నవ్వేశారు.

శివస్వామి కూడా నవ్వారు. "మా ఊరి వైపు కూడా ఆస్తి పంపకాల కోసం ధర్మస్థలానికి వెళ్లేవారు" అన్నారు.

శివస్వామి రోడ్డుదాటి హెడ్ ఆఫీసుకి వచ్చి స్కూటర్ తీసుకుని బయలుదేరారు. ఆఫీసు లోపలికి వెళ్లలేదు. వెళ్లటానికి మనస్కరించలేదు.

స్కూటర్ ఇంకా గేటుదాటి రోడ్డులోకి ప్రవేశించలేదు, ధావల్ పిలుపు వచ్చింది.

"శివస్వామి?"

"చెప్పండి, సార్."

"మీరు దగ్గరలో ఉన్నారా?"

"అవును సార్, నేను ఇంకా ఆఫీసు గేటు దగ్గరే ఉన్నాను"

"ఒక క్షణం ఇంటికి రాగలరా?"

వస్తానని చెప్పారు. ఒక్కసారి వెళ్లిపోయిన తర్వాత మళ్లీ ఏదో జ్ఞాపకం చేసుకుని ఫోన్ చేయడం ధావల్‌గారి అలవాటు కావడంతో శివస్వామికి ఆశ్చర్యం కలగలేదు. స్కూటర్‌ను పక్క రోడ్డులోకి తిప్పి ఇంటి పోర్టికో దగ్గరకు వెళ్లి ఆగారు. ధావల్ ఆయన కోసమే ఎదురుచూస్తూ బయట నిల్చున్నారు. ఆయన వెనుక కొన్ని అడుగుల దూరంలో కల్పన, గిరిజమ్మ, మరో ఇద్దరు సహాయకులు నిలుచోనివున్నారు. స్కూటర్ ఆగగానే ధావల్ మెట్లు దిగి కిందికి వచ్చి పక్కన నిల్చున్నారు.

"శివస్వామీ, మీతోపాటు నన్నుకూడా ధర్మస్థలానికి తీసుకెళ్తారా?" అని ఆర్ద్రతతో అడిగారు.

శివస్వామికి వెంటనే ఏం చెప్పాలో తోచలేదు.

❖

28

"నాకేమి చెప్పాలో తెలియడం లేదు" అని శ్యామల అంది. "ఆయన మీతోపాటు ఎందుకు ధర్మస్థలకు వెళ్లాలనుకుంటున్నారు?" అని శివస్వామి ప్రశ్నను తిరిగి ఆయననే అడిగింది.

"అదే తెలియటం లేదు."

"ఊరకే తమంతట తామే వస్తున్నానని అంటున్నారా?"

"అవును."

"ధృతితో మాట్లాడటం మంచిది శివస్వామి" అంది శ్యామల.

"శ్యామలా, మీరే ఆమెతో మాట్లాడతారా?"

"లేదు. మీరే మాట్లాడండి. ఆమె నంబర్ ఎస్ఎమ్ఎస్ చేస్తాను" అంది.

ఇంకే ఉద్దేశానికీ కాదు. వాళ్లిద్దరూ ఏకవచనంతో మాట్లాడుకునే స్నేహితులైనందువల్ల శ్యామల విషయాన్ని ధృతికి వివరించాలని శివస్వామి ఆశించారు. కానీ శ్యామలకి అంతా అయోమయంగా ఉంది. ఇదేమిటో ఉచ్చులా ఉంది. తాను ఇందులో చిక్కుకోకుండా ఉండటమే మంచిదనే ప్లేయింగ్ సేఫ్ భావన ఆమె చివరి వాక్యంలో ఉంది.

శ్యామలతో ఆ సంభాషణ తర్వాత శివస్వామి తన పనిలో నిమగ్నమయ్యారు. ఆమె నుంచి ఎలాంటి ఎస్.ఎమ్.ఎస్. రాలేదు. బదులుగా, నలభై ఐదు నిముషాల్లో ధృతి నుండి కాల్ వచ్చింది.

"మిస్టర్ స్వామి, శ్యామల విషయం చెప్పింది. వెళ్లిరండి, పరవాలేదు. ఆయన జీవితంలో తొలిసారిగా తీర్థస్థలానికి వెళ్లాలని అనుకుంటున్నారు. బెంగుళూరు నుండి ధర్మశాలకు డైరెక్ట్ ఫ్లయిట్ ఉందికదా?" ఆమె అడిగింది.

"ధర్మశాల కాదు. ధర్మస్థల"

"అది ఎక్కడ ఉంది?"

"మంగుళూరుకు దగ్గర. మంగుళూరు వరకు విమానంలో వెళ్లవచ్చు. కానీ ఎండీ అందుకు ఒప్పుకోవటం లేదు. నేను ఎలా వెళ్లాలనుకుంటున్నానో అలాగే వెళ్లాలని ఆయన ఆశిస్తున్నారు" అన్నారు శివస్వామి.

"మీరు ఎలా వెళుతున్నారు శివస్వామి?"

"రైల్లో. కుక్కే సుబ్రహ్మణ్యం వరకు రైలులో వెళ్లి, అక్కడి నుండి బస్సు ఎక్కాలని ఆలోచనలో ఉన్నాను".

ఆమెకు అంతా గందరగోళంగా ఉండటం స్పష్టమైంది. ఆ ఊర్ల పేర్లు ఆమె విన్నట్లు లేదు. విమానం ఉన్నప్పటికీ రైలులో వెళ్లడంలోని లాజిక్ ఆమెకు అర్థంకాలేదు. ఏం చెప్పాలో తెలియక కొన్ని క్షణాలు మౌనంగా ఉండిపోయింది. "నేను మా మామగారితో, రవితో మాట్లాడి మీకు ఫోన్ చేస్తాను" అని చెప్పి ఫోన్ పెట్టింది.

ఆ రోజు మధ్యాహ్నం మూడింటికి రవిరాజ్ శివస్వామి ఆఫీసు గదిలోకి వచ్చి తలుపువేసి ఆయన ఎదుట కూర్చున్నాడు. అతనొక్కడే ఎప్పుడూ శివస్వామిని అలా కలవలేదు. ఇప్పుడు ఎదురుగా కూర్చున్నప్పుడు కూడా పెద్దగా మాట్లాడలేదు.

"శివస్వామి, ఆయనా, మీరూ ధర్మస్థలానికి వెళ్లడానికి మాకు ఎలాంటి అభ్యంతరం లేదు. మా నాన్నగారు ఆ కోరికను వెలిబుచ్చడమే నాకు ఆశ్చర్యంగా ఉంది. సెలవుల గురించి ఆలోచించవద్దు. దీన్ని అధికారిక పర్యటనగానే పరిగణించండి. దేనికి తక్కువ చేయకండి. మీ జేబు నుంచి ఖర్చు పెట్టకండి. అకౌంట్స్ సెక్షన్ నుంచి అడ్వాన్స్‌గా డబ్బు తీసుకోవచ్చు. నేను వాళ్లకు వెంటనే ఇన్‌స్ట్రక్షన్స్ ఇస్తాను"

శివస్వామికి అసహ్యం వేసింది. ఆఫీస్ ఖర్చులతో భార్య మొక్కును తీరట్చడానికి వెళ్లే మనిషిలా తాను ఇతనికి కనిపిస్తున్నాడా అని కోపమూ

వచ్చింది. అతని వైపు చూస్తే ఏదో ఆఫీస్ పని నిమిత్తం తనతో చర్చిస్తున్నవాడిలా భావరహితంగా కూర్చున్నాడు. ఈ పనికి తాను తీసుకోవలసిన నిర్ణయాలన్నీ తీసుకున్నవాడిలా ఈయనను చూస్తున్నాడు.

"ఇది నా వ్యక్తిగత పర్యటన రవిరాజ్. మీ తండ్రిగారితోపాటు ఆయన కోసం నేను వెళ్లటం లేదు. బదులుగా ఆయన నాతో వస్తానని కోరుతున్నారు. ఇది ఎం.డి.గారి పర్యటన కాదు, నాది. ఆఫీసుకూ దీనికీ ఎలాంటి సంబంధం లేదు.

ఆయన పదునైన మాటలు అతన్ని బాధించాయి. "సారీ, నేను మిమ్మల్ని అవమానించాలని చెప్పలేదు" అన్నాడు.

శివస్వామికీ వెంటనే తన తప్పు అర్థమైంది. ఈయనతోపాటు ఆయన వెళితే ఏమిటి? ఆయనతోపాటు ఈయన వెళితే ఏమిటి? మొత్తానికి క్రియ ఒకటేకదా? ఈ కుర్రవాడిలో ఇంత బలంగా వ్యక్తమైన యాజమాన్యపు అహాన్ని ఖండించే సాకుతో, తానూ అతని స్థాయికి దిగజారిపోయాడని బాధేసింది. అతనేమో నిరంతరంగా తలపై గర్వపు కిరీటాన్ని ధరించి వుంటాడు. అది అతని కర్మ. అయితే ఇక్కడ తనకు ఏమైంది?

"క్షమించండి. పరుషంగా మాట్లాడాను" అన్నారు శివస్వామి.

రవిరాజ్ రెండు చేతులూ ఊపి పరవాలేదన్నట్టు వ్యక్తం చేశాడు. ఆ తర్వాత వెళ్లడానికి లేచిన వాడు ఒక్కక్షణం అలాగే నిల్చుని అడగాలా, వద్దా అన్నట్టు అడిగాడు. "శివస్వామి, మీ పిల్లలు ఎంత పెద్దవాళ్లు?"

శివస్వామికి ఇంటర్వ్యూలో వీటన్నింటి గురించి మాట్లాడటం గుర్తొచ్చింది. "ఇప్పటికే పెద్దవాళ్లు రవి. ఇద్దరూ స్వతంత్ర జీవితాన్ని సాగిస్తున్నారు. నాతో ఎవరూ లేరు. ఎందుకు అడిగారు?"

"నాకూ, ధృతికి మా నాన్న మాటలు కొన్ని అర్థం కాలేదు. యాత్రకు విమానంలో కానీ, కారులో కానీ ప్రయాణించేందుకు ఆయన అంగీకరించడం లేదు. సహాయం కోసం కల్పనను తీసుకుని వెళ్లడాన్నీ అంగీకరించలేదు. శివస్వామి తన పిల్లలను ఎలా తీసుకుని వెళతారో అలాగే తీసుకుని వెళతారు. ఎలా వెళ్లాలో అన్ని నిర్ణయాలూ ఆయనవేనని అంటున్నారు" అని ముఖంలో కుతూహలాన్ని సూచిస్తూ ఆయన వైపు చూశారు.

"ఆయన నాతో డైరెక్ట్‌గా చెప్పకపోయినా ఆయన భావం అలాగే ఉంది. ఈ ప్రయాణంలో మీ తండ్రిగారి బాధ్యత నాదే. మీరు నన్ను నమ్మవచ్చు" అన్నారు శివస్వామి.

"మీ మీద నాకు పూర్తి నమ్మకముంది శివస్వామి. కేవలం కుతూహలంతో అడిగాను. ఆయన 'తన పిల్లలను ఎలా తీసుకుని వెళతారో అలాగే' అంటే ఏమిటి అర్థం? దానికి ఏ కాంటెక్స్ట్ ఉంది?" అడగకముందే దాదాపు తలుపు దగ్గరకు వెళ్లినవాడు మళ్లీ దగ్గరికి వచ్చి నిలబడ్డాడు.

"పిల్లలు పూర్తి నమ్మకంతో ఎలా తమ తల్లిదండ్రులను అమాయకంగా అనుసరిస్తారో అలాగే ఆయన తమ భారాలన్నీ వదిలించుకుని నాతో ఈ యాత్ర చేయాలని భావిస్తున్నారని నా ఊహ" అన్నారు శివస్వామి.

రవిరాజ్ ఇంకేమీ మాట్లాడలేదు. ఎలాంటి అత్యవసర పరిస్థితిలోనైనా నాకు కాల్ చేయండి" అని లేచి నిలుచున్నాడు. "కనీసం టిక్కెట్లు బుక్ చేయటానికి మన ట్రావెల్ హౌస్‌కు చెబుతాను"

"వద్దు. నేనే చేసుకుంటాను"

అతను బయటకు నడిచాడు.

ధావల్‌గారి కొడుకుగా సహాయం చేయాలనుకుంటే, 'మీ ఇద్దరికీ నేనే టికెట్ బుక్ చేస్తాను' అని చెప్పి ఉండొచ్చు. కానీ కంపెనీ ట్రావెల్ డిపార్ట్‌మెంట్‌కు చెప్పి బుక్ చేయిస్తానని అంటున్నాడు. శివస్వామికి ఆశ్చర్యం వేసింది. తండ్రికి సహాయం చేయాలని అతనికి ఉన్నా, కంపెనీ ప్రమేయం లేకుండా చేయగలడని అనిపించనేలేదు. కుటుంబం, వ్యాపారం కలసిపోయాయని ధావల్ బాధపడటం దీనికోసమేనన్నది ఉదాహరణగా ఇతను మాట్లాడాడు.

ఇది జరిగిన రెండో రోజున, ఉదయం ఏడు గంటలకు బయలుదేరే యశ్వంతపుర-మంగుళూరు రైలులో కిటికీ పక్కన కూర్చున్న ధావల్ ఉలెన్ టోపీ, తెల్లటి పైజామా, వదులైన ఉలెన్ స్వెటర్ ధరించి, దాని మీద శాలువా కప్పుకుని కిటికీ వెలుపల స్టేషన్లోని జనజాత్రను తమ మందపాటి గాజుకళ్లలో ఆశ్చర్యాన్ని నింపుకుంటున్నారు. లంబూజీ పక్కన పొట్టిగా కూర్చున్న శివస్వామి తెల్లటి పంచె, జుబ్బా, లేత నీలం రంగు స్వెటర్, గోధుమ రంగు ఉలెన్ టోపీ ధరించి, తన రీడింగ్ గ్లాసెస్‌తో న్యూస్ పేపర్ చదువుతున్నారు. మాఘమాసపు

చలికి స్టేషన్ ముడుచుకుపోయి ఉంది.

డ్రైవరు చంద్రేగౌడ ప్లాట్ఫామ్‌లోని కాఫీ–టీ స్టాల్ మరుగున నిల్చుని, పేపర్ కప్పులో పొగలు కక్కే కాఫీ సిప్‌చేస్తూ, రైలు కిటికీలోంచి కనిపించే ఇద్దరు వృద్ధులను తదేకంగా చూస్తున్నాడు. రైలు బయలుదేరేవరకు ప్లాట్ఫామ్‌లోనే ఉండి వాళ్లు పిలిచేటంత దూరంలో, అయితే చాటుగా నిలబడివుండాలని కల్పన అతనికి గట్టిగా ఆదేశించింది.

29

శివస్వామికి ఈ ధర్మస్థల అధ్యాయం తన అర్థ తాత్పర్యాలతో సహా పూర్తిగా అవగాహనకు రాలేదు. తన ఊరు, కెరెస్వామి, సంసారం నుంచి విముఖుడైన స్నేహితుడు నీలకంఠ, ఘాజియాబాద్, బెంగళూరు, డిటి గ్రూప్ ఆఫ్ కంపెనీస్ అనే గుజరాతీ కుటుంబ వ్యాపారం, ఇంటినీ కంపెనీని కలిపే మెట్రో రైలు, ఉద్యోగం కోసం బ్రోకర్ అయిన స్నేహితుడు గుడిబండె శంకర్. ఎప్పుడూ నిర్మాణంలోనే ఉన్న అనూప్ గార్డేనియా అనే కట్టడం, పూర్తికాని ఇంట్లో నివాసానికి వెళ్లి బాధపడ్డ కుమార్, వనిత దంపతులు, సంతకం పెట్టలేదని కోపగించుకున్న పక్కింటి సంకేతి భట్టుగారు... ఇవి ఏ చుక్కలనూ వ్యక్తరూపంలో జోడించకుండా తనంతట తానే ఘటించిన అధ్యాయం. బూడిద రంగు పావురాల గుంపు మధ్య తెల్ల హంస ఎగురుతున్నట్లు. జనం గుంపు మధ్య ఒక్కడే నగ్నంగా నిల్చున్న గోమటేశ్వరుడు అయినట్టు. చుక్కలను కలుపుతున్న అన్ని గీతలూ మనకు అర్థంకావాలని లేదు. అర్థమూ కాదు. జీవితంలో చాలావరకు మనం కేవలం పాత్రలమే, కథ రచయిత అయివుండం. మాటలు పూర్తిగా తలకు ఎక్కకపోయినా, ఎవరో రాసిచ్చింది చెప్పేటటువంటి, నటించేటటువంటి నటులు మాత్రమే. ప్రతీదీ అర్థం చేసుకోవలసిన అవసరం లేదు. ఒక వ్యక్తి తన పరిమిత జీవితంలో, పరిమిత అవగాహనలో, పరిమితమైన సాక్షాత్కారాలలో ఎంత గ్రహించాడనుకున్నా జ్ఞానంలోని ఒక్క మెతుకునూ

పొందివుండదు.

ధావల్ కేవలం శివస్వామిని అనుసరించారు. ఆయన కొడుకు, కోడలుకు చెప్పినంత సులభంగానే తన బాధ్యతలన్నీ వదులుకుని పదేళ్లు నిండని పిల్లవాడిలా శివస్వామిని అనుసరించారు. నేత్రావతి నది స్నానఘట్టంలో స్నానం చేశారు. అక్కడి నుంచి టాటాసుమోలో ఒళ్లు కదల్చనంతమంది జనం మధ్య దూరి కూర్చుని దేవస్థానానికి వెళ్లారు. చొక్కా తీసి భుజాలమీద వేసుకుని ముప్పావు గంట క్యూలో నిలబడి దేవుడి దర్శనం చేసుకున్నారు. శివస్వామి నిల్చున్న పక్కనే ఈయన నిలబడ్డారు. శివస్వామి కూర్చున్న చోటే ఈయన కూర్చున్నారు. శివస్వామి ముడుపుగా తెచ్చిన ఐదు వందల రూపాయలను హుండీకి సమర్పించినట్టే ఈయన కూడా సమర్పించారు. శివస్వామి చేతులు జోడించి, భక్తిగా ధ్యానం చేస్తున్నప్పుడు, "మీ అమ్మాయి పేరు చెప్పండి శివస్వామి. ఆమె కోసం నేనూ ప్రార్థిస్తాను" అని తానూ ముకుళిత హస్తాలతో నిలబడి ధ్యానం చేశారు. తమ నడుము నొప్పి మరచిపోయి దేవస్థానానికి చెందిన 'దాసోహ మందిరం'లో పంక్తిలో కూర్చుని భోజనం చేశారు. భోజనానంతరం దేవస్థానానికి చెందిన కావేరి గెస్ట్‌హౌస్‌లోని నాన్ ఏసీ గదిలో పడుకుని విశ్రాంతి తీసుకున్నారు. శివస్వామి తన యాత్రలో ఎలాంటి మార్పులు చేయకుండా ధావల్ కోరుకున్నట్టే నడుచుకున్నారు. పర్యటన మొత్తంలో స్నేహం ఉదాసీనతా ముఖాన్ని ధరించింది. అది కోరుకుని తెచ్చుకున్న ఉద్దేశరహిత ఉదాసీనత.

సాయంత్రం గోమటేశ్వరుని దర్శించుకునేందుకు బాహుబలి కొండకు వెళ్లారు. ధావల్ కూర్చొని, నిలబడి, విశ్రాంతి తీసుకుని మెట్లన్నీ ఎక్కి కొండ మీదికి చేరేసరికి అలసిపోయారు కానీ చురుకుగా ఉన్నారు. ఇద్దరూ అక్కడ గంటకు పైగా కూర్చున్నారు. చుట్టూ పచ్చని చెట్లు, చల్లటి గాలి ఆహ్లాదకరంగా ఉంది. ఇద్దరూ తమ తమ మనోలోకంలో, ప్రార్థనల్లో మునిగిపోయారు. ధావల్ కళ్లు మూసుకుని కూర్చున్నపుడు, శివస్వామి చుట్టూ తిరిగి వచ్చారు. దూరంగా నిలబడి, భగవాన్ బాహుబలి ముఖాన్నే చూస్తూ, తన దృష్టిని మార్చకుండా పాదాల వరకు నడిచారు. మొదట కనుచూపుమేరలోని భగవానుని చెక్కిన ముఖారవిందం ఆ తర్వాత ఆకాశాన్ని మాత్రమే చూసినట్టు ఊహకు

మించి పెరుగుతుంది. కళ్లల్లోనూ, మనస్సులోనూ విశ్వరూపమై ఆక్రమించుకుంటుంది. శివస్వామికి అదొక అసదృశమైన అనుభవం అయింది. ఎంత సేపు చూసినా ఆకర్షణను వదలకుండా లాగేసే ప్రశాంతమైన అందమైన విగ్రహం. ఓడిపోయి లొంగిపోయినవాడు కాదు, జయించి, గెలిచినదాన్ని వదిలేసినవాడు. రాజ్యాన్ని లాక్కోవడానికి వచ్చిన సోదరుడు భరతుడి ప్రవర్తనకు అసహ్యించుకుని, లొంగిపోవడానికి అంగీకరించక యుద్ధం చేసి గెలిచాడు. గెలిచి అన్నిటినీ సోదరుడికే వదిలేసి వెళ్లినవాడు. సర్వస్వాన్ని త్యజించి తపస్సుకు నిలిచినా, తన సోదరునికి చెందిన స్థలంలో నిలబడి తపస్సు చేయవలసి వచ్చిందికదా అనే క్లేశంతో కేవల జ్ఞానం (సమస్త లోకం, కాలం, వస్తువుల పరిపూర్ణ జ్ఞానం) లభించనపుడు, భరత చక్రవర్తి అతని ముందు మోకరిల్లి, అతని పాదాలను స్పర్శించి, "ఇదంతా నీదే... నువ్వు గెలిచి నాకు ఇచ్చావు" అని అర్పించిన తర్వాతే సమ్యగ్దర్శనం కలిగింది. తపస్సు సఫలమై దివ్యలోకానికి చేరింది.

చీకటిపడే వరకు ఇద్దరూ అక్కడే కూర్చున్నారు. తర్వాత జాగ్రత్తగా కిందకు వచ్చారు.

వాళ్లు ధర్మస్థలానికి వెళ్లిన రోజు గురువారం. ప్లాన్ ప్రకారం మరుసటి రోజు శుక్రవారం 'సుబ్రహ్మణ్య' నుంచి బెంగుళూరుకు ప్రయాణం చేయాలి. మరో రెండు రోజులు ధర్మస్థలంలోనే ఉందామనే అభిప్రాయాన్ని ధావల్ వ్యక్తం చేశారు. మొత్తం పర్యటనలో ఆయన అభ్యర్థన ఇదొక్కటే. శివస్వామి ఆయన్ను గెస్ట్‌హౌస్‌లో వదిలేసి ఒంటరిగా బయటకు వెళ్లి ధృతికి ఫోన్ చేసి తెలిపారు. ఆయన ఎలా ఉన్నారని ఆమె ఆరా తీశారు. ఆ తర్వాత ఉండండి, పరవాలేదని చెప్పింది. కావేరీ గెస్ట్‌హౌస్ మేనేజర్ సహాయంతో ఓ ట్రావెల్ ఏజెంట్‌ను పట్టుకుని ఆదివారానికి టిక్కెట్లు మార్చుకున్నాడు. గదికి తిరిగి వస్తుండగా రేవతి కాల్ వచ్చింది. బెంగుళూరు నుంచి బయలుదేరే ముందు, ధర్మస్థలానికి వెళ్తున్నానని చెప్పాడే తప్ప, ధావల్‌తో కలిసి వెళుతున్న విషయం గురించి చెప్పలేదు. రైల్వేస్టేషన్‌కు వచ్చేవరకు ఆయన వస్తారని అనిపించలేదు, అందువల్ల ఎవరికీ చెప్పలేదు. ఇప్పుడు ఆమెకు క్లుప్తంగా చెప్పినప్పుడు, ఆమెకు ఇది విచిత్రంగా అనిపించినా, "మంచిదేకదా, ప్రయాణంలో మీకు కంపెనీ

దొరికింది."

మరుసటి రోజు కూడా అలాగే గడిచింది. ఉదయం దేవాలయానికి, సాయంత్రం బాహుబలి కొండకు. సాయంత్రం తొందరగా వెళ్లి మనస్సుకు తృప్తి కలిగేవరకు కూర్చున్నారు. కొంత సమయం కలిసి గడిపితే, మిగిలిన సమయాన్ని తమ పాటికి తాము ధ్యానంలో కూర్చోవడమో లేదా తిరుగుతూనో గడిపారు. ఆ రోజు కూడా నిన్నటి రోజులాగే శివస్వామి గోమటేశ్వరుని ముఖంపైనే తన ధ్యాసంతా కేంద్రీకరించి నెమ్మదిగా నడుస్తూ పాదాల వరకు వెళ్లాడు. అడుగడుగుకూ ప్రశాంతమైన, నిర్మలమైన ముఖం అంచెలంచెలుగా మనసును ఆవరించిన తీరు చిరస్మరణీయం. కళ్ల నిండుగా చూస్తున్నంతసేపు విశాలమైన ఆకాశపు నీలిరంగు కరిగిపోయి, భగవంతుడి వైరాగ్యభరితమైన దివ్యాక్షులను మాత్రమే నింపుకునేవి.

అక్కడి నుండి బయలుదేరుతుండగా తేజు ఫోన్ వచ్చింది. ధర్మస్థలలో ఉన్న విషయం తెలిపాడు. విన్నాడు. కానీ అతని మనసులో ఇంకేదో తొలుస్తోంది. చైనా దేశాన్ని పట్టిపీడిస్తున్న వైరస్ సరిహద్దులు దాటి మొత్తం ప్రపంచమంతటా విస్తరిస్తోందని. న్యూస్‌లో చూశాడట. కరోనా వైరస్ అని పిలవబడే వైరస్ ఇప్పటికే చైనాను దాటి థాయిలాండ్, సింగపూర్, మధ్యప్రాచ్య దేశాలలో కనిపించిందట. కొన్నేళ్ల క్రితం విజృంభిస్తున్న పీడించిన సార్స్ వైరస్‌లాగా, ఇదీ ప్రపంచంలోని అనేక ప్రాంతాల ప్రజల జీవితాలను అస్తవ్యస్తం చేయగలదని విన్నాడట. "నాన్నా, మిడిల్ ఈస్ట్‌కు వచ్చింది. ఇండియాకి రావడానికి ఎంత సమయం పడుతుంది? పైగా నువ్వు ఒంటరిగా ఉన్నావు" అని ఆందోళన వ్యక్తం చేశారు. శివస్వామి నవ్వారు "న్యూస్‌వాళ్లు ఊరకనే ఆందోళన పరుస్తారు నాన్నా, ఇక్కడ అలాంటిదేమీ లేదు" అన్నాడు.

"అలా కాదు నాన్నా. వాళ్లు చెబుతున్నట్టు వైరస్ ఔట్ బ్రేక్ అయితే సంచార వ్యవస్థ ఆగిపోతుంది. విమానాలు ఒక దేశం నుండి మరో దేశానికి ప్రయాణించవు. చాలా రోజుల వరకు మీరు అక్కడే, మేమిక్కడే ఉండిపోతాం. ఉదయం సంజుతో మాట్లాడాను. తను అమ్మ వీసాను ఎక్స్‌టెండ్ చేయిస్తుందట. అలా జరిగితే అమ్మ మరో నాలుగైదు నెలలు అమెరికాలోనే వుంటుంది. ఏదో విధంగా నాన్నను ఇక్కడికి రావటానికి ఒప్పించమని చెప్పింది. నువ్వు

ఒక్కడివే అక్కడ ఉండకు నాన్నా. మొండితనం చేయకు. దయచేసి ఇక్కడికి వచ్చేయ్. నువ్వు ఎక్కడ ఉన్నా అపార్ట్మెంట్ వివాదం పరిష్కరించబడుతుంది. అందుకోసం అక్కడ వేచి ఉండాల్సిన అవసరం లేదు" అని వేడుకున్నాడు. శివస్వామి ఎంతగా ఓదార్చినా అతని ఆందోళన తగ్గలేదు. శివస్వామి నుంచి 'అలాగే, నేను అక్కడికి వస్తాను' అని చెప్పించాలనే పట్టుదలతో చిన్న పిల్లాడిలా మాట్లాడుతున్నాడు. "ఆలోచించుకోవడానికి నాకు టైం ఇవ్వు, నేను ఇప్పుడు గుడిలో ఉన్నాను, నీతో తర్వాత మాట్లాడతాను" అని శివస్వామి తానే కాల్ కట్ చేయవలసి వచ్చింది.

శనివారం నాటికి ధావల్‌గారి ఆరోగ్యం కాస్త చెడింది. మునుపటి రెండు రోజుల ప్రయాణం, నది స్నానం, తిరగడాన్ని దృష్టిలో పెట్టుకుంటే ఇది ఊహించిందే. రెండు రోజులు అన్ని మెట్లు ఎక్కిన ఫలితంగా వెన్నులో నొప్పి, మోకాళ్ల నొప్పులు కనిపించాయి. ఆ రోజు ధావల్ లాడ్జిలోనే ఉండిపోయారు. కేవలం పడుకుని వుండిపోయారు. శివస్వామి ఒక్కరే నదిలో స్నానం చేసి దేవాలయానికి వెళ్లివచ్చారు. ఆయన లాడ్జికి తిరిగొచ్చే సమయానికి ధావల్‌గారికి జ్వరం వచ్చింది. లాడ్జ్ మేనేజర్‌ను కలిసి ఒక డాక్టర్‌ను పంపమని అభ్యర్థించారు. అరగంటలో లాడ్జ్ మేనేజరు డాక్టరుతో వీరి గదికి వచ్చాడు. ధావల్‌ను పరీక్షించిన డాక్టర్ 'ఇది కేవలం అలసట వల్లనే' అన్నారు. ఆ తర్వాత మూడు రోజులకు సరిపడా మాత్రలు రాశారు. ధావల్‌గారే తన నడుమునొప్పికి మందును సూచించారు. శివస్వామి కింద ఉన్న ఫార్మసీకి వెళ్లి మందులు తెచ్చి, తానే క్రమం తప్పకుండా ధావల్‌కు ఇచ్చారు. సమీపంలోని హోటల్ నుంచి ఇడ్లీ, చట్నీ తెచ్చి ఆయనకు బలవంతంగా తినిపించారు. రాత్రి సమయానికి, ధావల్ కొద్దిగా కోలుకున్నారు. మెల్లగా లేచి శివస్వామి సహాయంతో బయటకు వచ్చి నాలుగడుగులు వేసి, పెరుగన్నం తిని తిరిగొచ్చి పడుకున్నారు. ధావల్ నిద్ర లేచినప్పుడల్లా ఆయన్ను పలకరిస్తూ శివస్వామి ఆ రాత్రిని మగతనిద్రలో గడిపారు. ఆయన ఆరోగ్యం మళ్లీ క్షీణిస్తే ధృతికి కాల్ చేద్దామని అనుకున్నారు. ఆ అవసరం రాకుండా ఉదయానికి ధావల్‌గారు కాస్త కుదుటపడ్డారు. ఇద్దరూ 'సుబ్రహ్మణ్య'కు వచ్చి బెంగుళూరుకు వెళ్లే రైలు ఎక్కారు. ధావల్‌గారి కోసం శివస్వామి ప్రయాణంలో చేసిన ఒక మార్పు

ఏమిటంటే, కుక్కే సుబ్రహ్మణ్య ఆలయానికి వెళ్లే ఆలోచనను విడిచిపెట్టారు. ప్రతిసారి శివస్వామి దంపతులు ధర్మస్థలకు వెళ్లేటప్పుడు, ఏదో ఒక సమయంలో అంటే వెళ్లేటప్పుడో లేదా తిరుగుప్రయాణంలోనో ఒక రోజు సుబ్రహ్మణ్య దేవాలయం కోసం కేటాయించేవారు. అయితే ఇప్పుడు శివస్వామికి ధావల్‌గారిని మరీ అలిసిపోయేలా చేయడం సబబు కాదని అనిపించింది.

రైలు దట్టమైన అడవులు, మంచు ముసుగువేసుకున్న కొండల గుండా ధడధడమని శబ్దం చేస్తూ, అప్పుడప్పుడూ సొరంగాలను దాటుతూ వెళుతూవుంది. ఇద్దరికీ బాగా నిద్రపట్టింది. శివస్వామికి మెలకువ వచ్చేసరికి రైలు సకలేశపుర స్టేషన్ నుంచి బయలుదేరుతోంది. ధావల్ కిటికీలోంచి చూస్తున్నారు. రైలు క్రమక్రమంగా వేగం పెంచుకుంది. శివస్వామి మెలకువగా వున్నాడని గ్రహించి ధావల్ ఆయన వైపు తిరిగారు. శివస్వామి కూడా అతనివైపు చూశారు. కిటికీలోంచి వీస్తున్న గాలికి ఆయన తెల్లగడ్డం అదురుతోంది.

"శివస్వామీ?"

"చెప్పండి, సార్."

"నేను నిన్ననే మీతో మాట్లాడాలనుకున్నాను. కానీ జ్వరం కారణంగా కుదరలేదు. ఈ మూడు రోజుల్లో నేనొక నిర్ణయానికి వచ్చాను. ఒకటి కాదు, రెండు. నేను వెళ్లగానే కంపెనీని రవికి అప్పగిస్తాను. అందులో ఒక విభాగం కూతురికి చెందాలి. ఎలా పరిష్కరించుకుంటారో వాళ్లే పరిష్కరించుకోవాలి. రెండవది, నేను నగరత్‌పేటలోని ఇంటికి వెళ్లిపోతాను. మిగిలిన జీవితాన్ని అక్కడే గడుపుతాను. సదాశివనగర్‌లోని ఇంటిని కొడుకు, కూతురు, కోడలు, అల్లుడు ఎలా పంచుకుంటారో పంచుకోనీ. ఆ కంపెనీ విషయంలో వాళ్లు విమల్‌నూ కలుపుకుని పంచుకోవాలి. కంపెనీలో ప్రీతమ్ పెట్టుబడి కూడా ఉంది. 'కంపెనీకి నాకూ ఇకపై ఎలాంటి సంబంధం లేదు" అన్నారు. ఆయన గొంతు దృఢంగా ఉంది. మాటలు స్పష్టంగా వున్నాయి. ఎలాంటి భావోద్వేగమూ లేదు.

శివస్వామికి కెరెస్వామి గుర్తొచ్చారు. నీలకంఠ గుర్తొచ్చాడు. దూకేవాడు 'దూకనా?' అని అడగడు, గబుక్కున వెళ్లి దూకేస్తాడు. ఏదో మధురమైన పిలుపుకు ఆకర్షితులై లాగినట్లు దూకేవారికి నీళ్లలో ఒక మార్గం

తెరుచుకుంటుంది. దానికి సంబంధించిన రెండవ ఉదాహరణను చూస్తున్నారు. మనసు ఆశ్చర్యపోయింది.

అటు తర్వాత ఆయనకు అర్థమైంది. గబుక్కున దూకటం నిజానికి కేవలం ఆ క్షణపు పరమార్థం కాదు. బయటకు అలా కనిపిస్తోంది. అంతే. అవగాహన స్థాయిలోనో, రహస్యంగానో చాలా కాలంగా మనసు చీకటిలో జరిగే చెక్కడం పని ఏదో క్షణంలో పూర్తయి ఒక ప్రతిమ ఆవిర్భవిస్తుంది. మనం కేవలం ఆ ఆవిర్భావ క్షణం మాత్రమే చూస్తాం. విత్తనంలోని చెట్టులా, ప్రతిదీ లోపల వుండే వ్యక్తరూపపు ముహూర్తం కోసం ఎదురుచూస్తాయి. చీకటి గర్భంలో వెలుతురు దాగివుంటుంది. బయటిదంటూ ఏదీ ఉండదు.

30

బెంగుళూరు చేరిన తర్వాత మరుసటి రోజు శివస్వామికి విశ్రాంతి దినం. ఆయన ముందుగా వేసుకున్న ప్లాన్ ప్రకారం గురు, శుక్రవారాల్లో పర్యటన ముగించుకుని శని, ఆదివారాల్లో విశ్రాంతి తీసుకుని సోమవారం ఆఫీసుకు వెళ్లాలని అనుకున్నారు. అయితే ధావల్ కోరిక మేరకు యాత్రను మరో రెండురోజులు పొడిగించడంతో ఆదివారం అర్ధరాత్రి ఇంటికి చేరుకున్నారు. ఆ సమయం కాని సమయంలో చంద్రేగౌడ రైల్వేస్టేషన్‌కు వచ్చి వీళ్ల కోసం ఎదురుచూస్తున్నాడు. ధావల్ ఒత్తిడికి లొంగకుండా శివస్వామి కారు ఎక్కకుండా ఆటోరిక్షాలో ఇంటికి చేరుకున్నారు. తాను బయలుదేరే ముందు ధావల్‌గారిని వారి కారు వరకు వదిలారు. చంద్రేగౌడ్ కారు స్టార్ట్‌చేసి వెళ్లడానికి ముందు ధావల్ కిటికీలోంచి రెండు చేతులు చాపి శివస్వామికి షేక్ హ్యాండ్ ఇచ్చారు. "శివస్వామి, మీరు చేసిన ఉపకారాన్ని నేను ఎప్పటికీ మరచిపోలేను" అన్నప్పుడు భావోద్వేగంతో ఆయన కళ్లు కన్నీళ్లతో నిండిపోయాయి.

ఉదయం నందిని పాలబూత్ నుంచి పాలు, పెరుగు తెచ్చుకోవడానికి బయటికి వెళ్లారే తప్ప, శివస్వామి రోజంతా ఇంట్లోనే గడిపారు. తానే స్వయంగా ఖడక్ చాయ్ తయారు చేసుకుని తాగినప్పుడు హాయిగా అనిపించింది. ఆయన దేన్నయినా వదలగలరు, కాని చిక్కటి చాయ్‌ను వదల్లేరు. ఎంత స్ట్రాంగ్ ఉండాలి, ఎంత పంచదార వేయాలి, ఎంత పాలు కలపాలి, ఇలాంటివన్నీ

ఆయన రుచికి ముఖ్యమైనవి కావటం వల్ల అలాంటి చాయ్ ఏ రెస్టారెంట్ లోనూ దొరకలేదు. రేవతి చేసే చాయ్ కూడా ఆయనకు నచ్చదు. అల్పాహారం కోసం, బియ్యపు రొట్టె చేసుకుని, ఊరగాయతో తిన్నారు. ఫ్రిజ్‌లో ఉంచిన కూరగాయలు తరిగి సాంబరు చేశారు. షేవ్ చేసుకుని, స్నానం చేసి, మధ్యాహ్న భోజనం ముగించుకుని నిద్రపోయి ఆ రోజును గడిపారు.

ఆయనకు సాయంత్రం అవుతుండగా అమెరికాకు తెల్లవారింది. సంజన, రేవతిలు కాల్ చేశారు. ఇద్దరూ కలిసి స్పీకర్ ఆన్ చేసి మాట్లాడుతున్నారు. చైనా ద్వారా జరిగిన వైరస్ విస్ఫోటనం అమెరికాలో అకస్మాత్తుగా తీవ్రమైన విషయంగా మారింది. సంజన కూడా తేజస్‌లాగే ఆందోళన వ్యక్తం చేసింది. ఈ వారంలోనే బయలుదేరు, నేను టికెట్ బుక్ చేస్తానని ఆమె పట్టుబట్టింది. ఈయన తేజును మందలించినట్లు ఆమెను మందలించారు. "ఇక్కడ అలా ఏమీ లేదు. దూరంలో కూర్చొని అనవసరంగా కంగారు పడకండి" అన్నారు.

వీసా పొడిగింపు కావటం రేవతికి నచ్చిందో లేదో తెలియదు. కాల్‌లో సంజన కూడా ఉండడంతో రేవతి ఆ విషయం గురించి పెద్దగా మాట్లాడలేదు. రేవతి ప్రయాణం సరైన సమయంలో జరగలేదు. ఆమె రెండు నెలలు ఆలస్యంగా వెళ్లి ఉంటే సంజనకు అనుకూలంగా ఉండేది. అప్పుడు డెలివరీకి ముందు నాలుగు నెలలు, డెలివరీ తర్వాత రెండు నెలలు ఉండి, తల్లీబిడ్డను కనిపెట్టుకుని, వాళ్లు కుదుటపడ్డ తర్వాత వచ్చివుండొచ్చు. అంతా సరిపోయేది. కానీ సంజన తన ఆరోగ్యం గురించి ఆందోళన చెంది, కంగారుపడి ముందుగానే తల్లిని పిలిపించుకున్న పరిణామంగా, రేవతి వీసా గడువు ముగిసి, తిరిగి రావలసిన రోజు, సంజన డెలివరీరోజు దాదాపు ఒకే రోజు కావటంతో వీసా పొడిగించుకుని ఉండాల్సిన అవసరం ఏర్పడింది. రేవతి కూడా "మీరూ వచ్చేయండి" అని అనడంతో శివస్వామికి ఎలా తోసిపుచ్చాలో అర్థం కాలేదు.

శివస్వామికి ఆశ్చర్యం కలిగించింది ఏమిటంటే వాళ్లెవరూ తన పని గురించి మాట్లాడకపోవటం. తన ఈ రెండవ ఉద్యోగంలో ఎప్పుడైనా చేరవచ్చు లేదా వదిలివేయవచ్చని ఆలోచించారా? క్రికెట్ జట్టులో ఎక్స్‌ట్రా ప్లేయర్‌లా భావించి, ఊరకే కూర్చుని, పిలిచినప్పుడు మాత్రమే వెళ్లేవాడని భావించారా? అంతెందుకు, ఇప్పటికీ శివస్వామిని ఎక్కడ పని చేస్తున్నారని అడిగితే ముందుగా

నాలుక చివర–'బిఇఎల్' అనే వస్తుంది. ప్రయాసతో డిటి సాఫ్ట్ వేర్ సొల్యూషన్స్ అనాలి. అలాటప్పుడు అదే భావన కుటుంబంలోని ఇతర సభ్యుల్లోను ఉంటే అందులో ఆశ్చర్యమేముంది? బిఇఎల్‌లో ఉండేవారు. పదవీ విరమణ చేశారు. ఈ రెండవ కంపెనీ వారి తలలో దూరనేలేదు. కనీసం తను ఇప్పుడు పనిచేస్తున్న కంపెనీ పూర్తి పేరైనా రేవతికి తెలుసు అనటంలోనూ శివస్వామికి నమ్మకం లేదు.

రాత్రి పది గంటలైనా అనూప్ గార్డెనియా పని జరుగుతూనే ఉంది. ఇరుగుపొరుగువారి పోలీస్ కంప్లయింట్ ఇంకా ప్రభావం చూపించినట్లు లేదు. వాళ్లు కంప్లయింట్ ఇచ్చారో లేదో కూడా తెలియదు. ఫ్లడ్‌లైట్ల తీక్షణతను ఆపటానికి కిటికీకి మందపాటి బెడ్ షీట్ కట్టారు. చెవిలో దూది పెట్టుకున్నారు. పడుకుంటే నిద్ర పట్టలేదు. మధ్యాహ్నం గాఢంగా నిద్రపోయిన పరిణామం అది. ధావల్ మాటలవైపు మనసు మరలింది. ఆయన తర్వాత కంపెనీ ఎలా ఉంటుందో ఊహకు అందలేదు. రవిరాజ్, ధృతి అధికారాన్ని ఎలా పంచుకోవచ్చు? కూతురికి ఒక డివిజన్ అంటే ఏమి జరగవచ్చు? రవిరాజ్, విమల్ కలిసి ఉంటారా? కంపెనీ విభజన జరుగుతుందా? లేక అందరూ కలిసి నిర్వహిస్తారా? ధృతికి, ధావల్ కూతురికీ పొసగదనే కథలను వినటంవల్ల, అందరూ ఒక్కటిగా ఎలా ప్రవర్తిస్తారు, కంపెనీని ఎలా నడుపుతారు అనటంలో అంత నమ్మకం లేదు.

భవిష్యత్తులో తమతోఎలా ప్రవర్తిస్తారో దాని గురించి స్పష్టత ఏర్పడలేదు. అన్ని వ్యతిరేకతలను అధిగమించి ధావల్ తనను ఎంచుకున్నాడు. ఇప్పుడు ఆయనే కంపెనీలో లేకపోయినప్పుడు తన విలువ ఏమిటి? మిగిలిన వారంతా అప్పుడప్పుడు కనిపించి తమ గ్యారంటీ పనులను ప్రశంసించినా, ఆమోదం తెలియజేసినా భవిష్యత్తులో మారరని ఏమిటి? వాళ్లు తనతో ఏకీభవించింది, తనను స్వీకరించింది ధావల్ కోసమే; ఒకటి ఆయనకు బెదిరి, లేదా శ్యామలలా ధృతి మాస్టర్ ప్లాన్‌లో భాగస్థులై. ఇప్పుడు, వారి సమస్యలన్నీ పరిష్కరించబడిన తర్వాత తనను ఎందుకు స్వీకరిస్తారు?

తర్వాత శివస్వామి మనసు ధావల్ నిర్ణయం వైపు మరలింది. 'కంపెనీకి నాకూ ఇకపై ఎలాంటి సంబంధం లేదు'– ఆయన మాటలు ఎంత స్పష్టంగా,

దృఢంగా వినిపించాయంటే శివస్వామికి అవి క్షణికమైన సంతాపపు మాటలని కొట్టిపడేసే అవకాశాలు కనిపించలేదు. బదులుగా వదులుకోవడానికి ఇంత నాటకమా అనే ప్రశ్న వేధించింది. చాలా రోజుల తర్కవితర్కాలు, ఆలోచనలు, నిర్ణయాలు, నాలుగు రోజుల పర్యటనకేనా? ఎనభైకి చేరువలో ఉన్న ఒక వృద్ధుడు తన ఆస్తిని తన పిల్లలకు వదిలిపెట్టడానికి ఈ పాటి నాటకమా? ఏదో ఘనకార్యమైన సంబంధాల్లా కనిపించే సన్నివేశాలు, నిర్ణయాలన్నీ ఒక కుటుంబ ఆస్తి పంపకాల వివాదాన్ని పరిష్కరించడానికేనా? సంబంధమనే దారాన్ని మరుగుపరిస్తే తళతళమని మెరిసే హారమంతా అసంబద్ధం అవుతుంది. భరతుడు తోడబుట్టినవాడు. ఒకే రక్తంవాడు. అందువల్ల చంపుతానని అతన్ని పైకెత్తిన బాహుబలి బాహువులు తమంతట తామే వాత్సల్యపు కౌగిలిగా మారి బిడ్డను ఎత్తుకుని నేలమీద దింపుతున్నట్లు అతనిని క్రిందికి దించాయి. అతను కాకుండా వేరే రక్తంవాడై వుంటే అలా దించేవాడా? భరతునితో చేసిన పోరాటం కలిగించిన పరితాపం ఇతరులను లొంగదీసినపుడు ఏర్పడేదా? సర్వస్వాన్ని త్యజించి నడిచేలా చేసేదా?

ఆ కఠోరమైన విరాగికూడా నడిచేవాడేమో, కానీ ఈయన కాదు. ఈ వదంతులు ఎవరి కోసం? బయటి ప్రపంచానికి ఏమి అవసరం? డిటి గ్రూప్ అనే కొన్ని వందలకోట్ల వ్యాపారం ఎవరి ఆధిపత్యంలో జరిగితే ఏమిటి? ధావల్ థక్కర్ అనే వృద్ధుడు పదిహేను గదుల మయుడు నిర్మించిన సౌధంలో ఉంటే ఏమి? నాలుగు గదుల పాత ఇంట్లో ఉంటే ఏమి? సదాశివనగర్‌లో వుంటే ఏమి? నగరత్‌పేటలో ఉంటే ఏమి? మేనేజింగ్ డైరెక్టర్ అని తండ్రి పిలిపించుకుంటే ఏమిటి? కొడుకు పిలిపించుకుంటే ఏమి? ధావల్, రవిరాజ్ అనే ఇద్దరు థక్కర్ల మధ్యనున్న వ్యత్యాసం ప్రపంచానికి ఎందుకు కనిపించాలి?

అనూప్ గార్డేనియావారి పని పూర్తయి చీకటి పడ్డాక కూడా శివస్వామికి చాలాసేపు నిద్రపట్టలేదు.

మరుసటి రోజు మంగళవారం. రోజుకన్నా ఒక గంట ముందు ఆఫీసుకు వెళ్లారు. ఊహించినట్లుగానే కొండంత పని ఆయనకోసం ఎదురుచూస్తూ ఉంది. అనురాధ, సుధాకర్‌లు అనేక నిర్ణయాల కోసం ఎదురుచూస్తున్నారు. "సెలవులు ఎలా గడిచాయి? ఎక్కడికి వెళ్లారు సార్?"

అని అనురాధ అనాలోచితంగా అడిగినప్పుడు, ఆమె ముఖంలో ఎలాంటి కుతూహలపు ఛాయలు కనిపించకపోగా, తన-ధావల్‌గారి పర్యటన అందరి మధ్య చర్చనీయాంశం కాలేదని సంతృప్తి కలిగింది. రవిరాజ్ ఆఫీసుకు రాలేదు. ప్రభు తన మేనేజర్లతో రోజంతా బిజీగా ఉన్నాడు.

మధ్యాహ్నం డైనింగ్ హాల్లో ఉండగా ముంబై నుంచి ఫోన్ వచ్చింది. ఆయన దాన్ని తీసుకోలేదు. దాదాపు యాభై స్థానాలను భర్తీ చేయడానికి రిక్రూట్మెంట్ డ్రైవ్ కొనసాగుతున్నందున భాగస్వామ్య కంపెనీల నుండి ఫోన్లు రావటం సర్వసాధారణం. ఈ సాఫ్ట్‌వేర్ కంపెనీల్లో కొత్తవారిని నియమించు కోవడం, చేర్చుకున్నవారికి వీడ్కోలు చెప్పడం అంతా విపరీతం. రోజువారీ సంతలాంటి వ్యవహారం. ఈ రిక్రూట్మెంట్ డ్రైవ్ కారణంగా శివస్వామి మరో సందిగ్ధంలో చిక్కుకున్నారు. అది మిత్రుడు గుడిబండే శంకర్ రూపంలో వచ్చింది. అతను అప్పటికే మూడుసార్లు ఫోన్ చేశాడు. మొదటి రెండు కాల్స్ వచ్చినప్పుడు ఆయన ధర్మస్థలలో ఉన్నారు. బెంగుళూరు తిరిగొచ్చిన తర్వాత ఫోన్ చేయొచ్చులే అనుకుని మౌనం వహించారు. తిరిగి వచ్చిన మరుసటి రోజు సెలవులో ఉన్నప్పుడు మళ్లీ ఫోన్ వచ్చింది. అప్పుడు ఆయన వంట చేస్తున్నారు. తన ఫోన్ కాల్స్ రిసీవ్ చేసుకోనందుకు నిందించాడు. మొక్కు తీర్చుకోవటానికి ధర్మస్థలకు వెళ్లినట్టు చెప్పారు. ధావల్ వెంట వచ్చిన విషయాలేవీ చెప్పలేదు. కానీ అతని కాల్ ముఖ్యాంశం కంపెనీ రిక్రూట్మెంట్ డ్రైవ్‌కు సంబంధించింది. అతని కంపెనీ నుంచి పంపిన అభ్యర్థులను ఎక్కువ సంఖ్యలో ఎంపిక చేయాలని పరోక్ష సందేశం ఉంది. నేను నీకు చేసిన సహాయానికి ప్రతిఫలంగా ఇప్పుడు నువ్వు నాకు సహాయం చేయాలి అనే ధ్వని వినిపించింది. శివస్వామి ఏమీ చెప్పలేదు. అర్థం కానట్టు మౌనంగా ఉండిపోయారు. కానీ అతను ఆ విషయాన్ని వదులుకునేవాడు కాదని ఆయనకు తెలుసు. గతంలో కూడా కంపెనీకి సంబంధించిన అనేక అంతర్గత సమస్యలను తెలుసుకునేందుకు తీవ్రంగా ప్రయత్నించాడు. కానీ శివస్వామి చాకచక్యంగా దాచిపెట్టారు.

సాయంత్రం ఆరుగంటల సమయంలో ఇంటికి బయలుదేరుతూ, ఆఫీసు గదిలోని లైట్ ఆఫ్ చేసే సమయంలో అనిత కాల్ వచ్చింది.

"సార్, ఎండి.గారు మిమ్మల్ని కలవాలనుకున్నారు" అని అంది.

"ఇప్పుడే?"

"మీరు ఇంకా ఆఫీసులో ఉంటే రావచ్చు. సాయంత్రం ఏడు గంటల వరకు విజిటింగ్ అవర్స్ ఉంటుంది".

"విజిటింగ్ అవర్స్ అంటే?" అయోమయంగా అన్నాడు.

"ఓహ్. సారీసార్. మీకు తెలిసివుండొచ్చని చెప్పాను. ఎం.డి. ఆసుపత్రిలో చేరారు. కంగారు పడవలసినంత సీరియస్ ఏమీ లేదు. ట్రిప్ నుంచి వచ్చిన తర్వాత బాగా అలసిపోయారట. నిన్న సాయంత్రం రవిసార్ ఆయనను ఆసుపత్రిలో చేర్చారట. నేను ఇప్పుడు అక్కడ నుండి తిరిగి వెళ్తున్నాను" అంది.

"ఏ హాస్పిటల్?" అని అడిగారు.

"యశవంతపురలోని కొలంబియా ఏషియా హాస్పిటల్" అని చెప్పింది.

❖

,

31

హాస్పిటల్ లాబీలో ఈయన కోసమే ఎదురుచూస్తూ కూర్చున్న కల్పన, శివస్వామి రాగానే ఆయన్ను వార్డ్‌రూమ్‌కు తీసుకువెళ్లింది. శివస్వామికి ఏదో ఫైవ్ స్టార్ హోటల్ హాల్ వేలో నడుస్తున్నట్లు అనిపిస్తోంది. కల్పన తలుపు తట్టి, లోపలి నుండి 'కమ్ ఇన్' అని వినిపించిన తర్వాత, మెల్లగా తలుపును తోసి, తాను పక్కన నిలబడి, శివస్వామిని లోపలికి పంపి, తలుపు వేసుకుని వెళ్లిపోయింది. అది విశాలమైన గది. విఐపి రోగుల కోసం కేటాయించిన ప్రత్యేక గది కావచ్చు. మంచం మీద పడుకున్న ధావల్ మాత్రమే కాకుండా ఆయనకు ఇరువైపులా ముగ్గురు కూర్చున్నారు. నలుగురూ ఈయన వైపు తిరిగి చూశారు. రవిరాజ్, ధృతి, మరొక మహిళ – ధృతి కంటే కాస్త వయసులో పెద్దది కావచ్చు.

రోడ్డు నుంచి నేరుగా లోపలికి ప్రవేశించినవారికి ఏసీ నుంచి వచ్చే ఆహ్లాదకరమైన గాలి, వెన్నెలలా గదిని ఆక్రమించిన వెలుతురు, గోడలలోని అచ్చమైన తెల్లదనం, అడుగు వేయడానికి సంకోచపరిచే శుభ్రత ఆ గది ప్రత్యేకత వల్ల సందర్శకులను మరో ప్రపంచానికి సిద్ధం చేస్తున్నాయి. శివస్వామికి ఆ గది కూడా ధావల్ ఇల్లంతా పెద్దగా కనిపించింది. ధావల్ చాపిన ఎడమ చేతికి గ్లూకోజ్ ఐవిని పెట్టడం జరిగింది. రెండు రోజుల క్రితం ధర్మస్థలలోని కావేరీ లాడ్జిలో యాత్రికుడిగా పడుకున్న వ్యక్తి ఈయనేనా అనే అనుమానించేలా

మారిన సన్నివేశంలో ధావల్ పడుకునివున్నారు.

డోర్‌దాటి రెండడుగులు వేసేసరికి, కళ్లద్దాలు లేకుండా పడుకున్నందువల్లనో, పడుకున్న మంచం నుంచి తలుపు దూరంగా ఉండటం వల్లనో, మధ్యనున్న గ్లూకోజ్ ఐవి స్టాండ్ చాటువల్లనో, మొత్తానికి ధావల్‌గారికి చప్పున గుర్తుపట్టడానికి ఆలస్యమై, కళ్లు తీక్షణం చేసి చూస్తున్నప్పుడు ఆయన తలపక్కన కూర్చున్న రవిరాజ్ చెవులవైపు వంగి 'శివస్వామి' అని గుసగుసపగా అన్నాడు.

"రండి శివస్వామి" అని ధావల్ ఆప్యాయంగా పిలిచి చిన్నగా నవ్వారు. రవిరాజ్ కాస్త పక్కకు జరిగి, తాను కూర్చున్న సోఫాలో చోటు చూపాడు. ధృతి కూడా శివస్వామిని చూసి నవ్వింది. ధృతి పక్కన కూర్చున్న మహిళ అతనిని చూసి నవ్వుతూ, "నేను మాధురీ జైన్. విమల్ జైన్ భార్యను" అని తన పరిచయం చేసుకుంది.

ధావల్ కళ్లు నిస్తేజంగా వున్నాయి. తల, గడ్డం చెదరిపోయింది. హాస్పిటల్‌కు చెందిన నీలిదుస్తుల్లో చాపిన చేతిమీది తెల్లవెంట్రుకలు స్పష్టంగా కనిపిస్తున్నాయి. మూడు రోజుల క్రితం వ్యక్తి కంటే ఇక్కడ పడుకున్న వ్యక్తి వయసు చాలా ఎక్కువగా కనిపిస్తోంది. పండు ముసలివారయ్యారు. ఇంతకాలం ఎక్కడ దాక్కుందో ముసలితనం. ఇప్పుడు ఆయన కళ్లలోకి దిగి మకాం పెట్టింది.

"పర్యటన మీకు అలసట కలిగించింది" అన్నారు శివస్వామి దగ్గరగా కూర్చుంటూ.

ధావల్ చిన్నగా నవ్వి, "లేదు. అలాంటిదేమీ జరగలేదు. మా ఇంటి వాళ్లు కాస్త కంగారుపడే వ్యక్తులు. రెండు సార్లు తుమ్మినందుకే తీసుకొచ్చి ఇక్కడ చేర్చారు" అన్నారు. శివస్వామి చుట్టూ కూర్చున్నవారిని ఒకసారి చూశారు. ఎవరూ మాట్లాడలేదు. అలాగని ఈయన పట్ల కోపంగానీ, ఉదాసీనతగానీ కనిపించలేదు. రవిరాజ్ మౌనంగా తల వంచుకుని కూర్చున్నాడు. ధృతి, మాధురి కూడా ఏమీ మాట్లాడకుండా వీళ్లిద్దరి మాటలకు శ్రోతలుగా కూర్చున్నారు. ధావల్‌గారు రైల్లో చెప్పిన తమ నిర్ణయాన్ని ఇప్పటికే తమ కుటుంబ సభ్యులకు చెప్పివుండొచ్చా అనే కుతూహలం శివస్వామిని వేధించింది. తర్వాత తన కుతూహలానికి తానే సిగ్గుపడ్డారు. ఎవరిదో కుటుంబ విషయాలను

తెలుసుకుని చేయగలిగేదేముంది?

"మా ఇద్దరికి పదినిమిషాల సమయం ఇస్తారా?" రవిరాజ్ వైపు చూస్తూ గుజరాతీలో అడిగారు ధావల్. ముగ్గురూ లేచి బయటికు నడిచారు. వెళ్లే ముందు రవిరాజ్, ధావల్‌గారి మీది నుంచి జారిపోయిన దుప్పటిని సరిచేసి, పక్కనే ఉన్న డ్రాయర్ లోంచి మినరల్ వాటర్ బాటిల్ శివస్వామికి ఇచ్చి డోర్ వేసుకుని వెళ్లారు. శివస్వామి వాటర్ బాటిల్ పక్కన పెట్టారు.

"శివస్వామి?"

"చెప్పండి, సార్."

"మొన్న రైల్వే స్టేషన్ నుండి బయలుదేరేటప్పుడు మీకు నేను సరిగ్గా చెప్పానో లేదో. మీరు సౌజన్యంతో నన్ను ధర్మస్థలానికి తీసుకుని వెళ్లి గొప్ప ఉపకారం చేశారు" అన్నారు ఆర్ద్రస్వరంతో.

"అందులో ఏముందిసార్? నేను తప్పనిసరిగా వెళ్లాల్సి వచ్చింది, మీరు నాకు తోడయ్యారు, అంతే" అన్నారు శివస్వామి.

"లేదు లేదు. అంతే కాదు. నేనొక నిర్ణయానికి రావడానికి మీరు నాకు సహాయం చేశారు"

"నేనేమి సహాయం చేశాను సార్? మీకు మీరే సహాయం చేసుకున్నారు. మావైపు తాలూకా ఆఫీసుల్లో సాక్షిసంతకం పెట్టేందుకు కొందరు నిలబడి వుంటారు. వారు అద్దెకు వచ్చిన సాక్షులు. ఎలాంటి ఇబ్బందులు లేని చిన్నచిన్న వివాదాలకు సంతకం పెట్టి డబ్బులు తీసుకుంటారు. వారికి ఆ వివాదాల ముందు వెనుకలు తెలిసివుండవు. ఊరకే ఆ క్షణానికి వాళ్లు విట్‌నెస్‌లు. ఒక రకంగా మీ నిర్ణయానికి నేను ఆ విధమైన సాక్షిని" అని నవ్వారు.

ధావల్ లేచి కూర్చోవడానికి ప్రయత్నించారు. మంచానికి ఉన్న లివర్‌ను చూపించి తిప్పమని శివస్వామిని అడిగారు. మంచం వాలుగా వంగిన తర్వాత ఆనుకుని కూర్చున్నారు.

"శివస్వామీ, ఇంకా దగ్గరికి రండి" అని పిలిచారు. శివస్వామి దగ్గరికి జరిగారు. ధావల్‌కు ఎక్కించిన ఐవి ఇంజక్షన్ ట్యూబ్ శివస్వామి భుజాన్ని తాకి ధావల్ మోచేతిపై చుక్కచుక్కగా పడుతోంది. బయట ఎంత కోలాహలం ఉన్నప్పటికీ, రాత్రి ఎనిమిది గంటల ట్రాఫిక్‌కు చుట్టుపక్కల ఉన్న రోడ్ల మీది

వేలాది వాహనాలు గర్జిస్తూ హూంకరించినా, ఆసుపత్రిలోని ఆ గదిలో మాత్రం నిశ్శబ్దం నెలకొంది.

"శివస్వామీ, ఒక ఉద్దేశంతో నేను మిమ్మల్ని పిలిపించుకున్నాను. నాకు రెండు కోరికలు ఉన్నాయి. మీరు కాదని చెప్పకూడదు" అన్నాడు ధావల్.

"చెప్పండి సార్."

"నా మొదటి కోరిక ఏమిటంటే, మీ కుమార్తె కాన్పు సమయానికి మీరు ఆమె దగ్గర ఉండండి. కూతురి ఇంటికి వెళ్లిరండి. మీరు నాలా చేసుకోకండి. శిలాకపోలం మీద ముద్దులు పెడుతూ జీవితం గడపకూడదని మీరే ఒకసారి నాకు చెప్పారు, గుర్తుందా? మీరు అలా చేసుకోకండి. మీరు అక్కడికి వెళ్లి, మీ మనవడిగా రాబోయే శిశువు బూరె బుగ్గలకు మృదువైన ముద్దులు పెట్టండి. మీ నలుపు-తెలుపు మొరటు మీసాలు వాడి బుగ్గలకు గుచ్చుకోనివ్వండి. బిడ్డకు అదే శ్రీరక్ష. ఉద్యోగం గురించి ఆలోచించకండి" అన్నారు.

శివస్వామి మౌనంగా కూర్చున్నారు. తేజు, సంజు, రేవతిల కోరిక కొనసాగింపు భాగంగా ధావల్ మాట్లాడారు. కోరిక ఒకటే, కారణాలు భిన్నంగా ఉన్నాయి.

ధావల్ చేయి చాపి శివస్వామి మోచేతిని పట్టుకున్నారు.

"నేను చెప్పింది అర్థమైందికదా?"

"అర్థమైంది సార్. నా కుటుంబీకుల నుంచి కూడా అదే కోరిక వస్తోంది" అని శివస్వామి అన్నారు.

"ఇక ఆలోచించకండి. కూతురి ఇంటికి వెళ్లిరండి. మీరు తిరిగి వచ్చిన తర్వాత నన్ను మీ ఇంటికి భోజనానికి పిలవండి. కన్నడ మిత్రుడి ఇంట్లో బిసిబేళేబాత్ తిని చాలా రోజులు అయ్యాయి" అని నవ్వారు.

శివస్వామి కూడా నవ్వారు. వారు తమంతట తాముగా కోరుకుని ఇక్కడ ఆగలేదు. ఆగడానికి ఒక ఉద్దేశం ఉంది. అతను ఉద్యోగంలో ఎందుకు చేరాడో కారణం, దాని నేపథ్యం చెప్పాడు, ఆయన మర్చిపోయి ఉండొచ్చు. మరో నెలలో తన ఉద్యోగం పర్మనెంట్ అవుతుంది. అప్పటి వరకు ప్రొబేషనరీ పీరియడ్. ప్రొబేషనరీలో ఉన్నవారు అన్ని నెలలు సెలవు తీసుకోవచ్చా? అదీ మెడికల్ కారణం లేకుండా? హెచ్ఆర్ రూల్ పుస్తకాన్ని అటుంచినా, తానే

హెచ్‌ఆర్ మేనేజరై తానే నియమాలను ఉల్లంఘించవచ్చా? కానీ ధావల్ మంచితనానికి ఆ క్షణానికి ఎలాంటి అభ్యంతరం చెప్పడం అనవసరం. వెళ్లకపోవడానికి కారణాలను ఇప్పుడు కాదు, మునుముందు ఆయనకు వివరించవచ్చునని శివస్వామి మౌనం వహించారు.

ధావల్‌గారే కొనసాగిస్తూ, "మీరు ఎందుకు ఉద్యోగంలో చేరారో నాకు తెలుసు. మీరే చెప్పారు. మిమ్మల్ని అడగకుండా నేనొక పిచ్చిపని చేశాను. దాన్ని అంగీకరించమని అని అడగటమే నా రెండవ కోరిక. నిన్న నేను అజయ్‌కి ఫోన్ చేశాను. అతను నా మిత్రుడు. అతనెవరో తెలుసా శివస్వామీ? మీరు ఇల్లు కొనుక్కున్నారుకదా, లఖానీ బిల్డర్స్, దాని యజమాని. అజయ్ లఖానీ. మీరు ఒకసారి మీ బిల్డర్ పేరు నాకు చెప్పారు. అప్పటి నుంచి ఈ ఆలోచన నా తలలో ఉంది. అతను నాకు పాత స్నేహితుడు. గుజరాతీ వ్యాపార సంఘం సభ్యుడు. అతను ముంబైలో ఉంటాడు. మా కోడలు ధృతి అక్కను ముంబైకి ఇచ్చారు. వారి ఇంట్లో ఓ ఫంక్షన్‌కు వెళ్లినప్పుడు లఖానీ కూడా అక్కడికి వచ్చారు. అతన్ని కలిసి సుమారు ఎనిమిది పదేళ్లు గడిచాయేమో. అతను ధృతి అక్క మామగారికి జిగిరీ దోస్త్. అలా మేము మళ్లీ కలుసుకున్నాం. కలిసి కొన్ని వ్యాపారాలూ చేశాం. తర్వాత మరింత దగ్గరయ్యాడు. సరే, అదంతా పాతకథ. ఈ వ్యాపార సంబంధాలు పనసపండులోని జిగురులాంటివి. అన్ని తొనలూ అంతర్గతంగా ఒకదానికొకటి అతుక్కొని ఉంటాయి.

ఇక్కడికి రావడానికి ముందు నిన్న సాయంత్రం అతనికి ఫోన్ చేసి మీ సమస్య చెప్పాను. అతని పేరు, ఫోన్ నంబర్ ఇవ్వు, అది ఏ ప్రాజెక్ట్ అని నేను కనుక్కొని మళ్లీ కాల్ చేస్తాను అన్నాడు. గంట తర్వాత అతనే ఫోన్ చేసి మాట్లాడాడు. శివస్వామి, మీ సమస్య పరిష్కారమైందని తెలుసుకోండి. మీరు వారికి ఒక్క రూపాయి కూడా చెల్లించాల్సిన అవసరం లేదు. మీరు ఎలా పరిష్కరించారు? మీరే డబ్బులు కట్టారా? కేవలం సంబంధంతోనే సాధించారా? అనే బక్వాస్ ప్రశ్నలు అడగకండి. నేను చెప్పను. నేను ఏ సమాధానం చెప్పినా, మీ తలలో డబ్బు, అప్పు, డబ్బు మొదలైన వాటి గురించి మరో పది ప్రశ్నలు తలెత్తుతాయి. మీ గురించి నాకు తెలుసు. నిజానికి, నేను ఈ విషయం మీకు చెప్పకూడదనుకున్నాను. మీరు ప్రశాంతంగా మీ కూతురి ఇంటికి వెళ్లి రావాలనే

చెబుతున్నాను. దయచేసి వద్దు అని చెప్పకుండా నా వైపు నుంచి దీన్ని మీరు స్వీకరించాలి" అంటూ సూదిగుచ్చిన తమ చేతిని శివస్వామి కుడి మోచేతిపై ఉంచారు.

శివస్వామికి ఆయన ఏం చెప్పారో అర్థం చేసుకోవడానికి ఒక్క క్షణం పట్టింది. అనూప్ గార్డేనియా యాజమాని నుంచే తనకు మినహాయింపు ఇప్పించారు. వెంటనే ఏం చెప్పాలో తెలియక, "సర్, మీరెందుకు అంత ఇబ్బంది పడ్డారు? అది కూడా ఈ పరిస్థితిలో?" అని తడబడ్డారు.

"ఇబ్బంది ఏమీ లేదు శివస్వామి?" ధావల్ తాము పట్టుకున్న శివస్వామి మోచేతిని నొక్కారు. ఆయన ముంజేతి నరం నుంచి ప్రవహిస్తున్న ద్రవం ఆయన చేతిని చల్లబరిచింది. ఆ చల్లదనం తన మోచేతిలోకి ప్రవేశించిన అనుభవం శివస్వామికి కలిగింది.

శివస్వామి ఇంకేదో మాట్లాడటానికి సిద్ధమవుతుండగా, అప్పుడే ఒక నర్సు లోపలికి వచ్చింది. ఆమెను అనుసరించి మరో ఇద్దరు ఆయాలు, ఒక డాక్టర్ లోపలికి వచ్చారు. మధ్య వయస్కుడైన డాక్టర్ గుమ్మం దగ్గరి నుంచే "హౌ ఆర్ యూ, మిస్టర్ థక్కర్?" అని బిగ్గరగా అడుగుతూ పెద్దపెద్ద అంగలు వేస్తూ దగ్గరికి వచ్చారు. ఆయన వెనకే రవిరాజ్ కూడా లోపలికి వచ్చాడు.

"సార్, నేను బయలుదేరుతాను" అంటూ శివస్వామి లేచారు. ధావల్ ఏమీ అనకుండా తమ ఎడమచేత్తో ఆయన ముంజేతిని అదిమారు. శివస్వామి తలుపు దగ్గరకు రాగానే రవిరాజ్ నవ్వాడు. "వచ్చి కలిసినందుకు థాంక్స్" అన్నాడు మెల్లగా. కింద లాబీలోని సోఫాలో ధృతి, మాధురి, కల్పన కూర్చుని మాట్లాడుకుంటున్నారు. శివస్వామి వారి వైపు వెళ్లలేదు, బదులుగా రివాల్వింగ్ డోర్‌ను తోసుకుని హాస్పిటల్ నుండి బయటికి వచ్చేశారు.

❖

32

హాస్పిటల్ నుంచి కార్డ్ రోడ్డులోని మైసూర్ స్యాండల్ సోప్ ఫ్యాక్టరీ వరకు నడిచి మెట్రోస్టేషన్‌కు వచ్చి టికెట్ కోసం నిలబడే సమయానికి శివస్వామి తల అగ్నిపర్వతంలా ఉడికిపోతోంది. లోలోపల భయంకరమైన యుద్ధం జరుగుతోంది. స్పష్టత లేకుండా ఆంతర్యమూ కంపిస్తోంది. టిక్కెట్టు కొనడం, లోపలికి వెళ్లి ప్లాట్‌ఫామ్‌లో నిలబడడం, అన్నీ యాంత్రికంగానే జరిగాయి. ప్లాట్‌ఫామ్‌లో విపరీతంగా జనం వేచి ఉన్నారు. వచ్చి ఆగిన మొదటి రైలు ఎక్కలేక శివస్వామి మరో రైలు వచ్చేవరకు వేచివుండాల్సి వచ్చింది. రెండవదానిలోనూ నిలబడటానికి మాత్రమే సాధ్యమైంది. దాదాపు ఈయనను హత్తుకున్నట్టు నిలబడిన పక్కనున్న భీమకాయుడు,"మీ ఫోను మోగుతోంది చూడండి" అని చెప్పేదాకా శివస్వామికి మోగుతున్నది తన ఫోన్ అని అర్థం కాలేదు.

తీసి చూస్తే మధ్యాహ్నం వచ్చిన అదే ముంబై నంబర్. ఈసారి ఫోన్ ఎత్తారు. "మిస్టర్ శివస్వామి?" అని వినిపించింది.

"అవును" అన్నారు.

"సార్, నేను ఏక్తా దేశ్‌పాండే, ముంబైలోని ఎ పి లఖాని కార్పొరేట్ ఆఫీస్ నుండి మాట్లాడుతున్నాను. తమకు చాలా సంతోషకరమైన వార్త ఉంది. మీరు మా ప్లాటినం గిఫ్ట్ ప్యాకేజీకి ఎంపిక చేయబడ్డారు. ఇది చాలా

అరుదైన బహుమతి. ఎపిఎల్‌బి యాభై సంవత్సరాల చరిత్రలో ఈ బహుమతి ప్యాకేజీని పొంది సన్మానింపబడినవారిలో ఒక్కరే ఉన్నారు. ఇప్పుడు మీరు రెండవ వ్యక్తి. మీరు చెల్లించాల్సిన అన్ని చెల్లింపుల వాయిదాలు కంపెనీ ద్వారానే చెల్లింపబడతాయి. మీరు కొనుగోలు చేసిన ఫ్లాట్‌కు అదనంగా మరో బెడ్ రూమ్‌కు అప్‌గ్రేడ్ చేయబడుతుంది. మీరు బడ్జెట్ చేసిన ప్రాజెక్ట్‌లో అప్‌గ్రేడ్ చేయడానికి అవకాశం లేకపోతే లేదా మీరు కోరుకుంటే, మా ఇతర కొన్ని ప్రాజెక్ట్‌ల నుండి ఎంపిక చేసుకోవచ్చు. ఈ ఆఫర్ చాలా చాలా అరుదైనది సార్. దీని కోసం మీరు ఏమీ చేయవలసిన అవసరం లేదు. కంగ్రాచ్యులేషన్స్ సార్" అంటూ మాట్లాడటం ఆపేసింది.

అటువైపు నుంచి ఏ భావోద్వేగమూ, సంతోషంతో కూడిన కేక, 'ఇది నిజమేనా? ప్రాక్టికల్ జోక్ కాదుకదా?' అనేటటువంటి ఉత్సాహభరితమైన మాటలు వినిపించక, కేవలం రైలు శబ్దం, ప్రజల అరుపులు విన్నప్పుడు ఆమె గందరగోళానికి గురైంది. మొబైల్ ఫోన్లకు సామాన్యంగా వచ్చే మోసపూరితమైన కాల్‌లో, "సార్, మీరు యాభై లక్షలు గెలుచుకున్నారు! డబ్బు పంపడానికి బ్యాంక్ అకౌంట్ నంబర్, ఇతర వివరాలు ఇవ్వండి" అంటూ మనోహరమైన స్వరంతో టోపి వేయడానికి తాను మాట్లాడిందేమోనని భయపడి ఆమె "సర్, ఇది నిజంగా నిజం" అని నొక్కి పలికింది. దానికీ జవాబు రాలేదు. ఏదో అనుమానం కలిగినట్టు, "సార్ నా మాటలు వినిపిస్తున్నాయి కదా?" అని హిందీలో అడిగింది.

"ఆc. వినిపిస్తున్నాయి" అన్నారు శివస్వామి.

"మన బెంగళూరు బ్రాంచ్ సేల్స్ వైస్ ప్రెసిడెంట్ మిస్టర్ వినయ్ పాటిల్, రేపు మిమ్మల్ని కలవాలనుకుంటున్నారు. మీకు రేపు వీలవుతుందా సార్? అపాయింట్‌మెంట్ ఫిక్స్ చేయానా?" అని ఆమె అడిగింది.

"దేనికోసం?"

"గిఫ్ట్ స్వీకృతి పేపర్ వర్క్‌కు మీ సంతకం కావాలి. వాళ్లే మీకు స్వయంగా మరిన్ని వివరాలను అందిస్తారు" అంది.

శివస్వామికి తలతిరిగినట్టయింది. చుట్టుపక్కల ఉన్న జనుల ఒత్తిడికి ఊపిరి తీసుకోలేకపోయారు. మాట్లాడలేని పరిస్థితి ఏర్పడింది. ఆమెకు ఏం

సమాధానం చెప్పాలో తోచలేదు. చేతికి చెమటలుపట్టి ఫోన్ జారిపోతుందని అనిపించింది. “సార్, మీకు వినిపిస్తోందా?” అని ముంబై మహిళ ఫోన్ చేస్తూనే ఉంది. కాల్ ఆఫ్ చేసి ఫోన్ జేబులో పెట్టుకున్నాడు. ఆమె మళ్లీ ఫోన్ చేసింది. శివస్వామి ఫోన్ ఓపెన్ చేసి నెంబర్ చూశాడు కానీ తీయలేదు. పక్కనున్న లావాటి మనిషి నవ్వు. “ట్రూకాలర్ యాప్ వేసుకోండి. ఈ విధమైన జంక్ కాల్‌ను బ్లాక్ చేయొచ్చు” అన్నాడు.

రైలు కెంపెగౌడ స్టేషన్ చేరినపుడు అక్కడ చాలా మంది దిగటం వల్ల కూర్చోవడానికి స్థలం దొరికింది. కానీ దిగిన వారికంటే రెట్టింపు మంది ఎక్కారు. వీపుకు ల్యాప్‌టాప్ బ్యాగులు వేలాడుతున్న యువతీ యువకులే చాలామంది ఉన్నారు.

శివస్వామి తలలో ఆలోచనలు ఆగకుండా తిరుగుతున్నాయి. ఇది ఎక్కడికి దారి తీస్తుంది? ఈ ఎ పి లఖాని మనిషిని రేపు కలిస్తే ఏం మాట్లాడతాడు? వారి ప్రతిపాదనను అంగీకరించి సంతకం చేస్తే ఏమి జరుగుతుంది? అక్కడితో ఒకే దెబ్బకు సమస్యలన్నీ పరిష్కారమవుతాయి. కమ్ముకున్న దోమలన్నింటినీ ఒకేసారి బ్యాట్ విసిరి చంపినట్లు. అపార్ట్‌మెంట్‌కు చెల్లించాల్సిన డబ్బు గురించి, సంజు ప్రసవానికి వెళ్లలేకపోవటం గురించి, రిటైర్మెంట్ తర్వాత శ్రమతో కూడిన ఉద్యోగం గురించి, ఉద్యోగంలో అంగీకరించని, ఇష్టపడని వ్యక్తుల గురించి, సంజు, తేజు వయసులో ఉన్న అబ్బాయిలు, అమ్మాయిలతోపాటు తానూ ల్యాప్‌టాప్‌ను భుజానికి వేలాడదీసుకుని ఈ విధంగా మెట్రోలో ఊగుతూ, తిరిగే ఇబ్బంది గురించి... అన్నీ సమస్యలు ఒక్కసారిగా పరిష్కారమవుతాయి. అనూప్ గార్డెనియా వాళ్లు ఇంకా ఆరు నెలలు ఎక్కువ సమయం తీసుకుని ఇల్లు ఇవ్వనీ, ఏమవుతుంది?

నేషనల్ కాలేజీ స్టాప్ చేరుకునే సమయానికి మళ్లీ ఫోన్ మోగింది. ఎ పి లఖాని కంపెనీకి చెందిన మహిళ కావచ్చేమో అనే కంగారులో జేబులోంచి ఫోన్ తీశాడు. తేజు నుంచి ఫోన్. నిన్నటి నుంచి వాడు ఫోన్ చేస్తున్నది ఎన్నోసారో? “నాన్నా, టిక్కెట్టు బుక్ చేయమని సంజుకు చెప్పనా?” అని అడిగాడు.

నిలబడి ఉన్న వ్యక్తి మరొకడికి చోటివ్వడానికి చిన్నగా జరిగి, కూర్చున్న

శివస్వామి కాలిని తన లెదర్ షూతో తొక్కాడు, భరించలేనంత నొప్పి కలిగింది. చిన్నగా అరిచారు. తొక్కినవాడికీ బాధేసి వాడిన ముఖంతో "సారీ, చూసుకోలేదు" అన్నాడు. కాల్‌లో ఉన్న తేజు ఆ మాటలన్నీ విని "నాన్న ఎక్కడున్నావ్?" అని అడిగాడు. 'మెట్రో ట్రైన్‌లో" అన్నాడు. "అలాగైతే నువ్వు ఇల్లు చేరుకో. మరో గంట తర్వాత నేను మళ్లీ కాల్ చేస్తాను" అన్నాడు. అలాగేనని ఫోన్ తిరిగి జేబులో పెట్టుకున్నాడు.

కాసేపు కళ్లు మూసుకుని నిశ్శబ్దంగా కూర్చున్నారు. ధావల్ చేసిన సహాయం బెల్లంతో కలిసిన ఇసుక రేణువులా మరుగుతున్న నీళ్లలో కూడా కరగకుండా మనసులోతుల్లో బాధ కలిగిస్తోంది. సమస్యలైతే పరిష్కరించబడ్డాయి. అయితే ఎందుకింత దుఃఖం? పరిష్కరింపబడిన తీరుకా? ధావల్ విప్పి చెప్పలేదు, కానీ అతను ఎ పి లఖానికి డబ్బు చెల్లించి ఉండొచ్చు. ఒకవేళ చెల్లించారని అనుకుంటే, ఎవరు చెల్లిస్తే ఏమిటి వ్యత్యాసం? ఇది ప్రలోభం కాదు. సహాయం. దీనికి బదులుగా తానేమీ చేయవలసిన అవసరం లేదు. తాను అర్థించి పొందినదేమీ కాదు. ఆశించకుండా వచ్చింది. కలలా జరిగిపోయింది. కలలో చూసినదానికి, మాట్లాడిన దానికి, ప్రవర్తించిన దానికి మనమెందుకు నైతిక బాధ్యత వహించాలి? ఈ సహాయాన్ని స్వప్నాన్ని అంగీకరించినట్లు అంగీకరించడంలో తప్పు ఏముంది? తేజు, సంజు పిలిచినట్లు నాలుగైదు నెలలు అమెరికా వెళితే ఇక్కడివాళ్లకు పరాయివాడిని అవుతాను. తక్షణ మెమరీ నుండి తుడిచివేయబడుతాను. మొత్తం కథ ఎవరికీ అర్థంకాదు. అర్థమైనా నమ్మకం కలగదు. అసలు ఎవరికీ చెప్పాల్సిన అవసరం లేదు. ఎ పి. లఖాని ఆఫర్‌లా అతను ఈ ప్రాజెక్ట్‌ను వదిలి వేరే ప్రాజెక్ట్‌ను ఎంచుకుంటే, ఇప్పుడు పరిచయమైన కుమార్, వనిత, సందీప్, వారి స్నేహితుల నుండి దూరంగా ఉండొచ్చు. ఆ సంబంధాలన్నీ శాశ్వతంగా తెంచుకోవచ్చు. స్వీకరించడానికి అడ్డంకి ఏమిటి?

అలా ఆలోచించగానే శివస్వామికి అంతా శూన్యంగా కనిపించడం మొదలైంది. మెట్రో మొత్తంలో ఒంటరిగా ప్రయాణిస్తున్నట్లు ఖాళీ. నిండు కుటుంబం నుంచి అందరూ బయటికి వెళ్లి తాను ఒంటరిగా మిగిలిపోయినప్పుడు ఏర్పడే శూన్యత. అనూప్ గార్డేనియాలో సగం పూర్తయిన ఇళ్లన్నీ తలుపులు

ఎగిరిపోయినట్లు ఖాళీయై తానొక్కడే ఇంటి బాల్కనీ నుంచి చీకటిని తదేకంగా చూసే ఖాళీ. రేపు కుమార్, వనితలు కలిసి అడిగితే ఏమని చెప్పాలి? హరికృష్ణ ఘాజియాబాద్ నుంచి ఫోన్ చేసి ఇంటి వివాదం ఎక్కడిదాకా వచ్చిందని అడిగితే ఏమని సమాధానం చెప్పాలి? నాకూ దానికీ ఇక సంబంధం లేదనా? సందీప్ కామత్ వచ్చి 'డబ్బు చెల్లించమని కోర్టుకు వెళదాం' అని అడిగితే ఎలా తప్పించుకోవాలి? వాళ్లందరి విషయం అలా ఉండనీ, చివరికి సమస్య ఎలా పరిష్కరింపబడిందో భార్యాపిల్లలకు ఎలా చెప్పాలి? ఎవరితోనైనా ఏమైనా చెప్పేసి తప్పించుకోవటానికి ప్రయత్నించి సిగ్గులేనివాడని అనిపించుకోవాలా? డబ్బు కట్టడం తప్పించుకోవడానికి కుమార్ గౌడ ఎవరో ఏజెంట్‌తో కుమ్మక్కయి చేసినదానికీ, తాము ధావల్‌తో కలిసి చేసినదానికీ మధ్య ఉన్న తేడా ఏమిటి? తాము రుణముక్తులయ్యే తొందరలో ధావల్ దేన్నో ఆయన నుంచి తనకు తెలియకుండా బదిలీ చేశారని శివస్వామికి అనిపించింది. డబ్బును ఒక అకౌంట్ నుండి మరో అకౌంట్‌కు ట్రాన్స్‌ఫర్ చేసినట్టు ఏదో వారి నుంచి తమకు బదిలీ అయింది. ఏదో తమను ఆక్రమించుకుంది. అడవి మంటలకు దహించబడిన చెట్టు పక్కనే ఉన్న చెట్టును చుట్టుకుని జ్వాలాగ్నిని ఎగిసేలా చేసింది. శివస్వామి మనసు అశాంతితో అల్లకల్లోలమైంది. వందేళ్లు అల్లముడి వెనుకే వెళ్లినా మనం అల్లమ ప్రభువులం కాలేము.

అలాంటి శూన్య పరిస్థితుల్లో సహాయానికి వస్తున్న అల్లమప్రభు వచనాల ఏ పంక్తీ ఎందుకో గుర్తుకు రాలేదు. అల్లమ అనగానే తనకు బ్రౌన్‌బుక్ గుర్తుకు వచ్చింది. తాను ధర్మస్థల నుంచి తిరిగితెచ్చాడా లేదా వదిలేశాడా? వెంటనే మొహం చెమర్చింది. అన్నీ దారులు ఒక్కసారిగా మూసుకుపోయినట్లు అనిపించింది. అరటి తోటలోకి చొచ్చుకుపోయినట్టే బయటకు వెళ్లే దారి కనిపించలేదు. తమ ల్యాప్ టాప్ బ్యాగ్ తీసి హడావుడిగా జిప్స్ అన్నీ తీసి వెతికారు. ఎప్పుడూ ఉండే ఆ పుస్తకం ఈ రోజు లేదు. ధర్మస్థలానికి వెళ్లిన రోజున కావేరీ లాడ్జి టేబుల్ మీద పెట్టిన జ్ఞాపకం స్పష్టంగా ఉంది. టేబుల్ రంగు, దాని మీద పెట్టిన పుస్తకానికి వేసిన అట్ట రంగు ఒకటే కావటం వల్లనే ఏమో తిరిగి వచ్చేటపుడు కనిపించకుండా పోవటంతో దాన్ని అక్కడే వదిలి ఉండొచ్చు. ఇంటికి వెళ్లిన వెంటనే, ప్రయాణానికి తీసుకెళ్లిన కిట్ బ్యాగ్‌ను

మళ్లీ క్షుణ్ణంగా గాలించాలని నిర్ణయించుకున్నారు. టేబుల్ మీది నుంచి తీసి బ్యాగ్‌లో పెట్టుకున్న జ్ఞాపకం లేకుండాపోయి, కిట్ బ్యాగ్‌లో ఉందన్న నమ్మకం కలగలేదు. తీవ్రమైన దుఃఖం కలిగింది. కళ్లు చెమర్చాయి. అది వున్నప్పుడు జీవితం భారం లేకుండా ఉండేది. ఇప్పుడు ప్రపంచమంతటి భారం అవగాహన కలుగుతోంది. యాభై సంవత్సరాల నుంచి తమ అంతరంగ, బహిరంగాల భాగమైంది. పట్టుకున్న చేతిమీద మాత్రమే చీకటి కాదు, చూసే కంటిమీద మాత్రమే చీకటి కాదు, ఆలోచించే మనస్సుపై కూడా చీకటి ఆవరించింది.

రైలు బనశంకరిని దాటి జేపీనగర్ వైపు వెళుతోంది. శివస్వామి తాను కూర్చున్న చోటు నుంచి తిరిగి అద్దాల కిటికీలోంచి చూశాడు. లోపలి వెలుతురుకు అతని ముఖం ప్రతిబింబిస్తూ రైలు అవతల ఒక కిటికీ కనిపించింది. బింబ ప్రతిబింబాలు-రెండూ ఒకదాన్నొకటి తమతమ కిటికీల నుంచి చూస్తూ పక్కపక్కనే ప్రయాణిస్తున్నట్లు కదిలే చిత్రం కనిపించింది. రెండు దెయ్యాలు కావు, రెండింటిలోనూ తనే. ఆ అదిరే చిత్రమూ ఆయనతోపాటు ఆయన ఇంటికి వెళుతోంది. కలలో కనిపించే రెండు పడవల మధ్య దాటలేనంత అపారమైన నీళ్లున్నట్టే, రెండు కిటికీల మధ్య ఊహించలేనంత దట్టమైన చీకటి ఉంది,

చేతిని అడ్డం పెట్టి లోపలి కాంతిని ఆపి బయటకి చూశాడు. ఇప్పుడు మెట్రో బ్రిడ్జి ఎత్తు నుండి నగరంలోని వేలాది వెలుతురు చుక్కలు కనిపించాయి. చుక్కలను కలిపే రేఖగా మారాలన్నదే తన సంకల్పం అన్నట్లుగా రైలు వేగంగా పరిగెడుతోంది.

❖